സ്മരണകൾ സമരായുധങ്ങൾ

സ്മരണകൾ സമരായുധങ്ങൾ

Nadakkavu, Kozhikode, Kerala, 673011
www.insightpublica.com
e-mail: insightpublica@gmail.com
smaranakal Samarayudhangal
Author: **Puthalath Dinesan**
(Malayalam)
First Edition: October 2024
This Edition February 2025
Copyright © Reserved
All rights reserved.
Printed and Published by
InsightinPublica Printers & Publishers Pvt. Ltd.
ISBN 978-93-5517-916-6
₹390

സ്മരണകൾ സമരായുധങ്ങൾ

പുത്തലത്ത് ദിനേശൻ

INSIGHT PUBLICA ®

തിളയ്ക്കുന്ന ചരിത്ര മുഹൂർത്തങ്ങൾ

ഭൂതകാലത്തെ മൃതലോകമായി കരുതുന്ന കേവല നിരീക്ഷണങ്ങൾ സാമാന്യ ബോധത്തിൽ തഴച്ചവളരുന്ന വർത്തമാന കാലത്തി ലാണ് നാം ജീവിക്കുന്നത്. ചരിത്ര നിരപേക്ഷമായി തിടംവെയ്ക്കുന്ന വർത്തമാനത്തോടുള്ള അഭിനിവേശം ഉപരിപ്ലവമായ ആഘോഷമാ ക്കി മലയാളിയുടെ ജീവിതത്തെ മാറ്റിത്തീർക്കുന്നു.

ഓരോ സന്ദർഭത്തെയും തിളയ്ക്കുന്ന ചരിത്ര മുഹൂർത്തങ്ങളായി കാണ മ്പോഴാണ് സമകാലീനമായ ജാഡ്യാവസ്ഥകളെ മറികടന് നമുക്ക് നമ്മെ പുനർനിർമ്മിക്കാനുള്ള ധൈഷണികവും പ്രായോഗികമായ ആയുധങ്ങൾ സമാഹരിക്കാൻ കഴിയുക. ദിനേശൻ പുത്തലത്തിന്റെ സ്മ രണകൾ സമരായുധങ്ങൾ എന്ന പുസ്തകം പൊള്ളയായ വിചാരങ്ങൾ ക്കെതിരെയുള്ള ഈടുറ്റ ചരിത്രബോധത്തിന്റെ വാക്കടയാളങ്ങളാണ്.

സ്വാതന്ത്ര്യ സമരത്തിന്റെ വക്കിൽ പോലും എത്തി നോക്കാത്ത ഒരു പ്രതിലോമ രാഷ്ട്രീയം അധികാരത്തിന്റെ നിറസാന്നിധ്യമായി നിൽക്കു ന്ന ഒരു വർത്തമാനകാല ഇന്ത്യനവസ്ഥയിൽ സ്വാതന്ത്ര്യ സമരത്തിന്റെ ജനകീയമായ ബഹുശബ്ദങ്ങളെ കണ്ടെത്തുകയാണ് എഴുത്തുകാരൻ. വിദ്യാർത്ഥിയായിരുന്ന കാലത്തെ രാഷ്ട്രീയ ധാരണകളെ സ്വരൂപി ച്ചെടുത്ത ഭൂതകാലത്തെയും അദ്ദേഹം തൊട്ടറിയുന്നു. പരിസ്ഥിതി ചിന്തകളുടെ രാഷ്ട്രീയം, യാത്രകൾ, വർത്തമാനങ്ങൾ, ചരിത്ര വ്യക്തികൾ അങ്ങനെ സ്മരണയുടെ മുകുരത്തിൽ തെളിയുന്ന ചിത്ര ങ്ങളെ മുഴുവൻ അദ്ദേഹം ചരിത്രത്തോളം വിലപ്പെട്ടതായിക്കരുതുന്നു. ഉപരിപ്ലവതയ്ക്കുമേലെ ധൈഷണികതയുടെ സത്യസന്ധത കൊണ്ട് ചരിത്ര യാഥാർത്ഥ്യത്തെ തിരിച്ചറിയുന്നതാണ് ഈ പുസ്തകത്തിലെ മുഴുവൻ എഴുത്തുകളും.

സുമേഷ് ഇൻസൈറ്റ്

കോഴിക്കോട് ജില്ലയിലെ വടകര സ്വദേശി എസ്. എഫ്. ഐ യുടെ സംസ്ഥാന പ്രസിഡന്റും, അഖിലേന്ത്യാ വൈസ് പ്രസിഡന്റും ആയിരുന്നു. കാലിക്കറ്റ് യൂണിവേഴ്സിറ്റി യൂണിയൻ ജനറൽ സെക്രട്ടറിയും എസ് എഫ് ഐ യുടെ മുഖമാസികയുമായ സ്റ്റുഡന്റിന്റെ പത്രാധിപരും ആയിരുന്നു. മുഖ്യമന്ത്രിയുടെ പൊളിറ്റിക്കൽ സെക്രട്ടറിയായും പ്രവർത്തി ച്ചിട്ടുണ്ട്. നിലവിൽ സി പി ഐ (എം) ന്റെ സംസ്ഥാന സെക്രട്ടറിയേറ്റ് അംഗവും ദേശാഭിമാനിയുടെ ചീഫ് എഡിറ്ററും ഇ എം എസ് അക്കാദ മിയുടെ ഫാക്കൽറ്റിയും മാർക്സിസ്റ്റ് സംവാദത്തിന്റെ എഡിറ്ററും ആണ്.

വടക്കൻ പാട്ടിന്റെ കുലപതി എന്നറിയപ്പെടുന്ന ടി എച്ച് കുഞ്ഞിരാമൻ നമ്പ്യാരുടെയും, പി പി ദേവിയമ്മയുടെയും മകൻ. ജീവിതപങ്കാളി ഡോ: യമുന കീനേരി. മക്കൾ: റോസ, ആസാദ്.

പുത്തലത്ത് ദിനേശൻ

ഉള്ളടക്കം

വായനകൾ

യാത്ര/കാഴ്ച

സിനിമാ ചിന്തകൾ

വായനകൾ

യാത്ര/കാഴ്ച

സിനിമാ ചിന്തകൾ

ആമുഖം

സ്മരണകൾ സമരായുധങ്ങൾ എന്ന ഈ പുസ്തകം വിവിധ ഘട്ട ങ്ങളിൽ എഴുതപ്പെട്ടതാണ്. ഇന്ത്യൻ സ്വാതന്ത്ര്യ സമരത്തിൽ യാതൊരു പങ്കും വഹിക്കാത്ത രാഷ്ട്രീയ പ്രസ്ഥാനം ഇന്ത്യ ഭരിക്ക ന്ന ഘട്ടത്തിലാണ് സ്വാതന്ത്ര്യത്തിന്റെ 75-ാം വാർഷികം രാജ്യം ആചരിച്ചത്. ഇത് സ്വാതന്ത്ര്യ സമരത്തിൽ വിവിധ വിഭാഗങ്ങൾ നടത്തിയ ഇടപെടലുകളെ സംബന്ധിച്ച ചർച്ചകൾക്ക് ഇടയാക്കി. വർഷങ്ങൾ നീണ്ടുനിന്ന ആ ചർച്ചയിൽ ഇടപെട്ടുകൊണ്ട് എഴുതിയ ലേഖനങ്ങളാണ് ഇതിന്റെ ഒന്നാം ഭാഗത്ത് ഉള്ളത്.

രാഷ്ട്രീയ ചർച്ചകൾ നടക്കുന്ന ഘട്ടങ്ങളിൽ ഉയർന്നുവന്ന ചില പ്രശ്നങ്ങൾക്ക് അതാത് ഘട്ടങ്ങളിൽ ഇടപെട്ടുകൊണ്ട് മറുപടി നൽകുകയും ചെയ്തിട്ടുണ്ട്. മാർക്സിന്റെ ജാതിയേയും, കേരളത്തേയും കുറിച്ചുള്ള പരാമർശങ്ങളെക്കുറിച്ച് എഴുതേണ്ടി വന്നത് ഇത്തരം സാഹചര്യത്തിലാണ്. വിദ്യാർത്ഥി രാഷ്ട്രീയത്തിനെതിരെ ഉയർന്നുവന്ന പൊതുവായ വിമർശനങ്ങൾക്കുള്ള മറുപടിയെന്ന നിലയിൽ എഴുതിയ ലേഖനങ്ങളും ഇതിലുണ്ട്.

മാർക്സ് പറയുന്നതുപോലെ സമൂഹത്തിനുവേണ്ടി ജീവിതം സമർപ്പിച്ചവരെയാണ് ലോകം ഓർമ്മിക്കുക. അത്തരത്തിൽ വിവിധ മേഖലകളിൽ ജീവിതം സമർപ്പിച്ച നിരവധി പേരെക്കുറിച്ചുള്ള ഓർമ്മക്ക റിപ്പുകൾ ഇതിലുണ്ട്. അവരുടെ ദിനാചരണങ്ങളുടെ ഭാഗമായി വിവിധ ഘട്ടങ്ങളിൽ എഴുതപ്പെട്ടവയാണവ. സാർവ്വ ദേശീയ കമ്മ്യൂണിസ്റ്റ്

പ്രസ്ഥാനത്തിന്റെ നേതാക്കളും, ഇന്ത്യൻ ദേശീയ പ്രസ്ഥാനത്തിന്റെ അമരക്കാരുമെല്ലാം അതിലുണ്ട്. വിവിധ മേഖലകളിൽ സംഭാവന യർപ്പിച്ച് പിരിഞ്ഞുപോയവരേക്കുറിച്ച് ആ ഘട്ടങ്ങളിൽ നടത്തിയ അനുസ്മരണങ്ങളും ഇതിന്റെ ഭാഗമാണ്. രാഷ്ട്രീയ പ്രവർത്തനത്തിന്റെ ഭാഗമായി ഒന്നിച്ച് നീങ്ങുകയും, പലവിധ കാരണങ്ങളാൽ വ്യത്യസ്ത വഴികളിൽ എത്തി നിൽക്കുമ്പോഴും കാത്തുസൂക്ഷിച്ച സൗഹൃദങ്ങളുടെ ഓർമ്മകളും ഹൃദയത്തിൽ നിന്ന് പുറത്തുവന്നത് ഈ പുസ്തകത്തിലുണ്ട്. ഒന്നും കാംഷിക്കാതെ പൊതുജീവിതത്തിൽ സ്വയം സമർപ്പിച്ച ബീരാ ൻകയെപ്പോലുള്ളവരുടെ ഓർമ്മകളും ഇതിലുണ്ട്.

സവിശേഷമായ വായനാനുഭവങ്ങൾ നൽകിയ ചില പുസ്ത കങ്ങളെക്കുറിച്ച് അതാത് ഘട്ടങ്ങളിൽക്കുറിച്ചത് ഇതിന്റെ ഭാഗമാണ്. സമ്മേളനങ്ങൾക്കും മറ്റുമായി നടത്തിയ യാത്രകളുടെ അനുഭവവും ഇതിൽ കുറിച്ചിട്ടുണ്ട്. വിദ്യാർത്ഥി പ്രസ്ഥാനത്തിന്റെ കാലത്തെഴുതിയ സിനിമ നിരൂപണങ്ങളുടെ ഓർമ്മക്കായുള്ള എഴുത്തും ഇതിലുണ്ട്. പിതൃപുത്ര ബന്ധത്തിന്റെ വൈകാരികത ഓർമ്മപ്പെടുത്തുന്ന കുറിപ്പും ഇതിന്റെ ഭാഗമാണ്. സാമൂഹ്യമായ ഇടപെടലിന്റേയും, വ്യക്തിഗ തമായ ബന്ധങ്ങളുടേയും ഓർമ്മകൾ അടയാളപ്പെടുത്തുകയെന്ന ലക്ഷ്യത്തോടെയാണ് ഇവ പലതും നവമാധ്യമങ്ങളിൽ കുറിച്ചത്. അത്തരം കാര്യങ്ങൾ മനുഷ്യ ബന്ധങ്ങളുടെ കരുത്തിനേയും, വൈവിധ്യ ങ്ങളേയും ഓർമ്മപ്പെടുത്തുമെന്ന പ്രതീക്ഷയാണെനിക്കുള്ളത്. മനുഷ്യ സ്നേഹത്തിൽ നിന്നേ സാമൂഹ്യ ബോധം രൂപപ്പെടുകയുള്ളൂ. സാമൂഹ്യ ബോധത്തിന്റെ അടിത്തറയിൽ നിന്നേ ഇടതുപക്ഷ ചിന്തകൾ രൂപ പ്പെട്ടുവരികയുള്ളൂ. അത്തരം വഴികളെ ഓർമ്മപ്പെടുത്തുന്ന ഒന്ന് എന്ന നിലയിൽ വായനക്കാർ കാണുമെന്ന പ്രതീക്ഷയോടെ ആവകാശവാ ദങ്ങളൊന്നുമില്ലാതെ സമർപ്പിക്കുന്നു.

അവതാരിക

എ വിജയരാഘവൻ

മനുഷ്യന്റെ ചരിത്രബോധത്തെ ഇല്ലാതാക്കുകയും, തെറ്റായി പഠിപ്പിക്കുകയും ചെയ്തുകൊണ്ടാണ് ഭരണ വർഗ്ഗങ്ങൾ അവരുടെ ആധിപത്യമുറപ്പിക്കുന്നത്. ഇത്തരമൊരു ഘട്ടത്തിൽ ജനപക്ഷത്ത് നിന്നുകൊണ്ട് ചരിത്രത്തേയും, ചരിത്രം സൃഷ്ടിച്ചവരേയും മനസ്സിലാ ക്കുകയെന്നതും ജനകീയ രാഷ്ട്രീയത്തിന് അനിവാര്യമായ ഒന്നാണ്. ഇത്തരമൊരു ഓർമ്മപ്പെടുത്തലുകൾ മുന്നോട്ടുവെക്കുന്നുവെന്നതാണ് ഓർമ്മകൾ ചരിത്രായുധങ്ങൾ എന്ന പുത്തലത്ത് ദിനേശന്റെ ഈ പുസ്തകത്തിന്റെ സവിശേഷത. ജീവിതത്തിനിടയിൽ കാണുകയും, അനുഭവിക്കുകയും, വായിക്കുകയും ചെയ്ത കാര്യങ്ങൾ കൂടി ഇതിനൊപ്പം ചേർത്തുവെക്കുന്നുണ്ട്. അങ്ങനെ അനുഭവങ്ങളുടെ സാന്നിദ്ധ്യം കൂടി നിറഞ്ഞു നിൽക്കുന്ന ഒന്നായി ഈ പുസ്തകം മാറു ന്നുണ്ട്.

സ്വാതന്ത്ര്യ പ്രസ്ഥാനമെന്നത് ഏറെ ചർച്ച ചെയ്യപ്പെട്ടിട്ടുള്ള ഒന്നാണ്. യഥാർത്ഥത്തിൽ ഇന്ത്യൻ സ്വാതന്ത്ര്യ പ്രസ്ഥാനം വ്യത്യസ്തമായ നിരവധി ധാരകളുടെ സമാഹാരമാണ്. എന്നാൽ ആ മുന്നേറ്റത്തിൽ കൃത്യമായ ദിശാബോധത്തോടെ ഇടപെട്ട് മുന്നോട്ടുകൊണ്ടുപോകു ന്നതിൽ കമ്മ്യൂണിസ്റ്റുകാർ വഹിച്ച പങ്ക് വളരെയേറെ പ്രധാനമാണ്. ഇന്ത്യൻ സ്വാതന്ത്ര്യ സമരത്തെ പൂർണ്ണസ്വരാജ് എന്ന തലത്തിലേക്ക്

എത്തിക്കുന്നതിൽ കമ്മ്യൂണിസ്റ്റുകാരുടെ പങ്ക് ഏറെ വലുതാണ്. പൂർണ്ണ സ്വാതന്ത്ര്യത്തിനുവേണ്ടിയുള്ള പോരാട്ടത്തിനോടൊപ്പം തന്നെ ജന്മി ത്വവും തകർക്കപ്പെടുമ്പോഴെ ജനജീവിതം മെച്ചപ്പെടുകയുള്ളവെന്ന കാഴ്ചപ്പാടും കമ്മ്യൂണിസ്റ്റുകാർ മുന്നോട്ടവെച്ചിരുന്നു. സാമൂഹ്യ നീതി ക്കുവേണ്ടിയുള്ള സമരത്തേയും, ഫെഡറൽ സംവിധാനത്തെ ശക്തി പ്പെടുത്തുന്നതിനുവേണ്ടിയുള്ള ഇടപെടലും ഒപ്പം കമ്മ്യൂണിസ്റ്റുകാർ നടത്തുകയുണ്ടായി. ചരിത്രത്തിൽ വിസ്മരിക്കപ്പെട്ടുപോകുന്ന ഇത്തരം സംഭവങ്ങളെ ഈ പുസ്തകം ഓർമ്മപ്പെടുത്തുന്നുണ്ട്.

ക്വിറ്റ് ഇന്ത്യ സമരവുമായി ബന്ധപ്പെട്ട് കമ്മ്യൂണിസ്റ്റ് പാർടി സ്വീകരിച്ച സമീപനത്തിനെതിരെ ഏറെ ചർച്ചകൾ നമ്മുടെ രാജ്യത്തുയർന്നുവ ന്നിട്ടുണ്ട്. ഇപ്പോൾ സ്ഥാനത്തും, അസ്ഥാനത്തും ഈ ചർച്ച ഉയർത്തി ക്കൊണ്ടുവരാറുണ്ട്. ഇത് സംബന്ധിച്ച് കമ്മ്യൂണിസ്റ്റ് പാർടിയെടുത്ത സമീപനത്തേയും, അന്നത്തെ രാഷ്ട്രീയ സാഹചര്യങ്ങളേയും വിശദമായി ഈ പുസ്തകം പ്രതിപാദിക്കുന്നുണ്ട്. ഇന്ത്യയെക്കുറിച്ച് മാർക്സിന് ഒന്നു മറിയില്ലായിരുന്നുവെന്ന പ്രചരണത്തിന് മറുപടി നൽകുന്നവിധം ജാതി യെക്കുറിച്ചും, കേരളത്തെക്കുറിച്ചും അദ്ദേഹം നടത്തിയ പരാമർശങ്ങൾ ഇതിൽ രേഖപ്പെടുത്തിയിട്ടുണ്ട്.

വിദ്യാർത്ഥികളുടെ രാഷ്ട്രീയ രംഗത്തെ ഇടപെടൽ പലപ്പോഴും സജീവ ചർച്ചയായിത്തീരാറുണ്ട്. ഈ പശ്ചാത്തലത്തിൽ ഇന്ത്യൻ സ്വാതന്ത്ര്യ സമരത്തിൽ വിദ്യാർത്ഥികൾ വഹിച്ച പങ്കും, വിദ്യാർത്ഥികൾ രാഷ്ട്രീ യത്തിൽ ഇടപെടേണ്ടതിന്റെ പ്രാധാന്യവും എടുത്തുപറയുന്ന രണ്ട് ലേഖനങ്ങൾ ഈ പുസ്തകത്തിലുണ്ട്.

സാഹചര്യങ്ങളാണ് ഓരോ പ്രസ്ഥാനത്തേയും അതിന്റെ നേതൃ ത്വത്തേയും രൂപപ്പെടുത്തുന്നത്. അങ്ങനെ ഉയർന്നുവരുന്ന നേതൃത്വം ചുറ്റുമുള്ള ലോകത്തെ മനസ്സിലാക്കി ശരിയായ രീതിയിലിടപെട്ട മ്പോൾ സമൂഹത്തെ മുന്നോട്ട് നയിക്കുന്ന ഒന്നായി ആ പ്രസ്ഥാനവും, നേതാക്കളും മാറുകയും ചെയ്യുന്നു. ഈ പുസ്തകത്തിൽ മാർക്സിനേയും, ലെനിനേയും, റോസലക്സംബർഗിനേയും, ഫിദൽ കാസ്ട്രോയെ യുമെല്ലാം ചെറു കുറിപ്പുകളിലൂടെ പരിചയപ്പെടുത്തുന്നുണ്ട്. ദേശീയ നേതാക്കളായ ഗാന്ധിജിയുടേയും, നെഹ്റുവിന്റേയും സവിശേഷതകളും, പരിമിതികളും ഇതിലുണ്ട്. ഇന്ത്യയിലെ കമ്മ്യൂണിസ്റ്റ് പ്രസ്ഥാനത്തിന്റെ നേതാക്കൾ ഇ.എം.എസും, ബി.ടി.ആറും, എ.കെ.ജിയും, സുന്ദരയ്യ യുമെല്ലാം ഇതിൽ കടന്നുവരുന്നുണ്ട്. കലയുടേയും, സാഹിത്യത്തി ന്റേയും, രാഷ്ട്രീയത്തിന്റേയും ലോകത്ത് വെളിച്ചം വിതറിയ നിരവധി

വ്യക്തിത്വങ്ങളുടെ രേഖാ ചിത്രങ്ങളാൽ ഈ പുസ്തകം സമ്പന്നമാണ്. രാഷ്ട്രീയ ജീവിതത്തിനിടയിൽ രൂപപ്പെട്ടുവന്ന വ്യക്തിപരമായ സൗഹാ ർദങ്ങളും പലവിധ കാരണങ്ങളാൽ പിന്നീട് അകന്ന് പോകുകയും ചെയ്തവരേയും ഇതിൽ അനുസ്മരിക്കുന്നുണ്ട്.

സിനിമ ലോകവും ഇതിൽ കടന്നുവരുന്നുണ്ട്. മുഗൾ രാജവംശത്തി ന്റെ കാലഘട്ടങ്ങളിൽ രൂപപ്പെട്ട സ്മാരകങ്ങളിലൂടെ യാത്ര ചെയ്തകയും അതിന്റെ രാഷ്ട്രീയവും, സാംസ്കാരികവുമായ സവിശേഷതകളെ രേഖപ്പെടുത്തി ബഹുസ്വരതയുടെ പാഠങ്ങളെ ഈ പുസ്തകം ഓർമ്മ പ്പെടുത്തുന്നുണ്ട്. മാനുഷിക ബന്ധങ്ങളുടെ വിവിധ മുഖങ്ങൾ പ്രകാ ശിപ്പിക്കുന്നുവെന്നതും ഇതിന്റെ സവിശേഷതകളാണ്. ബംഗാളിലും, തെലങ്കാനയിലും, ബോംബെയിലുമെല്ലാം പലവിധ ലക്ഷ്യത്തോടെ നടത്തിയ യാത്രകളേയും പരാമർശിക്കുന്നുണ്ട്. അവിടത്തെ സാമൂഹ്യ രാഷ്ട്രീയ ജീവിതത്തെയെല്ലാം ഒപ്പിയെടുത്ത് അവതരിപ്പിക്കാനും ഈ പുസ്തകത്തിന് കഴിഞ്ഞിട്ടുണ്ട്.

ഓർമ്മകൾ ചരിത്രായുധങ്ങൾ എന്ന ഈ പുസ്തകം ഇന്ത്യൻ സ്വാ തന്ത്ര്യ സമരത്തെക്കുറിച്ചും, നമ്മുടെ നാടിന്റെ മുന്നോട്ടപോക്കിനായി ജീവിതം ഉഴിഞ്ഞുവെച്ചവരുടെ ഓർമ്മകളാലും സമ്പന്നമായി നിൽക്കു ന്ന ഒന്നാണ്. യാത്രകളും, സിനിമയും വ്യക്തിപരമായ സൗഹൃദങ്ങളുടെ ഈർപ്പങ്ങളും നിറഞ്ഞുനിൽക്കുന്ന ഒന്നാണ്. തീർച്ചയായും ഇതിന്റെ വായന വ്യത്യസ്തമായ ലോകങ്ങളെ സവിശേഷമായ രീതിയിൽ വായ നക്കാരുടെ മുന്നിൽ അവതരിപ്പിക്കുന്ന ഒന്നാണ്. വിജ്ഞാനവും, മനുഷ്യ ബന്ധങ്ങളുടെ കരുത്തും ഓർമ്മപ്പെടുത്തുന്ന ഈ പുസ്തകം വായനക്കാ രുടെ മുന്നിൽ ഞാൻ സമർപ്പിക്കുന്നു. മികച്ച വായന അനുഭവമായിരി ക്കും എന്ന ഉറപ്പോടെ...

സ്വാതന്ത്ര്യസമര ചിന്തകൾ

സ്വാതന്ത്ര്യസമരത്തിലെ വിവിധ ധാരകൾ

ഇന്ത്യൻ സ്വാതന്ത്ര്യ സമരത്തെക്കുറിച്ച് പരിശോധിച്ചാൽ ഏതെങ്കിലും ഒരു സംഘടനയുടെ ഇടപെടലിന്റെയോ പോരാട്ടത്തിന്റെയോ ഭാഗമായി ലഭിച്ചതല്ല ഇന്ത്യൻ സ്വാതന്ത്ര്യം. വ്യത്യസ്തമായ നിരവധി ധാരകളിലൂടെ കുതിച്ച് മുന്നേറിയ മഹാപ്ര വാഹമായിരുന്ന ഇന്ത്യൻ സ്വാതന്ത്ര്യ പ്രസ്ഥാനം.

കാറൽ മാർക്സ് മൂലധനത്തിൽ സൂചിപ്പിച്ചതുപോലെ ലോകത്തിലെ എറ്റവും കൊടിയ ചൂഷണത്തിന് വിധേയമായ കോളനിയായിരുന്ന നമ്മുടേത്. ബ്രിട്ടീഷ് ആധിപത്യം ഇന്ത്യയിൽ സ്ഥാപിതമായതോടെ ചൂഷണത്തിന് വിധേയമായ ജനവിഭാഗങ്ങൾ സമര രംഗത്തേക്ക് ഇറങ്ങി. അതിനു മുൻപന്തിയിൽ നിന്നത് ആദിവാസികളായിരുന്നു.

ഇത്തരം എതിർപ്പുകളുടെയെല്ലാം ഭാഗമായി കൂടി ഉയർന്നുവന്നതാ യിരുന്നു 1857 ലെ ഒന്നാം സ്വാതന്ത്ര്യസമരം. ആ പോരാട്ടത്തിൽ മുഗൾ ചക്രവർത്തിയെ ഇന്ത്യയുടെ ചക്രവർത്തിയായി അംഗീകരിച്ചുകൊണ്ടുള്ള സമരമെന്ന സവിശേഷതയും അതിനുണ്ട്. ഇന്ന് പലരും പ്രചരിപ്പിക്കുന്ന വർഗീയമായ കാഴ്ചകളൊന്നും ആദ്യകാല പോരാട്ടങ്ങൾക്കില്ലായെന്ന് ചുരുക്കം.

നമ്മുടെ രാജ്യത്ത് അതിനുശേഷം കൊളോണിയലിസം വ്യത്യസ്ത മായ നിരവധി ചലനങ്ങൾക്ക് ഇടയാക്കി. അത് ബ്രിട്ടീഷ് വിരുദ്ധ

കലാപത്തിലേക്കു പൊതുവിൽ നയിച്ചു. മാത്രമല്ല, ഇന്ത്യൻ സമൂഹത്തി ന്റെ പലവിധ ദൗർബല്യങ്ങളിലേക്കും വെളിച്ചം വീശുന്ന നിലയും അതി ണ്ടായി. രാഷ്ട്രീയവും നവോത്ഥാനപരവുമായ മുന്നേറ്റങ്ങളുടെ പരമ്പര അതിന്റെ ഫലമായി ഉയർന്നുവന്നു. സായുധമായതും അല്ലാത്തതുമായ സമരങ്ങളായി അവ വളർന്നു. ഇന്ത്യക്കാരുടെ തൊഴിലവസരങ്ങൾക്കും കൊളോണിയൽ സമൂഹത്തിലെ അധികാരസ്ഥാനങ്ങൾക്കും വേണ്ടി പ്രവർത്തിച്ച കോൺഗ്രസ്സ് ഗാന്ധിജിയുടെ വരവോടെ ജനകീയ പ്രസ്ഥാ നമായി മാറി.

സാമ്രാജ്യത്വത്തിനെതിരായി ലോകത്തെമ്പാടും വിവിധ രാജ്യങ്ങളിൽ പ്രക്ഷോഭം ഉയർന്നുവന്നപ്പോൾ ഒരോ രാജ്യത്തും എന്ത് നിലപാട് കമ്മ്യൂണിസ്റ്റുകാർ സ്വീകരിക്കണമെന്ന സമീപനവും കമ്മ്യൂണിസ്റ്റ് ഇന്റർനാഷണലിൽ അന്ന് ചർച്ചാവിഷയമായി. 1920 ജൂലൈ 7 മുതൽ ആഗസ്റ്റ് 20 വരെ ചേർന്ന കമ്മ്യൂണിസ്റ്റ് ഇന്റർനാഷണലിന്റെ രണ്ടാം കോൺഗ്രസ്സിൽ ഇന്ത്യൻ സ്വാതന്ത്ര്യ സമരത്തിൽ കമ്മ്യൂണിസ്റ്റുകാർ ഇടപെടുന്നതുമായി ബന്ധപ്പെട്ട് വമ്പിച്ച വാദപ്രതിവാദം നടക്കുകയു ണ്ടായി.

1920 ൽ നടന്ന കമ്മ്യൂണിസ്റ്റ് ഇന്റർനാഷണലിന്റെ രണ്ടാം സമ്മേള നത്തിൽ പങ്കെടുത്ത ഇന്ത്യക്കാരനായ എം. എൻ റോയി കമ്മ്യൂണിസ്റ്റ് പാർടി സ്വതന്ത്രമായ പോരാട്ടം നടത്തി ഇന്ത്യയിൽ മുന്നോട്ടുപോകണം എന്ന കാഴ്ചപ്പാട് അവതരിപ്പിച്ചു. കോളനി നാട്ടുകളിലും പിന്നോക്ക രാജ്യങ്ങളിലും നടക്കുന്ന സാമ്രാജ്യത്വവിരുദ്ധ പോരാട്ടങ്ങളെ കമ്മ്യൂ ണിസ്റ്റുകാർ പിന്തുണക്കണമെന്ന സമീപനം ആ സമ്മേളനത്തിൽ ലെനിൻ സ്വീകരിച്ചു. ഇന്ത്യയിലെ കമ്മ്യൂണിസ്റ്റുകാർ കോൺഗ്രസ്സുമായി ഉൾപ്പെടെ ഐക്യമുണ്ടാക്കി യോജിച്ച പോരാട്ടം നടത്തണമെന്ന കാഴ്ച പ്പാട് ഇതിന്റെ അടിസ്ഥാനത്തിൽ സമ്മേളനം മുന്നോട്ടുവച്ചു. അങ്ങനെ മൂന്നാം ലോകരാജ്യങ്ങളിലെ ദേശീയ പ്രസ്ഥാനങ്ങളിൽ വ്യക്തമായ കാഴ്ചപ്പാടോടെ കമ്മ്യൂണിസ്റ്റുകാർ സജീവമായി.

കമ്മ്യൂണിസ്റ്റ് പാർടി പ്രവർത്തനമാരംഭിക്കുന്ന ഘട്ടത്തിൽ ബ്രിട്ടീഷ കാർ ഇന്ത്യ വിട്ടുക എന്ന കാഴ്ചപ്പാട് കോൺഗ്രസ്സിനുണ്ടായിരുന്നില്ല. എന്നാൽ കോൺഗ്രസ്സിനകത്ത് അക്കാലത്ത് പ്രവർത്തിച്ചിരുന്ന കമ്മ്യൂ ണിസ്റ്റുകാർ പൂർണ്ണ സ്വാതന്ത്ര്യത്തിനുവേണ്ടിയുള്ള ഇടപെടൽ ആരംഭിച്ചു. അങ്ങനെ 1921 ൽ അഹമ്മദാബാദിൽ ചേർന്ന ഇന്ത്യൻ നാഷണൽ കോൺഗ്രസ്സിന്റെ സമ്മേളനത്തിനകത്ത് പൂർണ്ണ സ്വാതന്ത്ര്യം എന്ന കാഴ്ചപ്പാട് പ്രമേയമായി തന്നെ കമ്മ്യൂണിസ്റ്റുകാർ കൊണ്ടുവന്നു.

 സ്മരണകൾ സമരായുധങ്ങൾ

ഇപ്പോൾ പ്രസിദ്ധമായ 'ചുപ്കേ ചുപ്കേ രാത് ദിൻ'.. എന്ന ഗസൽ എഴുതിയ നസ്രത്ത് മൊഹാനിയായിരുന്ന ആ പ്രമേയം അവതരി പ്പിച്ചത്. ഇൻക്വിലാബ് സിന്ദാബാദ് എന്ന ഉറ്റ മുദ്രാവാക്യം നമുക്ക് നൽകിയതും ഇദ്ദേഹം തന്നെ. ദൗർഭാഗ്യവശാൽ വിരലിൽ എണ്ണാവുന്ന വോട്ടുകൾ മാത്രം നേടി ആ പ്രമേയം പരാജയപ്പെട്ടു. എങ്കിലും പൂർണ്ണ സ്വാതന്ത്ര്യത്തിലേക്ക് കോൺഗ്രസ്സിനെ നയിക്കുന്നതിനുള്ള ഇടപെടൽ കമ്മ്യൂണിസ്റ്റുകാർ തുടർന്നു.

കമ്മ്യൂണിസ്റ്റ് പാർടിയുടെ ശക്തമായ ബ്രിട്ടീഷ് വിരുദ്ധ നിലപാടു കളെത്തുടർന്ന് അതിനെ മുളയിലേ നുള്ളിക്കളയാൻ ബ്രിട്ടീഷുകാർ ശ്രമിക്കുകയുണ്ടായി. ശൈശവാവസ്ഥയിൽ ആയിരുന്ന കമ്മ്യൂണിസ്റ്റ് ഗ്രൂപ്പിനെതിരെ മൃഗീയ മർദ്ദന നടപടികൾ കൈക്കൊണ്ടു. കമ്മ്യൂണിസ്റ്റ് സാഹിത്യം തന്നെ നിരോധിച്ചു. കമ്മ്യൂണിസ്റ്റ് പ്രസ്ഥാനത്തിന്റെ യുവ നേതൃത്വത്തിനെതിരെ കള്ളക്കേസുകളുടെ പരമ്പരയുണ്ടായി. 1922- പെഷവാർ, 1924-കാൺപൂർ, 1929-മീററ്റ് തുടങ്ങിയ ഗൂഢാലോചനക്കേ സുകൾ അവയിൽ ചിലതാണ്. രൂപംകൊണ്ടതിന് തൊട്ട് പിന്നാലെ 1920കളിൽ പാർടി നിയമവിരുദ്ധമായി പ്രഖ്യാപിക്കപ്പെട്ടു. തുടർന്ന് രണ്ട് ദശകത്തിലേറെക്കാലം നിയമവിരുദ്ധമായ സാഹചര്യത്തിലാണ് കമ്മ്യൂണിസ്റ്റ് പാർടിക്ക് പ്രവർത്തിക്കേണ്ടിവന്നത്.

കമ്മ്യൂണിസ്റ്റ് പാർടിയുടെ ഇടപെടലും സോവിയറ്റ് യൂണിയനിലെ സോഷ്യലിസ്റ്റ് സമൂഹത്തിന്റെ വികാസവും കോൺഗ്രസ്സിനകത്തും സ്വാധീനം ചെലുത്തി. ജവഹർലാൽ നെഹ്റുവിനെയും സുഭാഷ് ചന്ദ്രബോസിനെയും പോലെയുള്ളവരുടെ നേതൃത്വത്തിൽ ഒരു ഇടത് ബ്ലോക്ക് തന്നെ ഉയർന്നുവന്നു. അങ്ങനെ കോൺഗ്രസ്സിനകത്ത് ഉയർന്നുവന്ന ഇടതുപക്ഷ നിലപാടുകളുടെ ഭാഗമായി 1930 ൽ ലാഹോർ കോൺഗ്രസ്സ് പൂർണ്ണ സ്വാതന്ത്ര്യമെന്ന പ്രമേയം പതിറ്റാണ്ടോളമെടുത്ത് അംഗീകരിച്ചു. അതോടെ ബ്രിട്ടീഷുകാർ ഇന്ത്യ വിട്ടുപോകുകയെന്ന മുദ്രാ വാക്യമുയർത്തി കോൺഗ്രസ്സും രംഗത്തുവന്നു.

ബ്രിട്ടീഷുകാർ ഇന്ത്യ വിട്ടുപോകുന്നതിനുള്ള സമരങ്ങൾ വ്യത്യസ്ത രീതിയിൽ ഇന്ത്യൻ സമൂഹത്തിൽ ഉയർന്നുവന്നു. ഇന്ത്യൻ നാഷണൽ കോൺഗ്രസ്സിന്റെ നേതൃത്വത്തിൽ അഹിംസാ സിദ്ധാന്തത്തില്ലന്നി നിന്നുകൊണ്ടുള്ള സഹന സമരത്തിന്റെ പാതയിലേക്ക് അവർ നീങ്ങി. കർഷക, തൊഴിലാളി ജനവിഭാഗങ്ങളെ സംഘടിപ്പിച്ചുകൊണ്ട് സാമ്രാ ജ്യത്വത്തിനും ജൻമിത്തത്തിനും എതിരായിട്ടുള്ള പോരാട്ടം നടത്തി ക്കൊണ്ട് കമ്മ്യൂണിസ്റ്റുകാരും ഇടപെട്ടു. സുഭാഷ് ചന്ദ്രബോസിന്റെ

നേതൃത്വത്തിലുള്ള ഐഎൻഎ യും ബ്രിട്ടീഷുകാർ ഇന്ത്യ വിടണമെന്ന നിലപാട് സ്വീകരിച്ചപ്പോഴും കണ്ടെത്തിയ വഴി മറ്റൊന്നായിരുന്നു. സായുധമായ പോരാട്ടങ്ങളിലൂടെ ബ്രിട്ടീഷുകാരെ നാട്ടടകടത്താൻ പോരാടിയ ഭഗത് സിങ്ങും സുഖദേവും രാജഗുരുവും ചന്ദ്രശേഖരൻ ആസാദും ഉൾപ്പെടുന്ന ഹിന്ദുസ്ഥാൻ റിപ്പബ്ലിക്ക് ആർമി പോലുള്ള വിഭാഗങ്ങളും സമരത്തിൽ സജീവമായി.

ഈ വിഭാഗത്തിൽ പെട്ട പലരും പിന്നീട് കമ്മ്യൂണിസ്റ്റുകാരായി മാറു കയാണുണ്ടായത്. ഇത്തരത്തിൽ വ്യത്യസ്ത ധാരകൾ ബ്രിട്ടീഷുകാർക്കെ തിരെ പൊരുതുമ്പോൾ ഹിന്ദു വർഗ്ഗീയ സംഘടനകൾ പൊതുവിൽ ഇത്തരം സമരങ്ങളിലൊന്നും പങ്കെടുത്തില്ലെന്ന് മാത്രമല്ല, സമരത്തിൽ പങ്കെടുക്കേണ്ടത് ഹിന്ദുവിന്റെ കടമയല്ലെന്ന നിലപാടാണ് സ്വീകരിച്ചത്.

വ്യത്യസ്തമായ കാഴ്ചപ്പാടുകൾ ഇത്തരത്തിൽ സജീവമായി നിൽക്കു ന്ന ഘട്ടത്തിലാണ് രണ്ടാം ലോക മഹായുദ്ധം പൊട്ടിപ്പുറപ്പെടുന്നത്. ഇതും സ്വാതന്ത്ര്യ സമരത്തെ ഏറെ സ്വാധീനിച്ചു. ലോകഫാസിസ്റ്റ് ശക്തികൾക്കെതിരായുള്ള സമരങ്ങളെ കൂടി ഉൾക്കൊണ്ടുകൊണ്ടുള്ള നയം കമ്മ്യൂണിസ്റ്റുകാർ സ്വീകരിച്ചു. ആഗസ്റ്റ് പ്രമേയം എന്ന പേരിൽ ബ്രിട്ടീഷുകാർ ഇന്ത്യ വിടുക എന്ന മുദ്രാവാക്യം മുന്നോട്ടുവച്ച് ഇന്ത്യൻ നാഷണൽ കോൺഗ്രസ്സ് പുതിയ ഒരു നയം സ്വീകരിച്ചു. കോൺഗ്ര സ്സിലെ സോഷ്യലിസ്റ്റുകാർ ആ സമരത്തിൽ സജീവമായി.

ക്വിറ്റ് ഇന്ത്യാ സമരം കുറഞ്ഞ ദിവസങ്ങൾ കൊണ്ട് തന്നെ ബ്രിട്ടീഷ കാർ അടിച്ചമർത്തി. അതിനുശേഷം മഹത്തായ സ്വാതന്ത്ര്യ പോരാട്ട ങ്ങൾ എന്ന നിലയിലുള്ള സമരങ്ങൾ നയിക്കാൻ ഇന്ത്യൻ നാഷണൽ കോൺഗ്രസ്സ് തയ്യാറായില്ല. ബ്രിട്ടീഷുകാരുമായി വിവിധ തരത്തിലുള്ള സന്ധി ചർച്ചകളുമായി അവർ മുന്നോട്ടുപോയി. എന്നാൽ സമരങ്ങ ളുടെ വേലിയേറ്റം കമ്മ്യൂണിസ്റ്റ് പാർടിയുടെ നേതൃത്വത്തിൽ രാജ്യത്ത് ഉയർന്നുവന്നു. തേഭാഗ, പുന്നപ്രവയലാർ, കയ്യൂർ ഉൾപ്പെടെയുള്ള വടക്കേമലബാറിലെ പോരാട്ടങ്ങൾ, വാർളി ആദിവാസി സമരങ്ങൾ, ത്രിപുരയിലെ ഗോത്രവർഗ്ഗ സമരങ്ങൾ, തെലുങ്കാന കർഷക സമരങ്ങൾ അങ്ങനെ സമര പരമ്പരകളാൽ രാജ്യം പ്രകമ്പനം കൊണ്ടു. പുതുശ്ശേ രിയിലെ ഫ്രഞ്ച് വാഴ്ചയ്ക്കും ഗോവയിലെ പോർച്ചുഗീസ് വാഴ്ചയ്ക്കുമെതിരായി ആ സമരം പടർന്നു. 1946 ലെ നാവിക കലാപത്തോട്ടുകൂടി ആ സമരം പുതിയ ഉച്ചകോടിയിൽ എത്തി.

ഫാസിസം പരാജയപ്പെടുകയും ദേശീയ വിമോചന പ്രസ്ഥാനങ്ങളുടെ വേലിയേറ്റം ശക്തവുമായ സാഹചര്യവും ഇന്ത്യൻ സ്വാതന്ത്ര്യത്തിലേക്ക്

വഴിതുറന്നു. കർഷക, തൊഴിലാളി വിഭാഗങ്ങളെ സംഘടിപ്പിച്ച് പോരാടിയ പ്രസ്ഥാനങ്ങൾക്കായിരുന്നില്ല അധികാരം ലഭിച്ചത്. പകരം ഇന്ത്യയെ വിഭജിച്ച് കോൺഗ്രസ്സിനും ലീഗിനും അധികാരം നൽകുകയെന്ന നയമാണ് ബ്രിട്ടീഷുകാർ സ്വീകരിച്ചത്. ഇതോടെ വിദേശ സാമ്രാജ്യത്വ ഭരണത്തിനെതിരായ പൊതുദേശീയ മുന്നണിയെന്ന ഘട്ടം രാജ്യത്ത് അവസാനിക്കുകയായിരുന്നു. അങ്ങനെ ഇന്ത്യ ഇന്ത്യക്കാർ ഭരിക്കുന്ന ഗുണപരമായ സ്ഥിതിവിശേഷത്തിലേക്ക് നമ്മുടെ രാജ്യം എത്തിപ്പെട്ടു. ഇന്ത്യ ബ്രിട്ടീഷുകാരിൽ നിന്ന് സ്വതന്ത്രമായി. സാമ്രാജ്യത്വവിരുദ്ധ സമര ത്തിലൂടെ ഇന്ത്യ എന്ന രാഷ്ട്രവും ഇതോടൊപ്പം പിറക്കുകയായിരുന്നു.

ചരിത്ര സംഭവങ്ങൾ വ്യക്തമാക്കുന്ന കാര്യമെന്ത്? ഇന്ത്യയിലെ വ്യത്യസ്ത ധാരകളിലൂടെ മഹാപ്രവാഹമായി ഒഴുകിയ ദേശീയ പ്രസ്ഥാനത്തെ ബ്രിട്ടീഷുകാർ ഇന്ത്യ വിട്ടുക എന്ന കാഴ്ചപ്പാടിലേക്ക് എത്തിക്കുന്നതിൽ കമ്മ്യൂണിസ്റ്റ് പാർടി വഹിച്ച പങ്ക് ഏറെ വലുതാണ്. ഇന്ത്യൻ സ്വാതന്ത്ര്യ പ്രസ്ഥാനത്തിന്റെ ദിശാബോധം നിർണ്ണയിക്കുന്നതിൽ റഷ്യയിലെ സോഷ്യലിസ്റ്റ് വ്യവസ്ഥയും ലോകത്തെ കമ്മ്യൂണിസ്റ്റ് പാർടികളുടെ നിലപാട്ടും ഏറെ സഹായകമായി എന്നും കാണാം. 1940 കളുടെ അവസാനമാകുമ്പോഴേക്കും സമരങ്ങളിൽ നിന്ന് മറ്റെല്ലാവരും പിൻമാ റിയപ്പോൾ കർഷക, തൊഴിലാളി വിഭാഗങ്ങളെ സംഘടിപ്പിച്ച് കൊണ്ട് സാമ്രാജ്യത്വത്തിനും ജൻമിത്തത്തിനുമെതിരായ സമരം മുന്നോട്ടുകൊ ണ്ടുപോകുകയായിരുന്നു കമ്മ്യൂണിസ്റ്റുകാർ. ആ സമരം ഇന്നും തുടരുക യാണ്. വ്യത്യസ്ത വഴികളിലൂടെ, രീതികളിലൂടെ

സ്വാതന്ത്ര്യപ്രസ്ഥാനവും വിദ്യാർത്ഥികളും

1936-ലെ അഖിലേന്ത്യാ വിദ്യാർത്ഥി ഫെഡറേഷന്റെ രൂപീകരണം സ്വാതന്ത്ര്യപ്രസ്ഥാനത്തിന് കൂടുതൽ കരുത്ത് പകർന്നു. വ്യത്യസ്തമായ ആശയഗതികളും രാഷ്ട്രീയ സമീപനങ്ങളും ഉള്ള വിദ്യാർത്ഥികൾ ഈ പ്രസ്ഥാനത്തിൽ ഉണ്ടായിരുന്നുവെന്നതാണ് യാഥാർത്ഥ്യം. എന്നാൽ ഇവരെയെല്ലാം യോജിപ്പിച്ചുനിർത്തിയ കാഴ്ചപ്പാട് ദേശസ്നേഹമായിരുന്നു.

1936 നവംബർ ഇരുപതാം തീയതി വിദ്യാർത്ഥി ഫെഡറേഷന്റെ രണ്ടാം ദേശീയ സമ്മേളനം ചേർന്നു. ഒരു അവകാശ പത്രികയും അംഗീകരിക്കപ്പെട്ടു. സംഘടനയ്ക്ക് ഒരു ഭരണഘടന അംഗീകരിച്ചുവെന്നതും ഈ സമ്മേളനത്തിന്റെ സവിശേഷതയാണ്. വിദ്യാർത്ഥി പ്രശ്നങ്ങളോടൊപ്പം അന്താരാഷ്ട്ര പ്രശ്നങ്ങളിലുൾപ്പെടെ ക്രിയാത്മകമായി സംവദിച്ച ഒരു സമ്മേളനം കൂടിയായിരുന്നു ഇത്. 150 പ്രതിനിധികൾ പങ്കെടുത്ത ഈ സമ്മേളനത്തിൽ സുഭാഷ് ചന്ദ്രബോസിന്റെ സഹോദരൻ ശരത്ച ന്ദ്ര ബോസായിരുന്നു അദ്ധ്യക്ഷൻ. 1937 ലെ പ്രവശ്യ തെരഞ്ഞെടുപ്പിൽ കോൺഗ്രസ്സിനുവേണ്ടി വിദ്യാർത്ഥികൾ പ്രചരണത്തിൽ പങ്കെടുത്തു. ഇത്തരത്തിൽ പ്രവർത്തിച്ച വിദ്യാർത്ഥികൾക്കെതിരെ വലിയ പ്രതികാര നടപടികളും അധികാരികളുടെ ഭാഗത്തുനിന്നുണ്ടായി.

അതേസമയം വിദ്യാർത്ഥി പ്രക്ഷോഭങ്ങൾ തുടർന്നു. 1937 ൽ പീഡ നങ്ങളുടെ കേന്ദ്രമായ അൻഡാമൻ തടവറയിലെ രാഷ്ട്രീയ തടവുകാരെ

മോചിപ്പിക്കണമെന്നാവശ്യപ്പെട്ടുകൊണ്ട് കൽക്കത്തയിൽ വമ്പിച്ച പഠിപ്പമുടക്ക് സമരം നടന്നു. പോലീസിന്റെ ക്രൂരമായ ലാത്തിച്ചാർജ്ജും വിദ്യാർത്ഥികൾക്കെതിരെ ഉണ്ടായി. ഫീസ് വർദ്ധനവ്, അധ്യാപകരെ പുറത്താക്കൽ, ശമ്പളം വെട്ടിക്കുറക്കൽ ഇവയ്ക്കെതിരായി വ്യത്യസ്ത രീതിയിലുള്ള സമരങ്ങൾ ഇക്കാലത്തുണ്ടായി. 1937 നവംബർ 20 ന് ആദ്യമായി അഖിലേന്ത്യാ വിദ്യാർത്ഥിനി ദിനമായി ആചരിക്കപ്പെട്ടു.

സാർവ്വദേശീയ വീക്ഷണം ഉയർത്തിപ്പിടിച്ചുകൊണ്ടാണ് വിദ്യാർത്ഥി സംഘടന പ്രവർത്തിച്ചത്. സാമ്രാജ്യത്വത്തിനോടുള്ള എതിർപ്പ്, മൂന്നാംലോക രാജ്യങ്ങളിലെ വിമോചന സമരങ്ങളോടുള്ള ഐക്യ ദാർഢ്യം, ഫാസിസ്റ്റ് ഇടപെടലുകൾക്കെതിരെ ജനാധിപത്യ രാജ്യ ങ്ങളോടുള്ള സാഹോദര്യം, ലോകസമാധാന പ്രസ്ഥാനത്തോടുള്ള ഐക്യദാർഢ്യം തുടങ്ങിയ കാഴ്ചപ്പാടോടെ സംഘടന മുന്നോട്ടുപോയി. ഗുമസ്തൻമാരെ സൃഷ്ടിക്കാനുള്ള വിദ്യാഭ്യാസ സമ്പ്രദായത്തിനെതിരെയും ശക്തമായ വിമർശനം വിദ്യാർത്ഥി പ്രസ്ഥാനം ഉയർത്തിക്കൊണ്ടുവന്നു. ഡിറ്റക്ഷൻ സമ്പ്രദായത്തിനെതിരെയും പോരാട്ടം വളർത്തിയെടുത്തു.

ദേശീയ സ്വാതന്ത്ര്യ പ്രസ്ഥാനത്തിലും സമൂഹത്തിലും പ്രത്യക്ഷപ്പെട്ട ചിന്തകൾ വിദ്യാർത്ഥി പ്രസ്ഥാനത്തെയും സ്വാധീനിച്ചു. കമ്മ്യൂണിസ്റ്റ് ആശയങ്ങളെ പിന്തുണക്കുന്നവരും അല്ലാത്തവരും തമ്മിലുള്ള സംഘർഷവും സജീവമായി. അഖിലേന്ത്യാ വിദ്യാർത്ഥി ഫെഡറേഷന്റെ 1937 ൽ മദ്രാസിൽ ചേർന്ന സമ്മേളനം ഇത്തരം ആശയസംഘട്ടന ത്തിന്റെ വേദിയായി. സോവിയറ്റ് സർക്കാർ തൊഴിൽ മൗലികാവകാ ശമായി പ്രഖ്യാപിച്ചതിലും പൊതുവിദ്യാഭ്യാസത്തിനും സാങ്കേതികവിദ്യാ ഭ്യാസത്തിനും ആ രാഷ്ട്രം നടപ്പിലാക്കിക്കൊണ്ടിരിക്കുന്ന നടപടികളെ അഭിനന്ദിച്ചുകൊണ്ടുള്ള ഒരു പ്രമേയം സംഘടനയിലെ കമ്മ്യൂണിസ്റ്റ് ആശയങ്ങൾ പിന്തുണക്കുന്നവർ കൊണ്ടുവന്നു. എന്നാൽ യോഗത്തിൽ അദ്ധ്യക്ഷനായിരുന്ന മസാനി പ്രമേയത്തിന് ഭൂരിപക്ഷം ഉണ്ടാകുമെ ന്ന് കരുതിയതോടെ സമ്മേളനം പിരിച്ചുവിട്ടു. ഇതോടെ വിദ്യാർത്ഥി പ്രസ്ഥാനത്തിനകത്ത് കോൺഗ്രസ്സ് സോഷ്യലിസ്റ്റ് പാർടിക്കാരും കമ്മ്യൂണിസ്റ്റ് ആശയഗതിക്കാരും തമ്മിലുള്ള ഏറ്റുമുട്ടൽ സജീവമായി.

പൊതുവായുള്ള ഇത്തരം കാര്യങ്ങൾ വിദ്യാർത്ഥികൾ ഏറ്റെടുക്കേണ്ട തില്ലെന്നായിരുന്ന മസാനിയുടെയും കൂട്ടുകാരുടെയും അഭിപ്രായം. ഇവർ പ്രത്യേകം തന്നെ പ്രവർത്തിക്കാനുംതുടങ്ങി. ഇത് സംഘടനയിൽ പ്രതി സന്ധിയുണ്ടാക്കുമെന്ന് തിരിച്ചറിഞ്ഞതോടെ ദേശീയ പ്രസ്ഥാനത്തിന്റെ നേതാക്കളായ ജയപ്രകാശ് നാരായണൻ, സുഭാഷ് ചന്ദ്രബോസ്,

ഡോ. അഷറഫ് എന്നിവർ ഉൾപ്പെട്ടന്ന സമിതി ഒത്തുതീർപ്പ് ഫോർമുല ഉണ്ടാക്കി. കമ്മ്യൂണിസ്റ്റുകാരൻ പ്രസിഡന്റും കോൺഗ്രസ്സ് സോഷ്യലിസ്റ്റ് പാർട്ടി നിലപാട് സ്വീകരിക്കുന്നവർ ജനറൽ സെക്രട്ടറിയുമാകട്ടെ എന്ന ധാരണയാണ് മുന്നോട്ടവച്ചത്.

1939 ലെ കൽക്കത്ത സമ്മേളനം സ്വാതന്ത്ര്യം, സമാധാനം, പുരോഗതി എന്ന മുദ്രാവാക്യം അംഗീകരിച്ചു. ചുവന്ന ബോർഡറുള്ള വെള്ള സ്വദേശ തുണിയിൽ ഒരു ഭാഗത്ത് നക്ഷത്രമുള്ള പതാക ഈ സമ്മേളനം അംഗീകരിച്ചു. സ്റ്റുഡന്റ് കോൾ എന്ന ഔദ്യോഗിക മുഖപത്ര വും തയ്യാറായി. രണ്ടാം ലോകമഹായുദ്ധവും അതിനെത്തുടർന്നുണ്ടായ രാഷ്ട്രീയ സംഭവവികാസങ്ങളും വിദ്യാർത്ഥി പ്രസ്ഥാനത്തിൽ വീണ്ടും അഭിപ്രായവ്യത്യാസങ്ങൾക്ക് വഴിമരുന്നിട്ടു.

ഹിറ്റ്ലർ സോവിയറ്റ് യൂണിയനെ ആക്രമിച്ചത് വിദ്യാർത്ഥി പ്രസ്ഥാ നത്തിനകത്ത് ആശയസംഘട്ടനം സൃഷ്ടിക്കുന്നതിനിടയാക്കി. 1941 ഡിസംബർ 31 ന് പട്നയിൽ ചേർന്ന വിദ്യാർത്ഥി സമ്മേളനത്തിൽ ഇത് രൂക്ഷമായ ആശയസംഘട്ടനത്തിന് വഴിതെളിച്ചു. സോവിയറ്റ് യൂണിയൻ വിജയിക്കുകയും സാമ്രാജ്യത്വശക്തികൾ ദുർബലമാകുകയും ചെയ്താൽ മാത്രമേ ഇന്ത്യ പോലുള്ള മൂന്നാംലോകരാജ്യങ്ങൾക്ക് സ്വാത ന്ത്ര്യം ലഭ്യമാക്കുവെന്നായിരുന്ന കമ്മ്യൂണിസ്റ്റ് നിലപാട് സ്വീകരിച്ചവരുടെ സമീപനം. ജനകീയ യുദ്ധമായി ഹിറ്റ്ലർക്കെതിരായുള്ള പോരാട്ടം മാറിയെന്ന നിലപാട് സ്വീകരിച്ചു. സോവിയറ്റ് യൂണിയനിൽ ഉൾപ്പെട്ട രാഷ്ട്രീയ സഖ്യത്തിന്റെ വിജയം പ്രധാനമാണെന്നും നിലപാടെടുത്തു.

ഇക്കാലയളവിൽ പ്രക്ഷോഭങ്ങളിൽ വിദ്യാർത്ഥികൾ സജീവമായി പങ്കെടുത്തിരുന്ന. നിരവധി വിദ്യാർത്ഥികൾ രക്തസാക്ഷികളായി. നാഗ്പൂരിൽ 14 വയസുള്ള വീരശങ്കർ എന്ന വീരബാലൻ രൂക്കിലേറ്റ പ്പെട്ട. 1943 ജനുവരി 21 ന് 17 വയസുകാരൻ ഹേമുകമലാനിയെയും രൂക്കിലേറ്റി. പോലീസ് വെടിവെയ്പ്പും പലയിടങ്ങളിലുണ്ടായി. നിരവധി പേർ രക്ഷസാക്ഷികളായി. ബീഹാറിൽ പോലീസ് വെടിവെപ്പിൽ 7 വിദ്യാർത്ഥികൾ രക്തസാക്ഷികളായി. വിദ്യാർത്ഥി ഫെഡറേഷൻ പ്രവർത്തകർ ഭീകര മർദ്ദനങ്ങളെയും യാതനകളെയും നേരിട്ടുകൊണ്ട് പ്രവർത്തനരംഗത്തുവന്നു.

സങ്കീർണ്ണമായ രാഷ്ട്രീയ സാഹചര്യത്തിൽ പ്രവർത്തിച്ചുകൊണ്ടും പ്രക്ഷോഭങ്ങളുടെ പരമ്പരയിൽ പങ്കെടുത്തുകൊണ്ടും മുന്നോട്ടവന്ന വിദ്യാർത്ഥി ഫെഡറേഷനെ സംബന്ധിച്ചിടത്തോളം 1944 ലെ കൽക്കത്ത സമ്മേളനം പ്രധാനമായിരുന്നു. സംഘടനയ്ക്കകത്തുള്ള

 സ്മരണകൾ സമരായുധങ്ങൾ

ആശയസംഘട്ടനം വീണ്ടും സജീവമാകുകയായിരുന്നു. സമ്മേളനത്തെ അഭിസംബോധന ചെയ്ത ഹിരൺമുഖർജിയും സരോജിനി നായിഡുവും ഐക്യത്തിന്റെ പ്രാധാന്യം ഓർമ്മിപ്പിച്ചു. എന്നാൽ മസാനിയുടെ നേതൃത്വത്തിലുള്ള വിഭാഗത്തിന്റെ അഭിപ്രായവ്യത്യാസം രൂക്ഷമായി ത്തുടർന്നു. അതിന്റെ പശ്ചാത്തലത്തിലാണ് അഖിലേന്ത്യാ സ്റ്റുഡന്റ്സ് കോൺഗ്രസ്സ് രൂപീകരിക്കപ്പെട്ടത്.

ഇന്ത്യൻ സ്വാതന്ത്ര്യസമര ചരിത്രത്തിൽ പോരാട്ടത്തിന്റെ പുതിയ അധ്യായങ്ങൾ രചിച്ചും നിരവധി ത്യാഗികളായ നേതാക്കളെ സംഭാവന ചെയ്തും നിറഞ്ഞുനിന്നതായിരുന്ന വിദ്യാർത്ഥി ഫെഡറേഷന്റെ പ്ര വർത്തനങ്ങൾ. 1945 ആകുമ്പോഴേക്കും 85000 മായി അംഗസംഖ്യ ഉയർന്നു. ജർമ്മനിയിലെ നാസിപടയുടെ അടിയറവോടെ ദേശീയ പ്രസ്ഥാനങ്ങളിൽ കൂടുതൽ വർദ്ധിതമായ ആവേശത്തോടെ വിദ്യാ ർത്ഥികൾ ഇടപെട്ടു. 1945 മുതൽ 47 വരെയുള്ള കാലഘട്ടം ദേശീയ സ്വാതന്ത്ര്യ പ്രസ്ഥാനത്തിലെ തൊഴിലാളി, കർഷക ജനവിഭാഗങ്ങളുടെ പോരാട്ടത്തിന്റെ ക്രൂടിയായിരുന്നു. ഇതിൽ വിദ്യാർത്ഥി ഫെഡറേഷനും സജീവമായി പങ്കെടുത്തു.

പ്രത്യയശാസ്ത്രപരമായ അഭിപ്രായഭിന്നതകൾ മാറ്റിവച്ച് സംയുക്ത പ്രക്ഷോഭങ്ങളും വിദ്യാർത്ഥികൾ നടത്തി. 1945 ൽ ഐ.എൻ.എയുടെ അംഗങ്ങളെ വിചാരണ ചെയ്യാനുള്ള ബ്രിട്ടീഷ് സർക്കാരിന്റെ തീരുമാ നത്തിനെതിരെ വിദ്യാർത്ഥികൾ രാജ്യവ്യാപകമായി പ്രക്ഷോഭങ്ങൾ അഴിച്ചുവിട്ടു. കൽക്കത്തയിൽ നടന്ന പ്രക്ഷോഭത്തിനുനേരെ നടന്ന പോലീസ് വെടിവെപ്പിൽ രണ്ടു വിദ്യാർത്ഥികൾ കൊല്ലപ്പെട്ടു. കൽക്ക ത്തയിൽ തുടർന്ന് ഹർത്താൽ ആചരിച്ചു. രണ്ട് ലക്ഷം പേർ പങ്കെട ത്ത സർവ്വകക്ഷി പ്രതിഷേധയോഗവും നടന്നു. ഇങ്ങനെ സ്വാതന്ത്ര്യ പ്രസ്ഥാനത്തിൽ സജീവമായി പങ്കെടുത്ത് വിദ്യാർത്ഥി പ്രസ്ഥാനം മുന്നോട്ടുപോകുകയായിരുന്നു.

ക്വിറ്റ് ഇന്ത്യാ സമരവും കമ്മ്യൂണിസ്റ്റ് പാർടിയുടെ നിലപാടും

ക്വിറ്റ് ഇന്ത്യ സമരത്തേയും അക്കാലത്ത് കമ്മ്യൂണിസ്റ്റ് പാർടി സ്വീകരിച്ച നിലപാടിനെ സംബന്ധിച്ചും ഏറെ ചർച്ചകളുണ്ടായിട്ടുണ്ട്. ഈ സാഹചര്യത്തിൽ ക്വിറ്റ് ഇന്ത്യാ സമരവും അക്കാലത്ത് വിവിധ രാഷ്ട്രീയ പ്രസ്ഥാനങ്ങൾ സ്വീകരിച്ച നയസമീപനങ്ങളെയും പരിചയപ്പെടുത്താനാണ് ഇവിടെ ശ്രമിക്കുന്നത്.

രണ്ടാം ലോകമഹായുദ്ധം (1939-45) ആരംഭിച്ചതോടെ ലോകത്തെ രാഷ്ട്രീയ സംഭവഗതികൾ മാറിമറയാൻ തുടങ്ങി. ഫാസിസ്റ്റ് നിലപാട് മുന്നോട്ടുവച്ച ഹിറ്റ്ലറുടെ ജർമ്മനിയും മുസോളിനിയുടെ ഇറ്റലിയും ട്രോജോയുടെ ജപ്പാനും ഒരു പക്ഷത്താണ് നിലകൊണ്ടത്. ഇവയ്ക്കെ തിരെ ബ്രിട്ടന്റേയും അമേരിക്കയുടേയും ഫ്രാൻസിന്റേയും ഒക്കെ നേതൃത്തിൽ മുതലാളിത്ത രാഷ്ട്രങ്ങളും നിലകൊണ്ടു.

രണ്ടാം ലോകമഹായുദ്ധത്തിന്റെ ആരംഭ ഘട്ടത്തിൽ ബ്രിട്ടന്റെ യുദ്ധ ശ്രമങ്ങളെ എതിർക്കുക എന്ന നിലപാട് കോൺഗ്രസ് സ്വീകരിച്ചു. പക്ഷെ യുദ്ധ വിരുദ്ധ പ്രസ്ഥാനം രാജ്യവ്യാപകമായ ഒരു വിപ്ലവ സമരമായി മാറാതെ നോക്കാനുള്ള നിലപാടും സ്വീകരിച്ചു. വ്യക്തി സത്യഗ്രഹത്തെ കേന്ദ്രീകരിച്ചുകൊണ്ടുള്ള സമര പരിപാടികൾ ആവി ഷ്കരിച്ചു. എന്നാൽ കമ്മ്യൂണിസ്റ്റ് പാർടി ഈ സമീപനത്തെ പിന്തുണച്ചി ല്ല. തൊഴിലാളി വർഗത്തിന്റേയും കർഷകരുടേയും നേതൃത്വത്തിൽ യുദ്ധ വിരുദ്ധ പ്രസ്ഥാനം രൂപപ്പെടുത്തണമെന്ന് പാർടി നിലപാടെടുത്തു.

അതിന്റെ ഭാഗമായിട്ട് കൂടിയാണ് കേരളത്തിലെ മൊറാഴ, മട്ടന്നൂർ, തലശ്ശേരി, കയ്യൂർ സംഭവങ്ങളടക്കം അരങ്ങേറിയത്. കമ്മ്യൂണിസ്റ്റുകാർ ഇത് സംഘടിപ്പിക്കുമ്പോൾ കോൺഗ്രസ് നേതൃത്വം ബ്രിട്ടീഷുകാരുമായി വിലപേശൽ നടത്തുകയായിരുന്നു. ഇന്ത്യൻ സ്വാതന്ത്ര്യത്തിന്റെ വഴിക്ക ള്ള നീക്കമെന്ന നിലയിൽ ചില മാറ്റങ്ങൾ ഭരണത്തിൽ വരുത്തുകയും ചെയ്താൽ ഇന്ത്യയുടെ ജനശക്തിയും ധനശക്തിയും യുദ്ധ നടത്തിപ്പിന് ഉപയോഗിക്കാമെന്ന് കോൺഗ്രസ് പരസ്യമായി തന്നെ പ്രഖ്യാപിച്ചു.

ഈ സങ്കീർണ്ണമായ സാഹചര്യത്തിൽ ശത്രുവിന്റെ ശത്രു മിത്രം എന്ന നിലപാട് സ്വീകരിച്ച് ജപ്പാൻകാരോടൊപ്പം ചേർന്ന് ബ്രിട്ടീഷുകാർക്കെ തിരെ യുദ്ധം ചെയ്യുന്നതിന് സുഭാഷ് ചന്ദ്രബോസ് തീരുമാനിച്ചു. ഐ.എ ൻ.എ രൂപീകരിച്ചുകൊണ്ട് ജർമ്മനി, ഇറ്റലി, ജപ്പാൻ കൂട്ടുകെട്ടിനൊപ്പം അദ്ദേഹം നിലയുറപ്പിച്ചു. ജപ്പാന്റെ സഹായത്തോടെ ഇന്ത്യയിലെ ബ്രിട്ടനെ പരാജയപ്പെടുത്തി അധികാരം പിടിച്ച് സ്വാതന്ത്ര്യം നേടാമെ ന്നായിരുന്നു സുഭാഷ് ചന്ദ്രബോസ് കണക്ക് കൂട്ടിയത്.

രണ്ടാം ലോകമഹായുദ്ധത്തിന്റെ രണ്ടാം ഘട്ടമാകുമ്പോഴേക്കും സോവിയറ്റ് യൂണിയൻ കൂടി യുദ്ധത്തിൽ പങ്കാളിയായി. ഇത് യുദ്ധത്തിന്റെ സ്വഭാവത്തിൽ മാറ്റങ്ങൾ വരുത്തി. സോവിയറ്റ് യൂണിയനു കൂടി പങ്കുള്ള ഫാസിസ്റ്റ് വിരുദ്ധ ചേരി ജയിച്ച് കാണണ മെന്നാണ് ഇന്ത്യ ആഗ്രഹിക്കുന്നതെന്ന് ഇടതുപക്ഷ പാർടികൾ മാത്രമല്ല ഔദ്യോഗിക കോൺഗ്രസ് നേതൃത്വവും പ്രഖ്യാപിച്ചു. കോൺഗ്രസിന്റെ പ്രമേയത്തിൽ തന്നെ അക്കാര്യം വ്യക്തമാക്കി. ``ഫാസിസത്തിന്റേയും നാസിസത്തിന്റേയും പ്രത്യയശാസ്ത്രത്തേയും പ്രയോഗത്തേയും യുദ്ധത്തേയും അക്രമത്തേയും അത് മഹത്വവൽക്ക രിച്ചതിനേയും മനുഷ്യവികാരങ്ങളെ തച്ചമർത്തിയതിനേയും അംഗീകരി ക്കുന്നില്ലെന്ന് കോൺഗ്രസ് ആവർത്തിച്ച് പ്രഖ്യാപിച്ചിട്ടുണ്ട്.''

ഫാസിസത്തിനെതിരായുള്ള പോരാട്ടം വിജയിക്കുക എന്നതും സോവിയറ്റ് യൂണിയൻ നിലനിൽക്കുക എന്നതും മൂന്നാം ലോക രാജ്യങ്ങളിലെ വിമോചന പോരാട്ടങ്ങൾക്ക് അനിവാര്യമാണെന്നും ഇന്ത്യയുടെ സ്വാതന്ത്ര്യം ഉൾപ്പെടെ ഇതുമായി ബന്ധപ്പെട്ടുകൊണ്ടാണ് നിലനിൽക്കുന്നത് എന്നും കമ്മ്യൂണിസ്റ്റ് പാർടി വിലയിരുത്തി. ഫാസിസ്റ്റ് വിരുദ്ധ പോരാട്ടത്തെ വിജയിപ്പിക്കുന്നത് കൂടി പരിഗണിച്ചുകൊണ്ടുള്ള സമരരൂപങ്ങൾക്കാണ് കമ്മ്യൂണിസ്റ്റ് പാർടി ഊന്നിയത്.

രണ്ടാം ലോകമഹായുദ്ധം കൊടുമ്പിരികൊണ്ട ഈ ഘട്ടത്തിൽ പ്രക്ഷോഭം നടത്തിയാൽ ബ്രിട്ടനെ കടുത്ത സമ്മർദ്ദത്തിലാക്കി ഒത്തു

തീർപ്പിന് എത്തിക്കാനാകും എന്ന് കോൺഗ്രസ് കണക്ക് കൂട്ടി. ആദ്യം ഇത്തരം പരിപാടിയോട് വിയോജിപ്പ് പ്രഖ്യാപിച്ച നെഹ്രുവും ആസാദും ഇതിനെ പിന്തുണച്ച. അങ്ങനെയാണ് ക്വിറ്റ് ഇന്ത്യാ സമര പ്രമേയം വരുന്നത്.

ക്വിറ്റ് ഇന്ത്യാ പ്രമേയം അംഗീകരിച്ച ഉടനെ കോൺഗ്രസ് നേതാക്കളെ ബ്രിട്ടീഷുകാർ തടങ്കലിൽ വെച്ച. ഇതിൽ പ്രതിഷേധം പ്രകടിപ്പിച്ച ജനലക്ഷങ്ങളെ അടിച്ചമർത്തുന്നതിനും ബ്രിട്ടീഷുകാർ തയ്യാറായി. ഇതിനെ ജനങ്ങൾ ചെറുത്തു. ഇങ്ങനെ ചെറുത്തുനിന്ന ജനതയുടെ മുന്നേറ്റം കൂടി ചേർന്ന പ്രക്ഷോഭത്തെയാണ് ആഗസ്റ്റ് വിപ്ലവം അഥവാ ക്വിറ്റ് ഇന്ത്യാ സമരം എന്ന് വിശേഷിപ്പിക്കുന്നത്. കോൺഗ്രസ് പ്രമേയം പാസാക്കിയെങ്കിലും സമരത്തിന് വേണ്ട തയ്യാറെടുപ്പ് സംഘടനാപരമായി നടത്തിയിരുന്നില്ല. ഇക്കാര്യങ്ങൾ കോൺഗ്രസ് നേതാക്കളടെ അന്നത്തെ കുറിപ്പുകൾ പരിശോധിച്ചാൽ വ്യക്തമാകും. ജയപ്രകാശ് നാരായണൻ, അരുണാ അസഫലി, അച്യുത് പട്‌വർധൻ തുടങ്ങിയ കോൺഗ്രസ് സോഷ്യലിസ്റ്റ് നേതാക്കളുടെ നേതൃത്വത്തിൻകീഴിലാണ് ഈ പ്രക്ഷോഭം പിന്നീട് മുന്നോട്ടുപോയത്. എങ്കിലും ത്യാഗനിർഭരമായ ഈ പ്രക്ഷോഭം കുറച്ചനാളുകൾക്കകത്തുതന്നെ അടിച്ചമർത്തപ്പെട്ടു. അതായത് കോൺഗ്രസ് ഉദ്ദേശിച്ചതുപോലെ ബ്രിട്ടനെ സമ്മർദ്ദത്തിലാക്കി ഒത്തുതീർപ്പിന് കൊണ്ടുവരിക എന്ന ശ്രമം വിജയിച്ചില്ലെന്നർത്ഥം.

ഫാസിസ്റ്റ് വിരുദ്ധ പോരാട്ടം വിജയിപ്പിക്കണമെന്ന നിലപാട് സ്വീകരിക്കുമ്പോൾ തന്നെ സ്വാതന്ത്ര്യത്തിനായി പ്രക്ഷോഭം നടത്തുന്ന ജനതയ്ക്കെതിരെ ബ്രിട്ടീഷ് ഭരണാധികാരികൾ നടത്തിയ മർദ്ദന ങ്ങൾക്കെതിരെ ശക്തമായ നിലപാട് സ്വീകരിച്ചുകൊണ്ട് കമ്മ്യൂണിസ്റ്റ് പാർടി പ്രവർത്തിച്ച. കമ്മ്യൂണിസ്റ്റുകാർക്കെതിരായി ചുമത്തപ്പെട്ട കള്ള ക്കേസുകൾക്കും അക്രമങ്ങൾക്കുമെതിരെ പോരാടി.

എന്നാൽ, കമ്മ്യൂണിസ്റ്റുകാർ ക്വിറ്റ് ഇന്ത്യാ സമരത്തിന്റെ ഘട്ടത്തിൽ അതിൽ ചേരാതിരുന്നത് കമ്മ്യൂണിസ്റ്റുകാരെ ബ്രിട്ടീഷ് സഹായികളെ ന്ന പ്രചരണം നടത്തുന്നതിനിടയാക്കി. ക്വിറ്റ് ഇന്ത്യാ സമരം മാത്രമല്ല ഇന്ത്യൻ സ്വാതന്ത്ര്യത്തിന് അടിസ്ഥാനമായി തീർന്നത്. ഈ സമര ത്തിന് ശേഷം ഇന്ത്യയിൽ ബ്രിട്ടീഷുകാർക്കെതിരെ മറ്റ് രാഷ്ട്രീയ പാർടികൾ പൊതുവിൽ സമരങ്ങൾ വളർത്തിക്കൊണ്ട് വന്നില്ല. എന്നാൽ തുടർന്നും ബ്രിട്ടീഷ് വിരുദ്ധ സമരം കർഷകരേയും തൊഴിലാ ളികളേയും മറ്റ് ജനവിഭാഗങ്ങളേയും സംഘടിപ്പിച്ചുകൊണ്ട് നടത്തിയത്

സ്മരണകൾ സമരായുധങ്ങൾ

കമ്മ്യൂണിസ്റ്റുകാരായിരുന്നു.

അതായത് സാമ്രാജ്യത്വവിരുദ്ധ പോരാട്ടം ക്വിറ്റ് ഇന്ത്യാസമരത്തിന് ശേഷവും മുന്നോട്ട് കൊണ്ടുപോയത് കമ്മ്യൂണിസ്റ്റുകാരായിരുന്നു. ഇന്ത്യൻ രാഷ്ട്രീയത്തെ ലോകസാഹചര്യവുമായി കണ്ണി ചേർത്തുകൊണ്ടും രാജ്യത്തിന്റെ പൊതുവായ താൽപര്യങ്ങളേയും സംരക്ഷിച്ചുകൊണ്ടുമുള്ള നിലപാട് കമ്മ്യൂണിസ്റ്റ് പാർടി സ്വീകരിച്ചു. കർഷകരുടേയും തൊഴിലാളികളുടേയും താൽപര്യങ്ങൾ ഉയർത്തി പിടിച്ചുകൊണ്ട് സാമ്രാജ്യത്തോടൊപ്പം തന്നെ ജന്മിത്തവും തകരണമെന്ന നിലപാട് ക്വിറ്റ് ഇന്ത്യയ്ക്ക് ശേഷവും ഉയർത്തി പിടിച്ച് ബ്രിട്ടീഷ് വിരുദ്ധസമരം തുടർച്ചയായി നടത്തിയത് കമ്മ്യൂണിസ്റ്റുകാരായിരുന്നു.

ലോകരാഷ്ട്രീയ രംഗത്തെ സംഭവവികാസങ്ങളുടെ പശ്ചാത്തലത്തിൽ കമ്മ്യൂണിസ്റ്റ് പാർടി സ്വീകരിച്ച ഈ സമീപനം ശരിയാണോ എന്ന ചർച്ച പിൽക്കാലത്ത് ഉയർന്ന് വന്നിട്ടുണ്ട്. ഫാസിസത്തെ പരാജയപ്പെടുത്തിയില്ലായിരുന്നുവെങ്കിൽ ഹിറ്റ്ലറുടേയും മുസോളിനിയുടേയും ജപ്പാനിലെ ട്രോജോയുടേയും ഫാസിസ്റ്റ് നയങ്ങൾക്ക് ലോകം കീഴ്പ്പെട്ടമായിരുന്നു. സോവിയറ്റ് യൂണിയനെ നിലനിർത്തുക എന്നത് മൂന്നാം ലോക രാജ്യങ്ങളിലെ വിമോചന പോരാട്ടങ്ങൾക്കും മുന്നോട്ട് പോക്കിനും സഹായകമായിരുന്നു. ഈ യുദ്ധത്തിന് ശേഷമാണ് ഇന്ത്യ അടക്കം ആറോളം രാജ്യങ്ങൾക്ക് സ്വാതന്ത്ര്യം ലഭിച്ചതും കോളനി വ്യവസ്ഥ ലോകവ്യാപകമായി ദുർബലപ്പെട്ടതും. ഹിറ്റ്ലറായിരുന്നു വിജയിച്ചതെങ്കിൽ ലോകത്തിന്റെ നില എന്താകുമായിരുന്നു?

1947 ൽ ഇന്ത്യയ്ക്ക് സ്വാതന്ത്ര്യം കിട്ടിയശേഷം രാജ്യത്തിന്റെ വികസനത്തിനായി അമേരിക്കയെയും മറ്റും സമീപിച്ചപ്പോൾ അവർ മുന്നോട്ട് വെച്ച വ്യവസ്ഥകൾ രാജ്യ താൽപര്യത്തിന് എതിരാണെന്ന് കണ്ട് നെഹ്രു സർക്കാർ പിന്മാറുകയാണ് ഉണ്ടായത്. എന്നാൽ ഇന്ത്യയിലെ വികസനത്തിന് അക്കാലത്തും എല്ലാ സഹായങ്ങളും ചെയ്തത് സോവിയറ്റ് യൂണിയനായിരുന്നുവെന്നത് ചരിത്രം വ്യക്തമാക്കുന്നുണ്ട്. വർത്തമാനകാലത്ത് അമേരിക്കൻ സാമ്രാജ്യത്വത്തിന്റെ ആക്രമണത്തിൽപെട്ട് ലോകജനത ഞെരിയുന്നത് സോവിയറ്റ് യൂണിയൻ എന്ന സോഷ്യലിസ്റ്റ് രാഷ്ട്രം ഇല്ലാത്തതുകൊണ്ടാണെന്ന് ചരിത്രം അറിയാവുന്ന ആളുകൾക്കറിയാം. ഈജിപ്തിലും ഇന്ത്യയിലും ഉൾപ്പെടെ അമേരിക്ക ആക്രമണം നടത്താൻ ശ്രമിച്ചപ്പോൾ സോവിയറ്റ് നിലപാടിന്റെ ഭാഗമായാണല്ലോ അവർ മടങ്ങിപ്പോയത്. അതുകൊണ്ട് ആഗോളരാഷ്ട്രീയവുമായി ഇന്ത്യൻ രാഷ്ട്രീയത്തെ ബന്ധപ്പെടുത്തി

എടുത്ത നിലപാടുകൾ ശരിതന്നെയായിരുന്നു.

അക്കാലത്ത് ചെറിയ പാർടി ആയിരുന്നതുകൊണ്ട് ഈ ആശയം ജനങ്ങളിൽ എത്തിക്കുന്നതിൽ വേണ്ടത്ര വിജയിക്കാൻ കഴിഞ്ഞില്ല. ദേശീയ താൽപര്യങ്ങൾക്കൊപ്പം നിൽക്കുന്നു എന്ന കാര്യം ജനങ്ങൾക്ക് ബോധ്യപ്പെടുന്ന രീതിയിൽ ഇടപെടുന്നതിൽ കൂടുതൽ ജാഗ്രത കാണിക്കേണ്ടതായിരുന്നു വെന്ന കാര്യം പിന്നീട് പാർടി വിലയിരുത്തുകയും ചെയ്തിട്ടുണ്ട്. ശത്രുവിന്റെ ശത്രു മിത്രം എന്ന നിലയിൽ ഫാസിസ്റ്റുകളുമായി ചേർന്ന് രാജ്യത്തെ മോചിപ്പിക്കാൻ സുഭാഷ് ചന്ദ്രബോസ് സ്വീകരിച്ച നിലപാടിനോട് കമ്മ്യൂണിസ്റ്റ് പാർടിക്ക് യോജിപ്പുണ്ടായിരുന്നില്ല. സുഭാഷ് ചന്ദ്രബോസിനെ കമ്മ്യൂണിസ്റ്റുകാർ എതിർത്തു എന്നു പറയുന്ന പ്രചരണത്തിന് പിന്നിലുള്ളത് ഇതാണ്. എന്നാൽ യുദ്ധാനന്തരം ഐ.എൻ.എ തടവുകാരെ വിചാരണ ചെയ്യുന്ന ഘട്ടം വന്നപ്പോൾ അവർക്ക് നീതി ലഭ്യമാക്കാനുള്ള പോരാട്ടത്തിൽ കമ്മ്യൂണിസ്റ്റുകാർ മുൻപന്തിയിലുണ്ടായിരുന്നു.

ഇതെല്ലാം കാണിക്കുന്നത് ബ്രിട്ടീഷുകാർ ഇന്ത്യ വിട്ടുപോവുക എന്ന ദേശാഭിമാനപരമായ കാഴ്ചപ്പാടാണ് ദേശീയ പ്രസ്ഥാനത്തിനും സുഭാഷ് ചന്ദ്രബോസിനും കോൺഗ്രസ് സോഷ്യലിസ്റ്റ് പാർടിക്കും കമ്മ്യൂണിസ്റ്റുകാർക്കും ഉണ്ടായിരുന്നത് എന്നാണ്. അതിനുവേണ്ടിയുള്ള ത്യാഗപൂർണ്ണമായ സമരമാണ് അവർ നടത്തിയത്. പക്ഷെ ഭിന്നമായ വഴികൾ സ്വീകരിച്ചു എന്നുമാത്രം. ക്വിറ്റ് ഇന്ത്യാ സമരവുമായി ബന്ധപ്പെട്ടും സംഭവിച്ചത് അത് മാത്രമാണ്. അല്ലാതെ രാജ്യദ്രോഹപരമായ ഒരു സമീപനവും അതിനകത്ത് ഉണ്ടായിട്ടില്ല എന്ന് ചരിത്രം പരിശോധിച്ചാൽ വ്യക്തമാകുന്നില്ലേ?

ഭഗത് സിങ്ങിന്റെ വിപ്ലവ പാരമ്പര്യം

ഇരുപത്തിനാല് വയസ് തികയുന്നതിനുമുമ്പ് ബ്രിട്ടീഷ് സാമ്രാജ്യ ത്വത്താൽ ജീവിതം കവർന്നെടുക്കപ്പെട്ട മഹാ വിപ്ലവകാരിയാ യിരുന്ന ഭഗത് സിങ് (1907-1931). അദ്ദേഹത്തിന്റെ ജീവിതദർശന ത്തെ സംബന്ധിച്ചുള്ള ചർച്ചകൾ പലരീതിയിൽ ഉയർന്ന വന്നിട്ടുണ്ട്.

ഭഗത് സിങ്ങിന്റെ കാഴ്ചപ്പാടുകളെ അതേപോലെ വിലയിരുത്തപ്പെ ട്ടിട്ടില്ല എന്ന പ്രശ്നം നിലനിൽക്കുന്നുണ്ട്. ബുദ്ധിജീവി എന്ന നിലയിൽ ഭഗത് സിങ് തങ്ങളെക്കാൾ എല്ലാം ഉപരിയായിരുന്നുവെന്ന് സഹപ്രവ ർത്തകൻ കൂടിയായിരുന്ന ശിവവർമ്മ രേഖപ്പെടുത്തിയത് അക്ഷരംപ്രതി ശരിയായിരുന്നുവെന്ന് അദ്ദേഹത്തിന്റെ എഴുത്തുകളിലൂടെ കടന്നുപോ കുമ്പോൾ വ്യക്തമാവും.

പ്രാൺ മെഹ്ത്ത എന്ന ഭഗത് സിങ്ങിന്റെ അഡ്വക്കേറ്റ് ഭഗത് സിങ്ങിനെ തൂക്കിക്കൊല്ലുന്നതിന് ഏതാനും മണിക്കൂറുകൾക്ക് മുമ്പ് അദ്ദേ ഹത്തെ സന്ദർശിച്ചിരുന്നു. ആ സമയത്ത് ഭഗത് സിങ് ഒരു സിംഹം കണക്കെ സെല്ലിൽ ഓടി നടക്കുകയായിരുന്നുവെന്ന് അദ്ദേഹം രേഖ പ്പെടുത്തുന്നുണ്ട്. എത്തിയ ഉടനെ ലെനിന്റെ 'ഭരണകൂടവും വിപ്ലവവും' എന്ന പുസ്തകം കൊണ്ടുവന്നോ എന്നായിരുന്ന അദ്ദേഹം ചോദിച്ചത്. അതു കിട്ടിയയുടനെ ആർത്തിയോടെ വായിക്കുകയായിരുന്ന ഭഗത് സിങ്. തൂക്കുമരം തയ്യാറായി നിൽക്കുമ്പോഴും മരണത്തിലേക്ക് കാലെടുത്തുവയ്ക്കുമ്പോഴും മാർക്സിസത്തെ അറിയാനുള്ള അഗാധമായ ആഗ്രഹമായിരുന്ന ആ വിപ്ലവകാരിയെ നയിച്ചിരുന്നത് എന്നതിന്

ഇതിൽപരം തെളിവുകൾ വേണ്ടതില്ലല്ലോ?

1927-28 കാലമാകുമ്പോഴേക്കും ഭഗത് സിങ്ങിന് മാർക്സിസത്തിനോട് അടുപ്പം വർദ്ധിച്ചുവരുന്നതായി കാണാനാവും. റഷ്യൻ വിപ്ലവത്തേയും സോവിയറ്റ് യൂണിയനെയും കുറിച്ചുള്ള പുസ്തകങ്ങൾ ഇക്കാലത്ത് അദ്ദേഹം ഏറെ വായിക്കുകയുണ്ടായി. 1930 ൽ ലാഹോർ ഗൂഢാലോ ചനക്കേസിൽ കോടതിയിൽ ഹാജരാക്കുമ്പോൾ ലെനിന്റെ ചരമവാ ർഷികദിനത്തിൽ കമ്യൂണിസ്റ്റ് ഇന്റർനാഷണലിൽ ഉള്ള സന്ദേശം ഭഗത് സിങ്ങ് വായിക്കുകയുണ്ടായി. 'റഷ്യയിലെ മഹത്തായ പരീക്ഷണത്തിന് സർവ്വ വിജയങ്ങളും ആശംസിക്കുന്നു. സാർവ്വദേശീയ തൊഴിലാളി വർഗ ത്തിന്റെ ശബ്ദമായി ഞങ്ങളുടെ ശബ്ദം സംയോജിപ്പിക്കുന്നു. തൊഴിലാളി വർഗത്തിന്റെ വിജയം സുനിശ്ചിതമാണ്. മുതലാളിത്തത്തിന്റെ പതനവും സാമ്രാജ്യത്വത്തിന്റെ മരണവും.' ഇത്തരത്തിൽ വ്യക്തമായ രാഷ്ട്രീയ നിലപാട് പരസ്യമായി പ്രഖ്യാപിച്ച ഭഗത് സിങ്ങിന്റെ രാഷ്ട്രീയത്തെക്ക റിച്ചാണ് ചിലർ തെറ്റായ കാര്യങ്ങൾ പ്രചരിപ്പിക്കാൻ ശ്രമിക്കുന്നത്.

1930-31 കാലത്ത് ജയിലിൽ കഴുമരം കാത്ത് കഴിയുമ്പോൾ എഴുതിയ രണ്ട് ലേഖനങ്ങൾ പുറത്തുവന്നിട്ടുണ്ട്. മതത്തിന്റെയും നിരീശ്വരവാദത്തി ന്റെയും കാര്യങ്ങളാണ് അതിൽ വിലയിരുത്തുന്നത്. ദുർബലർക്കാണ് പ്രവർത്തനത്തിനായി മതത്തിന്റെ ഊന്നുവടി ആവശ്യമായി വരുന്നത്. എന്നാൽ തങ്ങളുടെ പ്രവർത്തനത്തിന്റെ സ്വഭാവം മനസ്സിലാക്കുകയും വിപ്ലവകരമായ പ്രത്യയശാസ്ത്രത്തിലേക്ക് മുന്നേറുകയും ചെയ്യുവർക്ക് ഇത്തരം കൃത്രിമമായ ഊന്നുവടികൾ ഇല്ലാതെ പോരാടാനാവുമെന്ന് ഭഗത് സിങ്ങ് വിലയിരുത്തുന്നു. വിമർശനവും സ്വതന്ത്രചിന്തയുമാണ് ഒരു വിപ്ലവകാരിക്ക് അവശ്യംവേണ്ട ഗുണങ്ങളെന്നോർമ്മിപ്പിക്കാനും അദ്ദേഹം മറക്കുന്നില്ല.

അന്ധമായ വിശ്വാസത്തിൽ ആശ്വാസമോ മനസമാധാനമോ കണ്ടെത്താൻ എളുപ്പമാണ്. എങ്കിലും യുക്തിയുടേതായ ജീവിതം നയിക്കാനാണ് നാം നിരന്തരം ശ്രമിക്കേണ്ടത്. അതുകൊണ്ട് ഒരു നിരീശ്വരവാദിയും യാഥാർത്ഥ്യവാദിയും (ഭൗതികവാദി) ആയി സ്വയം പ്ര ഖ്യാപിക്കുകയാണ് താനെന്ന് ഭഗത് സിങ്ങ് പറയുന്നുണ്ട്. അതുകൊണ്ട് തന്നെ അവസാനം വരെ കഴുമരത്തിൽ പോലും ഒരു മനുഷ്യനായി തലയുയർത്തിനിൽക്കാൻ ശ്രമിക്കുകയാണെന്ന് ഈ ലേഖനത്തിൽ ഭഗത് സിങ്ങ് എടുത്തുപറയുന്നുണ്ട്.

പ്രകൃതിയുടെ ചട്ടപ്പാടുകൾ പൂർണ്ണമായി ഗ്രഹിക്കാനും സ്വന്തം സാമൂഹ്യ പ്രവർത്തനത്തെയും സാമൂഹ്യസംഘടനയെയും കുറിച്ച്

സ്മരണകൾ സമരായുധങ്ങൾ

മനസ്സിലാക്കാനും സ്വന്തം ജീവിതത്തെ നിയന്ത്രിച്ച് അതിന്റെ പരിമി തികൾ തരണം ചെയ്യാനുമുള്ള പ്രാകൃത മനുഷ്യന്റെ കഴിവുകേടിന്റെ അന്തരഫലമായിരുന്നു മതമെന്നാണ് ഭഗത് സിങ്ങിന്റെ നിരീക്ഷണം.

എന്നാൽ കേവല യുക്തിവാദികളിൽ നിന്ന് വ്യത്യസ്തമായി അക്കാല ത്ത് മതം നിർവഹിച്ച പങ്കിനെക്കുറിച്ച് മാർക്സിനെപ്പോലെ തന്നെ ഭഗത് സിങ്ങും വ്യക്തമാക്കുന്നുണ്ട്. "എല്ലാ പരീക്ഷണങ്ങളെയും ധൈര്യപൂർവ്വം അഭിമുഖീകരിക്കാനും എല്ലാ അപകടങ്ങളെയും പൗരുഷത്തോടെ നേരിടാനും ഐശ്വര്യത്തിലും സമ്പൽ സമൃദ്ധിയിലും തന്റെ വികാരവി സ്ഫോടനങ്ങൾക്കു കടിഞ്ഞാണിടാനും മനുഷ്യനെ പ്രോത്സാഹിപ്പിക്ക ന്നതിനുവേണ്ടിയാണ് ദൈവത്തിന് സാങ്കൽപ്പികമായ ഒരു അസ്തിത്വം നൽകിയത്" എന്നും രേഖപ്പെടുത്തുന്നു.

ശാസ്ത്രം വളരുന്നതോടെ, മർദ്ദിതർ സ്വന്തം മോചനത്തിനായി പൊരുതാൻ തുടങ്ങുമ്പോൾ, മനുഷ്യൻ സ്വന്തം കാലിൽ നിൽക്കാനും ഒരു യാഥാർത്ഥ്യവാദിയാകാനും ശ്രമിക്കുമ്പോൾ, ദൈവത്തിന്റെ - കൃത്രി മമായ ഈ ഊന്നുവടിയുടെ, ഈ സാങ്കൽപ്പിക രക്ഷകന്റെ ആവശ്യം അവസാനിക്കുന്നതായും ഭഗത് സിങ് അഭിപ്രായപ്പെടുന്നു.

ജനങ്ങളുടെ ബോധവത്കരണത്തിലൂടെയും സമാധാനപരമായ മാർഗത്തിലൂടെയും സോഷ്യലിസം വികസിപ്പിക്കാനുള്ള എല്ലാ ശ്രമ ങ്ങളെയും അവർ (സാമ്രാജ്യത്വം ഉൾപ്പെടെയുള്ള ഭരണസംവിധാനം) നിർദയം അടിച്ചമർത്തുകയാണ്. അതുകൊണ്ടാണ് തങ്ങളുടെ പരിപാ ടിയിലെ അവശ്യഘടകമായി വിപ്ലവകാരികൾക്ക് ഹിംസ സ്വീകരിക്കേ ണ്ടിവരുന്നതെന്നും പറയുന്നുണ്ട്.

ഭഗത്സിങ് ജയിലിനകത്തുവെച്ച് നാല് കൃതികൾ രചിച്ചിരുന്നു. 'സോഷ്യലിസത്തിന്റെ ആശയം,' 'ആത്മകഥ,' 'ഇന്ത്യയിലെ വിപ്ലവ പ്രസ്ഥാനത്തിന്റെ ചരിത്രം,' 'മരണത്തിന്റെ പടിവാതിക്കൽ' എന്നിവ യായിരുന്നു അവ. ഈ നാല് കൈയെഴുത്ത് പ്രതികളും ജയിലിൽ നിന്ന് ഒളിച്ചുകടത്തി, കുമാരി ലജ്ജാവതിക്ക് അത് അയച്ചുകൊടുത്തു. അവർ അത് വിജയകുമാർ സിൻഹയ്ക്ക് കൈമാറി. അറസ്റ്റ് ചെയ്യപ്പെടുന്നതിന് മുമ്പ് അവ മുൻ കരുതൽ എന്ന നിലയിൽ ഒരു സുഹൃത്തിനെ ഏൽപ്പിച്ചു. എന്നാൽ സർക്കാർ അക്കാലത്ത് മർദ്ദനോപാധികൾ ശക്തമാക്കിയ തോടെ സുഹൃത്ത് ഭയന്നിട്ട് അവ കത്തിച്ചുകളഞ്ഞു. കൃതികൾ ലഭ്യമല്ലെ ങ്കിലും അവയുടെ തലക്കെട്ടുകൾ തന്നെ ഭഗത് സിങ്ങിന്റെ ചിന്തയുടെ സ്വഭാവത്തിലേക്കാണ് വിരൽചൂണ്ടുന്നത്.

24 വയസ്സിനോട് അടുത്ത് കൊലമരം കാത്തുകിടക്കുന്ന ഒരാളിൽ

നിന്നാണ് ഈ ചിന്തകൾ പുറത്തുവന്നത്. അക്കാലത്തുതന്നെ ഇത്തര
ത്തിൽ അഗാധമായി ഭഗത് സിങ്ങ് ചിന്തിച്ചിരുന്നുവെന്ന് അറിയുമ്പോ
ഴാണ് എത്ര ഉജ്ജ്വലമായ ഒരു വിപ്ലവനക്ഷത്രമാണ് തല്ലിക്കെടുത്തപ്പെ
ട്ടതെന്ന് നമുക്ക് മനസ്സിലാവുക.

വലിയ ചിന്തകനും ഭൗതികവാദിയുമായ ഈ വിപ്ലവകാരിയെയാണ്
വർഗീയവാദികൾ തങ്ങളുടെ ആയുധമാക്കാൻ ശ്രമിക്കുന്നതെന്ന
കാര്യം ചരിത്രത്തിലെ പരിഹാസനാടകങ്ങളിലൊന്നാണ്. സ്വാതന്ത്ര്യ
സമരത്തിൽ പങ്കെടുക്കാതെ മാറി നിന്നവർ അതിൽ കാല്യറപ്പിക്കാൻ
ശ്രമിക്കുന്ന പെടാപാട്ടുകൾ ചരിത്രത്തിലെ മറ്റൊരു ഫലിതമായി വില
യിരുത്തപ്പെടാതിരിക്കില്ല.

പുന്നപ്ര-വയലാർ സമരവും അതിന്റെ അലകളും

കേരളത്തിന്റെ സമരചരിത്രത്തിൽ സവിശേഷ സ്ഥാനമു
ള്ള സമരേതിഹാസമാണ് പുന്നപ്ര-വയലാർ സമരം.
ഇന്ത്യൻ സ്വാതന്ത്ര്യ പ്രക്ഷോഭത്തിലും സവിശേഷമായ സ്ഥാനം
അടയാളപ്പെടുത്തപ്പെട്ട ഒന്നാണിത്.

ഇന്ത്യൻ സ്വാതന്ത്ര്യ പ്രസ്ഥാനത്തിന്റെ ഐക്യം തകർക്കാൻ ബ്രിട്ടീഷ
കാർ ദ്വിരാഷ്ട്രവാദവും നാട്ടുരാജ്യങ്ങളുടെ സ്വതന്ത്ര പദവിയും മുന്നോട്ടുവ
ച്ചു. അന്നത്തെ 600 ഓളം നാട്ടുരാജ്യങ്ങൾ ഒരോന്നും സ്വതന്ത്രമാണെന്നാ
യിരുന്ന അവരുടെ വാദം. അവിടത്തെ രാജാക്കന്മാരുമായി ബ്രിട്ടീഷ്
ഗവൺമെൻറ് ഉണ്ടാക്കിയ ഉടമ്പടി അനുസരിച്ചാണ് അവ ഇന്ത്യയുടെ
ഭാഗമായി നിൽക്കുന്നത്. ബ്രിട്ടീഷുകാർ നാട്ടുവിട്ടന്നതോടെ ഇവയ്ക്ക്
ഒരോന്നിനും സ്വാതന്ത്ര്യം ലഭിക്കുമെന്നായിരുന്ന ആ വാദഗതി.

ബ്രിട്ടീഷ് ആധിപത്യത്തിനെതിരെ രാജ്യത്താകമാനം ഉയർന്നുവന്ന
പ്രക്ഷോഭം ഇന്ത്യക്കാർ ഒന്നാണെന്ന ബോധം രാജ്യത്തെമ്പാടും സൃഷ്ടി
ച്ചുകഴിഞ്ഞിരുന്നു. അതിന്റെ ഭാഗമായി നാട്ടുരാജ്യങ്ങളിൽ ഒരോന്നിലും
ഉത്തരവാദിത്ത ഭരണം സ്ഥാപിച്ചുകിട്ടാനും അവയെ സ്വതന്ത്ര ഇന്ത്യ
യുടെ ഭാഗമായിനിർത്താനും ബഹുജനപ്രക്ഷോഭങ്ങൾ ശക്തമായി
ഉയർന്നുവന്നു. തിരുവിതാംകൂർ ദിവാനായിരുന്ന സർ സിപി രാമസ്വാമി
അയ്യർ തിരുവിതാംകൂർ ഒരു സ്വതന്ത്ര രാജ്യമാകുമെന്ന് പ്രഖ്യാപനം ഈ
അവസരത്തിൽ നടത്തി.

1946 ജനുവരി 15 ന് ദിവാൻ സർ സിപി രാമസ്വാമി അയ്യർ അമേ രിക്കൻ മോഡൽ ഭരണഘടനയുടെ കരട് പുറത്തിറക്കി. അതിൽ ഇങ്ങനെ രേഖപ്പെടുത്തിയിരുന്നു. 'മഹാരാജാവ് തിരുമനസ്സിന്റെയും രാജകുടുംബാംഗങ്ങളുടെയും പദവി, സ്വത്ത്, വിദേശീയവും രാഷ്ട്രീയവു മായ ബന്ധങ്ങൾ, ദേവസ്വങ്ങൾ, ഹിന്ദുമത എൻഡോവ്മെൻറുകളുടെ നിയന്ത്രണവും ഭരണവും, പട്ടാളം എന്നിവയൊഴിച്ച നിയമസഭയ്ക്ക് ഗവൺമെൻറിന്റെ എല്ലാ പ്രവർത്തന മണ്ഡലങ്ങളിലും അധികാരമു ണ്ടായിരിക്കും.' രാജ ഭക്തരും സമ്പന്ന വിഭാഗങ്ങൾ വലിയതോതിലും ഇതിന് പിന്തുണയുമായി സജീവമായി രംഗത്തെത്തി.

ഇതിനെതിരെ വമ്പിച്ച പ്രക്ഷോഭം തിരുവിതാംകൂറിൽ ഉയർന്നുവന്നു. തൊഴിലാളികൾ എന്ന നിലയില്ലുള്ള അവകാശങ്ങൾക്കൊപ്പം ഉത്തര വാദിത്ത ഭരണത്തിനും സ്വാതന്ത്ര്യത്തിനും വേണ്ടിയുള്ള പോരാട്ടമാണ് ഇവിടെ ഉയർന്നുവന്നത്. ഈ മുന്നേറ്റത്തെ തടസ്സപ്പെടുത്തുന്നതിന് ഗുണ്ടാപ്പടയെ ഉപയോഗപ്പെടുത്തുന്ന രീതികളാണ് ജൻമിമാരും രാജപക്ഷ വാദികളും സ്വീകരിച്ചത്. ആശയപരവും രാഷ്ട്രീയവുമായി ജനങ്ങളെ ബോധവത്ക്കരിക്കുകയെന്ന കാര്യം കേന്ദ്ര സ്ഥാനത്ത് നിർത്തുമ്പോൾ തന്നെ ഗുണ്ടാ ആക്രമണങ്ങളെ നേരിടുന്നതിനുള്ള നടപടികളും തൊഴിലാളികളും കർഷകരും സ്വീകരിച്ചു.

1946 ആഗസ്റ്റ്-സെപ്തംബർ മാസങ്ങൾ തൊഴിലാളി പണിമുടക്ക കളുടെ ഘട്ടം കൂടിയായിരുന്നു. 1946 ഒക്ടോബർ ഇരുപത്തിരണ്ടാം തീയതി വമ്പിച്ച കയർ തൊഴിലാളി സമരം ആരംഭിച്ചു. പ്രായപൂർത്തി വോട്ടവകാശം അനുവദിക്കുക, ദിവാൻ ഭരണം അവസാനിപ്പിക്കുക, അമേരിക്കൻ മോഡൽ അറബിക്കടലിൽ തുടങ്ങിയ രാഷ്ട്രീയ മുദ്രാവാ ക്യങ്ങൾ അവർ മുന്നോട്ടവച്ചു. കുടികിടപ്പ് അവകാശം സ്ഥിരം നൽകുക, കൃഷി ഭൂമി കൃഷിക്കാർക്ക് നൽകുക, ജൻമിത്തം അവസാനിപ്പിക്കുക, തൊഴിൽ സമരങ്ങളിൽ പോലീസ് ഇടപെടാതിരിക്കുക, വേതനത്തോ ടുകൂടിയ പ്രസവാവധി അനുവദിക്കുക, കൂലി വർദ്ധനവ് നടപ്പിലാക്കുക, ബോണസ് മാറ്റിവച്ച കൂലിയായി അംഗീകരിക്കുക തുടങ്ങിയ ആവശ്യ ങ്ങളും ഇതോടൊപ്പം അവതരിപ്പിക്കപ്പെട്ടു. ഗ്രാമീണ, ദരിദ്ര ജനവിഭാഗ ങ്ങളും ഇതിന്റെ പിന്നിൽ അണിനിരന്നു.

1946 ഒക്ടോബർ 23 ന് പുന്നപ്രയിലും 25 ന് മാരാരിക്കുളത്തും 27 ന് മൊനാശ്ശേരിയിലും ഒളത്തലയിലും ഏറ്റുമുട്ടൽ നടന്നു. തുടർന്ന് വയലാറിൽ തൊഴിലാളി ക്യാമ്പ് വളഞ്ഞ് പോലീസും പട്ടാളവും വെടി വെയ്പ്പും ആരംഭിച്ചു. നൂറു കണക്കിന് പേർ രക്തസാക്ഷികളായി.

മർദ്ദനത്തിന്റേയും വെടിയുണ്ടകളുടെയും വേദനയും പേറി ജീവിക്കുന്ന രക്തസാക്ഷികളായി പലരും മാറി. പോലീസിന്റെയും പട്ടാളത്തിന്റെയും ഗുണ്ടകളുടെയും തേർവാഴ്ചയായിരുന്ന ഈ മേഖലയിൽ അരങ്ങേറിയത്. ഒരോ മണൽത്തരിക്ക പോലും ത്യാഗത്തിന്റെ കഥ പറയാനുള്ള പീഡന ങ്ങളായി അവ മാറി. ഇതിനെയെല്ലാം അതിജീവിച്ച് കമ്മ്യൂണിസ്റ്റ് പാർടി മുന്നോട്ടുപോയി.

പുന്നപ്ര-വയലാർ പോരാട്ടം സംസ്ഥാനത്തിന്റെ മാത്രമല്ല, രാജ്യത്തി ന്റെ തന്നെ രാഷ്ട്രീയത്തിൽ വലിയ മാറ്റം വരുത്തുന്ന ഒന്നായി മാറി. ഭാഷാ സംസ്ഥാനം രൂപീകരിക്കണമെന്ന കാഴ്ചപ്പാട് സ്വതന്ത്ര ഇന്ത്യ യിൽ അതിശക്തമായി ഉയർത്തിക്കൊണ്ടുവരുന്നതിന് അടിത്തറയിട്ട പ്രക്ഷോഭം കൂടിയായിരുന്ന പുന്നപ്ര-വയലാർ. 'അമേരിക്കൻ മോഡൽ അറബിക്കടലിൽ' എന്ന മുദ്രാവാക്യം ഉയർത്തി മുന്നോട്ടവന്ന ഈ പ്രക്ഷോഭത്തിന്റെ അലകൾ കൂടിയാണ് 1956 ലെ കേരള സംസ്ഥാന രൂപീകരണത്തിലേക്ക് നയിച്ചത്. ഐക്യ കേരളത്തിന്റെ ആശയ അടിത്തറ രൂപപ്പെടുത്താൻ ഉതകുന്ന നിരവധി പുസ്തകങ്ങൾ ഇക്കാ ലത്ത് ഇഎംഎസ് രചിക്കുകയുണ്ടായി.

കേരള സംസ്ഥാന രൂപീകരണത്തിന് വേണ്ടിയുള്ള വിവിധ തരത്തില ള്ള ഇടപെടൽ നടത്തുക മാത്രമല്ല, സംസ്ഥാനം രൂപീകരിക്കപ്പെട്ടാൽ അതിന്റെ വികസന കാഴ്ചപ്പാട് എന്തായിരിക്കണമെന്നും കമ്മ്യൂണിസ്റ്റ് പാർടി മുന്നോട്ടുവച്ചു. 1956 ജൂൺ മാസം തൃശ്ശൂരിൽ ചേർന്ന കമ്മ്യൂണിസ്റ്റ് പാർടിയുടെ ആദ്യ സംസ്ഥാന സമ്മേളനം 'പുതിയ കേരളം പടുത്തു യർത്താൻ കമ്മ്യൂണിസ്റ്റ് പാർടിയുടെ നിർദ്ദേശങ്ങൾ' എന്ന വികസന രേഖയ്ക്ക് രൂപം നൽകി. അതാണ് 1957 ലെ കമ്മ്യൂണിസ്റ്റ് പാർടിയുടെ പ്രകടനപത്രികയ്ക്ക് ആധാരമായത്, ആദ്യ സർക്കാരിന്റെ കേരള വിക സനത്തിന് അടിസ്ഥാനമായയ്ക്കം. തുടർന്നുള്ള ഇടതുപക്ഷ സർക്കാര കൾ ഈ കാഴ്ചപ്പാട് കൂടുതൽ വികസിപ്പിക്കുന്നതിനുള്ള നടപടികൾ സ്വീകരിച്ചു.

കേരളം നേടിയ നേട്ടങ്ങൾ നിലനിർത്തുന്നതോടൊപ്പം ദൗർബ ല്യങ്ങൾ പരിഹരിച്ചുകൊണ്ട് നവകേരളം സൃഷ്ടിക്കുന്നതിനുള്ള കാര്യപരിപാടി എൽഡിഎഫ് കഴിഞ്ഞ സർക്കാരിന്റെ കാലത്ത് പ്രകടനപത്രികയിലൂടെ പ്രഖ്യാപിച്ച് അവ നടപ്പിലാക്കി. അതിന്റെ അടിസ്ഥാനത്തിൽ കൂടി ഇടർഭരണം ചരിത്രത്തിലാദ്യമായി എൽഡിഎ ഫിന് ലഭിച്ചു. നവകേരള സൃഷ്ടിയെ മുന്നോട്ടുകൊണ്ടുപോകുന്നതിനുള്ള പുതിയ കർമ്മ പദ്ധതി ഇക്കഴിഞ്ഞ നിയമസഭാ തെരഞ്ഞെടുപ്പിലും

പ്രകടനപത്രികയിലൂടെ എൽഡിഎഫ് സർക്കാർ മുന്നോട്ടവച്ചു. അവ നടപ്പിലാക്കുന്നതിനുള്ള നിതാന്ത പരിശ്രമം ഇപ്പോൾ നടന്നുകൊണ്ടിരിക്കുകയാണ്. ആറുദിന പരിപാടി അതിന്റെ ഭാഗമായാണ് പ്രഖ്യാപിച്ചത്.

ഐക്യകേരളത്തിനുവേണ്ടി പുന്നപ്രയിലും വയലാറിലും ചൊരിയപ്പെട്ട രക്തം വെറുതെയായില്ല. ഐക്യകേരളം യാഥാർത്ഥ്യമായി. മിനിമം കൂലിയും ക്ഷേമപെൻഷനും ഉറപ്പാക്കി. ഗുണനിലവാരമുള്ള ആരോഗ്യ സംവിധാനവും വിദ്യാഭ്യാസ സമ്പ്രദായവും ഉറപ്പുവരുത്തുന്നതിനുള്ള നടപടികൾ സ്വീകരിച്ചു. അദ്ധ്വാനിക്കുന്ന ജനങ്ങളുടെ താത്പര്യങ്ങൾ സംരക്ഷിക്കുന്ന സർക്കാരുകൾ സംസ്ഥാനത്ത് അധികാരത്തിൽ വരുന്ന സാഹചര്യവും ഉണ്ടായി.

പുന്നപ്ര-വയലാർ രക്തസാക്ഷി സ്മാരകത്തിൽ പുഷ്പാർച്ചന നടത്തിയശേഷം സത്യപ്രതിജ്ഞ ചെയ്യുന്ന രീതി ഇടതുപക്ഷ സർക്കാരുകൾ അധികാരമേൽക്കുമ്പോൾ സ്വീകരിക്കുന്നത് ആധുനിക കേരളത്തിന്റെ സൃഷ്ടിക്ക് ഇടയാക്കിയ ഈ പോരാട്ടത്തിൽ നിന്ന് ഊർജ്ജം സ്വീകരിക്കുന്നതിനുകൂടിയാണ്. നാടിനുവേണ്ടി പൊരുതിനിന്ന പുന്നപ്ര-വയലാർ സമരപോരാളികളുടെ ഓർമ്മകൾ നാടിന്റെ മുന്നോട്ടപോക്കിന് കരുത്തായി എക്കാലവും നിലനിൽക്കുക തന്നെ ചെയ്യും!

ഇന്ത്യൻ മാവോയിസത്തെക്കുറിച്ച്

ചൈനീസ്സാഹചര്യത്തിനനുസരിച്ച്മാർക്സിസം-ലെനി നിസത്തെ രൂപപ്പെടുത്തിയ ചിന്ത എന്ന നിലയിലാണ് മാവോയിസം അറിയപ്പെടുന്നത്. ചൈനയിലെ മാറി മാറി വരുന്ന സാഹചര്യങ്ങളെ വിലയിരുത്തി വിപ്ലവത്തിന് ആവശ്യ മായ തന്ത്രവും അടവും രൂപപ്പെടുത്തുന്നതിൽ വലിയ പാടവമാണ് മാവോ സെതുങ്ങ് കാണിച്ചത്. ആദ്യം തൊഴിലാളികളെ കേന്ദ്രീകരി ച്ചുകൊണ്ടുള്ള പ്രവർത്തനം ചൈനീസ് കമ്മ്യൂണിസ്റ്റ് പാർട്ടി സംഘ ടിപ്പിച്ചു. ഭരണകൂടം അതിനെ അടിച്ചമർത്തി. ഈ സാഹചര്യത്തിൽ 80% വരുന്ന കർഷക ജനവിഭാഗങ്ങളെ അണി നിരത്തേണ്ടതിന്റെ പ്രാധാന്യവും മറ്റു വിഭാഗങ്ങളുമായുള്ള ഐക്യത്തിന്റെ പ്രാധാന്യവും മാവോ സെതുങ്ങ് മുന്നോട്ട് വെച്ചു. അങ്ങനെ ഗ്രാമങ്ങളെ വിമോചിപ്പി ച്ചെടുത്ത് നഗരങ്ങളെ വളയുക എന്ന നയം രൂപീകരിച്ചു. അതിലൂടെ ചൈനീസ് വിപ്ലവം വിജയിപ്പിച്ചു. പിൽക്കാലത്ത് ചില പോരായ്മകളും മാവോവിന് സംഭവിച്ചിട്ടുണ്ടെന്നതും വിസ്മരിക്കേണ്ടതില്ല.

ചൈനയിൽ മാവോ അവലംബിച്ച ഇത്തരം മാർഗം ഇന്ത്യയിലും നടപ്പിലാക്കണം എന്ന് വാദിക്കുന്ന വിഭാഗമാണ് പിൽക്കാലത്ത് സിപി ഐ(എംഎൽ) എന്ന പേരിൽ അറിയപ്പെടുന്നത്. ഇന്ത്യയിൽ വിപ്ലവ ത്തിന് സമയമായിരിക്കുന്നു എന്നതിന്റെ അടിസ്ഥാനത്തിൽ സായുധ കലാപങ്ങളും മറ്റും സംഘടിപ്പിക്കുകയെന്ന നിലപാട് അവർ മുന്നോട്ട് വെച്ചു. എന്നാൽ ഇന്ത്യയിൽ വിപ്ലവത്തിന് സമയമായിട്ടില്ലെന്നും

ബഹുജന പിന്തുണ വർദ്ധിപ്പിക്കുന്നതിന് വർഗബഹുജനസംഘടനകളും മറ്റും കെട്ടിപ്പടുക്കുകയാണ് വേണ്ടതെന്നും സിപിഐ(എം) നിലപാടെടുത്തു. പാർലമെന്ററി ജനാധിപത്യ സമ്പ്രദായങ്ങളെ സമരത്തിന്റെ വേദികളായും ജനങ്ങൾക്ക് ആശ്വാസം നൽകുന്ന പ്രവർത്തനങ്ങൾ സംഘടിപ്പിക്കേണ്ടത് അനിവാര്യമാണെന്നും സിപിഐ(എം) പറഞ്ഞപ്പോൾ തെരഞ്ഞെടുപ്പ് ബഹിഷ്കരണം എന്ന ആശയമാണ് നക്സലൈറ്റുകൾ മുന്നോട്ട് വെച്ചത്.

ഇത്തരം പ്രവർത്തനങ്ങളെ ഭരണകൂടം അടിച്ചമർത്തി. ആ അനുഭവങ്ങളുടെ വിലയിരുത്തലിന്റെ കൂടി പശ്ചാത്തലത്തിൽ സിപിഐ (എംഎൽ)പലതായി പിളർന്നു. പല നക്സൽ ഗ്രൂപ്പുകളും ബഹുജന സംഘടനകൾ കെട്ടിപ്പടുക്കുന്നതിനും തെരഞ്ഞെടുപ്പിൽ ഉൾപ്പെടെ മത്സരിക്കുന്നതിനും തയ്യാറായി മുന്നോട്ട് വന്നു. എന്നാൽ അത്തരം അനുഭവങ്ങളിൽ നിന്നും പാഠം പഠിക്കാതെ ചൈനയിൽ സ്വീകരിച്ച വഴികൾ തന്നെ ഇന്ത്യയിൽ പ്രയോഗിക്കാം എന്ന് നിലപാടെടുക്കുന്നവരാണ് മാവോയിസ്റ്റുകൾ എന്ന് പൊതുവിൽ അറിയപ്പെടുന്ന വിഭാഗം. ഇതിനകത്തു തന്നെ പല ഉൾപിരിവുകളും കാണാം. യഥാർത്ഥത്തിൽ ഇവർ ഉയർത്തുന്ന വാദം മാവോ ചിന്തക്ക് തന്നെ എതിരാണ്.

ചൈനയിലെ സാഹചര്യത്തിന് അനുസരിച്ചാണ് മാവോ തന്റെ ചിന്ത വികസിപ്പിച്ചത്. ഇന്ത്യൻ സാഹചര്യത്തെ മനസിലാക്കി അത് പ്രയോഗിക്കുക എന്നതാണ് മാവോ ചിന്ത പ്രകാരം തന്നെ ഇവിടെ മുന്നോട്ട് പോകേണ്ടത്. എന്നാൽ അതിന് അവർ തയ്യാറല്ല. ഇന്ത്യൻ ബൂർഷ്വാസി കോംപ്രഡോർ ആണെന്നാണ് അവരുടെ വിലയിരുത്തൽ. അതായത് വിദേശ വസ്തുക്കൾ ഇറക്കുമതി ചെയ്ത് അതിന്റെ കമ്മീഷൻ പറ്റുന്ന ആളുകൾ എന്ന് ചുരുക്കം. ഇന്ത്യയിലെ ബൂർഷ്വാസി കുത്തക സ്വഭാവമുള്ളതാണെന്നും അവർ ആധുനികമായ ഉൽപന്നങ്ങൾ നിർമ്മിക്കുന്നതിന് ശേഷിയുള്ളവരാണെന്നതുമാണ് വസ്തുത (ഉദാ:ടാറ്റ, ബിർള, റിലയൻസ്). അതേ സമയം സാമ്രാജ്യത്ത്വവുമായി കൂടുതൽ അടുത്തുകൊണ്ടിരിക്കുന്നവെന്ന യാഥാർത്ഥ്യവ്യമുണ്ട്. ഈ അടുക്കലിന്റെ കാര്യമാണ് സിപിഐ(എം) വിശദീകരിച്ചത്. സിപിഐക്കാകട്ടെ ഈ സാമ്രാജ്യത്ത്വ അനുകൂല മുഖം കാണാനായില്ല എന്ന ദൗർബല്യവുമുണ്ടായി.

ഇന്ത്യൻ യാഥാർത്ഥ്യത്തെയും ജനങ്ങളുടെ ബോധത്തെയും കാണാതെ പോകുന്നവെന്നതാണ് മാവോയിസ്റ്റുകളുടെ പരിമിതി. ഭരണകൂട നയങ്ങൾക്കെതിരെ ജനങ്ങളെ അണിനിരത്തി മുന്നോട്ട്

പോകുന്നതിന് പകരം കേവലമായ ഒളിപ്പോരിന്റെയും അതുമായി ബന്ധപ്പെട്ട ഏറ്റുമുട്ടലിന്റെയും തലത്തിലേക്ക് രാഷ്ട്രീയ പ്രവർത്തന ത്തെ ഒതുക്കുന്നു. ആ പരിമിതിയുടെ ഭാഗമായി ജനകീയമായ അടി ത്തറയുണ്ടാക്കി മുന്നോട്ട് പോകേണ്ട പ്രവർത്തനത്തെ കേവലമായ ഏറ്റുമുട്ടലിന്റെ മാത്രമാക്കി ചുരുക്കുന്നു. അതിലൂടെ ബഹുജന പ്രസ്ഥാനം വളർത്തിയെടുക്കാനുള്ള സാധ്യതകളെ ഇല്ലാതാക്കുന്നു.

ഈ തെറ്റായ രാഷ്ട്രീയ സിദ്ധാന്തം ഇടതുപക്ഷത്തെപ്പോലും കടന്നാ ക്രമിക്കുന്ന അവസ്ഥയിലേക്ക് എത്തിക്കുന്നു. പശ്ചിമ ബംഗാളിൽ മമതയുമായി ചേർന്ന് ഇടതുപക്ഷ പ്രവർത്തകരെ കൊലപ്പെടുത്തിയ രാഷ്ട്രീയത്തിലേക്കും അവർ നീങ്ങിയെന്നത് ഇതിന്റെ തെളിവാണ്. ഇന്നത്തെ ബംഗാളിൽ മമതയെ അവരോധിക്കുന്നതിനും ജനാധിപത്യ പരമായ അവകാശങ്ങളെ കശാപ്പ് ചെയ്യുന്ന അവസ്ഥ സൃഷ്ടിക്കുന്നതി നും ഈ തെറ്റായ രാഷ്ട്രീയ നയം നിർവഹിച്ച പങ്ക് വളരെ വലുതാണെ ന്ന് കാണാം. അത് മനസിലാക്കി തിരുത്തുകയെന്നത് പ്രധാനമാണ്. മമത അധികാരത്തിൽ വന്ന ശേഷം ഇതേ മാവോയിസ്റ്റുകളെ നേരിട്ട കയാണ് ചെയ്തത്. ഇന്ത്യയിൽ പ്രയോഗിക്കുന്നവെന്ന് പറയപ്പെടുന്ന മാവോയിസം ഒരു തെറ്റായ രാഷ്ട്രീയ സിദ്ധാന്തമാണ്. അത് മാവോ ചിന്തകൾക്ക് തന്നെ എതിരുമാണ്. തെറ്റായ ചിന്തയിൽ പെട്ടുപോ യവരെ ശരിയായ ജനകീയ രാഷ്ട്രീയം ഉയർത്തിപ്പിടിച്ച് ശരിയായ ദിശയിലേക്ക് കൊണ്ടുവന്ന് വിപ്ലവ പ്രസ്ഥാനത്തിന് മുതൽക്കൂട്ടാക്കുക യാണ് വേണ്ടത്. ജനങ്ങളെ സേവിക്കാൻ മനസുള്ളത് കൊണ്ട് മാത്രം കാര്യമില്ല. അത് ശരിയായ കാഴ്ചപ്പാടിനനുസരിച്ച് പ്രയോഗിക്കുമ്പോഴേ ജന താൽപര്യത്തിനായി തീരുകയുള്ളൂവെന്നതല്ലേ യാഥാർത്ഥ്യം?

വിദ്യാർത്ഥി രാഷ്ട്രീയം ഉപേക്ഷിക്കേണ്ടതോ?

പതിനെട്ടുവയസ്സുള്ള പൗരന്മാർക്ക് വോട്ടവകാശമുള്ള രാജ്യത്താണ് കോളേജ് വിദ്യാർത്ഥികൾക്ക് ഉൾപ്പെടെ രാഷ്ട്രീയം വേണ്ടെന്ന കാഴ്ചപ്പാട് ചിലർ മുന്നോട്ടവയ്ക്കുന്നത്. പുത്തൻ വിദ്യാഭ്യാസ നയം മുന്നോട്ടവച്ച 1980 കളിൽ ഇത്തരം ചർച്ച സജീവമായിരുന്നു. ഇത്തരം പരിഷ്കാരങ്ങളെ രാഷ്ട്രീയബോധമുള്ള അക്കാദമിക് സമൂഹം പ്രതിരോധിക്കുമെന്ന ചിന്തയായിരുന്നു ഇതിനടിസ്ഥാനം.

ബ്രിട്ടീഷ് ആധിപത്യത്തിനെതിരായുള്ള സമരത്തിൽ വിദ്യാർത്ഥികൾ സജീവമായി പങ്കെടുക്കണമെന്ന ആഹ്വാനം ഗാന്ധിജി മുന്നോട്ടവച്ചു. ഇതിൽ ആശങ്ക പ്രകടിപ്പിച്ചവരോട് ഗാന്ധിജി നൽകിയ മറുപടി പ്രസക്തമാണ്. 'വിദ്യാർത്ഥികളാണ് ഈ രാജ്യത്ത് ഏറെ കാലം ജീവിക്കേണ്ടത്. അതുകൊണ്ട് തന്നെ ഭാവി ഭാരതം രൂപപ്പെടുത്തുന്നതിൽ അവർ ക്രിയാത്മകമായ പങ്ക് വഹിക്കേണ്ടതുണ്ട്.

ഒരോ ജനവിഭാഗത്തിനും അവരുടേതായ ജനാധിപത്യ അവകാശങ്ങളും ജീവിതക്രമവുമുണ്ട്. അവ സംരക്ഷിക്കപ്പെടുക എന്നത് ആധുനിക ജനാധിപത്യത്തിന്റെ മുഖമുദ്രകളിലൊന്നാണ്. ബാലാവകാശ നിയമം പോലും രൂപപ്പെടുന്നത് ഈ കാഴ്ചപ്പാടിന്റെ അടിസ്ഥാനത്തിലാണ്. എന്നിട്ടാണ് വിദ്യാർത്ഥികൾ അവരുടെ അവകാശങ്ങൾ ചോദിച്ചുകൂടാ എന്ന കാഴ്ചപ്പാട് മുന്നോട്ടവയ്ക്കുന്നത്.

ഒരു ജനാധിപത്യ രാഷ്ട്രത്തിനെ സംബന്ധിച്ചിടത്തോളം ആ രാജ്യ ത്തിന്റെ ഭരണസംവിധാനത്തെ നിർണ്ണയിക്കുന്നതും നിശ്ചയിക്കുന്നതും നിയമനിർമ്മാണ സഭകളാണ്. രാഷ്ട്രീയരംഗത്ത് ഉള്ളവരാണ് പാർല മെൻററി ജനാധിപത്യം നിലനിൽക്കുന്ന നമ്മുടെ രാജ്യത്ത് ഇതിലേക്ക് തിരഞ്ഞെടുക്കപ്പെടുക. ഇവിടങ്ങളിൽ സമൂഹത്തിന്റെ എറ്റവും ക്രിയാത്മ കമായി ചിന്തിക്കുകയും ജനങ്ങൾക്ക് വേണ്ടി ഇടപെടുകയും ചെയ്യുന്നവർ എത്തിച്ചേരുക എന്നത് പ്രധാനമാണ്. സാമൂഹ്യവീക്ഷണവും ജനാ ധിപത്യബോധവും നിലനിൽക്കുന്ന വ്യക്തിത്വങ്ങളെ രൂപപ്പെടുത്തുക എന്നത് രാജ്യത്തിന്റെ പുരോഗതിക്ക് തന്നെ അനിവാര്യമാണെന്ന് തിരിച്ചറിയണം.

നമ്മുടെ നാടിന്റെ രാഷ്ട്രീയ നേതൃത്വത്തെ രൂപപ്പെടുത്തുന്നതിലും വിദ്യാർത്ഥി പ്രസ്ഥാനങ്ങൾ വഹിക്കുന്ന പങ്ക് ആർക്കും നിഷേധിക്കാൻ പറ്റുന്നതല്ല. ഈ ഇടപെടലാണ് നമ്മുടെ ഇന്നത്തെ ജനാധിപത്യപ രമായ രാഷ്ട്രീയത്തെ നിലനിർത്തുന്നതിനും ശക്തിപ്പെടുത്തുന്നതിനും സഹായകമായിട്ടുള്ളത്.

പൊതുസമൂഹത്തിൽ നിലനിൽക്കുന്ന ജനാധിപത്യഘടനയെ ശക്തിപ്പെടുത്തുന്ന ഒന്നായി വിദ്യാഭ്യാസം മാറുമ്പോൾ മാത്രമേ നമ്മുടെ ജനാധിപത്യ സമ്പ്രദായം കൂടുതൽ ശക്തിപ്പെട്ടുവരികയുള്ളൂ. പൊതുസമൂ ഹത്തിൽ നിലനിൽക്കുന്ന ജനാധിപത്യ കാഴ്ചപ്പാടുകളെ പരിപോഷിപ്പി ക്കുന്ന ഒന്നായി വിദ്യാഭ്യാസത്തെ മാറ്റുക എന്നത് നമ്മുടെ ജനാധിപത്യ ക്രമത്തെ വികസിപ്പിക്കുന്നതിന് അനിവാര്യമാണ്.

നമ്മുടെ ജനാധിപത്യസമൂഹം നിലനിൽപ്പിന് അടിസ്ഥാനമായി നിൽക്കുന്നത് ജാതിക്കും മതത്തിനും അതീതമായി ഉയർന്നുനിൽക്കുന്ന രാഷ്ട്രീയ ഇടപെടലുകളാണ്. നമ്മുടെ വിദ്യാർത്ഥികളിൽ നിന്ന് രാഷ്ട്രീയ ചിന്തകളെ പടിയിറക്കുമ്പോൾ അവരുടെ ചിന്തകളിൽ സ്വാധീനം സൃഷ്ടി ക്കുന്ന ഘടകമെന്താണെന്ന് ഓർമ്മിക്കുന്നതും നല്ലതാണ്.

അക്രമരാഷ്ട്രീയം മുന്നോട്ടുവയ്ക്കുന്നു എന്നാണ് വിദ്യാർത്ഥി രാഷ്ട്രീയത്തെ ക്കുറിച്ച് പറയാറുള്ളത്. എന്നാൽ സമൂഹത്തിലെ മറ്റ പല മേഖലകളു മായി തട്ടിച്ച നോക്കിയാൽ അത്തരം പ്രശ്നങ്ങൾ കുറഞ്ഞ മേഖലയാണ് വിദ്യാഭ്യാസരംഗം എന്ന് കാണാനാവും. ഇ.എം.എസ് പറഞ്ഞതു പോലെ അക്രമത്തിന്റെ പേര് പറഞ്ഞ് വിദ്യാർത്ഥി രാഷ്ട്രീയത്തിന്റെ പ്രസക്തിയെ സംബന്ധിച്ച് അതിനെതിരെ തിരിയുന്നവർ തെര ഞ്ഞെടുപ്പുകളിൽ ഉണ്ടാകുന്ന ഇത്തരം ചില സംഭവങ്ങളുടെ പേരിൽ ജനാധിപത്യം തന്നെ ഉപേക്ഷിക്കണം എന്ന വാദമുയർത്തുമോ?

കേരളത്തിൽ നിലനിൽക്കുന്ന മെച്ചപ്പെട്ട ജനാധിപത്യബോധത്തിന് അടിസ്ഥാനമായി നിൽക്കുന്നത് പൊതുവിദ്യാഭ്യാസത്തിന്റെ അടിത്തറയാണ്. കേരളത്തിലെ എല്ലാ വിഭാഗത്തിലും പെട്ടവർ വിദ്യാഭ്യാസരംഗത്തേക്ക് വരുന്നുണ്ട്. വിദ്യാർത്ഥികളെ അരാഷ്ട്രീയവത്കരിക്കുകയും സാമൂഹ്യബോധത്തിൽ അധിഷ്ഠിതമായ കാഴ്ചപ്പാടുകളിൽ നിന്ന് മാറ്റി നിർത്തുമ്പോൾ സമൂഹമാകമാനം അത്തരത്തിലേക്ക് മാറ്റപ്പെടും. രാഷ്ട്രീയബോധവും സാമൂഹ്യബോധവും ഇല്ലാതാകുന്ന തലമുറയിൽ പകരം സ്ഥാനംപിടിക്കുക അരാഷ്ട്രീയവാദവും ജാതിവർഗ്ഗീയ ചിന്തകളുമൊക്കെയായിരിക്കും.

വിദ്യാർത്ഥികൾ വിദ്യാഭ്യാസ കാലത്തിന് ശേഷം സമൂഹത്തിന്റെ വിവിധ ഉത്പാദന-സേവനമേഖലകളിലേക്ക് സ്വാഭാവികമായും എത്തിച്ചേരും. ഈ മേഖലയിൽ സാമൂഹ്യബോധമുള്ള വ്യക്തിത്വങ്ങൾ സ്ഥാനം പിടിക്കുമ്പോഴേ ഭരണയന്ത്രം ജനകീയവത്കരിക്കുന്നതിനുള്ള സാധ്യതകൾ തുറന്നുവരികയുള്ളൂ. സർക്കാരിന്റെ ജനകീയനയങ്ങൾ എല്ലാം നടപ്പിലാക്കേണ്ടത് ഭരണയന്ത്രത്തിലൂടെയാണ്. അതുകൊണ്ട് വിദ്യാർത്ഥികൾക്ക് സാമൂഹ്യ-രാഷ്ട്രീയ ധാരണകൾ വികസിക്കേണ്ടത് ഭരണസംവിധാനത്തിന്റെ ജനാധിപത്യവത്കരണത്തിനും അനിവാര്യമാണെന്ന് തിരിച്ചറിയേണ്ടതുണ്ട്.

വിദ്യാർത്ഥി രാഷ്ട്രീയം വിദ്യാഭ്യാസത്തിന്റെ നിലവാരം തകർക്കുന്നു എന്നതാണ് ചിലരുടെ പരാതി. ഇത് വാസ്തവമാണെങ്കിൽ വിദ്യാർത്ഥി രാഷ്ട്രീയം ഇല്ലാത്ത ഘട്ടങ്ങളിൽ നല്ല നിലയിൽ പഠിച്ച വിദ്യാർത്ഥിക്ക് അത്തരം രാഷ്ട്രീയം വരുന്ന ഘട്ടങ്ങളിൽ പഠനം മോശമാവുകയാണ് വേണ്ടത്. നമുക്കറിയാം ഒരു പ്രൈമറി വിദ്യാലയത്തിൽ വിദ്യാർത്ഥി രാഷ്ട്രീയം ഇല്ല. എന്നാൽ ഇന്ത്യയിലെ പ്രൈമറി വിദ്യാഭ്യാസം അതിന്റെ ലക്ഷ്യങ്ങളിൽ നിന്ന് വളരെ അകലെയാണെന്ന് സർക്കാരിന്റെ പഠന റിപ്പോർട്ടുകൾ തന്നെ വ്യക്തമാക്കിയിട്ടുണ്ട്. ഇങ്ങനെ അടിസ്ഥാന പാഠങ്ങൾ ഉറക്കാത്ത വിദ്യാർത്ഥിക്ക് എങ്ങനെയാണ് ഉന്നതവിദ്യാ ഭ്യാസത്തിന്റെ പടവുകൾ ചവിട്ടിക്കയറാനാവുക. അപ്പോൾ വിദ്യാഭ്യാ സത്തിന്റെ നിലവാരത്തകർച്ചയ്ക്ക് അടിസ്ഥാന കാരണം നമ്മുടെ സാമൂ ഹ്യ-സാമ്പത്തിക ചുറ്റപാടുകളും, വിദ്യാഭ്യാസ രീതികളും ഒക്കെയാണ് എന്ന് വ്യക്തമാകുന്നു.

വിദ്യാഭ്യാസം എന്നത് രാഷ്ട്രീയത്തിൽ നിന്ന് വിമുക്തമായ ഒന്നല്ല. ഒരോ സാമൂഹ്യവ്യവസ്ഥയ്ക്ക് അനുസരിച്ച് മാറിക്കൊണ്ടിരിക്കുന്ന ഒന്നാണ് അത്. അറിവുകളാവട്ടെ നിരന്തരം നവീകരിക്കപ്പെടുന്നതുമാണ്. ജാതി

വ്യവസ്ഥ കൊടികുത്തിവാണിരുന്ന കാലത്ത് വിദ്യാഭ്യാസം അതിലെ 'ഉന്നത' ജാതികൾക്ക് മാത്രമായിരുന്നു. ബ്രിട്ടീഷുകാർ വന്നപ്പോൾ വിദ്യാ ഭ്യാസം അവരുടെ താത്പര്യം സംരക്ഷിക്കുന്ന വിധമായി. ഇങ്ങനെ ആധിപത്യം സ്ഥാപിക്കുന്ന വിഭാഗത്തിന്റെ താത്പര്യങ്ങൾക്ക് അനുസ രിച്ച് രൂപപ്പെടുന്ന ഒന്നാണ് വിദ്യാഭ്യാസം. അല്ലാതെ അത് ശാശ്വതമായ സത്യം വിളംബരം ചെയ്യുന്ന ഒന്നല്ല എന്ന തിരിച്ചറിവുണ്ടാവണം. അതു കൊണ്ടാണ് ആഗോളവത്കരണ നയങ്ങളുടെ കാലത്ത് വിദ്യാഭ്യാസ ക്രമം അതിന് അനുയോജ്യമായി രൂപപ്പെടുന്നത് എന്ന് തിരിച്ചറിയണം.

വിദ്യാർത്ഥി രാഷ്ട്രീയത്തിൽ തെറ്റായ പ്രവണതകൾ പ്രത്യക്ഷപ്പെട്ട നുണ്ടെങ്കിൽ അത് തിരുത്തുക തന്നെ വേണം. എന്നാൽ തലവേദന വരുമ്പോൾ തലവെട്ടുക എന്ന രീതിയിലുള്ള സമീപനം വലിയ ഭവിഷ്യ ത്തായിരിക്കും സമൂഹത്തിൽ സൃഷ്ടിക്കുക.

അരാഷ്ട്രീയ ചിന്തകൾ എന്നത് രാഷ്ട്രീയമില്ലാത്ത അതിൽ നിന്ന് വിമോചിക്കപ്പെട്ട ഒന്നാണെന്ന് കരുതരുത്. അരാഷ്ട്രീയ ചിന്തകളുടെ അടിസ്ഥാനം നിലനിൽക്കുന്ന ലോകത്തെ നിലനിർത്താനുള്ളതാണ്. അതായത് അരാഷ്ട്രീയവാദം ഭരണവർഗ രാഷ്ട്രീയത്തെ സംരക്ഷി ക്കാനുള്ള ആശയസംഹിതയാണ്. നിലനിൽക്കുന്ന വ്യവസ്ഥയെ സംരക്ഷിക്കുക വഴി കൂടുതൽ ഗുണപരമായ സാമൂഹ്യവളർച്ചയെ അത് തടസ്സപ്പെടുത്തുന്നു.

പരിസ്ഥിതിചിന്തകളും മറ്റും

പരിസ്ഥിതി പ്രശ്നവും മാർക്സിസവും

"എല്ലാ സമ്പത്തിന്റെയും മൂലസ്രോതസ്സുകളായ മണ്ണിനേയും തൊഴിലാളി യേയും ഊറ്റിക്കുടിച്ചുകൊണ്ടുമാത്രമാണ് മുതലാളിത്തോൽപ്പാദനം സാങ്കേതികവിദ്യയെ വളർത്തുകയും ഒരു സാമൂഹ്യസമഷ്ടിയായി വിവിധ പ്രക്രിയകളെ സംയോജിപ്പിക്കുകയും ചെയ്യുന്നത്." (കാറൽ മാർക്സ്: മൂലധനം)

പാരിസ്ഥിതിക പ്രശ്നങ്ങളെ കുറിച്ച് ചർച്ച ചെയ്യുമ്പോൾ അത് മാർക്സിസത്തിന് അന്യമായ ഒരു ചിന്താഗതിയാണെന്നും മാർക്സിസം അത്തരം പ്രശ്നങ്ങളെ കൂടി ഉൾക്കൊണ്ടുകൊണ്ട് വികസിക്കേണ്ടതാണെന്നും ഉള്ള തരത്തിൽ നമ്മുടെ നാട്ടിൽ ചർച്ച കൾ നടക്കുന്നുണ്ട്. എന്നാൽ മുതലാളിത്തത്തിന്റെ വികാസത്തെ സംബന്ധിച്ച് പരിശോധിക്കുന്ന ഘട്ടത്തിൽ മാത്രമല്ല അതിന് മുമ്പുള്ള മനുഷ്യവികാസത്തെ വിശദീകരിക്കുമ്പോൾ ഉൾപ്പെടെ പാരിസ്ഥിതിക പ്രശ്നങ്ങളെ സംബന്ധിച്ചുള്ള അവബോധം മാർക്സും ഏംഗൽസും പിൽക്കാല മാർക്സിസ്റ്റുകളും ആ കാലഘട്ടത്തിലെ പ്രശ്നങ്ങളെ അടിസ്ഥാനപ്പെടുത്തി രൂപപ്പെടുത്തിയിരുന്നുവെന്ന് കാണാം. ആ അടിസ്ഥാന സമീപനങ്ങളിൽ നിന്നുകൊണ്ട് പാരിസ്ഥിതിക രംഗത്തെ മാർക്സിസ്റ്റ് സമീപനങ്ങൾ വികസിപ്പിക്കുകയാണ് വേണ്ടത്.

പാരിസ്ഥിതിക പ്രശ്നവും മാർക്സിസ്റ്റ് സൈദ്ധാന്തികരും

1850 കളിൽ തന്നെ പ്രകൃതി ശാസ്ത്രത്തെ സവിശേഷമായി

കണ്ടുകൊണ്ടുള്ള ഇടപെടലുകൾ മാർക്സിസ്റ്റ് സമീപനം മുന്നോട്ട് വെച്ചിരുന്നു. ഡാർവിന്റെ പരിണാമ സിദ്ധാന്തത്തെ കുറിച്ചുള്ള പുസ്തകം വായിച്ചശേഷം മാർക്സ് ഏംഗൽസിന് എഴുതുന്നത് ഇത് നമ്മുടെ വീക്ഷണത്തിന് പ്രകൃതി ശാസ്ത്രപരമായ അടിത്തറ നൽകുമെന്നാണ്.

പ്രകൃതിയെ വൈരുദ്ധ്യാത്മകമായി പഠിക്കുന്ന ശ്രമം 1873 ലാണ് ഏംഗൽസ് ആരംഭിക്കുന്നത്. പ്രകൃതിയുടെ വൈരുദ്ധ്യാത്മകത എന്ന പുസ്തകം തന്നെ അദ്ദേഹം എഴുതി തുടങ്ങുകയും ചെയ്തു. എന്നാൽ മൂലധന ത്തിന്റെ വോള്യങ്ങൾ പ്രസിദ്ധീകരിക്കുന്നതിനുള്ള തിരക്കിലായതിനാൽ ഇത് പൂർത്തീകരിക്കുന്നതിന് ഏംഗൽസിന് കഴിഞ്ഞില്ല. ഏംഗൽസിന്റെ മരണശേഷം ജർമ്മനിയിലെ സോഷ്യൽ ഡെമോക്രേറ്റിക് പാർടിയുടെ ശേഖരത്തിൽ 30 വർഷം പ്രകൃതിയുടെ വൈരുദ്ധ്യാത്മകത എന്ന ഈ പുസ്തകം കിടന്നു.

1925 ൽ റഷ്യയിലാണ് ഈ പുസ്തകം ആദ്യമായി പ്രസിദ്ധീകരിക്ക പ്പെട്ടുന്നത്. ഈ പുസ്തകം ലെനിൻ കണ്ടിട്ടില്ലെങ്കിലും മൂലധനത്തെ വിശകലനം ചെയ്യുന്ന ഘട്ടത്തിൽ മുതലാളിത്തം പ്രകൃതിയെ ച്ഷണം ചെയ്യുന്നതിന്റെ പ്രശ്നം എടുത്തു പറയുന്നുണ്ട്. മാർക്സിന്റെ താഴെ കൊടുത്ത മൂലധനത്തിലെ ഉദ്ധരണി ലെനിൻ ഈ ലഘുലേഖയിൽ എടുത്ത് പറയുന്നുണ്ട്.

''മുതലാളിത്ത കൃഷിയുടെ എല്ലാ പുരോഗതിയും തൊഴിലാളിയെ മാത്രമല്ല മണ്ണിനെ തന്നെയും കൊള്ളയടിക്കുന്ന കലയുടെ ഒരു പുരോഗതിയാണ് . .. '' എല്ലാ സമ്പത്തിന്റെയും മൂലസ്രോതസ്സുകളായ മണ്ണിനേയും തൊഴിലാളിയേയും ഊറ്റിക്കുടിച്ചുകൊണ്ടമാത്രമാണ് മുതലാളിത്തോൽപ്പാദനം സാങ്കേതികവിദ്യയെ വളർത്തുകയും ഒരു സാമൂഹ്യസമഷ്ടിയായി വിവിധ പ്രക്രിയകളെ സംയോജിപ്പിക്കുകയും ചെയ്യുന്നത്.'' (ലെനിന്റെ തെരഞ്ഞടുത്ത കൃതികൾ വോള്യം 1, പേജ് 33)

ലെനിൻ ച്ണ്ടിക്കാണിച്ചതുപോലെ ഉള്ള ഭാഗങ്ങൾ മാത്രമല്ല പാരി സ്ഥിതിക പ്രശ്നങ്ങളമായി ബന്ധപ്പെട്ട് മൂലധനത്തിലുള്ളത്. മുതലാ ളിത്തവും അധ്വാനവും കാർഷിക പ്രശ്നങ്ങളും എല്ലാം വിശകലനം ചെയ്യുന്നിടത്ത് പാരിസ്ഥിതിക പ്രശ്നങ്ങൾ സംബന്ധിച്ച നിലപാട് വ്യ ക്തമാക്കുന്നുണ്ട്. മൂലധനത്തിലെ ഏതെങ്കിലും ഒരു ഭാഗം ഈ പ്രശ്നം കൈകാര്യം ചെയ്യുന്നതിന് നീക്കിവെക്കുകയല്ല ഉണ്ടായിട്ടുള്ളത്. വിവിധ പ്രശ്നങ്ങൾ കൈകാര്യം ചെയ്യുന്ന ഘട്ടത്തിൽ അവ ച്ണ്ടിക്കാണിക്ക കയാണ്. അതായത് മൂലധനത്തിൽ പാരിസ്ഥിതിക പ്രശ്നങ്ങളെ സംബന്ധിച്ച നിലപാട് ചിതറിക്കിടക്കുകയാണ് എന്നർത്ഥം. അവ കൂട്ടി

സ്മരണകൾ സമരായുധങ്ങൾ

യോജിപ്പിക്കുമ്പോൾ ഈ മേഖലയിലെ മാർക്സിസ്റ്റ് നിലപാടുകൾ വ്യക്തമാവുകയും ചെയ്യും.

മാർക്സിന്റെ ആദ്യകാല കൃതികളിൽ തന്നെ പാരിസ്ഥിതിക പ്രശ്നങ്ങൾ കടന്നുവരുന്നുണ്ട്. സാമ്പത്തികവും തത്വശാസ്ത്രപരവു മായ ആദ്യത്തെ കൈയ്യെഴുത്ത് പ്രതികളിൽ മാർക്സ് ഈ പ്രശ്നം കൈകാര്യം ചെയ്യുന്നുണ്ട്. ബാഹ്യപ്രകൃതി മനുഷ്യന്റെ അജൈവമായ ശരീരമാണെന്ന് മാർക്സ് വ്യക്തമാക്കുന്നുണ്ട്.

സ്വകാര്യസ്വത്തും മുതലാളിത്തവും കടന്നുവരുന്നതിന് മുമ്പ് മനുഷ്യനും പ്രകൃതിയും തമ്മിലുള്ള ബന്ധത്തെ കുറിച്ച് ഇങ്ങനെ പ്രതിപാദിക്കുന്നുണ്ട്. ''പ്രകൃതി മനുഷ്യന്റെ യാഥാർത്ഥ്യവും ജോലിയുമായിരുന്നു. അധ്വാനത്തി ന്റെ ഉദ്ദേശം ഒരു ജന്തുവംശമെന്ന നിലയിലെ മനുഷ്യന്റെ കർത്തൃത്വവ ൽക്കരണമാണ്. കാരണം മനുഷ്യൻ അവരുടെ ചേതനയിൽ ബൗദ്ധി കമായി മാത്രമല്ല സക്രിയമായും യാഥാർത്ഥ്യമായും പുനരുൽപാദനം നടത്തുന്നു. അതുകൊണ്ട് തന്നെ സ്വയം സൃഷ്ടിച്ച ഒരു ലോകത്തെ കുറിച്ച് മനുഷ്യർക്ക് വിഭാവനം ചെയ്യാൻ കഴിയുന്നു.'' മുതലാളിത്തവും സ്വകാര്യ സ്വത്തും നിലവിൽ വന്നപ്പോൾ ഈ വിഭാവനമായ ശേഷി നഷ്ടമാവുന്നു.

മുതലാളിത്തം ആളുകളേയും അവരുടെ അധ്വാനത്തേയും മറ്റൊരു ചരക്ക് എന്നപോലെ വിലക്കെട്ടക്കുകയാണല്ലോ ചെയ്യുന്നത്. ഇങ്ങനെ വിലക്കെട്ടക്കപ്പെടുന്ന തൊഴിലാളികൾ ഉൽപാദനത്തിന്റെ ഭാഗമായി പ്രകൃതിയിൽ നിന്ന് അവരുടെ നിയന്ത്രണത്തിനും ആവശ്യത്തിനും വേണ്ടിയല്ലാതെ ഇടപെടുന്നു. ഇങ്ങനെ ഇടപെടുമ്പോൾ മുതലാളിത്ത വ്യവസ്ഥയിൽ ഇവ ആരോഗ്യപരമായി ഉപയോഗപ്പെടാത്തതുകൊ ണ്ടതന്നെ ഒരു അന്യവൽക്കരണപ്രക്രിയ നടക്കുന്നതായി വ്യക്തമാ ക്കുന്നു. അതിന്റെ കാരണവും മാർക്സ് പറയുന്നുണ്ട്. ''ഭൗതികവും ബൗദ്ധികവുമായ എല്ലാ ഇന്ദ്രിയങ്ങൾക്കും പകരം അവയുടെയെല്ലാം അന്യവൽക്കരണത്തിന് വഴിതെളിയിക്കുന്ന മറ്റൊന്ന് കടന്നുകയറുന്നു. എല്ലാം സ്വന്തമാക്കാനുള്ള വാസന.'' ഇത് മാറണമെങ്കിൽ മുതലാളിത്ത ത്തിന് പകരം സോഷ്യലിസം സ്ഥാപിക്കുകയും കമ്മ്യൂണിസത്തിലേക്ക് വികസിക്കുകയും ചെയ്യണമെന്ന് മാർക്സ് വിഭാവനം ചെയ്യു. ചുരുക്ക ത്തിൽ മനുഷ്യനും പ്രകൃതിയും തമ്മിലുള്ള ആരോഗ്യകരമായ ബന്ധ ത്തിന് തടസമായി നിൽക്കുന്ന ഒന്നായി മുതലാളിത്ത വ്യവസ്ഥയെ കാണുകയും അതിന്റെ ഉന്മൂലനം പാരിസ്ഥിതികമായ സന്തുലിതാവ സ്ഥയ്ക്ക് അനിവാര്യമാണെന്നും കണ്ടെത്തുകയുണ്ടായി.

പരിസ്ഥിതിയെ സംബന്ധിച്ച മൂലധനത്തിലെ കാഴ്ചപ്പാട്

മൂലധനം മുതലാളിത്ത വ്യവസ്ഥയുടെ ശക്തി ദൗർബല്യങ്ങളെയാ ണല്ലോ വിലയിരുത്തുന്നത്. മൂലധനത്തിന്റെ ഒന്നാം ഭാഗത്തിലെ അധ്യായം ഏഴിൽ അധ്വാന പ്രക്രിയയും മിച്ചോൽപാദന പ്രക്രിയയും എന്ന ഭാഗത്ത് അധ്വാനവും മനുഷ്യനും പ്രകൃതിയും തമ്മിലുള്ള ബന്ധ ത്തിന്റെ പ്രശ്നമാണ് വിലയിരുത്തപ്പെടുന്നത്. ആദ്യകാലഘട്ടത്തിലെ ഉൽപാദനത്തെ സംബന്ധിച്ച് അതിൽ ഇങ്ങനെ വിശകലനം ചെയ്യുന്നു.

"അധ്വാനം എന്നത് ഒന്നാമതായി മനുഷ്യനും പ്രകൃതിയും ഒന്നിച്ച് പങ്കു കൊള്ളുന്ന ഒരു പ്രക്രിയയാണ്-മനുഷ്യൻ, സ്വമേധയാ താനും, പ്രകൃതിയും തമ്മിലുള്ള ഭൗതിക ബന്ധങ്ങൾ സ്ഥാപിക്കുകയും അവയെ ക്രമീകരിച്ച് നിയ ന്ത്രിക്കുകയും ചെയ്യുന്ന ഒരു പ്രക്രിയ. മനുഷ്യൻ പ്രകൃതിയുടെ തന്നെ ഒരു ശക്തി എന്ന നിലയിൽ പ്രകൃതിയെ നേരിടുകയും പ്രകൃതിയുടെ ഉൽപന്നങ്ങളെ സ്വന്തം ആവശ്യങ്ങൾക്ക് അനുരൂപമായ വിധത്തിൽ കൈവശപ്പെടുത്താൻ വേണ്ടി തന്റെ ശരീരത്തിലെ നൈസർഗിക ശക്തികളെ-കൈകാലുകളേയും തലയേയും-പ്രവർത്തിപ്പിക്കുകയും ചെയ്യുന്നു. ഇങ്ങനെ ബാഹ്യലോകത്തിന് മേൽ പ്രവർത്തിക്കുകയും അതിനെ മാറ്റി മറിക്കുകയും ചെയ്യുകൊണ്ട് അവൻ സ്വന്തം പ്രകൃതിയേയും അതോടൊപ്പം മാറ്റുന്നു. അവൻ തന്നിൽ ഉറങ്ങി കിടക്കുന്ന ശക്തികളെ വികസിപ്പിക്കുകയും തന്റെ നിർദ്ദേശമനുസരിച്ച് പ്രവർത്തിപ്പിക്കാൻ അവയെ നിർബന്ധിക്കുകയും ചെയ്യുന്നു." (മൂലധനം, വോള്യം 1 പേജ് 340-341)

മനുഷ്യനും പ്രകൃതിയും യോജിക്കുന്ന ഒരു പ്രക്രിയയാണ് അധ്വാനം എന്ന കാഴ്ചപ്പാട് ഇവിടെ മുന്നോട്ട് വെക്കപ്പെടുന്നു. അതോടൊപ്പം തന്നെ മനുഷ്യൻ പ്രകൃതിയുടെ ഭാഗമാണെന്നും ആ പ്രകൃതിയെ സ്വന്തം ആവശ്യങ്ങൾക്ക് അനുസൃതമായ വിധത്തിൽ രൂപപ്പെടുത്തുന്നതിനുള്ള പരിശ്രമം മനുഷ്യൻ നടത്തുന്ന കാര്യം പറയുന്നു. ഇങ്ങനെ പ്രകൃതിയെ മാറ്റാനുള്ള പ്രവർത്തനത്തിൽ ഇടപെടുമ്പോൾ തന്നെ സ്വയം മാറ്റിത്തീ ർക്കുന്ന പ്രക്രിയയും ഇതോടൊപ്പം നടക്കുന്നതായി മാർക്സ് എടുത്ത് പറയുന്നു.

ജീവജാലങ്ങളുടെ പ്രവർത്തനവും മനുഷ്യന്റെ അധ്വാനവും തമ്മിലുള്ള വ്യത്യാസം

ആദ്യകാലത്ത് മനുഷ്യൻ നടത്തുന്ന ഉൽപാദനപ്രക്രിയയുടെ സവിശേ ഷതയെ വിശകലനം ചെയ്ത മാർക്സ് തുടർന്ന് ജീവജാലങ്ങൾ നടത്തു ന്ന നിർമ്മാണ പ്രവർത്തനങ്ങളേയും അവയുടെ സവിശേഷതയും

വിശദീകരിക്കുന്നുണ്ട്. മനുഷ്യന്റെ അധ്വാന പ്രക്രിയയും ജീവജാലങ്ങളുടെ പ്രവർത്തനവും തമ്മിൽ താരതമ്യം നടത്തിയശേഷം മനുഷ്യന്റെ പ്രവർത്തനത്തിന്റെ സവിശേഷതയെ സംബന്ധിച്ച് വിശദീകരിക്കുകയാണ് ചെയ്യുന്നത്.

"എട്ടുകാലി നെയ്ത്തുകാരനെ പോലെ തന്നെ വലകെട്ടുന്നു. തേനീച്ച ശില്പ വേലക്കാരനെ നാണിപ്പിക്കുന്ന അത്ര വൈദശ്യത്തോടെ തന്റെ അറകൾ നിർമ്മിക്കുന്നു. എന്നാൽ ശില്പവേലക്കാരൻ ഒരു ഭവനം യഥാർത്ഥത്തിൽ കെട്ടിപ്പൊക്കുന്നതിന് മുമ്പ് അതിനെ സ്വന്തം സങ്കൽപത്തിൽ കെട്ടി ഉയർത്തുന്നു. ഇതാണ് ഏറ്റവും മോശക്കാരനായ ശില്പവേലക്കാരനെ പോലും ഏറ്റവും നല്ല തേനീച്ചകളിൽ നിന്ന് തരംതിരിക്കുന്നത്. ഓരോ അധ്വാന പ്രക്രിയയുടേയും അന്ത്യത്തിൽ ലഭ്യമാകുന്ന ഫലമെന്തോ അത് അധ്വാനിക്കുന്നതിന് മുമ്പ് തന്നെ തൊഴിലാളികളുടെ സങ്കൽപത്തിൽ നിലനിന്നിരുന്നതാണ്. തൊഴിലാളി താൻ പണിനടത്തുന്ന സാമഗ്രികളുടെ രൂപം മാറ്റുക മാത്രമല്ല ചെയ്യുന്നത്. അയാൾ തന്റെ സ്വന്തമായൊരു ലക്ഷ്യം നേടുക കൂടി ചെയ്യുന്നു. സ്വന്തം പ്രവർത്തന ക്രമത്തിന് ഒരു ചിട്ട നൽകുന്ന ആ ലക്ഷ്യത്തിന് അയാൾ തന്റെ ഇച്ഛാശക്തിയെ അധീനമാക്കിയേ തീരൂ."
(മൂലധനം, വോള്യം 1, പേജ് 341)

മനുഷ്യൻ ഇച്ഛാശക്തിയോട് കൂടിയാണ് പ്രവർത്തിക്കുന്നത്. സ്വന്തം ഇച്ഛയ്ക്ക് അനുസരിച്ച് ലോകത്തെ മാറ്റിയെടുക്കുന്നതിനുള്ള പ്രവർത്തനം കൂടിയാണ് മനുഷ്യന്റെ അധ്വാനം. എന്നാൽ ജീവജാലങ്ങളാവട്ടെ ജൈവികമായ ഒരു പ്രക്രിയയുടെ ഭാഗമായി ഇതിനെ രൂപപ്പെടുത്തുന്നുവെന്ന് മാത്രം. ഈ വ്യത്യസ്തത കണക്കിലെടുത്തുകൊണ്ടാണ് ഏത് മോശപ്പെട്ട ശില്പവേലക്കാരനും ഏറ്റവും മികച്ച തരത്തിൽ തന്റെ പ്രവർത്തനം പൂർത്തീകരിക്കുന്ന ജന്തുജാലങ്ങളേക്കാളും ഉയർന്നതായി നിൽക്കുന്നത് എന്ന് മാർക്സ് അഭിപ്രായപ്പെടുന്നത്. അതായത് പ്രകൃതിയോടുള്ള ഇടപെടലിൽ മനുഷ്യനും ജീവജാലങ്ങളും തമ്മിലുള്ള വ്യത്യാസത്തിൽ ഇച്ഛാശക്തിയെക്കൂടി പ്രതിഷ്ഠിക്കുകയാണ് ചെയ്യുന്നത്. തന്റെ ഇച്ഛയ്ക്ക് അനുസരിച്ച് പ്രകൃതിയിൽ മാറ്റം വരുത്തുന്നതിനുള്ള മനുഷ്യന്റെ ശേഷിയാണ് മൃഗങ്ങളിൽ നിന്ന് അവരെ വ്യത്യസ്തമാക്കുന്ന കാര്യമെന്നും മാർക്സ് ചൂണ്ടിക്കാണിക്കുന്നു. ഈ സമീപനത്തെ തിരിച്ചറിയുക എന്നത് പാരിസ്ഥിതിക പ്രശ്നങ്ങളെ സംബന്ധിച്ച മാർക്സിസ്റ്റ് സമീപനത്തിലെ പ്രധാനപ്പെട്ട സവിശേഷതയാണ്.

പ്രകൃതിയിലുള്ള ഇടപെടൽ മനുഷ്യ സമൂഹത്തിന്റെ നിലനിൽപിന്റെ ഭാഗം

അധ്വാനമെന്നത് മനുഷ്യസമൂഹത്തിന്റെ വികാസത്തിന്റെ ഭാഗ മാണെന്നും അതാണ് എല്ലാ സാമൂഹ്യഘട്ടങ്ങളുടെ നിലനിൽപിന്റെ അടിസ്ഥാനം എന്നും അദ്ദേഹം വ്യക്തമാക്കുന്നു. അതായത് പ്രകൃതി വിഭവങ്ങളെ മനുഷ്യാവശ്യങ്ങൾക്കുവേണ്ടി മാറ്റി എടുക്കുന്ന പ്രക്രിയ യാണ് മനുഷ്യ സമൂഹത്തിന്റെ വികാസത്തിന്റെ അടിസ്ഥാനം. മന ുഷ്യന്റെ സംസ്കാരം കെട്ടിപ്പടുക്കുന്നതിനും അവന്റെ ജീവിതം മുന്നോട്ട് പോകുന്നതിനും അടിസ്ഥാനം ഇതാണ്. ഇത് സംബന്ധിച്ച് മാർക്സ് ഇങ്ങനെയാണ് എഴുതുന്നത്.

"അധ്വാന പ്രക്രിയ എന്നത് ഉപയോഗമൂല്യങ്ങളെ ഉൽപാദിപ്പിക്കുക എന്ന ഉദ്ദേശത്തോടുകൂടി ചെയ്യുന്ന മനുഷ്യപ്രവർത്തനമാണ്. പ്രകൃതി വിഭവങ്ങളെ മാനുഷിക ആവശ്യങ്ങൾക്കുവേണ്ടി മാറ്റി എടുക്കുക എന്ന പ്രക്രിയയാണത്. മനുഷ്യനും പ്രകൃതിക്കുമിടയിൽ ഭൗതിക പദാർത്ഥങ്ങളെ വിനിമയം ചെയ്യാൻ ആവശ്യമായ അവശ്യോപാധിയാണത്. മനുഷ്യന്റെ നിലനിൽപിന് വേണ്ടി പ്രകൃതി അടിച്ചേൽപിച്ച ഒരു ശാശ്വതോപാധിയാണത്. അതിനാൽ അത് ആ നിലനിൽപിന്റെ വിവിധങ്ങളായ സാമൂഹ്യരൂപങ്ങളിൽ നിന്ന് സ്വതന്ത്രമാണ്. എല്ലാ സാമൂഹ്യഘട്ടങ്ങൾക്കും പൊതുവിൽ ബാധകമായ ഒരു ഉപാധിയാ ണത് എന്ന് പറയുന്നതാവും കൂടുതൽ ശരി." (മൂലധനം, വോള്യം 1, പേജ് 348)

ഇത്തരം ഇടപെടലിലൂടെ പ്രകൃതിയെ മനുഷ്യന് അനുയോജ്യമായ വിധത്തിൽ രൂപപ്പെടുത്തുന്നതിനുള്ള ശേഷി മനുഷ്യന്റെ നിലനിൽപിന് വേണ്ടി തന്നെ പ്രകൃതി സൃഷ്ടിച്ച ശാശ്വത ഉപാധിയാണെന്നാണ് മാർക്സ് വ്യക്തമാക്കുന്നത്. അതുകൊണ്ട് തന്നെ വിവിധങ്ങളായ സാമൂഹ്യ രൂപങ്ങളിൽ നിന്ന് അത് മാറി നിൽക്കുന്നതായും വ്യക്തമാ ക്കുന്നു. ഏതെങ്കിലും ഒരു സാമൂഹ്യ വ്യവസ്ഥയുടെ കാര്യത്തിൽ മാത്രമല്ല എല്ലാ സാമൂഹ്യ വ്യവസ്ഥയ്ക്കും ബാധകമായ ഒരു ഉപാധിയാണ് ഇത് എന്ന് മാർക്സ് അടിവരയിടുന്നു.

പ്രകൃതിയിലെ ഇടപെടൽ ശരിയായ ദിശയിൽ മുന്നോട്ട് പോവേണ്ടത് അനിവാര്യം

പ്രകൃതിയിൽ ഇടപെടുക എന്നത് മനുഷ്യന്റെ നിലനിൽപിന് തന്നെ അത്യാവശ്യമാണെന്ന് വിശദീകരിക്കുന്ന മാർക്സ് എന്നാൽ അത്തരം ഇടപെടലുകളിൽ ചിലതെങ്കിലും മനുഷ്യസമൂഹത്തിന്റെ വികാസത്തി നും പ്രകൃതിയുടെ നിലനിൽപിനും തടസമായി നിൽക്കുന്ന കാര്യവും

സ്മരണകൾ സമരായുധങ്ങൾ

വിശദീകരിക്കുന്നു. മൂലധനത്തിൽ മുതലാളിത്തത്തെയാണ് വിശകലനം ചെയ്യുന്നത് എന്നതിനാൽ അത് പ്രകൃതിയിൽ ഉണ്ടാക്കുന്ന ഗൗരവമായ ചില പ്രശ്നങ്ങളിലേക്ക് നമ്മുടെ ചിന്ത കൊണ്ടുവരികയും ചെയ്യുന്നു. അതിനെ തന്നെ ഏകപക്ഷീയമായി കാണുകയല്ല അതിന്റെ വിവിധ വശങ്ങളെ പരിശോധിക്കുന്നതിനും അദ്ദേഹം തയ്യാറാവുന്നു. ആധുനിക വ്യവസായം കൃഷിയിൽ വരുത്തുന്ന മാറ്റത്തെ സംബന്ധിച്ച് മാർക്സ് വിശദീകരിക്കുന്നിടത്ത് ശാസ്ത്രീയ സമ്പ്രദായങ്ങൾ അവതരിപ്പിക്കുന്നതു മായി ബന്ധപ്പെട്ട കാര്യങ്ങളെ വിശകലനം ചെയ്യുന്ന മൂലധനത്തിന്റെ ഭാഗത്ത് ഇത് കാണാം.

"കൃഷിയുടെ മേഖലയിൽ ആധുനിക വ്യവസായം വരുത്തുന്ന പ്രത്യാഘാതം മറ്റെന്തിലും ഉള്ളതിനേക്കാൾ കൂടുതൽ വിപ്ലവാത്മകമാണ്. കാരണം പഴയ സമൂഹത്തിന്റെ നട്ടെല്ലായ കൃഷിക്കാരനെ അത് നശിപ്പിക്കുകയും തൽസ്ഥാന ത്ത് കൂലി വേലക്കാരനെ കൊണ്ടുവരികയും ചെയ്യുന്നു. അങ്ങനെ സാമൂഹ്യപരി വർത്തനങ്ങൾക്കുള്ള ആഗ്രഹത്തേയും വർഗശത്രുക്കളേയും നാട്ടിൻ പുറത്തും പട്ടണങ്ങളിലെ നിലവാരത്തിലേക്ക് കൊണ്ടുവരുന്നു. യുക്തിരഹിതവും പഴഞ്ചനമായ കൃഷി സമ്പ്രദായങ്ങളുടെ സ്ഥാനത്ത് ശാസ്ത്രീയ രീതികൾ വരുന്നു. കൃഷിയേയും ശൈശവ ദിശയിലുള്ള നിർമ്മാണ തൊഴിലിനേയും കൂട്ടിയിണക്കുന്ന പഴയ ബന്ധത്തെ മുതലാളിത്ത ഉൽപാദനം നിശേഷം തകർക്കുന്നു." (മൂലധനം, വോള്യം 1, പേജ് 726)

അതായത് ഇവിടെ മാർക്സ് മുതലാളിത്തവൽക്കരണം കാർഷി കരംഗത്ത് ഉണ്ടാക്കുന്ന പ്രത്യാഘാതങ്ങളേയും അത് നിർണ്ണയിക്ക ന്ന ഗുണപരമായ വശത്തേയും സൂചിപ്പിക്കുകയാണ് ചെയ്യുന്നത്. ഫ്രാൻസിലെ വർഗസമരങ്ങളിൽ കാർഷികമേഖലയിൽ മുതലാളിത്തം ഉണ്ടാക്കുന്ന സവിശേഷതകൾ വിശദീകരിച്ച മാർക്സിന്റെ നിലപാട്ട കൾ തന്നെയാണ് ഇവിടെ അവതരിപ്പിക്കപ്പെടുന്നത്. കേവലം ഹിംസാ ത്മകമായി മുതലാളിത്തത്തെ കാണുകയല്ല അതിനെ ചരിത്രപരമായി സമീപിക്കുന്ന രീതി തന്നെയാണ് ഇവിടെയുള്ളത്. അത് പഴഞ്ചൻ കൃഷി സമ്പ്രദായങ്ങളുടെ സ്ഥാനത്ത് ശാസ്ത്രീയമായ രീതികളെ കൊണ്ട് വന്നതിനേയും ഇതിൽ പരാമർശിക്കുന്നുണ്ട്. അതേ അവസരത്തിൽ നിർമ്മാണ തൊഴിലും കൃഷിയും തമ്മിലുള്ള ബന്ധത്തെ തകർത്ത് ആധുനിക വ്യവസായത്തിന്റെ അടിത്തറയാക്കി കാർഷികമേഖലയെ മാറ്റുന്ന കാര്യവും അവതരിപ്പിക്കുകയാണ് ചെയ്യുന്നത്.

പ്രകൃതിയുടെ സ്വാഭാവികമായ താളത്തെ മുതലാളിത്തത്തിന്റെ കടന്ന വരവും പ്രകൃതിയെ മനസിലാക്കാതെയുള്ള സാങ്കേതിക വിദ്യയുടെ

ഉപയോഗവും എങ്ങനെ പ്രതിസന്ധിയിലാക്കുന്നുവെന്ന് വ്യക്തമാക്കുന്നു. അത് മണ്ണിനേയും തൊഴിലാളികളേയും എത്തരത്തിൽ ബാധിക്കുന്നുവെന്നും പറയുന്നുണ്ട്. കീടനാശിനികളുടേയും പ്ലാസ്റ്റിക്കിന്റേയും പ്രശ്നങ്ങൾ സജീവമായി ഉയരുന്ന വർത്തമാനകാലത്ത് മാർക്സിന്റെ ഈ നിഗമനങ്ങൾ ഏറെ പ്രസക്തമായി തീരുകയാണ്. ഇത് സംബന്ധിച്ച് മാർക്സ് ഇങ്ങനെ രേഖപ്പെടുത്തുന്നു.

"മറ്റവശത്താവട്ടെ മനുഷ്യനും മണ്ണും തമ്മിലുള്ള ഭൗതിക പദാർത്ഥങ്ങളുടെ പരിക്രമണത്തെ തകരാറിലാക്കുകയും ചെയ്യുന്നു. അതായത് ഭക്ഷണത്തിന്റേയും ഉണിയുടേയും രൂപത്തിൽ മനുഷ്യൻ അനുഭവിക്കുന്ന മൂലപദാർത്ഥങ്ങളെ മണ്ണിലേക്ക തിരിച്ചുകൊടുക്കുന്നതിനെ തടയുന്നു; അതുകൊണ്ട മണ്ണിന്റെ ശാശ്വതമായ വളക്കൂറിനു വേണ്ട ഉപാധികളെ ലംഘിക്കുന്നു. ഈ നടപടികൊണ്ട് അത് ഒരേസമയം നഗരത്തിലെ തൊഴിലാളിയുടെ ആരോഗ്യത്തേയും നാട്ടിൻപുറത്തെ തൊഴിലാളിയുടെ ബുദ്ധിപരമായ ജീവിതത്തേയും നശിപ്പിക്കുന്നു." (മൂലധനം, വോളം 1, പേജ് 726-727)

മുതലാളിത്തത്തിന്റെ സമ്പ്രദായങ്ങൾ പ്രകൃതിയേയും മനുഷ്യനേയും ഏതൊക്കെ തരത്തിൽ അപകടകരമായി ബാധിക്കുന്നുവെന്നകാര്യം വളരെ വിശദമായ പരിശോധനയ്ക്ക് ഇടർന്നും വിധേയമാക്കുന്നുണ്ട്. അതിലൂടെ മുതലാളിത്ത വ്യവസ്ഥ ഏതൊക്കെ വിഭാഗങ്ങൾക്കാണ് അപകടകരമായി തീരുന്നത് എന്നും മാർക്സ് വ്യക്തമാക്കുന്നു. മുതലാളിത്ത കൃഷി രീതികൾ മണ്ണിന്റെ വളക്കൂറിനേയും തൊഴിലാളികളുടെ ആരോഗ്യത്തെ പോലും ബാധിക്കുന്ന നിലയിലേക്ക് മാറുന്നതായി മറ്റൊരിടത്തും എടുത്ത് പറയുന്നുണ്ട്.

ഈ പ്രക്രിയയെ വിലയിരുത്തിക്കൊണ്ട് മാർക്സ് ഇങ്ങനെ വ്യക്തമാക്കുന്നു:

"മുതലാളിത്ത കൃഷിയിലുണ്ടായ എല്ലാ പുരോഗതിയും, തൊഴിലാളിയെ മാത്രമല്ല മണ്ണിനേയും കൊള്ളയടിക്കുന്ന കലയിലെ ഒരു പുരോഗതിയാണ്; തൽക്കാലത്തേക്ക മണ്ണിന്റെ വളക്കൂറ് ഉയർത്തുന്നതിലുണ്ടായ എല്ലാ പുരോഗതിയും ആ വളക്കൂറിന്റെ ശാശ്വതമായ ഉറവിടങ്ങളെ വറ്റിക്കുന്നതിലേക്കുള്ള ഒരു പുരോഗതിയാണ്. അമേരിക്കൻ ഐക്യനാടുകളിലെന്നപോലെ, ആധുനിക വ്യവസായത്തിന്റെ അടിത്തറയിന്മേൽ ഒരു രാജ്യം എത്രത്തോളം കൂടുതൽ അതിന്റെ വികസനം തുടങ്ങുന്നുവോ അത്രത്തോളം കൂടുതൽ സത്വരമാണ് ഈ നശീകരണ പ്രക്രിയ. അതുകൊണ്ട് എല്ലാ സമ്പത്തിന്റേയും മൂലസ്രോതസ്സുകളായ മണ്ണിനേയും തൊഴിലാളിയേയും ഊറ്റിക്കുടിച്ചുകൊണ്ട മാത്രമാണ് മുതലാളിത്തോൽപ്പാദനം സാങ്കേതികവിദ്യയെ വളർത്തുകയും

ഒരു സാമൂഹ്യസമഷ്ടിയായി വിവിധ പ്രക്രിയകളെ സംയോജിപ്പിക്കുകയും ചെയ്യുന്നത്." (മൂലധനം, വോള്യം 1, പേജ് 727) (അടിവര ലേഖകന്റേത്)

മുതലാളിത്ത ഉൽപ്പാദനരീതി മണ്ണിനെയും പ്രകൃതിയെയും നശിപ്പിക്കുന്നതാണെന്ന് വളരെ വ്യക്തമായി മാർക്സ് ഇവിടെ എടുത്തുപറയുകയാണ് ചെയ്യുന്നത്. ലെനിൻ മാർക്സിന്റെ സിദ്ധാന്തങ്ങളെ വിശദീകരിക്കുമ്പോൾ ഉദ്ധരിച്ചത് ഈ ഭാഗമാണ്. മുതലാളിത്ത സമ്പ്രദായങ്ങൾ എത്രത്തോളം വികസിക്കുന്നുവോ അതിനനുസരിച്ച് ചൂഷണം ശക്തിപ്പെട്ടും എന്നു പറഞ്ഞതുപോലെ, മുതലാളിത്തം കാർഷികമേഖലയിൽ വികസിക്കുന്നതോടൊപ്പം മണ്ണിന്റെ ഫലഭൂയിഷ്ടതയും നഷ്ടമാകുന്ന പ്രശ്നം ഇവിടെ അവതരിപ്പിക്കപ്പെടുകയാണ്. അതായത്, മുതലാളിത്തം പ്രകൃതിയെയും തൊഴിലാളിയെയും ചൂഷണം ചെയ്തുകൊണ്ടാണ് നിലനിൽക്കുന്നത് എന്ന് മാർക്സ് സൂചിപ്പിക്കുന്നു.

മുതലാളിത്തം ഓരോ രാജ്യത്തും പ്രകൃതിയുടെ സവിശേഷതകൾക്ക് അനുസരിച്ച് മാറിക്കൊണ്ടിരിക്കുന്ന കാര്യവും അവ മനുഷ്യന്റെ സംസ്കാരത്തേയും ജീവിതത്തേയും രൂപപ്പെടുത്തുന്നതിന്റെ പ്രശ്നവും മാർക്സ് രേഖപ്പെടുത്തുന്നുണ്ട്. ശ്രദ്ധേയവും കാവ്യാത്മകവുമായ രീതിയിലാണ് ഇത് മുന്നോട്ട് വെക്കപ്പെട്ടിട്ടുള്ളത്.

"മുതലാളിത്തോൽപ്പാദനരീതി മനുഷ്യന് പ്രകൃതിയുടെമേലുള്ള ആധിപത്യത്തെ ആസ്പദമാക്കിയുള്ളതാണ്. എവിടെ പ്രകൃതി കൂടുതൽ ഔദാര്യം കാണിക്കുന്നുവോ അവിടെ അവൾ "കൈപിടിച്ചുനടത്തുന്ന ഒരു കുട്ടിയെപ്പോലെ മനുഷ്യനെ നിയന്ത്രിക്കുന്നു." മനുഷ്യൻ സ്വയം വളരണമെന്ന യാതൊരു ആവശ്യകതയും പ്രകൃതി അവന്റെമേൽ ചുമത്തുന്നില്ല. മൂലധനത്തിന്റെ മാതൃരാജ്യം സസ്യശ്യാമളമായ ഉഷ്ണമേഖലാ പ്രദേശങ്ങളല്ല, നേരെമറിച്ച്, മിതശീതോഷ്ണമേഖലയാണ്. മണ്ണിന്റെ ഫലപുഷ്ടി മാത്രമല്ല, മണ്ണിന്റെ വ്യതിരേകവും പ്രകൃതിസിദ്ധങ്ങളായ ഉൽപ്പന്നങ്ങളുടെ വൈവിധ്യവും ഋതുക്കളിലുണ്ടാക്കുന്ന വ്യത്യാസങ്ങളുമാണ് സാമൂഹ്യമായ അധ്വാന വിഭജനത്തിനുവേണ്ട ഭൗതികാടിസ്ഥാനം സൃഷ്ടിക്കുന്നത്. അവ മനുഷ്യന്റെ പ്രകൃതിസിദ്ധമായ ചുറ്റുപാടുകളിൽ മാറ്റങ്ങൾ വരുത്തുകയും അങ്ങനെ അവന്റെ ആവശ്യങ്ങളെ പെരുപ്പിക്കുന്നതിന്, അവന്റെ കഴിവുകളെ വളർത്തുന്നതിന്, അവന്റെ അധ്വാനത്തിന്റെ മാർഗങ്ങളെയും രീതികളെയും വികസിപ്പിക്കുന്നതിന്, അവനെ മുന്നോട്ട് തള്ളുകയും ചെയ്യുന്നു. ഒരു പ്രകൃതിശക്തിയെ സമുദായത്തിന്റെ നിയന്ത്രണത്തിനു കീഴിൽ കൊണ്ടുവരികയും അതിനെ ദുർവ്യയം കൂടാതെ പ്രയോജനപ്പെടുത്തുകയും മനുഷ്യന്റെ കൈകളുടെ പ്രവർത്തനം കൊണ്ട് വൻതോതിൽ അതിനെ കൈവശപ്പെടുത്തുകയോ കീഴടക്കുകയോ

ചെയ്യേണ്ടതിന്റെ ആവശ്യകതയാണ് വ്യവസായ ചരിത്രത്തിൽ ഒന്നാമതായി നിർണ്ണായകമായ പങ്കു വഹിക്കുന്നത്. ഈജിപ്തിലെയും ലൊംബാർഡിയി ലെയും ഹോളണ്ടിലെയും അല്ലെങ്കിൽ ഇന്ത്യയിലെയോ പേർഷ്യയിലെയോ ജലസേചനപദ്ധതികളെ ഉദാഹരണമായെടുക്കാം. ഇവിടെ കൃത്രിമമായി നിർമ്മിച്ച തോട്ടുകളിൽ കൂടിയുള്ള ജലസേചനം നിലങ്ങൾക്ക് അനുപേക്ഷ ണീയമായ ജലം നൽകുന്നതിനോടൊപ്പം മലമുകളിൽനിന്ന് എക്കലിന്റെ രൂപത്തിലുള്ള ധാതുവളങ്ങളെ താഴോട്ടൊഴുക്കിക്കൊണ്ടുവരികയും ചെയ്യുന്നു. അറബികളുടെ ആധിപത്യകാലത്ത് സ്പെയിനിലും സിസിലിയയിലും ഉണ്ടായ വ്യവസായ വികസനത്തിന്റെ രഹസ്യം അവരുടെ ജലസേചനപ്ര വർത്തനത്തിലാണ് കിടക്കുന്നത്." (മൂലധനം, വോള്യം 1, പേജ് 778)

മുതലാളിത്ത ഉൽപ്പാദനരീതി എന്നത് പ്രകൃതിക്കുമേലുള്ള ആധിപത്യ വുമായി ബന്ധപ്പെട്ടുകൊണ്ടാണ് നിലനിൽക്കുന്നത് എന്ന കാര്യമാണ് ഇവിടെ മാർക്സ് വ്യക്തമാക്കുന്നത്. പ്രകൃതി മനുഷ്യന് ആവശ്യമാ യതെല്ലാം കനിഞ്ഞുനൽകുന്നിടത്ത് മുതലാളിത്തം രൂക്ഷമായ പ്രകൃ തിച്ചൂഷണത്തിന്റെ തലത്തിലേക്ക് നീങ്ങുന്നില്ല. എന്നാൽ, പ്രകൃതി അത്രയേറെ ഫലപുഷ്ടിയില്ലാത്തിടത്ത് ചൂഷണത്തിന്റെ കരാളമുഖങ്ങൾ പ്രദർശിപ്പിക്കുകയാണ് ചെയ്യുന്നത് എന്നും മാർക്സ് പറയുന്നു. ഇങ്ങനെ പ്രകൃതിയെ കീഴ്പ്പെടുത്തി തങ്ങളുടെ ആവശ്യങ്ങൾക്ക് ഉപയോഗപ്പെട്ട ത്തുന്ന മുതലാളിത്തത്തിന്റെ ഇടപെടൽ സ്ഥലകാലങ്ങൾക്കനുസരിച്ച് മാറിക്കൊണ്ടിരിക്കുന്ന ഒന്നാണെന്നും വ്യക്തമാക്കപ്പെടുന്നു. ഓരോ പ്രദേശത്തിന്റേയും രാജ്യത്തിന്റേയും സവിശേഷതകൾക്കനുസരിച്ച് അവ മാറിക്കൊണ്ടിരിക്കുന്നവെന്നാണ് ഇതിനർത്ഥം.

കൃഷിയും വ്യവസായവും തമ്മിലുള്ള വ്യത്യാസം

നേരിട്ട് പ്രകൃതിയുമായി ബന്ധപ്പെട്ട് കിടക്കുന്നത് കൃഷിയാണ്. കാരണം പ്രകൃതി നൽകുന്ന മണ്ണാണ് അതിന് അടിസ്ഥാനമായി നിൽക്കുന്നത്. എന്നാൽ വ്യാവസായിക ഉൽപാദനത്തിന്റെ രീതിയാവ ട്ടെ മനുഷ്യനിർമ്മിതമായ ഉപകരണങ്ങളുടേയും അതിന്റെ ഭാഗമായുള്ള ഫാക്ടറി സംവിധാനത്തിനേയും അടിസ്ഥാനപ്പെടുത്തിയുള്ളതാണ്. ഇത് സംബന്ധിച്ചുള്ള വ്യത്യാസം മാർക്സ് സവിശേഷമായി തന്നെ എടുത്ത് പറയുന്നുണ്ട്.

"എങ്കിലും ഉൽപ്പാദനശക്തിയുടെ വികാസത്തിന്റെ നിലവാരത്തിൽ മാറ്റ മില്ലെങ്കിൽ യന്ത്രങ്ങൾ എല്ലായ്പ്പോഴും അധഃപതിക്കും. ഉൽപ്പാദനക്ഷമത വളരെ വേഗത്തിൽ വികസിപ്പിക്കുകയാണെങ്കിലോ പഴയ യന്ത്രങ്ങൾക്ക

പകരം കൂടുതൽ പ്രയോജനകരമായ പുതിയ യന്ത്രങ്ങൾ സ്ഥാപിക്കേണ്ടതാ യിട്ടുണ്ട്. മറ്റ വാക്കുകളിൽ പഴയ യന്ത്രങ്ങൾ നഷ്ടപ്പെടുന്നു. എന്നാൽ, മണ്ണിന്റെ സ്ഥിതി അതല്ല. ശരിക്ക് പരിചരിച്ചാൽ അത് എക്കാലവും മെച്ചപ്പെട്ടുകൊ ണ്ടിരിക്കും. മുമ്പ് നടത്തിയ നിക്ഷേപങ്ങൾ നഷ്ടപ്പെടാതെ തുടർച്ചയായി മൂലധന നിക്ഷേപങ്ങൾക്ക് സൗകര്യം നൽകുന്ന മണ്ണിന്റെ ഗുണം, ഈ തുടർച്ചയായ മൂലധന നിക്ഷേപങ്ങളിൽനിന്നുള്ള വിളവ് വ്യത്യാസപ്പെടാനി ടയുണ്ടെന്ന സാധ്യത സൃഷ്ടിക്കുന്നു.'' (മൂലധനം, വോള്യം 2, പേജ് 913-914)

പ്രകൃതിയെ ശരിയായ അർത്ഥത്തിൽ പരിചരിച്ച് മുന്നോട്ട് പോയാൽ അവ കൂടുതൽ ഉൽപാദനക്ഷമമായി തീരുന്നതിന്റെ സാധ്യതകളെ യാണ് ഇവിടെ മാർക്സ് എടുത്ത് പറഞ്ഞിട്ടുള്ളത്.

''ആരംഭത്തിൽ വൻകിട വ്യവസായം മുഖ്യമായും അധ്വാനശക്തിയെയാണ്, അങ്ങനെ മനുഷ്യരുടെ സ്വാഭാവിക ബലത്തെയാണ് ക്ഷയിപ്പിക്കുകയും നശിപ്പിക്കുകയും ചെയ്തിരുന്നത്. എന്നാൽ, വൻകിട കൃഷിയാവട്ടെ കൂടുതൽ നേരിട്ട് മണ്ണിന്റെ പ്രകൃതിലബ്ധമായ ഓജസ്സിനെ ക്ഷയിപ്പിച്ചു. പിന്നീടുള്ള വികാസഗതിയിൽ അവ രണ്ടും കൈകോർത്ത് പിടിക്കുന്നു. വ്യാവസായിക സമ്പ്രദായം നാട്ടിൻപുറങ്ങളിലും തൊഴിലാളികളെ നിർവീര്യമാക്കുകയും വ്യവസായവും വ്യാപാരവും മണ്ണിനെ ക്ഷയിപ്പിക്കുന്നതിനുള്ള ഉപായങ്ങൾ കൃഷിക്ക് ലഭ്യമാക്കുകയും ചെയ്യുന്നു.'' (മൂലധനം, വോള്യം 2, പേജ് 953)

ഇവിടെ മാർക്സ് വിഭാവനം ചെയ്യുന്നത് വ്യവസായ വികസനം മനുഷ്യരുടെ അധ്വാനശക്തിയെ ദുർബലപ്പെടുത്തുമ്പോൾ കാർഷി കമേഖലയിലെ മുതലാളിത്തത്തിന്റെ വികാസം മണ്ണിന്റെ ഓജസ്സി നെയുമാണ് നശിപ്പിക്കുന്നത്. അതായത്, മുതലാളിത്ത വികാസം തൊഴിലാളിയെയും മണ്ണിനെയും ചൂഷണം ചെയ്യുന്ന ഒന്നായിത്തീരുന്നു എന്നർത്ഥം. ഇവിടെയാണ് തൊഴിലാളി വർഗ പ്രസ്ഥാനങ്ങൾക്ക് മുത ലാളിത്തത്തിനെതിരായ സമരത്തിൽ പാരിസ്ഥിതികമായ പ്രശ്നങ്ങൾ കൂടി ഏറ്റെടുത്ത് മുന്നോട്ട് കൊണ്ടുപോവേണ്ടതുണ്ട് എന്ന് പറയുന്നത്. അതായത് പാരിസ്ഥിതിക പ്രശ്നങ്ങളും തൊഴിലാളി വർഗത്തിന്റെ പ്ര ശ്നങ്ങൾക്കും ഉത്തരവാദിയായി തീരുന്ന മുതലാളിത്തത്തെ തകർക്കുക എന്നത് രണ്ടിന്റേയും നിലനിൽപിനും മുന്നോട്ടത്തിനും അനിവാര്യമാകു ന്നു. പരസ്പരം ഏറ്റുമുട്ടേണ്ടതല്ല പരിസ്ഥിതി വാദവും തൊഴിലാളി വർഗ രാഷ്ട്രീയവും എന്നർത്ഥം.

ആദ്യകാലത്തെ മനുഷ്യാധ്വാനവും പിൽക്കാലത്തെ മനുഷ്യാധ്വാനവും തമ്മിലുള്ള വ്യത്യാസം

പ്രാചീന കാലത്തെ മനുഷ്യന്റെ അധ്വാനവും മനുഷ്യ സമൂഹത്തിന്റെ വികാസ പ്രക്രിയയ്ക്കിടയിൽ അധ്വാനത്തിന്റെ രീതിയിൽ ഉണ്ടായ വ്യത്യാസത്തേയും സംബന്ധിച്ച് മാർക്സ് വിശദീകരിക്കുന്നുണ്ട്. അതോടൊപ്പം തന്നെ കാലമെത്ര പിന്നിട്ടാലും ശരി മനുഷ്യനും ഭൂമിയും തമ്മിലുള്ള ബന്ധത്തിലൂടെ രൂപപ്പെടുന്ന അധ്വാന പ്രക്രിയ പിൽക്കാലത്തും തുട രുന്നുവരുന്ന കാര്യം മാർക്സ് വ്യക്തമാക്കുന്നുണ്ട്.

"എന്നാൽ ആരംഭത്തിൽ മനുഷ്യനും മനുഷ്യനിൽ നിന്നും സ്വതന്ത്രമായി നിൽക്കുന്ന ഭൂമിയും മാത്രം അധ്വാന പ്രക്രിയയിലെ പങ്കാളികളായിരുന്നതെ ങ്ങനെയോ അങ്ങനെ തന്നെ നമ്മൾ ഇപ്പോഴും ഈ പ്രക്രിയയിൽ പ്രകൃതി യിൽനിന്ന് നേരിട്ട് ലഭിക്കുന്നവയും മനുഷ്യപ്രയത്നം കൂടിക്കലരാത്തവയും ആയ പല ഉൽപാദനോപകരണങ്ങളും ഉപയോഗിക്കുന്നുണ്ട്." (മൂലധനം, വോള്യം 1, പേജ് 347)

മനുഷ്യന്റെ ആദ്യകാലഘട്ടങ്ങളിൽ ഭൂമിയും മനുഷ്യനും തമ്മിലുള്ള കേവല പ്രക്രിയയായിരുന്ന അധ്വാനമെങ്കിൽ പിന്നീട് അത്തുമാറി മനുഷ്യ പ്രയത്നത്തിന്റെ ഭാഗമായി ഉൽപാദിപ്പിക്കപ്പെട്ട ഉൽപന്നങ്ങൾ പോലും അസംസ്കൃത വസ്തുക്കളാക്കി വീണ്ടും ഉൽപാദനവസ്തുക്കളാക്കി മാറ്റുന്ന പ്രക്രിയയായി ഉൽപാദനം മാറുന്ന കാര്യവും ഇവിടെ മാർക്സ് വ്യക്തമാക്കുന്നു. പ്രകൃതിയിൽ നിന്ന് ഉൽപാദിപ്പിക്കപ്പെടുന്നവയെ ഉപയോഗിക്കപ്പെടുന്നതിനോടൊപ്പം പ്രകൃതിയുടെ ഇടപെടലിലൂടെ മനുഷ്യൻ ഉൽപാദിപ്പിച്ചവയും അസംസ്കൃത വസ്തുവായി മാറ്റുന്ന തലത്തിലേക്ക് ഉൽപാദനവും അധ്വാനവും മാറുന്ന കാര്യം വ്യക്തമാ ക്കുന്നു. അതായത് പ്രകൃതിയും മനുഷ്യനും തമ്മിലുള്ള നേരിട്ടുള്ള ഇടപെട ലിൽ നിന്ന് അതിന്റെ അടിത്തറയിൽ നിന്നുകൊണ്ട് പുതിയ ഉൽപാദന പ്രക്രിയയിലേക്ക് മനുഷ്യൻ നീങ്ങുന്നുവെന്ന മാറ്റത്തെ മാർക്സ് ഇവിടെ ചൂണ്ടിക്കാണിക്കുകയാണ് ചെയ്യുന്നത്. ഉൽപാദന രംഗത്ത് ചരിത്രപര മായി ഉണ്ടാകുന്ന ഈ വ്യത്യസ്തതകളെ തിരിച്ചറിയുന്നതിനും മാർക്സ് ഇവിടെ തയ്യാറാകുന്നു എന്നതാണ് വസ്തുത.

സമകാലീന ശാസ്ത്രത്തിന്റെ ദൗർബല്യങ്ങളെ തിരിച്ചറിയാനായതും ശാസ്ത്രത്തിന്റെ വികാസത്തിന്റെ ഭാഗമായിട്ടാണ് എന്നും നാം മനസിലാ ക്കേണ്ടയുണ്ട്. ഈ പ്രശ്നത്തെ സംബന്ധിച്ച് മാർക്സ് മൂലധനത്തിൽ വ്യാവർത്തക പാട്ടത്തെക്കുറിച്ച് സൂചിപ്പിക്കുന്നിടത്ത് വ്യക്തമാക്കുന്നുണ്ട്.

കൃഷിരീതികളിൽ ഉണ്ടാകുന്ന മാറ്റങ്ങളുടെ അടിസ്ഥാനത്തിൽ മണ്ണിന് സംഭവിക്കുന്ന പ്രശ്നങ്ങളെ സംബന്ധിച്ച് അക്കാലത്തെ ശാസ്ത്രജ്ഞ രക്ക് ധാരണ ഉണ്ടായിരുന്നില്ലെന്ന് മാർക്സ് സൂചിപ്പിക്കുന്നുണ്ട്.

"മണ്ണ് ക്ഷയിച്ചുപോകുന്നതിന് ഇടയാകുന്ന യാഥാർത്ഥ്യവും സ്വാഭാവിക മായ കാരണങ്ങളെപ്പറ്റി, അക്കാലത്തെ കാർഷിക രസതന്ത്രത്തിന്റെ താഴ്ന്ന നിലവാരം മൂലം, വ്യാവർത്തക പാട്ടത്തെ എഴുതിയ ധനശാസ്ത്രജ്ഞന്മാർക്കെ ല്ലാം തീരെ അറിവില്ലായിരുന്ന എന്ന് ആനുഷംഗികമായി പറഞ്ഞുകൊള്ള ട്ടെ." (മൂലധനം, വോള്യം 2, പേജ് 913)

യഥാർത്ഥത്തിൽ ശാസ്ത്രത്തിന്റെ വികാസത്തെ തന്നെ നിഷേധിക്കു ന്ന തരത്തിൽ പാരിസ്ഥിതികമായ പ്രശ്നങ്ങളെ കൊണ്ടുചെന്നെത്തി ക്കുന്ന നിലയുണ്ട്. എന്നാൽ ഇത്തരമൊരു സമീപനം നമ്മെ പഴയ കാലത്തിന്റെ പരിമിതികൾക്കകത്ത് തളച്ചിടാൻ മാത്രമേ സഹായിക്ക കയുള്ളൂ. പകരം ഉണ്ടാവേണ്ടത് മണ്ണിനേയും ജനതയേയും ജീവജാലങ്ങ ളേയും എല്ലാ കണക്കിലെടുത്തുകൊണ്ടുള്ള ഒരു വികസന പരിപ്രേക്ഷ്യം രൂപപ്പെടുത്തുന്നതിനുള്ള അന്വേഷണമാണ്. അത്തരം അന്വേഷണ ത്തിന്റെ ഭാഗമായിട്ടാണ് മൂലധനം പോലും എഴുതപ്പെടുന്നത് എന്നാണ് അതിലെ പാരിസ്ഥിതികസമീപനങ്ങൾ വ്യക്തമാക്കുന്നത്. കേവല ശാസ്ത്രത്തിന്റെ രീതികളെ പുകഴ്ത്തുന്ന പോസിറ്റീവിസത്തിനെതിരെയും അതേപോലെ തന്നെ വിജ്ഞാനത്തെ നിഷേധിക്കുന്ന പിൻനട ത്തക്കാർക്കെതിരേയും സമരം നടത്തിക്കൊണ്ടുവേണം ശരിയായ വികസനപാത രൂപപ്പെടുത്തുവാൻ. അറിവ് എന്ന് പറയുന്നത് ഓരോ കാലഘട്ടത്തിലും നാം ആർജ്ജിക്കുന്നതാണെന്നും അവയ്ക്കും മാറ്റങ്ങൾ ഉണ്ടാകും എന്ന ചരിത്രപരമായ വീക്ഷണത്തിന്റെ അടിസ്ഥാനത്തിൽ നിന്നുകൊണ്ടുവേണം കാര്യങ്ങളെ കാണാൻ.

പ്രകൃതിയുടെ വൈരുദ്ധ്യാത്മകതയിലെ കാഴ്ചപ്പാടുകൾ

എഴുതി പൂർത്തിയാക്കപ്പെട്ടിട്ടില്ലെങ്കിലും പ്രകൃതിയുടെ വൈരുദ്ധ്യാ ത്മകത എന്ന ഏംഗൽസിന്റെ ഈ പുസ്തകം പാരിസ്ഥിതിക പ്രശ്നങ്ങ ളോടുള്ള മാർക്സിസ്റ്റ് നിലപാടുകൾ മുന്നോട്ട് വെക്കുന്നുണ്ട്. ഉൽപാദനരം ഗത്ത് വളർച്ച ഉണ്ടായതാണ് പ്രകൃതി ശാസ്ത്രത്തിന്റെ വികാസത്തിന്റെ കാരണം. ശാസ്ത്രത്തിന്റെ നിലനിൽപിനും വളർച്ചയ്ക്കും വേണ്ടി വലിയ സമരങ്ങൾ തന്നെ നടക്കുകയുണ്ടായി. ശാസ്ത്രത്തിന്റെ വികാസത്തെ അന്നത്തെ ആധിപത്യശക്തികൾ ഭയപ്പെട്ടിരുന്നു. കോപ്പർനിക്കസിനും ബ്രൂണോയ്ക്കും ഗലീലിയോവിനും ഒക്കെ ഉണ്ടായ അനുഭവം ചരിത്രത്തിന്റെ

ഭാഗമാണല്ലോ. ശാസ്ത്രത്തിന്റെ വളർച്ചയ്ക്കെതിരായി രൂപപ്പെട്ട തടസ
ങ്ങളെ മുഴുവനും അതിജീവിച്ചുകൊണ്ട് അത് വളർന്നു. ഈ വളർച്ച ഒരു
കാര്യം ബോധ്യപ്പെടുത്തി. പ്രകൃതി അതേപോലെ നിൽക്കുകയല്ല
മാറ്റങ്ങൾക്ക് വിധേയമാവുകയാണ്. സമൂഹം മാറ്റത്തിന് വിധേയമാണ്
എന്ന വിപ്ലവകരമായ രാഷ്ട്രീയ ആശയം രൂപപ്പെടുത്തി എടുക്കുന്നതിൽ
ശാസ്ത്രത്തിന് വലിയ പങ്കുണ്ട് എന്നർത്ഥം. ശാസ്ത്രീയമായ അറിവുകൾ
പ്രകൃതിയിൽ പ്രയോഗിച്ചുകൊണ്ടാണ് മനുഷ്യൻ സംസ്കാരത്തിന്റേയും
വളർച്ചയുടേയും പടവുകൾ ചവിട്ടി കയറുന്നത്. ഇങ്ങനെ പ്രകൃതിയും
മനുഷ്യനും തമ്മിലുള്ള ബന്ധത്തേയും ഇടപെടലിനേയും ഏംഗൽസ്
വിശദീകരിക്കുന്നുണ്ട്.

ചുറ്റുപാടിനെ കുറിച്ച് ഇങ്ങനെ സ്വയം മനസിലാക്കുന്ന മനുഷ്യൻ
പ്രകൃതിയെ തന്റെ ആവശ്യങ്ങൾക്ക് വേണ്ട രീതിയിൽ രൂപപ്പെടുത്തു
ന്നുണ്ട്. പ്രകൃതിയെ തങ്ങളുടെ താൽപര്യങ്ങൾക്കുവേണ്ടി ഉപയോ
ഗിക്കപ്പെടുമ്പോൾ അതിന്റെ സന്തുലിതാവസ്ഥയെ നിലനിർത്തുക
എന്നത് പ്രധാനമാണെന്ന് ഏംഗൽസ് ഇതിൽ ചൂണ്ടിക്കാണിക്കുന്നുണ്ട്.
പെട്ടെന്ന് വമ്പിച്ച നേട്ടങ്ങൾ പ്രകൃതിയിലെ മനുഷ്യന്റെ ഇടപെടലുകൾ
ഉണ്ടാക്കുമെങ്കിലും ദീർഘമായ ഘട്ടത്തെ പരിശോധിക്കുമ്പോൾ അവ
മനുഷ്യന് തിരിച്ചടി നൽകുന്ന സ്ഥിതിയും ഉണ്ടാക്കുമെന്ന് എംഗൽസ്
ഓർമ്മിപ്പിക്കുന്നുണ്ട്. ഇക്കാര്യം ഇങ്ങനെ വ്യക്തമാക്കുന്നു. പ്രകൃതിയുടെ
രീതികൾക്കു മുകളിൽ തന്റേതായ മേധാവിത്വം മനുഷ്യൻ നടത്തുമ്പോൾ
അതിന്റെ പേരിൽ വീമ്പ് നടിച്ച് നടക്കേണ്ട കാര്യമില്ലെന്ന് എംഗൽസ്
ഓർമ്മിപ്പിക്കുന്നുണ്ട്.

*"എങ്കിലും പ്രകൃതിയുടെമേൽ നമ്മൾ, മനുഷ്യർ നേടിയ വിജയത്തെ
ച്ചൊല്ലി അതിരുകടന്ന ആത്മപ്രശംസ നടത്തേണ്ടതില്ല. അത്തരം ഓരോ
വിജയത്തിനും പ്രകൃതി നമ്മോട് പകവീട്ടുന്നുണ്ട്. ഓരോ വിജയവും ഒന്നാമത്
ഉളവാക്കുന്നത് നമ്മൾ പ്രതീക്ഷിച്ച ഫലങ്ങളാണെന്നതു ശരിതന്നെ.
എന്നാൽ, രണ്ടാമതും മൂന്നാമതും അതുളവാക്കുന്നത് തികച്ചും വ്യത്യസ്തവും
അപ്രതീക്ഷിതവും പലപ്പോഴും ആദ്യത്തേതിനെ തട്ടിക്കഴിക്കുന്നതുമായ
ഫലങ്ങളാണ്. മെസപ്പൊട്ടോമിയയിലും ഗ്രീസിലും ഏഷ്യാ മൈനറിലും
കൃഷിഭൂമിക്കുവേണ്ടി വനങ്ങളെ നശിപ്പിച്ചവർ വനങ്ങളോടൊപ്പം നനവിന്റെ
ശേഖരണ കേന്ദ്രങ്ങളെയും സംഭരണികളെയും കൂടി ഇല്ലാതാക്കുന്നതിലൂടെ
ആ രാജ്യങ്ങളുടെ ഇന്നത്തെ അനാഥാവസ്ഥയ്ക്ക് അടിത്തറയിടുകയായിരുന്ന
എന്ന് തങ്ങൾ ഒരിക്കലും ഊഹിച്ചിരുന്നില്ല."*

ഇങ്ങനെ   പാരിസ്ഥിതിക   പ്രശ്നങ്ങളുടെ   അടിസ്ഥാന

സ്മരണകൾ സമരായുധങ്ങൾ

കാരണങ്ങളിലേക്ക് ഇവിടെ എംഗൽസ് കടക്കുകയാണ്.

പാൾ ലഫാർഗ്ഗും പാരിസ്ഥിതിക സംബന്ധമായ കാഴ്ചപ്പാടുകളും

'മാർക്സിസത്തിന്റെ ഏറ്റവും പ്രതിഭാശാലിയും അവഗ്രാഹമതിയു മായ പ്രവാചകരിൽ ഒരാൾ' എന്ന് ലെനിൻ വിശേഷിപ്പിച്ച പാൾ ലഫാ രഗിന്റെ പ്രസിദ്ധമായ പുസ്തകമാണ് സ്വത്തിന്റെ പരിണാമചരിത്രം എന്നത്. ക്യൂബയിൽ ജനിച്ച ഇദ്ദേഹം 1866 ൽ ലണ്ടനിലെത്തി ഒന്നാം ഇന്റർനാഷണലിൽ അംഗമായി. 1868 ൽ കാൾ മാർക്സിന്റെ പുത്രി ലാറയെ വിവാഹം ചെയ്തു. 1871 ൽ പാരീസിലെ കമ്മ്യൂണാർഡുകളെ സംരക്ഷിക്കുന്നതിനായി തൊഴിലാളികളുടെ കലാപം സംഘടിപ്പിച്ചു. പാരീസ് കമ്മ്യൂണലിന്റെ പതനത്തിന് ശേഷം സ്പെയിനിലേക്ക് രക്ഷപ്പെട്ടു. 1880 ൽ മാർക്സിന്റേയും എംഗൽസിന്റേയും നേതൃത്വത്തിൽ ലഫാർഗ്ഗും ഗദ്ദേയും കൂടി ഫ്രഞ്ച് പാർടിയുടെ പരിപാടിക്ക് രൂപം കൊട ക്കുകയും ചെയ്തു. ഇദ്ദേഹം പാരിസ്ഥിതിക പ്രശ്നങ്ങളെ സംബന്ധിച്ച് വിശദീകരിക്കുന്നുണ്ട്.

മുതലാളിത്തവൽക്കരണവും അതിന്റെ ഭാഗമായുള്ള വ്യാവസായി കവൽക്കരണവും കാർഷികമേഖലയിൽ ഉണ്ടാക്കിയ പ്രശ്നങ്ങളും വിശദീകരിക്കുകയുണ്ടായി. ധാന്യകൃഷിയെ പിന്നോക്കം തള്ളി വ്യാവയാ സിക ഉൽപാദനത്തിന് അടിത്തറയായി തീരുന്ന കാർഷിക നയത്തി ന്റെ പ്രശ്നങ്ങൾ ഫ്രാൻസിൽ ഉണ്ടാക്കിയ പ്രതിസന്ധികളെ കുറിച്ച് അദ്ദേഹം രേഖപ്പെടുത്തുന്നുണ്ട്. ധാന്യകൃഷിക്കായി മറ്റ് കൃഷികൾക്കുള്ള ഭൂമിയുടെ ഇരട്ടി നീക്കിവെക്കണമെന്ന് 1577 ൽ തന്നെ ഒരു ശാസനം പുറപ്പെടുവിച്ച കാര്യം വ്യക്തമാക്കുന്നുണ്ട്.

മുതലാളിത്ത കൃഷി സമ്പ്രദായങ്ങൾ ഉണ്ടാക്കുന്ന പ്രശ്നങ്ങളെ സംബ ന്ധിച്ചും ലഫാർഗ് ഇതിൽ സൂചിപ്പിക്കുന്നുണ്ട്. അതിന്റെ ദൗർബല്യങ്ങളെ അദ്ദേഹം ഇങ്ങനെ വിശദീകരിക്കുന്നു:

"ആധുനിക കൃഷി വിനാശകരമാണ്. വിളവുകളുടെ ആധിക്യവും അവയുടെ കയറ്റമതിയും രണ്ടും ഒരുപോലെ മണ്ണിന്റെ വീര്യം കെടുത്തുന്നു. പട്ടണങ്ങളിലെ അവയുടെ ഉപഭോഗം പദാർത്ഥത്തിന്റെ സ്വാഭാവികമായ ചംക്രമണത്തെ തടസ്സപ്പെടുത്തുന്നു. മണ്ണിൽനിന്നും ഇറച്ചി, ധാന്യം, പഴം ആദിയായവയുടെ രൂപത്തിൽ മൃഗങ്ങളിലേക്കും മനുഷ്യനിലേക്കും അവരിൽനിന്ന് വിസർജ്യ ങ്ങളുടെ രൂപത്തിൽ തിരിച്ച് മണ്ണിലേക്കും. ഈ ചംക്രമണം മുമ്പ് കൃത്യമായി നടന്നുകൊണ്ടിരുന്നു. ധാന്യങ്ങളുടെ ഉപഭോഗം അവ ഉൽപ്പാദിപ്പിക്കുന്ന

അതേ സ്ഥലത്ത് നടക്കുമ്പോൾ ചംക്രമണം പൂർണ്ണമാണ്. പദാർത്ഥ ചംക്ര മണത്തിൽ ഇന്ന് അനുഭവപ്പെടുന്ന തകരാറ് പരിഹരിക്കുന്നതിന് കൃത്രിമ മാർഗങ്ങളിലൂടെ മണ്ണിന്റെ ഉൽപ്പാദനശേഷി വീണ്ടെടുക്കേണ്ടിവന്നിരിക്കുന്നു. ദൂരപ്രദേശങ്ങളിൽനിന്നും തെക്കേ അമേരിക്കയിൽനിന്നും നെപ്പോളിയന്റെ യുദ്ധക്കളങ്ങളിൽനിന്നും വരുത്തുന്ന വളങ്ങളും രാസവളങ്ങളും കൊണ്ട് വയലുകൾ കുത്തി നിറയ്ക്കേണ്ടിവന്നിരിക്കുന്നു." ഇങ്ങനെ ആധുനിക കൃഷി സമ്പ്രദായത്തിന്റെ ചില ദൗർബല്യങ്ങളിലേക്ക് വിരൽച്ചൂണ്ടുന്നത് കാണാം.

പാരിസ്ഥിതിക പ്രശ്നം സമകാലീന ലോകത്തെ പ്രധാന പ്രശ്നം

പ്രകൃതിയിൽ ഇടപെടാതെ മനുഷ്യന് വികാസം സാധിക്കുകയില്ല. എന്നാൽ മനുഷ്യൻ പ്രകൃതിയുടെ ഭാഗമാണ്. പ്രകൃതിയുടെ അടിസ്ഥാന നിയമങ്ങളെ മറികടന്നുകൊണ്ടോ നശിപ്പിച്ചുകൊണ്ടോ മനുഷ്യന് നില നിൽക്കാനാവില്ല. മനുഷ്യന്റെ ഇടപെടലുകൾ പ്രകൃതിയിൽ പോറലുകൾ ഏൽപ്പിച്ചുവെങ്കിലും അത് മനുഷ്യരാശിയുടെ നിലനിൽപിനേയും പ്രകൃതിയുടെ സന്തുലിതാവസ്ഥയേയും തകർക്കുന്നവിധം ഭീകരമായി വളരുന്നത് വർത്തമാനകാലത്താണ്. അതിനാൽ പരിസ്ഥിതി പ്രശ്നം ഒരു പ്രധാനപ്പെട്ട രാഷ്ട്രീയ പ്രശ്നമായി ഇന്ന് മാറിക്കഴിഞ്ഞിട്ടുണ്ട്. അതിനാൽ കഴിഞ്ഞ കാലങ്ങളിൽ നിന്നും വ്യത്യസ്തമായി രാഷ്ട്രീയ പ്ര യോഗത്തിന്റെ പ്രധാനപ്പെട്ട ഭാഗമായി ഇതിനെ കാണുന്ന രീതിയാണ് ഇടതുപക്ഷ പ്രസ്ഥാനങ്ങൾ പൊതുവിൽ പിന്തുടരുന്നത്.

സാമ്രാജ്യത്ത്വവും പാരിസ്ഥിതിക പ്രശ്നങ്ങളും

ആഗോളതാപനത്തിന്റെ പ്രശ്നങ്ങൾ ഉയർന്നുവന്നിരിക്കുന്ന വർത്ത മാനകാലത്ത് സാമ്രാജ്യത്ത്വത്തിന്റെ ഇടപെടൽ പരിശോധിച്ചാൽ അവർ ഇക്കാര്യത്തിൽ കാണിക്കുന്ന തെറ്റായ സമീപനം ആർക്കും ബോധ്യപ്പെടുന്നതാണ്. പാരിസ്ഥിതിക സംരക്ഷണവുമായി ബന്ധപ്പെട്ട് ക്യോട്ടോ ഉടമ്പടി മുന്നോട്ട് വെച്ച നിർദ്ദേശങ്ങളൊന്നും നടപ്പിലാക്കാൻ കഴിയില്ല എന്ന നിലപാടാണ് അമേരിക്ക സ്വീകരിക്കുന്നത്. ഓസോൺ പാളികളിൽ വിള്ളൽ ഉണ്ടാക്കുന്ന തരത്തിൽ മാലിന്യങ്ങൾ പുറത്ത് വിട്ട ന്നതിന് പ്രധാനകാരണക്കാർ അമേരിക്ക ഉൾപ്പെടെയുള്ള വികസിത മുതലാളിത്ത രാഷ്ട്രങ്ങളാണ്. വൻകിട കോർപ്പറേറ്റുകളുടെ ലാഭേച്ഛയെ അടിസ്ഥാനപ്പെടുത്തി നിലപാടുകൾ സ്വീകരിക്കുന്ന ഇത്തരം രാഷ്ട്ര ങ്ങളിലെ രാഷ്ട്രീയ നേതൃത്വത്തിന് ഈ നയങ്ങൾ തിരുത്തുന്നതിന്

സ്മരണകൾ സമരായുധങ്ങൾ

താൽപര്യമില്ല. കാരണം അത് അവരുടെ വൻ ലാഭത്തെ ബാധിക്കുന്ന പ്രശ്നമാണ്.

2009 ഡിസംബർ 18 ന് കോപ്പൻഹേഗനിൽ ചേർന്ന കാലാവസ്ഥാ വ്യതിയാനം സംബന്ധിച്ച ഐക്യരാഷ്ട്ര ഉന്നതതല സമ്മേളനം ഈ നിലപാട് വ്യക്തമാക്കുന്നുണ്ട്. പരിസ്ഥിതി മലിനീകരിക്കുന്ന ഇടപെടൽ നടത്തുന്ന മുതലാളിത്ത രാജ്യങ്ങളുടെ പങ്കിനെ നിഷേധിക്കുന്നതിനാണ് അവർ പരിശ്രമിച്ചത്. ആഗോളതലത്തിൽ കാർബൺ പുറത്ത് വിടുന്ന തിന്റെ പ്രശ്നങ്ങളാകെ വികസ്വര രാജ്യങ്ങളുടെ ചുമലിൽ കെട്ടിവെക്ക ന്നതിനാണ് അമേരിക്ക ശ്രമിച്ചത്.

പാരിസ്ഥിതിക പ്രശ്നങ്ങൾ പരിഹരിക്കുന്നതിനായി തയ്യാറാക്കപ്പെ ട്ടിട്ടുള്ള പാക്കേജകളെ നടപ്പിലാക്കുന്നതിന് തടസമായി നിൽക്കുന്നത് വൻകിട കുത്തകകളുടെ താൽപര്യം സംരക്ഷിക്കുന്ന അമേരിക്കയാണ്. പാരിസ്ഥിതിക നാശം പരിഹരിക്കുന്നതിന് ജപ്പാനിലെ ക്യോട്ടോയിൽ അമേരിക്ക ഒഴികെ മറ്റ് ലോക രാഷ്ട്രങ്ങളെല്ലാം പാരിസ്ഥിതിക പ്രശ്ന ങ്ങൾ പരിഹരിക്കുന്നതിന് തയ്യാറാക്കപ്പെട്ട പാക്കേജ് അംഗീകരിച്ചിരു ന്നു. എന്നാൽ അമേരിക്ക ഇത് അംഗീകരിക്കാത്തതുകൊണ്ട് ക്യോട്ടോ ഉടമ്പടി വ്യവസ്ഥകൾ നടപ്പിലാക്കാൻ കഴിയാത്ത നിലയാണ് ഉള്ളത്. ഇടർന്ന് ഐക്യരാഷ്ട്രസഭയുടെ ആഭിമുഖ്യത്തിൽ പരിസ്ഥിതി സംബ ന്ധിച്ച സമ്മേളനം നടന്നപ്പോഴും ലോകത്തെ പാരിസ്ഥിതിക തകർച്ച തടയുന്നതിലില്ലുള്ള ഇടപെടൽ നടത്തുന്നതിന് കഴിയാതെ പോയതും അമേരിക്കയുടെ ഇടപെടലിന്റെ ഭാഗമായിട്ടാണ്.

പാരിസ്ഥിതിക പ്രശ്നം വർഗ സമരത്തിന്റെ ഭാഗം

വർത്തമാനകാലഘട്ടത്തിൽ സാമ്രാജ്യത്വശക്തികൾക്ക് എതിരായി നടക്കുന്ന പോരാട്ടങ്ങളിൽ പാരിസ്ഥിതിക പ്രശ്നങ്ങൾക്കും ഒരു പ്രധാന സ്ഥാനമുണ്ട്. പാരിസ്ഥിതിക മലിനീകരണവും പാരിസ്ഥിതിക നാശവും ഉണ്ടാക്കുന്നതിന് പ്രധാനപ്പെട്ട ഘടകമായി വിലയിരുത്തപ്പെ ട്ടിട്ടുള്ളത് സാമ്രാജ്യത്വശക്തികൾ നടത്തി കൊണ്ടിരിക്കുന്ന പ്രകൃതി ച്ചൂഷണമാണ്. അതുകൊണ്ടാണ് 1992 ൽ റിയോസ് സമ്മേളനത്തിൽ പാരിസ്ഥിതിക സംരക്ഷണത്തിന് വേണ്ടിയുള്ള സമരം വർഗസമരത്തി ന്റെ ഭാഗമാണ് എന്ന നിലപാട് ഫിദൽ കാസ്ട്രോ സ്വീകരിച്ചത്. പാരി സ്ഥിതിക സംരക്ഷണം മുതലാളിത്തത്തിനെതിരായുള്ള സമരത്തിന്റെ ഭാഗമാണെന്നും അത് തൊഴിലാളി വർഗത്തിന്റെ ഉത്തരവാദിത്തമാ ണെന്നുമുള്ള സമീപനമാണ് മാർക്സ് മുന്നോട്ട് വെച്ചിട്ടുള്ളത്.

ആധുനികവൽക്കരണം കാർഷികമേഖലയ്ക്കകത്ത് ഉണ്ടാക്കിയ പ്ര ശ്നങ്ങളും അവ മണ്ണിന്റെ ശോഷണത്തിന് എങ്ങനെ ഇടയാക്കി എന്ന കാര്യവും മാർക്സിൽ ഇടങ്ങുന്ന മാർക്സിസ്റ്റ് സൈദ്ധാന്തികന്മാർ വ്യ ക്തമാക്കിയിട്ടുണ്ട്. കൂടുതൽ ലാഭം നേടിയെടുക്കാനുള്ള പരിശ്രമമാണ് ഇത്തരം ഒരു അവസ്ഥ സൃഷ്ടിക്കുന്നത് എന്നും അവർ വ്യക്തമാക്കുന്നു ണ്ട്. അതേ അവസരത്തിൽ തന്നെ ശാസ്ത്രീയമായ മണ്ണ് പരിചരണവും ആധുനികമായ അറിവുകളും കാർഷികമേഖലയിൽ പ്രയോഗിക്കേണ്ട തിന്റെ പ്രാധാന്യവും അവർ വിശദീകരിക്കുന്നുണ്ട്. പരമ്പരാഗതമായ രീതികളെ കാർഷികമേഖലയിൽ നിന്ന് മുതലാളിത്തം തകർക്കുമ്പോൾ തന്നെ അവ കൂടുതൽ വിപുലമായ സംയോജനത്തിന്റെ പാത തെളി യിക്കുന്നുണ്ട് എന്ന് മാർക്സ് രേഖപ്പെടുത്തുന്നുണ്ടല്ലോ. അത്തരത്തിൽ ശാസ്ത്രീയമായ അറിവുകളെ മുഴുവൻ തിരസ്കരിച്ചുകൊണ്ട് പരമ്പരാ ഗതമായ അറിവുകളിലേക്ക് മടങ്ങുക മാത്രമാണ് പോംവഴി എന്ന കേവലമായ കാഴ്ചപ്പാടുകളേയും എല്ലാം ശാസ്ത്രത്തിന്റെ അറിവുകൾക്ക കത്ത് അടങ്ങിയിരിക്കുന്നുണ്ട് എന്ന പോസിറ്റീവിസത്തേയും നാം തിരസ്കരിക്കേണ്ടതുണ്ട്.

മണ്ണിന്റേയും നാടിന്റേയും ആവശ്യങ്ങൾക്കനുസരിച്ച് നമുക്ക് യോജിച്ച ശാസ്ത്രസാങ്കേതിക വിദ്യകൾ എങ്ങനെ രൂപപ്പെടുത്തി എടുക്കാം എന്ന അന്വേഷണമാണ് പാരിസ്ഥിതികമായ പ്രശ്നങ്ങളെ സമീപിക്കുന്ന തിന് ഏറ്റവും പ്രധാനമായിട്ടുള്ളത്. അതിന് ലാഭാധിഷ്ഠിതവും ഉൽപാ ദനക്ഷമതയിൽ മാത്രം ഊന്നി നിൽക്കുന്നതുമായ കാഴ്ചപ്പാടുകളെ നാം കൈയൊഴിയേണ്ടി വരും. പകരം മനുഷ്യന്റെ ആവശ്യങ്ങൾക്കും മണ്ണിന്റേയും പ്രകൃതിയുടേയും നിലനിൽപിനേയും കൂടി കണക്കിലെ ടുത്തുകൊണ്ട് ഉൽപാദനക്ഷമത വർദ്ധിപ്പിക്കാനുള്ള പ്രവർത്തന ശൈലിയിലേക്കും നീങ്ങുക എന്നതാണ് വർത്തമാനകാലം നമ്മോട് ആവശ്യപ്പെടുന്നത്. മനുഷ്യരെ പോലെ തന്നെ മറ്റ് ജീവജാലങ്ങളും ഭൂമിയിൽ ഉള്ളവയാണെന്ന് മാത്രമല്ല അവ തമ്മിലുള്ള പാരസ്പരിക ബന്ധമാണ് പ്രകൃതിയുടെ നിലനിൽപിന് അടിസ്ഥാനമെന്ന് നാം തിരി ച്ചറിയണം. ഈ പാരസ്പരിക ബന്ധത്തെ മനസിലാക്കാതെ കേവലം മനുഷ്യകേന്ദ്രീകൃതമായയും താൽക്കാലിക നേട്ടത്തിൽ രമിക്കുന്നതുമായ വികസന കാഴ്ചപ്പാടുകളെ നമുക്ക് തിരസ്കരിക്കേണ്ടി വരും. ഇത്തരം ഒരു കാഴ്ചപ്പാട് തന്നെയാണ് മനുഷ്യന്റെ നിലനിൽപിന് കൂടി അനിവാ ര്യമായിട്ടുള്ളത് എന്ന് തിരിച്ചറിയേണ്ടതുണ്ട്.

അത്തരം ഒരു അവസ്ഥ സൃഷ്ടിക്കുന്നതിന് പര്യാപ്തമായ സാമൂഹ്യവ്യ വസ്ഥ എന്താണ് എന്ന ചോദ്യവും പ്രസക്തമാണ്. കേവലപരിസ്ഥിതി വാദമാവട്ടെ ഈ മുതലാളിത്ത സമൂഹത്തിനകത്ത് നിന്നുകൊണ്ടുതന്നെ

 സ്മരണകൾ സമരായുധങ്ങൾ

ഇത്തരം പ്രശ്നങ്ങൾ പരിഹരിക്കാമെന്നാണ് കരുതപ്പെടുന്നത്. ചിലർ മുതലാളിത്ത വ്യവസ്ഥയുടെ സവിശേഷതയെ ഇതുമായി ബന്ധപ്പെടുത്തുന്നുണ്ടെങ്കിലും ഇതിന് ബദലായുള്ള വ്യവസ്ഥ എന്ത് എന്ന് പറയുകയും ചെയ്യുന്നില്ല. ഫലത്തിൽ ഇത്തരം അന്വേഷണങ്ങൾ നിലവിലുള്ള വ്യവസ്ഥയുടെ തന്നെ നിലനിൽപ്പും അഥവാ അതിനെ റിപ്പയർ ചെയ്തു കൊണ്ട് പരിഹരിക്കാമെന്നും കരുതുന്ന സ്ഥിതിയാണ് ഉള്ളത്.

ഇതിൽ നിന്നും വ്യത്യസ്തമായി മാർക്സിസ്റ്റ് സമീപനം പാരിസ്ഥിതിക പ്രശ്നങ്ങളെ നിലവിലുള്ള വ്യവസ്ഥയുമായി ബന്ധപ്പെടുത്തുകയും ആ വ്യവസ്ഥയ്ക്ക് ബദൽ വ്യവസ്ഥ രൂപീകരിക്കുന്നതുമായി ബന്ധപ്പെട്ടുകൊണ്ട് മാത്രമേ പരിഹരിക്കാനാവൂ എന്ന കാഴ്ചപ്പാടും മുന്നോട്ട് വെക്കുന്നു. സഹജാതരുടെ മൊഴി സംഗീതമാകുന്ന ഒരു വ്യവസ്ഥയിൽ മാത്രമേ പാരിസ്ഥിതിക പ്രശ്നങ്ങൾ പരിഹരിക്കുന്നതുകൂടി അടിസ്ഥാനമാകൂ എന്ന് നാം തിരിച്ചറിയണം. മനുഷ്യനും പ്രകൃതിയും തമ്മിലുള്ള വൈരുദ്ധ്യത്തിന്റെ പ്രശ്നത്തെ കണ്ടെത്തുകയും അവ തിരുത്തപ്പെടുകയും ചെയ്യുക എന്നത് മനുഷ്യ സമൂഹത്തിന്റെ പുരോഗതിക്കും അടിസ്ഥാനമാണ്. അവ ശത്രുതാപരമല്ലാതെ മാറ്റി തീർക്കുക എന്നതാണ് പ്രധാനമായിട്ടുള്ളത്. അതിനുള്ള ഇടപെടലാണ് പുരോഗമന പ്രസ്ഥാനങ്ങൾ മുന്നോട്ട് വെക്കേണ്ടത്.

മാർക്സ്: ജാതിയെയും കേരളത്തെയും കുറിച്ച്

മാർക്സ് ഇന്ത്യൻ സവിശേഷതയായ ജാതി വ്യവസ്ഥയെ പറ്റി അറിഞ്ഞിട്ടേയില്ല എന്ന രീതിയില്പ്പള്ള വിമർശനങ്ങൾ ഉന്നയിച്ച് കാണാറുണ്ട്. എന്നാൽ ഇന്ത്യൻ ജാതി വ്യവസ്ഥയെ സംബന്ധിച്ച് മൂലധനത്തിൽ പറഞ്ഞ കാര്യം ഇതിന്റെ മുനയൊടി ക്കുന്നതാണ്.

"ജന്തുക്കളേയും സസ്യജാലങ്ങളേയും വംശങ്ങളേയും നാനാജാതിക ളമായി വേർതിരിക്കുന്ന അതേ പ്രകൃതി നിയമത്തിന്റെ പ്രവർത്തനഫ ലമായി തന്നെയാണ് ഗിൽഡുകളും ജാതികളും ആവിർഭവിക്കുന്നത്. ഒരു വ്യത്യാസമേ ഉള്ളൂ. വളർച്ച കുറേ മുന്നോട്ട് പോയിക്കഴിയുമ്പോൾ ജാതികളുടെ പാരമ്പര്യ സ്വഭാവവും ഗിൽഡുകളുടെ ഒറ്റപ്പെട്ട നിലനിൽപ്പും സമൂഹനിയമമായി വാഴ്ത്തപ്പെടുന്നു."

ചരിത്രത്തിന്റെ സവിശേഷ ഘട്ടത്തിൽ ഉയർന്നുവന്ന ഈ സമ്പ്രദായം സാമൂഹ്യനിയമമായി വാഴ്ത്തപ്പെടുന്നതിനെ വിമർശിക്കുകയാണ് മാർക്സ് ചെയ്യുന്നത്. ഇടർന്ന് അത്തരം സമ്പ്രദായങ്ങൾ ഇന്ത്യൻ സമൂഹത്തെ എത്രത്തോളം പിന്നോട്ട് കൊണ്ടുപോയി എന്നും മാർക്സ് വിശദീകരിക്കുന്നുണ്ട്.

"ജാതി വ്യത്യാസങ്ങളും അടിമത്തവും കൊച്ചുകൊച്ച് സമുദായങ്ങ ളുടെ തീരാശാപമായിരുന്നുവെന്നും, മനുഷ്യനെ സാഹചര്യങ്ങളുടെ

യജമാനനാക്കുന്നതിന് പകരം അവ അവനെ ബാഹ്യസാഹചര്യങ്ങ ളുടെ ദാസനാക്കുകയാണ് ചെയ്തതെന്നും, സ്വയം വികസിതമായ ഒരു സാമൂഹ്യ അവസ്ഥയെ ഒരിക്കലും മാറ്റമില്ലാത്ത ഒരു സ്വഭാവിക തലയി ലെഴുത്താക്കി മാറ്റുകയും, അങ്ങനെ മൃഗപ്രായമായ ഒരു പ്രകൃതിപൂജ യ്ക്ക് അവ ജന്മം നൽകുകയാണുണ്ടായതെന്നുമുള്ള വസ്തുതയും നാം വിസ്മരിക്കാൻ പാടില്ല."മാർക്സിസം ഇന്ത്യൻ ജാതി പ്രശ്നങ്ങളെ കണ്ടില്ലെന്ന് പറയുന്നവർ മൂലധനം മറിച്ച നോക്കുന്നത് നല്ലതാണ്.

ഇന്ത്യയെക്കുറിച്ച് മാത്രമല്ല കേരളവും മാർക്സ് മനസ്സിലാക്കിയിട്ടുണ്ട്. കേരളത്തിന്റെ സവിശേഷതയേയും രാഷ്ട്രീയമായ സ്ഥിതിഗതിക ളേയും പരാമർശിക്കുന്നതിന് അദ്ദേഹം ശ്രമിച്ചിട്ടുണ്ട് എന്നതാണ് യാഥാർത്ഥ്യം. ഇന്ത്യയെ കുറിച്ചുള്ള പഠനത്തിന്റെ ഭാഗമായാണ് ഇത് ചെയ്തത്.

ഇന്ത്യയെ കുറിച്ച് മാർക്സ് ഒരു നോട്ട് തന്നെ തയ്യാറാക്കിയിട്ടുണ്ട്. "ഇന്ത്യാ ചരിത്ര കുറിപ്പുകൾ" എന്ന പേരിൽ അത് പിൽക്കാലത്ത് പ്രസിദ്ധീകരിക്കപ്പെട്ടിരുന്നു. എ.ഡി 664 മുതൽ 1858 വരെയുള്ള ഇന്ത്യ യുടെ ചരിത്രമാണ് ഇതിലെ പ്രതിപാദ്യം. സുൽത്താനേറ്റുകളുടെ ഭരണം, മുഗൾ രാജാക്കന്മാരുടെ സാമ്രാജ്യം, ദക്ഷിണേന്ത്യ, മറാത്ത സാമ്രാജ്യം, രജപുത്ര സാമ്രാജ്യത്തിന്റെ സവിശേഷതകൾ ഇടങ്ങിയവയെല്ലാം അദ്ദേഹം അതിൽ രേഖപ്പെടുത്തുന്നുണ്ട്.

ഇന്ത്യയെ കുറിച്ചുള്ള വിശദീകരണത്തിന്റെ ഭാഗമായാണ് കേരളത്തെ കുറിച്ചുള്ള പരാമർശങ്ങളിലേക്ക് അദ്ദേഹം കടക്കുന്നത്. ബി.സി 5-ാം നൂറ്റാണ്ട് തൊട്ടുള്ള ഇവിടുത്തെ സ്ഥിതിയെ പരാമർശിച്ചശേഷം ഇങ്ങനെ പറയുന്നുണ്ട്: "ചേര എന്നു പറയുന്നത് തിരുവിതാംകൂറും കോയ മ്പത്തൂരും മലബാറിന്റെ ഭാഗവും ഉൾപ്പെട്ട ഒരു ചെറിയ രാജ്യമാണ്." തുടർന്ന് കേരളത്തിലെ ജാതി സമ്പ്രദായം കടന്നുവന്ന വഴികളെ സംബന്ധിച്ചും ഭൂമി ശാസ്ത്രപരവും ഭരണപരവുമായ സവിശേഷതയെ സംബന്ധിച്ചും ഇങ്ങനെ വ്യക്തമാക്കുന്നു.

"കേരളത്തിൽ ആധിപത്യം സ്ഥാപിച്ച ബ്രാഹ്മണർ ജാതീയമായ ആഭിജാത്യത്തിന്റെ രീതികൾ നടപ്പിലാക്കിക്കൊണ്ട് ഭരിക്കുകയുണ്ടായി. ഇതിനെ മലബാർ, കനറ തുടങ്ങിയ ഭാഗങ്ങളായി തിരിക്കുകയും ചെയ്തു. മലബാർ സാമൂതിരി (കോഴിക്കോട്ടെ രാജാക്കന്മാർ)മാരുടെ ആധിപത്യത്തിലായിരുന്നുവെങ്കിൽ കനറ ഭരിച്ചിരുന്നത് വിജയനഗര രാജാക്കന്മാരായിരുന്നു."

മലബാറിലെ മൈസൂർ അധിനിവേശവും മാർക്സിന്റെ കുറിപ്പുകളിൽ കടന്നുവരുന്നുണ്ട്. ഹൈദരും ടിപ്പുവും മലബാർ പിടിച്ചെടുത്ത കാര്യവും കാണാതേ പോകുന്നില്ല. 1782 ൽ ടിപ്പു പാലക്കാട് ക്യാമ്പ് ചെയ്തതും അവിട്ടത്തെ ബ്രിട്ടീഷ് ക്യാമ്പ് ആക്രമിച്ച കാര്യവും എടുത്ത് പറയുന്നുണ്ട്. ടിപ്പുവും ബ്രിട്ടീഷുകാരും തമ്മിലുള്ള ഏറ്റുമുട്ടലുകളും വിശദീകരിക്കുന്നുണ്ട്. ഫ്രഞ്ചുകാരിൽ നിന്ന് ഇംഗ്ലീഷുകാർ പോണ്ടിച്ചേരിയും മാഹിയും പിടി ച്ചെടുത്ത കാര്യവും വിസ്മരിക്കുന്നില്ല. ബ്രിട്ടീഷുകാർ തിരുവിതാംകൂറിലും കൊച്ചിയിലും ആധിപത്യം സ്ഥാപിച്ചതും അവിടത്തെ രാജാക്കന്മാര മായി യോജിച്ച് പ്രവർത്തിക്കുന്ന കാര്യവും മാർക്സ് ഈ കുറിപ്പിൽ രേഖപ്പെടുത്തുന്നു. കുടുംബം, സ്വകാര്യസ്വത്ത്, ഭരണകൂടം എന്നിവയുടെ ഉത്ഭവം, എന്ന എംഗൽസിന്റെ കൃതി ഇവിട്ടത്തെ മരുമക്കത്തായ സമ്പ്രദായത്തെ കുറിച്ചും രേഖപ്പെടുത്തുന്നുണ്ട്.

മാർക്സിനെ മനസിലാക്കാൻ ശ്രമിക്കുമ്പോൾ മറ്റുള്ളവർ രേഖപ്പെ ടുത്തിയതിനേക്കാൾ അദ്ദേഹം പറഞ്ഞ കാര്യങ്ങൾ നേരിട്ട് മനസിലാ ക്കാൻ ശ്രമിക്കുന്നതാണ് നല്ലത്. അതിലൂടെ നാം പുതിയ കാഴ്ചകളി ലേക്ക് എത്തിച്ചേരും. മുൻവിധികളായിരിക്കരുത് വസ്തുതകളായിരി ക്കണം നമ്മുടെ കാഴ്ചകളെ രൂപപ്പെടുത്തുന്നതിന് അടിസ്ഥാനമായി തീരേണ്ടത്. അല്ലാതെ മുൻവിധികളിൽ കുടുങ്ങി കിടക്കുകയല്ലല്ലോ!

മൂന്നാം പാഠത്തിലെ
കാർഷിക ചിന്തകൾ

ആധുനിക കൃഷിരീതികളേയും പരമ്പരാഗത കൃഷി രീതികളേയും താരതമ്യപ്പെടുത്തിക്കൊണ്ടുള്ള മൂലധന ത്തിലെ പരാമർശങ്ങൾ വായിച്ചുകൊണ്ടിരുന്ന ഘട്ടത്തിൽ മൂന്നാം ക്ലാസിൽ ഞാൻ പഠിച്ചിരുന്ന കാലത്തെ ഒരു പാഠമാണ് ഓർമ്മ വരുന്നത്. "രണ്ട് കൃഷിക്കാർ" എന്നാണ് ആ പാഠത്തിന്റെ പേരെന്ന് തോന്നുന്നു. രണ്ട് കൃഷിക്കാരെയും അവരുടെ കൃഷി രീതികളെയും ആണ് അതിൽ പരിചയപ്പെടുത്തുന്നത്. കുഞ്ഞുണ്ണിയെന്ന പരമ്പ രാഗത അറിവുകളുടെ അടിസ്ഥാനത്തിൽ കൃഷി ചെയ്യുന്ന കർഷക നാണ് ഒരാൾ. ബി.എ പൂർത്തീകരിച്ച് കൃഷിയിലേക്ക് കടന്നുവന്ന വേലപ്പനാണ് മറ്റൊരാൾ. വേലപ്പന്റെ കൃഷിസ്ഥലത്ത് കുഞ്ഞുണ്ണിയെ ന്ന പരമ്പരാഗത കർഷകൻ എത്തിപ്പെടുന്ന കാര്യമാണ് പാഠത്തിലെ പ്രതിപാദ്യം. ആധുനിക കൃഷി സമ്പ്രദായങ്ങളെ കണ്ട് കുഞ്ഞുണ്ണിയെ ന്ന കർഷകൻ അത്ഭുത പരതന്ത്രനാകുന്നു. ഈ ബി.എക്കാരനും കൃഷിയും തമ്മിൽ എന്താണ് ബന്ധമെന്ന് അദ്ദേഹം അത്ഭുതപ്പെടുന്നു ണ്ട്. പാഠത്തിലെ ചില വാചകങ്ങൾ ഇന്നും ഓർക്കുന്നു. ട്രാക്ടറിന്റെ ശബ്ദം കേട്ടപ്പോൾ കുഞ്ഞുണ്ണി ഇങ്ങനെ പറയുന്നുണ്ട് - "വയലില്യം ഓടിത്തുടങ്ങിയോ ബസ്സും കാറും?." സങ്കരയിനം പശുവിനെക്കുറിച്ചും അതിലുണ്ട്. ആയിരം രൂപയാണ് അതിന് വിലയെന്ന് പറയുമ്പോൾ കുഞ്ഞുണ്ണിയുടെ പ്രതികരണം ഇതായിരുന്നു. "ശിവ, ശിവ! ആയിരം

 രൂപ കൊണ്ട് ഒരു ആനയെ വാങ്ങാമല്ലോ?." പരമ്പരാഗതമായ കൃഷി രീതി കാലഹരണപ്പെട്ടുപോയതാണെന്നും അതുകൊണ്ട് ആധുനി കമായ ഇത്തരം രീതികളാണ് വേണ്ടതെന്നും ഈ പാഠത്തിൽ സ്ഥാപിക്കുന്നു. ഇത്തരം കൃഷിരീതി സ്വീകരിക്കുമെന്ന് കുഞ്ഞുണ്ണി മനസിൽ തീരുമാനിക്കുന്നിടത്താണ് പാഠം അവസാനിക്കുന്നതെ ന്നാണ് എന്റെ ഓർമ്മ.

ഈ പാഠം ഇന്നിൽ നിന്ന് കാണമ്പോൾ പലചിന്തകളും ഉയർന്ന് വരികയാണ്. ഈ പാഠഭാഗം ശാസ്ത്രചിന്ത പ്രചരിപ്പിക്കുന്നതിന് സഹായമായതല്ലേ? പരമ്പരാഗതമായ കൃഷിരീതികളെല്ലാം ഉപേ ക്ഷിക്കപ്പെടേണ്ടതാണ് എന്നത് പറയാനുകുമോ? ആധുനിക കൃഷി രീതികളെല്ലാം അതേ പടി സ്വീകരിക്കേണ്ടതാണെന്ന് പറയാൻ കഴിയുമോ? കീടനാശികളുടെയും മറ്റും അമിതമായ പ്രയോഗവും മറ്റും ഉഅയർത്തുന്ന പ്രശ്ങ്ങൾ ഇതിന്റെ പരിമിതികളിലേക്കല്ലേ വിരൽ ച്ചണ്ടുന്നത്? അതല്ല ആധുനികമായ അറിവുകളെ ജനകീയ താൽപര്യ ങ്ങൾക്കനുസരിച്ച് ഉപയോഗിക്കുന്നതിന് പകരം ലാഭേച്ചയോടെയുള്ള ഇടപെടൽ കൊണ്ടാണോ പ്രതിസന്ധി രൂപപ്പെട്ടത്? കാർഷിക രംഗത്ത് വിത്തുകളുടെയും മറ്റും രംഗത്തെ ഗവേഷണം ബഹ രാഷ്ട്ര കുത്തകകൾക്ക് നൽകാതെ പൊതുമേഖലാ സംവിധാനം തന്നെ അതിലേക്ക് കടക്കുകയല്ലേ വേണ്ടത്?

ശാസ്ത്ര പുരോഗതിയെ സ്വീകരിക്കേണ്ടതിന്റെ പ്രാധാന്യം ഉന്നിപ്പറ ഞ്ഞ മാർക്സ് കാർഷികരംഗത്തെ മുതലാളിത്ത ഇടപെടൽ പ്രകൃതിയുടെ താളം തകർക്കുന്നതുമായി ബന്ധപ്പെട്ട് "മൂലധന"ത്തിൽ ഇങ്ങനെ പറയുന്നുണ്ട്- "മറ്റവശത്താകട്ടെ മണ്ണും മനുഷ്യനും തമ്മില്ലുള്ള ഭൗതിക പദാർത്ഥങ്ങളുടെ പരിക്രമണത്തെ തകരാറിലാക്കുകയും ചെയ്യുന്നു. അതായത് ഭക്ഷണത്തിന്റെയും ഉണിയുടെയും രൂപത്തിൽ മനുഷ്യൻ അനുഭവിക്കുന്ന മൂലപദാർത്ഥങ്ങളെ മണ്ണിലേക്ക് തിരിച്ച് കൊട്ടക്കു ന്നതിനെ തടയുന്നു. അതുകൊണ്ട് മണ്ണിന്റെ ശാശ്വതമായ വളക്കുറിന് വേണ്ടിയുള്ള ഉപാധികളെ ലംഘിക്കുന്നു." വർത്തമാന കാല അനുഭവ ങ്ങളുടെ പശ്ചാത്തലത്തിൽ ഇത്തരം ചിന്തകളെ സംബന്ധിച്ച് കൂടുതൽ ആഴത്തിൽ മനസിലാക്കുകയല്ലേ വേണ്ടത്?

പിറന്നാൾ ചിന്തകൾ

ബോംബെയിലെ യാത്രയ്ക്കിടയിൽ മകൻ ആസാ ദിന്റെ പിറന്നാൾ ആഘോഷമുണ്ടായി. ഷംസുദ്ദീനും സക്കീനയും സിതാരയുമെല്ലാം അതിന് മുൻകയ്യെടുത്തു. സാധാരണ ഇങ്ങനെയൊന്നും ഉണ്ടാവാത്തതാണ്. യമുനയും റോസ യുമെല്ലാം അതിൽ സജീവമായി. ബോംബേയിൽ വെച്ച് അങ്ങനെ വ്യത്യസ്തമായ ഒരു ആഘോഷത്തിന് സാക്ഷ്യം വഹിച്ചു.

ചിന്താവിഷ്ടയായ സീതയിൽ കുമാരനാശാൻ കുട്ടികളെക്കുറിച്ച് പറഞ്ഞിട്ടുള്ളത് ഇങ്ങനെയാണ്:

"നരജീവിതമായ വേദനയ്ക്കൊരു-

മട്ടർഭകർ ഔഷധങ്ങൾതാൻ"

(മനുഷ്യന്റെ ജീവിതത്തിലെ വേദനയ്ക്ക് കുട്ടികൾ മരുന്നുകളാണ് എന്നർത്ഥം)

സ്ത്രീ-പുരുഷ ആകർഷണത്തിലൂടെ മനുഷ്യസമൂഹം നിലനിർത്താൻ ഉള്ള പ്രകൃതിയുടെ ഇടപെടലിന്റെ ഫലമാണ് കുട്ടികൾ. യഥാർത്ഥത്തിൽ മാതാപിതാക്കളുടെ മരണത്തിന്റെ അതിജീവനം കൂടിയാണ് അത്. നമ്മെ മരണം പുൽകിയാലും അവരിലൂടെ നാം പുനർജ്ജനിച്ചുകൊ ണ്ടിരിക്കും. പരസ്പര ആകർഷണത്തിന്റെയും മനസ്സിലാക്കലിന്റെ യും സ്നേഹത്തിന്റെയും തലങ്ങൾ വറ്റി വിരസമായിത്തീരുന്ന പല കുടുംബങ്ങളേയും യോജിപ്പിച്ചുനിർത്തുന്നതും പലപ്പോഴും കുട്ടികളാണ്.

നാം ചുറ്റുപാടുകളിൽ നിന്നും കേൾക്കാറില്ലേ, കുട്ടികളെ ഓർത്ത് ഞാൻ എല്ലാം സഹിക്കുകയാണെന്ന്. പലരുടെയും ജീവിതത്തിന്റെ ലക്ഷ്യവും ആഹ്ലാദവും കുട്ടികളാണല്ലോ.

കുട്ടികൾ ഇവിടെ സ്വയം എത്തിയതല്ല. അവരെ കൊണ്ടുവന്നത് മാതാപിതാക്കളാണ്. അതിനാൽ അവരുടെ ആഗ്രഹങ്ങൾക്കും സ്വപ്നങ്ങൾക്കും ഒപ്പം നിൽക്കേണ്ടത് മാതാപിതാക്കളുടെ ഉത്തരവാ ദിത്വമാണ്. എന്നാൽ, അവർക്കായി മറ്റുള്ളവരെ ചവിട്ടിമെതിക്കരുത്. കുട്ടികൾ സമൂഹത്തിന്റെ സ്വത്താണ്. ലോകത്തിലെ ഏതു കുട്ടിയുടെ വേദനയും നമ്മുടേത് കൂടിയാണെന്നും തിരിച്ചറിയപ്പെടേണ്ടതുണ്ട്.

കുടുംബവും കുട്ടികളും മാത്രമാണ് ജീവിതമെന്ന് കരുതരുത്. ജീവിത ത്തിന് നിരവധി സാധ്യതകളുണ്ട്. അതിലൊന്നാണ് അത്. ഇതൊന്നും ഇല്ലാത്തവരും മികച്ച ജീവിതം നയിച്ച് മുന്നോട്ടുപോകുന്നുണ്ട്. സ്നേഹി ക്കാനും പ്രവർത്തിക്കാനും ആഗ്രഹിക്കാനും ജീവിതത്തിൽ എന്തെങ്കി ലും വേണമെന്നാണ് ഇടപ്പള്ളി രാഘവൻപിള്ള ജീവിതത്തെക്കുറിച്ച് പറഞ്ഞത്.

ജീവിതത്തിൽ എത്തപ്പെടുന്ന മേഖലയിൽ നിന്നുകൊണ്ട് ചുറ്റും പ്രകാശം പരത്തി കടന്നുപോയവർ മരണത്തെ അതിജീവിക്കുന്നു. തലമുറകളിലൂടെ അവരുടെ മഹത്വം കൈമാറ്റം ചെയ്യപ്പെടുന്നു. മറ്റെല്ലാം വിട്ടെറിഞ്ഞ്, തന്നെ ലോകത്തിനായി സമർപ്പിച്ചവരുടെ മഹത്വം ഇതിനെല്ലാം അപ്പുറമാണ്. ജീവിതത്തെ ചുറ്റപാടും പ്രകാശം പരത്തുന്ന ഒന്നായിക്കൂടി മാറ്റുന്നതാണ് ജീവിതമെന്ന നിരീക്ഷണമായിരുന്നു മാർക്സ് തന്റെ ചിന്തകളായി മുന്നോട്ടുവെച്ചത്. ആ ചിന്ത കാലത്തെ അതിജീവി ക്കുന്ന ഒന്നായിമാറ്റുകയും ചെയ്തു. സഫലമായ ജീവിതത്തിന്റെ അടയാ ളമായി ആ ചിന്തകൾ ലോകത്ത് ഇന്നും പ്രകാശം പരത്തിനിൽക്കുന്നു.

വ്യക്തികൾ/സ്മരണകൾ

മാർക്സിന്റെ ജീവിതവും ചിന്തയും

ഒരു സമൂഹത്തെ പരിവർത്തിപ്പിക്കണമെങ്കിൽ ആ സമൂഹത്തി ന്റെ വളർച്ചയെക്കുറിച്ച് വസ്തുനിഷ്ഠമായി വിലയിരുത്തണമെന്ന് മാർക്സ് എന്നും ഓർമ്മിപ്പിച്ചിരുന്നു. അഗാധമായ വായനയിലേക്കും പഠനത്തിലേക്കും നീക്കിവെച്ച ജീവിതമായി അത് മാറിയത് അങ്ങ നെയാണ്. എന്നാൽ ലോകത്തെ വ്യാഖ്യാനിച്ചാൽ മാത്രം പോര, മാറ്റിമറിക്കുകയാണ് വേണ്ടത് എന്നും അദ്ദേഹം ഓർമ്മിപ്പിച്ചിരുന്നു. ആ ചിന്തയുടെ നേർക്കാഴ്ചയായിരുന്നു ആ ജീവിതവും.

മനുഷ്യരുമായി ബന്ധപ്പെട്ടതൊന്നും തനിക്ക് അന്യമല്ലെന്ന് മാർക്സ് ഓർമ്മിപ്പിച്ചിരുന്നു. അതിനാൽ മനുഷ്യസമൂഹം ആർജ്ജിച്ച വിജ്ഞാ നങ്ങളെയും അനുഭവങ്ങളെയും സ്വാംശീകരിക്കാൻ അദ്ദേഹം എന്നും ശ്രമിച്ചിരുന്നു. എല്ലാ അറിവുകളെയും മനുഷ്യസമൂഹത്തിന്റെ പൊതുസ്വ ത്താണെന്ന കാഴ്ചയായിരുന്നു അദ്ദേഹത്തെ നയിച്ചത്. ശാസ്ത്രത്തിന്റെ വെളിച്ചത്തിൽ ലോകത്തെ കാണുമ്പോഴും മനുഷ്യരുടെ വൈകാരിക ലോകത്തെ ഉൾക്കൊള്ളുന്നതു കൂടിയായിരുന്നു ആ ജീവിതം.

മനുഷ്യനെ സ്നേഹിക്കാത്ത അറിവുകളുടെ രൂപീകരണം ആപത്തി ലേക്കാണ് നമ്മെ നയിക്കുക എന്ന് മാർക്സ് ഓർമ്മിപ്പിക്കുന്നുണ്ട്. വ്യ ക്തിത്വത്തിന്റെ ഏകാന്തതയിൽ നിന്നുള്ള രക്ഷപ്പെടലിന്റെ വഴിയായും സ്നേഹത്തെ പലപ്പോഴും വിലയിരുത്തപ്പെട്ടിട്ടുണ്ട്. പ്രേമത്തെ മനുഷ്യബാ ഹ്യമായ ഒന്നായല്ല, മനുഷ്യാവസ്ഥയുടെ ഭാഗമായാണ് മാർക്സ് കണ്ടത്. മനുഷ്യന്റെ ഏറ്റവും സ്വാഭാവികമായ ബന്ധമെന്ന നിലയിലാണ് സ്ത്രീ-പുരുഷ ബന്ധത്തെ മാർക്സ് സമീപിച്ചത്.

മനുഷ്യസമൂഹത്തോടുള്ള സ്നേഹത്തിന്റെ തലത്തിൽ നിന്നുകൊണ്ടാണ്

അറിവുകൾ ഉത്പാദിപ്പിക്കപ്പെടേണ്ടതെന്ന് അദ്ദേഹം വിലയിരുത്തി. മാർക്സിനെ മുന്നോട്ടനയിച്ച രണ്ട് അഗാധമായ സ്നേഹബന്ധങ്ങൾ ചരിത്ര ത്തിൽ എക്കാലവും സ്ഥാനം പിടിച്ചിട്ടുള്ളവയാണ്. വൈജ്ഞാനികമായും സാമ്പത്തികമായും മാർക്സിന്റെ കൂട്ടുകാരനായിരുന്നത് ഏംഗൽസായിരു ന്നു. എന്നാൽ ആത്മസമർപ്പണത്തിന്റെയും വൈകാരികമായ പങ്കുവയ്ക്ക ലിന്റെയും അഗാധമായ ആത്മബന്ധത്തിന്റെയും തലത്തിലുള്ള അടുപ്പ മായിരുന്ന ജെന്നിയുമായി ഉണ്ടായിരുന്നത്. മാർക്സിന്റെ കൈയെഴുത്ത് പ്രതികൾ വായിക്കുകയും തിരുത്തുകയും ചെയ്ത ധിഷണാശാലി കൂടിയാ യിരുന്ന ജെന്നി.

മാർക്സിന്റെ ബഹുമുഖ പ്രതിഭ പല മേഖലയിലും തിളങ്ങിനിന്നു. മുതലാ ളിത്തത്തിന്റെ സവിശേഷതകളെ വിശദീകരിക്കുകയും അതിന്റെ തകർച്ച ശാസ്ത്രീയമായി വിശകലനം ചെയ്യുകയും ചെയ്ത സാമ്പത്തികശാസ്ത്രജ്ഞ നായിരുന്ന അദ്ദേഹം. എഴുതപ്പെട്ട ചരിത്രം വർഗസമരത്തിന്റേതാണെ ന്ന് വിലയിരുത്തിയ ചരിത്രകാരനായിരുന്ന മാർക്സ്. ദേശീയ പ്രശ്നം, സ്ത്രീ പ്രശ്നം, പരിസ്ഥിതിപ്രശ്നം തുടങ്ങി ഇന്ത്യൻ സവിശേഷതയായ ജാതി പ്രശ്നങ്ങളിലേക്ക് വരെ അദ്ദേഹത്തിന്റെ ചിന്തകൾ നീളുന്നുണ്ട്.

സാഹിത്യ ഗ്രന്ഥങ്ങളിലൂടെ മനുഷ്യജീവിതത്തിന്റെ സവിശേഷതക ളെയും ഈർപ്പങ്ങളെയും തിരിച്ചറിയുകയായിരുന്ന മാർക്സ്. സാമ്പത്തി കഗ്രന്ഥങ്ങളേക്കാൾ അക്കാലത്ത് സാമ്പത്തികജീവിതങ്ങൾ തിരിച്ച റിയുന്നത് ബെൽസാക്കിന്റെ കൃതികളിലാണെന്ന് മാർക്സ് പറഞ്ഞതും അതുകൊണ്ടാണ്. ഷേക്സ്പിയർ ഇഷ്ട എഴുത്തുകാരനായി മാർക്സിന് തോന്നിയത് അതിൽ മനുഷ്യാവസ്ഥ പ്രതിഫലിപ്പിക്കപ്പെടുന്നുണ്ട് എന്നതിനാലാണ്.

യൂറോപ്പിൽ ജനിച്ച മാർക്സ് ഇന്ത്യയെക്കുറിച്ച് അജ്ഞനായിരുന്നു എന്ന് കരുതുന്നവരുണ്ട്. എന്നാൽ ഇന്ത്യൻ സ്വാതന്ത്ര്യസമരത്തെ സംബന്ധിച്ച മാർക്സിന്റെ എഴുത്തുകളും മൂലധനത്തിലെ വിശകലനങ്ങളും ഈ ധാരണ തിരുത്തിക്കുറിക്കുന്നതാണ്. ഇന്ത്യയെക്കുറിച്ച് പറയുമ്പോൾ ജാതി വ്യ ത്യാസങ്ങളും അടിമത്തങ്ങളും കൊച്ച കൊച്ച സമുദായങ്ങളുടെ തീരാ ശാപമായിരുന്നുവെന്ന് മാർക്സ് വിശദീകരിക്കുന്നുണ്ട്. മൃഗങ്ങളേക്കാൾ കഷ്ടമാണ് ഇന്ത്യയിലെ ജനങ്ങളുടെ ജീവിതമെന്ന് മനുസ്മൃതിയെ അടി സ്ഥാനപ്പെടുത്തി മൂലധനത്തിൽ മാർക്സ് ഓർമ്മപ്പെടുത്തുന്നു. ബ്രിട്ടീഷുകാർ ഇന്ത്യയിലെ നിലവിലുള്ള ജീവിതത്തെ നശിപ്പിച്ചുവെന്നും അതിലും ഗുണ പരമായ ഒന്ന് സംഭാവന ചെയ്തില്ലെന്നും എഴുതുന്നുണ്ട്.

1857 ലെ ഒന്നാം സ്വാതന്ത്ര്യസമരത്തിനെതിരെ ബ്രിട്ടീഷുകാർ എടു ത്തനിലപാടിനെ രൂക്ഷമായി വിമർശിക്കാനും മാർക്സ് തയ്യാറാകുന്നുണ്ട്. ഒന്നാം സ്വാതന്ത്ര്യസമരത്തിന് കേന്ദ്രീകൃതമായ നേതൃത്വവും പട്ടാളവും ഉണ്ടായിരുന്നില്ലെന്നും ഇത് കലാപകാരികളുടെ ഇടയിൽ ആഭ്യന്തര

     സ്മരണകൾ സമരായുധങ്ങൾ

കലാപത്തിന് പലപ്പോഴും ഇടവന്നിട്ടുണ്ടെന്നും മാർക്സ് വിലയിരുത്തു ന്നുണ്ട്. കലാപം പരാജയപ്പെട്ടുവെങ്കിലും കൊളോണിയൽ അടിമത്ത ത്തോട്ടുള്ള വിദ്വേഷത്തെ അത് പ്രകാശിപ്പിച്ചുവെന്നും പിൽക്കാലത്തെ സ്വാതന്ത്ര്യപോരാട്ടങ്ങൾക്ക് അത് കരുത്തായെന്നും മാർക്സ് ഓർമ്മിപ്പിക്കു ന്നുണ്ട്. ബ്രിട്ടീഷുകാരുടെ ഭരണരീതിയിലും ഇത് മാറ്റം വരുത്തിയതായും വിലയിരുത്തി. ഇന്ത്യൻ സ്വാതന്ത്ര്യസമരത്തിന് താത്ക്കാലിക തിരിച്ചടി ഉണ്ടായെങ്കിലും ദീർഘകാല വിജയം ഇന്ത്യക്കാർക്കായിരിക്കുമെന്നും മാർക്സ് അക്കാലത്ത് തന്നെ ദീർഘദർശനം നടത്തുന്നുണ്ട്.

പ്രായമായവരെയും ഭിന്നശേഷിക്കാരെയുമെല്ലാം കൊന്നൊടുക്കുന്ന താണ് സോഷ്യലിസ്റ്റ് വ്യവസ്ഥ എന്നായിരുന്ന പഴയകാലത്ത് നടന്ന പ്രചാരവേല. ഈ ഘട്ടത്തിൽ മാർക്സ് മൂലധനത്തിൽ ടി. ജെ ഡണ്ണിംഗി ന്റെ മുതലാളിത്തത്തിന്റെ സവിശേഷത വ്യക്തമാക്കാൻ രേഖപ്പെടുത്തിയ കാര്യം ഏറെ പ്രസക്തമാണ്.

'തക്കലാഭമുണ്ടെങ്കിൽ മൂലധനം ധീരമായി പെരുമാറും. പത്തുശതമാനം ലാഭത്തിന് മൂലധനം എവിടേയും വ്യാപരിക്കും. ഇരുപത് ശതമാനം ലാഭം ആർത്തി വളർത്തും. അമ്പതുശതമാനം ലാഭം എല്ലാ മാനുഷിക മൂല്യങ്ങ ളെയും ചവിട്ടിമെതിക്കാൻ തയ്യാറാകും. മുന്നൂറ് ശതമാനം ലാഭത്തിന് മൂലധനം ചെയ്യാത്ത പാതകമില്ല. അത് നേരിടാനറയ്ക്കുന്ന ആപത്തില്ല; ഉടമയെ തൂക്കിലേറ്റുന്ന കടുംകൈയ്ക്കുപോലും അത് മുതിരുന്നു. കുഴപ്പവും കലാപവും ലാഭം വർദ്ധിപ്പിക്കുമെങ്കിൽ മൂലധനം രണ്ടിനെയും പ്രോത്സാ ഹിപ്പിക്കും. കള്ളക്കടത്തും അടിമക്കച്ചവടവും ഇവിടെ ഇപ്പറഞ്ഞതെല്ലാം വസ്തുത മാത്രമാണെന്നും തെളിയിക്കുന്നു.'

മുതലാളിത്തത്തെ സംബന്ധിച്ച് മാർക്സ് വ്യക്തമാക്കിയ ദൗർബല്യങ്ങൾ നമുക്ക് മുമ്പിൽ തുറന്ന കാട്ടുകയാണ്. ലോകത്തിന്റെ വിവിധഭാഗങ്ങളിൽ നിലനിൽക്കുന്ന അസമത്ത്വവും ചൂഷണവുമെല്ലാം മാർക്സിന്റെ നിഗമന ങ്ങൾ എത്ര ശരിയായിരുന്നുവെന്ന് വ്യക്തമാക്കുന്നുണ്ട്. അത്കൊണ്ട് തന്നെ

"ശവകുടീരത്തിൽ

നീയുറങ്ങുമ്പോഴും

ഇവിടെ നിൻവാ-

ക്കുറങ്ങാതിരിക്കുന്നു..."

ലെനിൻ: മാർക്സിസത്തെ ലോകം മുഴുവൻ വ്യാപിപ്പിച്ച വിപ്ലവകാരി

സാർ ചക്രവർത്തിയെ വധിക്കാൻ ശ്രമിച്ചവെന്ന കുറ്റത്തിന് അക്സാണ്ടർ ഉളിയനോവ് എന്ന ലെനിന്റെ സഹോദരനെ അന്നത്തെ റഷ്യൻ ഭരണക്കൂടം ഴുക്കിക്കൊല്ലുകയായിരുന്നു. യഥാർത്ഥത്തിൽ ലെനിന്റെ രാഷ്ട്രീയ ഗുരു കൂടിയായിരുന്ന അലക്സാണ്ടർ ഉളിയനോവ്. അദ്ദേഹത്തിന്റെ ശേഖരത്തിൽ നിന്നാണ് മൂലധനം ലെനിന് ലഭിക്കുന്നത്. ഇത്തരത്തിൽ മാർക്സിസവുമായി ബന്ധപ്പെട്ട നിന്ന സഹോദരൻ മാർക്സിസത്തിലേക്ക് എത്തുകയെന്ന ഘട്ടം പൂർത്തിയാവുന്നതിനുമുമ്പ് കൊല്ലപ്പെടുകയാണ് ചെയ്തത്.

ലെനിൻ തന്റെ രാഷ്ട്രീയ ജീവിതം ആരംഭിക്കുമ്പോൾ ലോകത്തെ വിശകലനം ചെയ്യുകയും, അതിന്റെ അടിസ്ഥാനത്തിൽ അതിനെ മാറ്റിമറിക്കണമെന്ന് നിർദ്ദേശിക്കുകയും ചെയ്ത മാർക്സിസ്റ്റ് ആശയം ദിശാബോധം നൽകിക്കൊണ്ട് നിലവിലുണ്ടായിരുന്നു. ഈ ധൈഷണിക നേതൃത്വം ലെനിന്റെ പ്രായോഗിക പ്രവർത്തനങ്ങൾക്ക് വഴികാട്ടിയായി. ഇങ്ങനെ മഹത്തായ ദർശനത്തിന്റെ അടിസ്ഥാനത്തിൽ പ്രവർത്തിക്കാനുള്ള സാഹചര്യം ലെനിനുണ്ടായിരുന്നു. എന്നാൽ മാർക്സിനേയും, ഏംഗൽസിനേയും സംബന്ധിച്ചിടത്തോളം ഇത്തരമൊരു സാധ്യത അക്കാലത്ത് നിലനിന്നിരുന്നില്ല. അതുകൊണ്ട തന്നെ ദാർശനിക മായ അന്വേഷണങ്ങൾ നടത്തുന്നതിന് ഊന്നൽ നൽകേണ്ടിവന്നു. അതിന്റെ ഇടർച്ചയിലാണ് പ്രായോഗിക പ്രവർത്തനങ്ങൾക്ക് അവർക്ക്

നേതൃത്വം കൊടുക്കാൻ കഴിഞ്ഞത്. അതേസമയം പരിമിതമായ ജനാ ധിപത്യ സൗകര്യങ്ങൾ ഉപയോഗപ്പെടുത്തി തങ്ങളുടെ ആശയങ്ങൾ പ്രചരിപ്പിക്കുന്നതിന് താരതമ്യേന മെച്ചപ്പെട്ട സാഹചര്യം മാർക്സിനും, ഏംഗൽസിനും ലഭിച്ചിരുന്നു. അതുകൊണ്ടാണ് പരസ്യമായി പത്രപ്രവ ർത്തനം നടത്തുന്നതിനുള്ള സാഹചര്യം അവർക്ക് ലഭിച്ചത്.

യൂറോപ്പുമായി താരതമ്യപ്പെടുത്തി നോക്കിയാൽ പരിമിതമായ ജനാ ധിപത്യ സ്വാതന്ത്ര്യം പോലും സാറിസ്റ്റ് റഷ്യയിലുണ്ടായിരുന്നില്ല. ഈ പരിമിതിക്കകത്തുനിന്നുകൊണ്ട് മാർക്സിസത്തെ സൈദ്ധാന്തികവും, പ്രായോഗികവും ആയി വികസിപ്പിക്കുകയെന്ന ചരിത്രമേൽപ്പിച്ച ഉത്ത രവാദിത്വം നിർവ്വഹിക്കുവാൻ ലെനിന് കഴിഞ്ഞു.

മാർക്സിന്റേയും, ഏംഗൽസിന്റേയും കാലത്ത് ആഗോളതലത്തി ലുള്ള തൊഴിലാളി സംഘടന കെട്ടിപ്പടുക്കുകയെന്ന കാഴ്ചപ്പാടോടെ തന്നെയാണ് അവർ പ്രവർത്തിച്ചത്. എന്നാൽ പൊതുവിൽ അത് യൂറോപ്പിൽ തന്നെ ഒതുങ്ങി നിൽക്കുന്ന നിലയാണുണ്ടായിരുന്നത്. സംഘടനാപരമായി യൂറോപ്പിൽ കേന്ദ്രീകരിച്ച നിന്ന വിപ്ലവ പ്രസ്ഥാന ത്തെ മറ്റ് ഭൂഖണ്ഡങ്ങളിലും വേരുള്ള പ്രസ്ഥാനമാക്കി വളർത്തിയെടുക്ക ന്നതിൽ ലെനിൻ വഹിച്ച പങ്ക് ഏറെ വലുതാണ്. അങ്ങനെ സർവ്വ രാജ്യ തൊഴിലാളികളെ സംഘടിപ്പിക്കുന്നതിന് ലോക കമ്മ്യൂണിസ്റ്റ് പ്രസ്ഥാനം ഉണ്ടാകണമെന്ന ആശയത്തിന് പ്രായോഗികമായ രൂപമുണ്ടായത് ലെനിന്റെ നേതൃത്വത്തിലാണ് എന്ന് കാണാം.

ഫ്യൂഡലിസത്തിൽ നിന്ന് മുതലാളിത്തം വളർന്നുവന്നതിന്റെ പൊതു ചിത്രമാണ് മാർക്സ് മൂലധനത്തിൽ മുന്നോട്ടുവെച്ചത്. ഈ പൊതുവായി മുന്നോട്ടുവെച്ച കാഴ്ചപ്പാടിനെ റഷ്യൻ സാഹചര്യത്തിൽ പ്രായോഗികമാ ണെന്ന കാഴ്ചപ്പാടാണ് അവതരിപ്പിച്ചത്.

രാഷ്ട്രീയവും, സൈദ്ധാന്തികവും, പ്രായോഗികവുമായ നിരവധി പ്രശ്നങ്ങളിൽ മാർക്സിസത്തെ ലെനിൻ വികസിപ്പിച്ചു. മാർക്സും, ഏംഗൽസും മുതലാളിത്തത്തിന്റെ വികാസ രൂപമായ സാമ്രാജ്യത്വത്തെ പ്പറ്റി പറഞ്ഞിട്ടുണ്ട്. വിശദാംശങ്ങളിലേക്ക് കടക്കേണ്ട സാഹചര്യമുണ്ടാ യിരുന്നില്ല. ലെനിന്റെ കാലമെത്തുമ്പോഴേക്കും സാമ്രാജ്യത്വ വികാസ വുമായി ബന്ധപ്പെട്ട പ്രശ്നങ്ങൾ പ്രധാനപ്പെട്ട രാഷ്ട്രീയ പ്രശ്നമായി ഉയർന്നുവന്നു. ഈ ഘട്ടത്തിൽ 'സാമ്രാജ്യത്വമെന്നത് മുതലാളിത്തത്തി ന്റെ ഉയർന്ന രൂപമാ'ണെന്ന് ലെനിൻ വ്യക്തമാക്കി.

സമൂഹ വികാസത്തെ ഇത്തരത്തിൽ വിലയിരുത്തിയ ശേഷം അതിനെ മാറ്റിമറിക്കുവാൻ എങ്ങനെ ഇടപെടണം എന്ന സമീപനവും അദ്ദേഹം മുന്നോട്ടുവെച്ചു. അതിന്റെ അടിസ്ഥാനത്തിലാണ് 'എന്ത് ചെയ്യണ'മെന്ന കൃതി ലെനിൻ എഴുതിയത്. കമ്മ്യൂണിസ്റ്റ് പാർടിയുടെ സംഘടനാ പ്രവ ർത്തനത്തെ സംബന്ധിച്ച വ്യക്തമായ കാഴ്ചപ്പാട് ഇതിൽ അദ്ദേഹം

മുന്നോട്ടുവെക്കുന്ന. സാമ്പത്തിക സമരങ്ങളുടെ പ്രാധാന്യം എടുത്തുപറ
യുമ്പോൾ തന്നെ അതിനെ രാഷ്ട്രീയ ബോധത്തിലേക്ക് നയിക്കാനുള്ള
സംഘടനയുടെ ആവശ്യകതയും ഇടപെടലും ലെനിൻ എടുത്തുപറയു
ന്നുണ്ട്.

വ്യക്തമായ രാഷ്ട്രീയ ദിശാബോധവും, അത് പ്രായോഗികമാക്കാനുള്ള
കമ്മ്യൂണിസ്റ്റ് പാർടിയും രൂപീകരിക്കുകയെന്നത് വിപ്ലവത്തിന്റെ അടി
സ്ഥാനമാണെന്ന് ലെനിൻ വിലയിരുത്തുന്ന. മൂർത്തമായ സാഹചര്യ
ത്തെ വിശകലനം ചെയ്യുകൊണ്ട് മൂർത്തമായ പ്രയോഗം നടത്തുകയാണ്
ചെയ്യേണ്ടത്. അതുകൊണ്ട് തന്നെ ഓരോ പരിതസ്ഥിതിക്കും അനുസ
രിച്ച് തന്ത്രങ്ങളും, അടവുകളും ആവിഷ്ക്കരിക്കുകയെന്നതും പ്രധാനമാ
ണെന്ന് ലെനിൻ വിലയിരുത്തി. 'ജനാധിപത്യ വിപ്ലവത്തിൽ സോഷ്യൽ
ഡമോക്രസിയുടെ രണ്ട് അടവുകൾ' എന്ന പ്രസിദ്ധമായ പുസ്തകം ഈ
കാഴ്ചപ്പാടിനെ വിശകലനം ചെയ്യുന്ന. തെരഞ്ഞെടുപ്പുകളേയും, അതിൽ
നിന്ന് രൂപംകൊള്ളുന്ന ഗവൺമെന്റുകളേയും ബഹിഷ്ക്കരിക്കുകയെ
ന്ന ഇടത് തീവ്രവാദപരമായ നിലപോടിനേയും, തൊഴിലാളി വർഗ്ഗ
പാർടിയെ പാർലമെന്ററി പ്രവർത്തനത്തിന് കീഴ്പ്പെടുത്തുകയെന്ന
വലതുപക്ഷ സമീപനത്തേയും അദ്ദേഹം ഇതിൽ തുറന്നുകാട്ടുന്നുണ്ട്.

ഓരോ മേഖലയിലും കമ്മ്യൂണിസ്റ്റ് പാർടി രൂപീകരിക്കുമ്പോൾ അതിന്റെ
സവിശേഷതയെക്കൂടി കണക്കിലെടുത്തുകൊണ്ടാണ് ഇടപെടേണ്ടതെ
ന്ന് ലെനിൻ ഊന്നിപ്പറഞ്ഞു. അതിന്റെ അടിസ്ഥാനത്തിലാണ് ഗ്രാമീണ
മേഖലയിൽ പാർടി കെട്ടിപ്പടുക്കുന്നതിന് സ്വീകരിക്കേണ്ട സമീപനം
വ്യക്തമാക്കിക്കൊണ്ട് നാട്ടിൻ പുറത്തെ പട്ടിണിപ്പാവങ്ങളോട് എന്ന
ലഘുലേഖ അദ്ദേഹം എഴുതുന്നത്. ഗ്രാമീണ മേഖലയിലെ പാവപ്പെട്ടവ
രുടെ സമരങ്ങളേയും, വ്യവസായ തൊഴിലാളികൾ നടത്തുന്ന പോരാട്ട
ത്തേയും കൂട്ടിയിണക്കുന്നതിനുള്ള സമീപനവും ഇതിൽ മുന്നോട്ടുവെക്ക
ന്ന. ഗ്രാമീണ മേഖലയിലെ വിവിധ വർഗ്ഗങ്ങളും, അവരുടെ സ്വഭാവങ്ങളും
ഇതിൽ വിശകലനം ചെയ്യുന്ന.

കമ്മ്യൂണിസ്റ്റ് പാർടി ഓരോ നാടിന്റേയും സാഹചര്യത്തിനനുസരിച്ച്
ഇത്തരത്തിൽ കെട്ടിപ്പടുക്കുമ്പോൾ തെറ്റായ പല പ്രവണതകളും
അതിൽ ഉയർന്നുവരുമെന്നും ലെനിൻ ഓർമ്മപ്പെടുത്തുന്നുണ്ട്. അതിന്റെ
അടിസ്ഥാനത്തിൽ റഷ്യയിൽ ഉയർന്നുവന്ന പ്രവണതകളെ തുറന്നുകാട്ടി
ക്കൊണ്ടെഴുതിയ കൃതിയാണ് 'ഒരടി മുന്നോട്ട് രണ്ടടി പിന്നോട്ട്' എന്നത്.
ഓരോ നാടിന്റേയും സാഹചര്യത്തിനനുസരിച്ച് വിപ്ലവ പരിപാടി തയ്യാ
റാക്കേണ്ടതിന്റെ പ്രാധാന്യവും ഇതിൽ എടുത്തുപറയുന്ന.

കമ്മ്യൂണിസ്റ്റ് പാർടിയിൽ ഇത്തരത്തിൽ പ്രത്യക്ഷപ്പെടുന്ന പ്രവണത
യാണ് ഇടത് തീവ്രവാദം. ഇത്തരം നിലപാടുകൾ ജനങ്ങളിൽ നിന്നും
പാർടിയെ ഒറ്റപ്പെടുത്തുമെന്ന് മുന്നറിയിപ്പ് നൽകിക്കൊണ്ട് എഴുതിയ

പുസ്തകമാണ് 'ഇടതുപക്ഷ കമ്മ്യൂണിസം ഒരു ബാലാരിഷ്ടത' എന്നുള്ളത്. ഓരോ രാജ്യത്തിന്റേയും സാമ്പത്തിക-രാഷ്ട്രീയ-സാംസ്കാരിക സവിശേ ഷതകൾ, ദേശീയ ഘടന, മതപരമായ വിഭജനങ്ങൾ തുടങ്ങിയവയെ ല്ലാം കണക്കിലെടുത്തുകൊണ്ട് മാത്രമേ പ്രായോഗിക പ്രവർത്തനങ്ങൾ നടത്താവൂ എന്ന് അതിൽ ഓർമ്മപ്പെടുത്തുന്നു.

റഷ്യൻ വിപ്ലവത്തിനശേഷം സോഷ്യലിസ്റ്റ് വ്യവസ്ഥ കെട്ടിപ്പടുക്കുന്ന തിനുള്ള ഉത്തരവാദിത്വം ലെനിന് ഏറ്റെടുക്കേണ്ടിവന്നു. ഇക്കാര്യത്തിൽ മുൻ മാതൃകകളൊന്നും ലെനിന്റെ മുന്നിലുണ്ടായിരുന്നില്ല. പാരീസ് കമ്മ്യൂ ണിന്റെ ചില അനുഭവ പാഠങ്ങൾ മാത്രമായിരുന്ന ഇക്കാര്യത്തലുണ്ടായി രുന്ന വഴികാട്ടി. അതുകൊണ്ടു തന്നെ അവ കെട്ടിപ്പടുക്കുന്നതിന് ഉതകുന്ന വഴികൾ രൂപപ്പെടുത്താനും നേതൃത്വപരമായ പങ്ക് അദ്ദേഹം വഹിച്ചു. ഈ ഘട്ടങ്ങളിൽ പല തരത്തിലുള്ള വിമർശനങ്ങളും ഉയർന്നുവരികയു ണ്ടായി. അവയ്ക്ക് മറുപടി നൽകിക്കൊണ്ട് സോഷ്യലിസ്റ്റ് വ്യവസ്ഥയെ കെട്ടിപ്പടുക്കുന്നതിനുള്ള പ്രവർത്തനങ്ങളിലും അദ്ദേഹം മുഴുകി.

മനുഷ്യ സ്വാതന്ത്ര്യത്തിന്റെ സൈദ്ധാന്തികനും, പ്രയോക്താവും കൂടിയായിരുന്ന ലെനിൻ. "എവിടെ മർദ്ദനമുണ്ടോ, എവിടെ നിർബന്ധ മുണ്ടോ അവിടെ സ്വാതന്ത്ര്യവുമില്ല, ജനാധിപത്യവുമില്ല." എന്നതാണ് ലെനിന്റെ സമീപനം. അതിന് മർദ്ദനങ്ങളെല്ലാം അവസാനിക്കുന്ന ലോകമുണ്ടാകണം. അതിനായി എല്ലാ ആധിപത്യങ്ങളേയും ഇല്ലാതാ ക്കണം. അതിന് നിലവിലുള്ള ആധിപത്യങ്ങളെ ഉന്മൂലനം ചെയ്യുന്നതിന് ഒരു പ്രത്യേക സംവിധാനം രൂപീകരിക്കേണ്ടിവരും. തൊഴിലാളിവർഗ്ഗ സർവ്വാധിപത്യത്തെ ലെനിൻ കണ്ടത് ഇതിന്റെ അടിസ്ഥാനത്തിലാണ്. വർഗ്ഗത്തിന്റെ ആധിപത്യങ്ങൾ ഇല്ലാതാകുന്നതോടെ ഭരണകൂടം കൊഴി ഞ്ഞുവീഴുമെന്നും, സ്വാതന്ത്ര്യത്തിന്റെ ആകാശത്തിലേക്ക് മനുഷ്യ സമൂഹം എത്തിച്ചേരുമെന്നും ലെനിൻ എടുത്തുപറഞ്ഞു. 'ഭരണകൂടവും, വിപ്ലവവുമെ ന്ന' ലെനിന്റെ ക്ലാസിക്കൽ കൃതി ഈ കാഴ്ചപ്പാട് വ്യക്തമാക്കുന്നതാണ്.

സോഷ്യലിസ്റ്റ് വ്യവസ്ഥ കെട്ടിപ്പടുക്കുന്നതിന്റെ ഭാഗമായി ബൂർഷ്വാ ആധിപത്യത്തിന്റെ ഉപകരണമായ ഭരണഘടനാ സമിതിയെ പിരിച്ച വിട്ടുകയും പകരം തൊഴിലാളികളുടേയും, പടയാളികളുടേയും, കർഷക ജനസാമാന്യത്തിന്റേയും സോവിയറ്റുകൾക്ക് റഷ്യയിൽ അധികാരം നൽകുന്ന നടപടി ലെനിൻ സ്വീകരിച്ചു. ഈ നടപടിയെ വിമർശിച്ചുകൊ ണ്ട് മൂലധനത്തിന്റെ വോള്യങ്ങൾ പ്രസിദ്ധീകരിക്കുന്നതിന് ഇടപെട്ട കൗട്സ്കി 'തൊഴിലാളി വർഗ്ഗ സർവ്വാധിപത്യ'മെന്ന പുസ്തകമെഴുതി. കൗട്സ്കിയുടെ ഈ നിലപാടുകളിലെ ദൗർബല്യങ്ങൾ തുറന്നുകാട്ടി 'തൊഴിലാളി വർഗ്ഗ വിപ്ലവവും, വഞ്ചകനായ കൗട്സ്കിയും' എന്ന പുസ്തകം ലെനിൻ എഴുതുകയും ചെയ്തു. ജനങ്ങളുടെ ആധിപത്യം നില നിർത്തുന്നതിനും, പിന്തിരിപ്പന്മാരുടെ ആധിപത്യം ഇല്ലാതാക്കാനും ഇത്തരം നടപടികൾ അനിവാര്യമാണെന്ന് ലെനിൻ വ്യക്തമാക്കി.

റഷ്യൻ കമ്മ്യൂണിസ്റ്റ് പാർടി പരിപാടിയിലെ പ്രധാനപ്പെട്ട ഒരു കാഴ്ചപ്പാ ടായിരുന്നു രാഷ്ട്രങ്ങളുടെ സ്വയം നിർണ്ണയാവകാശം എന്നത്. എന്നാൽ ഈ സമീപനത്തെ റോസലക്സംബർഗ് ശക്തമായി വിമർശിച്ചു. ഇതിന് മറുപടിയായി 'രാഷ്ട്രങ്ങളുടെ സ്വയംനിർണ്ണയാവകാശം' എന്ന പുസ്തകം ലെനിൻ എഴുതി. ഓരോ രാജ്യത്തിന്റേയും സാഹചര്യത്തെ മനസ്സിലാ ക്കിക്കൊണ്ട് മാത്രമേ ദേശീയ പ്രശ്നത്തിൽ നിലപാട് സ്വീകരിക്കാൻ കഴിയുവെന്ന് ലെനിൻ ഇതിൽ വ്യക്തമാക്കി. ദേശീയ രാഷ്ട്രത്തിന്റെ രൂപീകരണത്തിന് പിന്നിലുള്ള സാമ്പത്തിക ഘടകങ്ങളെ കാണാൻ റോസക്ക് കഴിയാത്തതുകൊണ്ടാണ് ഇത്തരമൊരു നിലപാടിലേക്ക് അവർ എത്തിച്ചേർന്നതെന്ന് അവരുടെ സംഭാവനകളെ അംഗീകരിച്ച കൊണ്ട് തന്നെ ലെനിൻ പറയുന്നു.

സേഷ്യലിസ്റ്റ് വ്യവസ്ഥ പ്രായോഗികമായി കെട്ടിപ്പടുക്കുന്ന പ്രവ ർത്തനങ്ങളുടെ അനുഭവങ്ങളിൽ നിന്ന് പുതിയ സമീപനം ലെനിൻ മുന്നോട്ടുവെച്ചു. എൻ.ഇ.പിയെന്ന പേരിലുള്ള സാമ്പത്തിക സമീപനം അങ്ങനെയാണ് രൂപപ്പെടുന്നത്. യുദ്ധകാല കമ്മ്യൂണിസം എന്നത് എല്ലാ വിഭാഗങ്ങളും സോഷ്യലിസ്റ്റ് ശിശുവിനെ ഇല്ലാതാക്കാനുള്ള പ്രവർത്തന ങ്ങൾ നടത്തുകയായിരുന്നു. ആ കാലഘട്ടത്തിൽ സോഷ്യലിസ്റ്റ് വ്യവസ്ഥ കെട്ടിപ്പടുക്കാൻ സ്വീകരിച്ച സമീപനം അതുപോലെ തുടരേണ്ടതില്ലെന്ന് ലെനിൻ വ്യക്തമാക്കി. ഈ പുതിയ പരിതസ്ഥിതിയിൽ സോഷ്യലിസ്റ്റ് വ്യവസ്ഥ കെട്ടിപ്പടുക്കുന്നതിന് പുതിയ സാധ്യതകൾ ലെനിൻ തേടി. ഈ സമീപനത്തിന്റെ അടിസ്ഥാനത്തിൽ കാർഷിക മേഖലയിൽ വ്യ ത്യസ്തമായ സമീപനം സ്വീകരിക്കേണ്ടിവരുമെന്ന നിലപാടും ലെനിൻ സ്വീകരിച്ചു. 'ധാന്യ നികുതി'യെന്ന പുസ്തകം എഴുതിയത് ഇതിന്റെ പശ്ചാ ത്തലത്തിലാണ്.

ഉൽപ്പാദന ശക്തികളെ കാർഷിക മേഖലയിലും വികസിപ്പിക്കേണ്ട തുണ്ട്. അതിലൂടെ മാത്രമേ ഉൽപ്പാദന വർദ്ധനവ് നടത്തി ജനജീവിതം കൂടുതൽ മെച്ചപ്പെടുത്തിയെടുക്കാൻ കഴിയൂ. അത്തരമൊരു സാഹച ര്യത്തിൽ കാർഷിക മേഖലയിൽ ഉൽപ്പാദന ശക്തികളെ വികസിപ്പി ക്കുന്നതിനുവേണ്ടി മുതലാളിത്തത്തിന്റെ ഘടകങ്ങളേയും, രീതികളേയും താൽക്കാലികമായി ആശ്രയിക്കേണ്ടിവരും. തൊഴിലാളി വർഗ്ഗത്തിന്റെ നേതൃത്വത്തിന് കീഴിൽ ഇവ നടപ്പിലാക്കുമ്പോൾ അതുമായി ബന്ധപ്പെട്ട യർന്നുവരുന്ന പ്രശ്നങ്ങളെ നിയന്ത്രിക്കാൻ തൊഴിലാളി വർഗ്ഗത്തിന്റെ ഭരണ സംവിധാനത്തിന് കഴിയുമെന്നും ലെനിൻ വ്യക്തമാക്കി. ഇന്നത്തെ ചൈനീസ് പരിഷ്ക്കാരങ്ങൾ പരിശോധിക്കുമ്പോൾ ഇത്തരമൊരു ദിശാബോധം അതിനുണ്ടെന്ന് കാണാം.

മാർക്സിസത്തിന്റെ പാരിസ്ഥിതിക സമീപനം വിശകലനം ചെയ്യു മ്പോൾ പ്രകൃതിയുടെ വൈരുദ്ധ്യാത്മകതയെന്ന ഏംഗൽസിന്റെ കൃതിയെയാണ് നാം മുന്നോട്ടുവെക്കാറുള്ളത്. 1925-ലാണ് ഈ പുസ്തകം

വെളിച്ചം കാണുന്നത്. അതുകൊണ്ട് തന്നെ ലെനിൻ ഈ പുസ്തകം കണ്ടിരുന്നില്ല. എന്നാൽ പാരിസ്ഥിതിക പ്രശ്നം എന്നത് ഏറ്റവും പ്രധാനപ്പെട്ട ഒന്നായി മൂലധനത്തിന്റെ വായനയിൽ നിന്ന് ലെനിൻ മനസ്സിലാക്കിയിരുന്നു. മാർക്സിനെക്കുറിച്ച് ലെനിൻ എഴുതിയ കുറിപ്പിൽ മൂലധനത്തിൽ നിന്ന് എടുത്ത ഉദ്ധരണി ഇതാണ്. "എല്ലാ സമ്പത്തിന്റേയും ഉത്ഭവ കേന്ദ്രമായ മണ്ണിനേയും, തൊഴിലാളിയേയും ഊറ്റി പിഴിഞ്ഞുകൊണ്ട് മാത്രമേ മുതലാളിത്ത ഉൽപ്പാദനം സാങ്കേതിക ശാസ്ത്രത്തെ വികസിപ്പിക്കുകയും, വിവിധ പ്രക്രിയകളെ സാമൂഹ്യമായും ഒന്നിച്ച് സംയോജിപ്പിക്കുകയും ചെയ്യുന്നുള്ളൂ."

മുതലാളിത്തം പരിസ്ഥിതിയേയും, തൊഴിലാളികളേയും ചൂഷണം ചെയ്യു ന്നതിനുവേണ്ടി സാങ്കേതിക വിദ്യയെപ്പോലും വികസിപ്പിക്കുന്നുവെന്ന പ്രശ്നം അദ്ദേഹം എടുത്തുപറയുന്നു. മുതലാളിത്ത സമ്പദ്ഘടനയുടെ അപഗ്രഥനത്തിൽ മാർക്സ് കേന്ദ്രീകരിച്ചപ്പോൾ ഏംഗൽസ് ചരിത്ര ത്തെ സംബന്ധിച്ച ഭൗതിക പ്രവർത്തനങ്ങളിലാണ് ഏർപ്പെട്ടതെന്നും ലെനിൻ ഇതിൽ വിലയിരുത്തുന്നുണ്ട്.

സ്ത്രീ പ്രശ്നങ്ങളെ സംബന്ധിച്ച് ക്ലാര യെൽസനുമായി ലെനിൻ നടത്തിയ ദീർഘമായ സംഭാഷണം പ്രസിദ്ധമാണ്. ജനങ്ങളിൽ പകു തിയിലേറെ വരുന്ന വിഭാഗത്തെ അടിമത്തത്തിലേക്ക് നിടത്തി സമൂഹ ത്തിന് സ്വാതന്ത്ര്യം നേടാനാകില്ലെന്ന് സ്ത്രീ പ്രശ്നത്തെ വിലയിരുത്തി ലെനിൻ പറയുന്നുണ്ട്. കുട്ടികളുടെ പരിപാലനവും, ഭക്ഷണത്തിന്റെ നിർമ്മാണവും സാമൂഹ്യമായ ഉത്തരവാദിത്തമായി മാറ്റുന്ന ഘട്ടം സ്ത്രീ വിമോചനത്തിന് അനിവാര്യമാണ്. എല്ലാ മേഖലയിലും കൂടുതൽ പങ്കാ ളിത്തം സ്ത്രീക്കുണ്ടാകുകയെന്നതാണ് പ്രധാനമെന്നും അദ്ദേഹം വിലയി രുത്തുന്നുണ്ട്. ഇത്തരമൊരു അവസ്ഥ സൃഷ്ടിക്കുന്നതിന് സോഷ്യലിസ്റ്റ് വ്യവസ്ഥയുടെ അടിത്തറ അനിവാര്യമാണെന്നും ലെനിൻ വ്യക്തമാക്ക ന്നു. സ്ത്രീകൾക്ക് ആദ്യമായി വോട്ടവകാശം ലഭിച്ച രാജ്യമാണ് സോവിയറ്റ് റഷ്യയെന്ന കാര്യവും ഇവിടെ ഓർക്കേണ്ടതായിട്ടുണ്ട്.

ലെനിന്റെ കലയെ സംബന്ധിച്ച കാഴ്ചപ്പാടുകൾ പ്രസിദ്ധമാണ്. മനുഷ്യ സമൂഹമാർജ്ജിച്ച എല്ലാ വിജ്ഞാനങ്ങളും മനുഷ്യ സമൂഹത്തിന്റേതാണെ ന്ന് അദ്ദേഹം പ്രഖ്യാപിച്ചു. അതിനാൽ അവയെല്ലാം സംരക്ഷിക്കപ്പെ ടണം. ഒപ്പം ഇന്നത്തെ കാലത്തിന് ആവശ്യമുള്ളവയെ സ്വീകരിക്കുകയും വേണം എന്ന നിലപാടായിരുന്നു അദ്ദേഹത്തിന്റേത്.

ഇന്ത്യയുടെ സ്വാതന്ത്ര്യ പ്രസ്ഥാനത്തിലും ലെനിന്റെ അടയാളങ്ങളുണ്ട്. മൂന്നാംലോക രാജ്യങ്ങളുടെ വിമോചനത്തെ സംബന്ധിച്ച ഒരു തിസീസ് തന്നെ ലെനിൻ മുന്നോട്ടുവെക്കുന്നുണ്ട്. ഇന്ത്യയിലെ കമ്മ്യൂണിസ്റ്റ് പാർടി സാമ്രാജ്യത്വ വിരുദ്ധ സമരത്തിൽ ദേശീയപ്രസ്ഥാനവുമായി ചേർന്ന് സ്വന്തമായ വ്യക്തിത്വം നിലനിർത്തിക്കൊണ്ട് പങ്കെടുക്കേണ്ടതിന്റെ

പ്രാധാന്യവും ലെനിൻ എടുത്തുപറഞ്ഞു. തിലകനെ അറസ്റ്റ് ചെയ്തതിൽ പ്രതിഷേധിച്ച് ഇന്ത്യയിൽ നടന്ന തൊഴിലാളി പണിമുടക്കങ്ങളെ വിലയിരുത്തിക്കൊണ്ട് ഇന്ത്യൻ തൊഴിലാളി വർഗ്ഗത്തിന് പ്രായപൂർത്തിയായി എന്നും ലെനിൻ വിലയിരുത്തുകയുണ്ടായി.

മാർക്സിസ്റ്റ് ദർശനത്തെ സാമ്രാജ്യത്വകാലഘട്ടത്തിൽ പരിശോധിക്കുകയും, വികസിപ്പിക്കുകയും ചെയ്ത ദാർശനികനായിരുന്ന ലെനിൻ. വൈരുദ്ധ്യാത്മക ഭൗതികവാദ ആശയം ശാസ്ത്രത്തിന്റെ വളർച്ചയോടെ കാലഹരണപ്പെട്ടുപോയി എന്ന വാദത്തേയും ഇന്ദ്രീയാനുകരണവും, എപ്പിയോ വിമർശനവും എന്ന കൃതിയിൽ അദ്ദേഹം തുറന്നുകാട്ടുന്നുണ്ട്. കമ്മ്യൂണിസ്റ്റ് പ്രസ്ഥാനത്തെ ലോകവ്യാപകമായി വളർത്തുന്നതിന് സൈദ്ധാന്തികവും, പ്രായോഗികമായും ഇടപെട്ട കമ്മ്യൂണിസ്റ്റായിരുന്ന ലെനിൻ. റഷ്യൻ വിപ്ലവത്തില്ലൂടെ ലോകത്തെമ്പാട്ടുമുള്ള തൊഴിലാളി വർഗ്ഗത്തെ അവഗണിച്ചുകൊണ്ട് ആർക്കും മുന്നോട്ടുപോകാനാവില്ലെന്ന് ഓർമ്മപ്പെടുത്തിയ മാർക്സിസ്റ്റ് കൂടിയായിരുന്ന ലെനിൻ.

റോസ ലക്സംബർഗിന്റെ
ജീവിതത്തിലൂടെ

തൊഴിലാളി വർഗത്തിന്റെ വഴികാട്ടിയെന്ന് ലെനിൻ വിശേഷിപ്പിച്ച റോസ ലക്സംബർഗ് ജർമ്മൻ പട്ടാളത്താൽ വധിക്കപ്പെട്ടന്നത് 1919 ജനുവരി 15-ാം തീയ്യതിയാണ്. മാർക്സിസത്തെ അതിന്റെ അഗാധതകളിൽ ഉൾക്കൊള്ളകയും, വികസിപ്പിക്കുകയും, അതിനെ പ്രയോഗ രംഗത്ത് കൊണ്ടുവര ന്നതിന് ഏറെ സംഭാവനകൾ നൽകുകയും ചെയ്തുവെന്നതാണ് റോസ ലക്സംബർഗിന്റെ ജീവിതത്തെ വ്യത്യസ്തമാക്കുന്നത്. തൊഴിലാളി വർഗ്ഗ വിമോചനത്തേയും, സ്ത്രീ വിമോചനത്തേയും പരസ്പരം കണ്ണി ചേർത്തുകൊണ്ട് മുന്നോട്ടപോയ സൈദ്ധാ ന്തിക നിലപാട്ടുകളും റോസയെ വ്യത്യസ്തമാക്കുന്നു. ഇതിഹാസ തുല്യമായ ജീവിതമായിരുന്നു അവരുടേത്.

മാർക്സിസത്തിന്റെ ജൈവികതയെ മുന്നോട്ടുകൊണ്ടുപോകുന്നതി നായി സർവ്വാധിപത്യത്തിന്റെ രീതികളെ ശക്തമായി റോസ വെല്ലുവി ളിച്ചു. പീഡനങ്ങൾക്ക് മുമ്പിൽ തന്റെ ആശയങ്ങൾ വലിച്ചെറിയാതെ അത് ഉയർത്തിപ്പിടിച്ചു. താൻ കണ്ടെത്തിയ വഴികളിലൂടെ ധീരമായി മുന്നോട്ട് നീങ്ങിയ റോസയുടെ ജീവിതം വിപ്ലവകാരികൾക്ക് ആവേശം പകരുന്ന ഒന്നായി നിലനിൽക്കുന്നു.

1871 മാർച്ച് 5-ാം തീയതി പോളണ്ടിൽ ജനിച്ച റോസ പാഠപുസ്ത കങ്ങൾക്കപ്പുറത്ത് നീണ്ട വായനയുടെ ലോകത്തേക്ക് കാല്ക്കുറപ്പിച്ച്

മുന്നോട്ടുപോകുകയായിരുന്നു. ചെറുപ്പത്തിലേ പോളിഷ് ഭാഷയും റഷ്യനും, ഹീബ്രുവും, അൽപ്പസ്വൽപ്പം ജർമ്മനും അവർ സ്വായത്തമാ ക്കി. മുൻനിരയിലെത്തുന്ന വിദ്യാർത്ഥിനികൾക്കുള്ള സ്വർണ്ണമെഡൽ തീക്ഷ്ണമായ കലാപസ്വഭാവമുണ്ടെന്ന ആരോപണത്തിന്റെ അടിസ്ഥാ നത്തിൽ കൊച്ചുന്നാളിലേ ഇവർക്ക് നഷ്ടപ്പെടുന്നുണ്ട്. അതൊന്നും അവരെ തളർത്തിയതേയില്ല.

കമ്മ്യൂണിസ്റ്റ് മാനിഫെസ്റ്റോയും, മൂലധനവുമെല്ലാം റോസായുടെ വായനലോകത്തെ കീഴടക്കി. ബോധ്യങ്ങളുടെ ബലത്തിൽ നിശ്ചയ ദാർഢ്യത്തോടെ പെരുമാറുന്ന റോസ അങ്ങനെ രൂപപ്പെട്ടുവരികയായി രുന്നു. അർത്ഥശാസ്ത്രം ഇഷ്ട വിഷയമായിരുന്ന റോസ പോളണ്ടിലെ വ്യവസായവൽക്കരണം ഗവേഷണ വിഷയമായി തെരഞ്ഞെടുത്തു. അന്നത്തെ പോളണ്ടിലെ പെൺകുട്ടികൾക്ക് ഉന്നതവിദ്യാഭ്യാസം അപ്രാപ്യമായയതുകൊണ്ട് സ്വിറ്റ്സർലാന്റിലായിരുന്നു അവരുടെ ജീവിതം.

ജർമ്മനിയുടെ തലസ്ഥാനത്ത് എത്തിച്ചേർന്നതോടെ രാഷ്ട്രീയ പ്ര യോഗത്തിന്റെ മണ്ഡലത്തിൽ അവർ കാലുറപ്പിച്ചു. ഇക്കാലത്ത് ജർമ്മ നിയിലെ സ്ത്രീ പ്രസ്ഥാനവുമായി അടുത്ത ബന്ധം സ്ഥാപിച്ചുകൊണ്ടും അവർ മുന്നോട്ടുപോയി. തുടർച്ചയായ അറസ്റ്റുകളും, ജെയിൽ വാസവും റോസയുടെ ജീവിതത്തെ വേട്ടയാടിയെങ്കിലും അതൊന്നും അവരുടെ നിശ്ചയദാർഢ്യത്തെ കീഴ്പ്പെടുത്താൻ പര്യാപ്തമായിരുന്നില്ല. അറസ്റ്റ് ചെയ്യപ്പെട്ട ഘട്ടങ്ങളിൽ കോടതിയെ തന്നെ റോസ പ്രചാരവേദിയാക്കി മാറ്റി.

പാർടി സ്കൂളിലെ പ്രധാന അധ്യാപികയായ ഇവർ പ്രണയത്തെ ജീവിതത്തിൽ ഉൾച്ചേർത്ത വിപ്ലവകാരിക്കുടിയായിരുന്നു. അത് നൽകിയ ഊഷ്മളതയും കരുത്തും പങ്കാളിത്തവും അവരുടെ ജീവിതത്തെ കര പ്പിടിപ്പിക്കുന്നതിൽ സജീവ സാന്നിദ്ധ്യമായി നിലകൊണ്ടു.

ജർമ്മനി റിപ്പബ്ലിക്കായി പ്രഖ്യാപിക്കപ്പെട്ടു. ഈ ഘട്ടത്തിൽ സോവിയേറ്റ് മാതൃകയില്ലുള്ള വിപ്ലവം ലക്ഷ്യംവെച്ച് റോസയുടെ നേതൃ ത്വത്തിൽ സ്പാർട്ടക്കസ് ലീഗ് തെരുവിൽ പോരാട്ടം ആരംഭിച്ചു. ഇടക്ക ത്തിലെ മുന്നേറ്റത്തെ നിഷ്ഫലമാക്കിക്കൊണ്ട് ആ സമരം ഭീകരമായി അടിച്ചമർത്തപ്പെട്ടു. പട്ടാളത്തിന്റെ നേതൃത്വത്തിൽ അക്രമങ്ങൾ എങ്ങും അരങ്ങേറി. ശവശരീരങ്ങൾക്കൊണ്ട് തെരുവുകൾ നിറഞ്ഞു.

അവസാനം റോസ താമസിച്ചിരുന്ന ഹോട്ടൽ ഈഡനിലെ മുറി യിലേക്ക് പട്ടാളക്കാരെത്തി. റോസയെ ഒരാൾ കൈത്തോക്ക് ചൂണ്ടി.

മറ്റൊരാൾ മുഖത്ത് ആഞ്ഞടിച്ച. മൂക്കിൽ നിന്ന് ചോരചീറ്റി മെല്ലെയവൾ നടന്നുനീങ്ങി. പക്ഷെ മറ്റൊരു പട്ടാളക്കാരൻ തോക്കിന്റെ പാത്തികൊ ണ്ട് അവരെ അടിച്ച. തലപിളർന്ന് നിമിഷങ്ങൾക്കകം വെടിയുണ്ട റോസയുടെ തലച്ചോറിൽ തുളച്ചുകയറി. അങ്ങനെ ലോകം ദർശിച്ച ധീരയും ബുദ്ധിശാലിയുമായ ആ ധീര വനിതയെ ബർലിൻ നഗരത്തിന്റെ ആഴമേറിയ അഴുക്കുചാലിലേക്ക് പട്ടാളം വലിച്ചെറിഞ്ഞു. അങ്ങനെ അവർ രക്തസാക്ഷിയായി.

മാർക്സിന്റെ മൂലധനത്തെ വിശകലനം ചെയ്തുകൊണ്ട് റോസ എഴുതിയ 'മൂലധനത്തിന്റെ അതിസമ്പാദനം' എന്ന കൃതി അവർ നടത്തിയ അന്വേഷണങ്ങളുടേയും, ഗവേഷണങ്ങളുടേയും ഉൽപന്നമെ ന്ന നിലയിൽ രൂപപ്പെടുത്തിയതായിരുന്നു. സാമ്രാജ്യത്വ ചൂഷണത്തി ന്റെ അടിസ്ഥാനം തേടിയുള്ള യാത്രകൂടിയായിരുന്നു അത്. മുതലാളിത്ത ഇതരമായ സമൂഹങ്ങളെ ചൂഷണം ചെയ്തുകൊണ്ടാണ് എന്ന് അവർ വ്യക്തമാക്കുന്നു. വെട്ടിപ്പിടിച്ച കോളനികളിൽ സാമ്രാജ്യത്വം നടത്തുന്ന പ്രക്രിയയെ റോസ ഇതിൽ വിശദീകരിക്കുന്നുണ്ട്. ബ്രിട്ടീഷ് സാമ്രാജ്യത്വം ഇന്ത്യയിലും, ചൈനയിലും, ഫ്രഞ്ച് സാമ്രാജ്യത്വം അൽജീരിയയിലും ഉൾപ്പെടെ നടത്തുന്ന ചൂഷണങ്ങളെ റോസ ഈ പുസ്തകത്തിൽ തുറന്നുകാട്ടുന്നുണ്ട്.

ഇന്ത്യൻ റെയിൽവേ വികസനത്തെ റോസ കണക്കുകളില്ലൂടെ ഇതിൽ വ്യക്തമാക്കുന്നുണ്ട്. ഇന്ത്യൻ റെയിൽവേ ബ്രിട്ടീഷുകാർ വികസിപ്പിച്ചെടുത്തു. ഇതിന്റെ ഫലമായി ബ്രിട്ടന്റെ കൽക്കരി ഉരുക്ക് വ്യവസായം തഴച്ചുവളർന്നുവെന്നും അവർ വ്യക്തമാക്കുന്നു. ഇതിനായി ഇന്ത്യയിൽ നിന്ന് അക്കാലത്ത് കടത്തിയ ലാഭം ഭീമമായിരുന്നുവെന്ന് ഓർമ്മിപ്പിക്കാനും അവർ മറക്കുന്നില്ല.

പതിനെട്ടാം നൂറ്റാണ്ടിന്റെ തുടക്കത്തിൽ ലോകസമ്പദ്ഘടനയിലെ ഇന്ത്യയുടെ ഓഹരി 23 ശതമാനമായിരുന്നുവെന്നും ബ്രിട്ടീഷുകാർ ഇന്ത്യ വിട്ടുപോയ സമയത്ത് അത് 3 ശതമാനമായി താഴുകയും ചെയ്തുവെ ന്നതാണ് വസ്തുത. ചൂഷണത്തെ നേരത്തേ തന്നെ തിരിച്ചറിയാൻ റോസയ്ക്ക് കഴിഞ്ഞത് അവരുടെ സൈദ്ധാന്തികമായ ശേഷിയും മാർക്സിസത്തിലുള്ള അഗാധ ധാരണയും കൊണ്ടാണ്.

തന്റെ ജീവിതത്തിലുടനീളം സാർവ്വദേശീയ തൊഴിലാളി വർഗത്തിന് സൈദ്ധാന്തികവും, പ്രായോഗികവുമായ നേതൃത്വമായി അവർ പ്രവ ർത്തിച്ച. സോഷ്യലിസ്റ്റ് വിപ്ലവത്തെ നയിക്കുന്നതിന് ഒരു കേന്ദ്രീകൃത തൊഴിലാളിവർഗ പാർടി ആവശ്യമാണെന്ന ലെനിന്റെ കാഴ്ചപ്പാടിനെ

അവർ എതിർത്തു. റഷ്യയിൽ വിപ്ലവം പൂർത്തീകരിക്കാനും ജർമ്മനി
യിൽ അതിന് കഴിയാതെ പോയതിനും ഈ ദുർബലത കാരണമായി
ത്തീർന്നു. റോസയ്ക്ക് ലെനിനുമായി അഭിപ്രായ വ്യത്യാസമുണ്ടായിരു
ന്ന മറ്റൊരു പ്രശ്നം രാഷ്ട്രങ്ങളുടെ സ്വയംനിർണ്ണയ അവകാശവുമായി
ബന്ധപ്പെട്ടതായിരുന്നു. രാഷ്ട്രങ്ങളുടെ സ്വയംനിർണ്ണയാവകാശം
എന്ന പുസ്തകം തന്നെ റോസയുടെ നിലപാടുകൾക്ക് നേരെയുള്ള
ലെനിന്റെ മറുപടിയായിരുന്നു. റോസയുടെ നിലപാടുകൾ എത്രത്തോളം
സ്വീകാര്യത നേടിയിരുന്നുവെന്നതിന്റെ തെളിവ് കൂടിയായിരുന്നു അത്.
റോസയെ വിമർശിക്കുമ്പോഴും വലതുപക്ഷ ആശയങ്ങൾക്കെതിരെ
പൊരുതിയ തൊഴിലാളി വർഗത്തിന്റെ വഴികാട്ടിയെന്ന് ലെനിൻ
അവരെ വിശേഷിപ്പിച്ചത്. റോസയുടെ വിപ്ലവകരമായ ചിന്തകളെയും
അന്വേഷണങ്ങളെയും അംഗീകരിക്കുന്നതായിരുന്നു ലെനിന്റെ പൊതു
സമീപനം.

തന്റെ ശരികളിൽ ഉറച്ചുനിൽക്കുകയും അതിനായി നിശ്ചദാർഢ്യ
ത്തോടെ നിലപാടെടുക്കുകയും ചെയ്ത വിപ്ലവകാരിയായിരുന്നു റോസ
ലക്സംബർഗ്. ഭാവിയിൽ കമ്മ്യൂണിസ്റ്റ് പ്രസ്ഥാനം നേരിടാൻ ഇടയുള്ള
വെല്ലുവിളികളെ ദീർഘവീക്ഷണത്തോടെ വിലയിരുത്തിയെന്നത്
റോസയുടെ നിലപാടുകളെ വർത്തമാനകാലത്ത് ശ്രദ്ധേയമാക്കുന്നു.
പുതിയ കാഴ്ചകളെ ഉൾക്കൊള്ളാനും ജനാധിപത്യപരമായ സമീപനം
മുറുകെ പിടിക്കാനും എല്ലാ ഘട്ടങ്ങളിലും അവർ പരിശ്രമിച്ചിരുന്നു.
മാർക്സിസ്റ്റ് ദർശനത്തെ ജീവിതത്തിന്റെ ഭാഗമായി ഉൾക്കൊണ്ട്
സ്വയം വെട്ടിത്തെളിയിച്ച വഴിയിലൂടെ മുന്നോട്ടുപോയ റോസയുടെ
ജീവിതത്തിൽ നിന്നും വർത്തമാനകാലത്ത് പലയും നമുക്ക് മനസ്സിലാ
ക്കാനുണ്ട്. പുതുവഴികൾ വെട്ടിത്തുറക്കാനുള്ള പരിശ്രമങ്ങൾ നടത്തുന്ന
ഇക്കാലത്ത് പ്രത്യേകിച്ചും.

ഫിദൽ കാസ്റ്റോയെക്കുറിച്ച്

'ചരിത്രം എന്നെ കുറ്റക്കാരനല്ലെന്ന് വിധിക്കും,' എന്ന പേരിൽ നാം ഇന്ന് വായിക്കുന്ന ഫിദൽ കാസ്റ്റോയുടെ പുസ്തകം കോടതി മുറിയിൽ അദ്ദേഹം നടത്തിയ പ്രസംഗമാണ്. "ചരിത്രം പഠിക്കണം, അത് നിങ്ങളെ എളിമയുള്ളവരാക്കാൻ പഠിപ്പിക്കും" എന്ന് അദ്ദേഹം തന്നെ മറ്റൊരിക്കൽ നമ്മെ ഓർമ്മിപ്പിക്കുക യുണ്ടായി.

എന്തിനെയും ചരിത്രവൽക്കരിക്കുക എന്ന കമ്യൂണിസ്റ്റ് ആശയവ്വും എളിമയാർന്ന ജീവിതം സ്വാംശീകരിക്കാൻ കമ്യൂണിസ്റ്റ്കാർ ചരിത്ര ബോധം രൂപപ്പെടുത്തണമെന്നും ഓർമ്മപ്പെടുത്തിയ വിപ്ലവകാരിയാ യിരുന്നു ഫിദൽ കാസ്റ്റോ.

ഒരോ കാര്യങ്ങളും ചെയ്താൽ ഞാനതിനെക്കുറിച്ച് സ്വയം വിമർശനം നടത്തുമെന്ന് കാസ്റ്റോ എപ്പോഴും പറയാറുണ്ട്. ഒരു വിപ്ലവകാരി സ്വയം വിമർശനം നടത്തിയില്ലെങ്കിൽ, അവർ വിപ്ലവകാരിയാവില്ലെന്നും അദ്ദേഹം എപ്പോഴും ഓർമ്മിപ്പിച്ചിരുന്നു.

ഒരോ നാടിന്റേയും സാഹചര്യങ്ങൾക്കനുസരിച്ച് മാർക്സിസം ലെനിനിസം പ്രയോഗിക്കുക എന്നിടത്താണ് വിപ്ലവത്തിന്റെ വിജയം നിലനിൽക്കുന്നത്. ക്യൂബൻ സാഹചര്യത്തെ ഉൾക്കൊണ്ട് വിപ്ലവ പ്ര വർത്തനത്തെ നയിച്ച എന്നത് കൊണ്ടാണ് കാസ്റ്റോ ചരിത്രത്തിൽ ഇടംപിടിച്ചത്. 1959 ജനുവരി ഒന്നാം തീയ്യതി ക്യൂബയിൽ ഫിദലിന്റെ നേതൃത്വത്തിൽ വിപ്ലവത്തിന്റെ വിജയപതാക ഉയരുകയായിരുന്നു.

പച്ചവിരിച്ച നെൽപ്പാടങ്ങളും തെങ്ങിൻതോപ്പുകളും, കാട്ടരുവികളും, വാഴയും, കിഴങ്ങും, കശുവണ്ടിയും, മാങ്ങയും എല്ലാം നമ്മുടെ നാട്ടിലെന്ന പോലെ ക്യൂബയിലും കാണാം. ആരോഗ്യ – വിദ്യാഭ്യാസ മേഖലയിൽ കേരളം പോലെ തന്നെ ക്യൂബ കൈവരിച്ച നേട്ടവും സവിശേഷമായ ഒന്നാണ്. അവിടെ നിന്ന് ഉയർന്ന് വന്ന മഹാനായ വിപ്ലവകാരി ഫിദൽ കാസ്ട്രോ നമ്മെ വിട്ടുപിരിഞ്ഞിരിക്കുകയാണ്.

ലോകത്തെ കമ്യൂണിസ്റ്റ് കാരുടെ സൗഹൃദങ്ങളിൽ എടുത്തുപറയേണ്ട ഒന്നായിരുന്നു ഫിദലും ചെഗ്വേരയും തമ്മിലുണ്ടായിരുന്നത്. വിപ്ലവക രമായ സഹവർത്തിത്വം കൂടിയായിരുന്നു അത്. മാർക്സും ഏംഗൽസും തമ്മിലുള്ള അഗാധ സൗഹൃദത്തിന്റെ തലം ഇവിടെ ദൃശ്യമാണ്.

സോവിയറ്റ് യൂണിയന്റെ തകർച്ചയ്ക്ക് ശേഷം സോഷ്യലിസത്തിന് തിരിച്ചടി നേരിട്ടപ്പോൾ, 'സോഷ്യലിസം അല്ലെങ്കിൽ മരണം' എന്ന് പ്രഖ്യാപിച്ച് ലോകവിമോചനത്തിന് തന്നെ കരുത്തുറ്റ നേതൃത്വമായി ക്യൂബയുടെ ഈ ഭരണാധികാരി മാറുകയായിരുന്നു.

സോഷ്യലിസത്തിൽ അടിയുറച്ച് നിൽക്കുകയും അത് ചരിത്രത്തിൽ അനിവാര്യമായി സംഭവിക്കുന്ന ഒന്നാണെന്നുമുള്ള തിരിച്ചറിവുമായി രുന്ന കാസ്ട്രോയുടെ നിലപാടുകളിൽ തെളിഞ്ഞു നിന്നിരുന്നത്. ഇത് നൽകിയ വ്യക്തത അദ്ദേഹത്തിന്റെ നിലപാടുകളെ കരുത്തുറ്റതാ ക്കി. അതുകൊണ്ട് കാസ്ട്രോ ഒരിക്കൽ ഇങ്ങനെ പറയുകയുണ്ടായി. "സോഷ്യലിസത്തിന് എതിരാളികൾ കൂടുന്തോറും ഞാനതിനെ കൂടുതൽ സ്നേഹിക്കും, കാരണം ഞാൻ സോഷ്യലിസത്തിൽ വിശ്വസിക്കുന്നു." സോഷ്യലിസത്തോട് കാണിച്ച ഈ പ്രതിബദ്ധതയും പ്രവർത്തനങ്ങളും ലോക കമ്യൂണിസ്റ്റ് പ്രസ്ഥാനത്തിന്റെ നേതൃനിരയിലേക്ക് അദ്ദേഹത്തെ ഉയർത്തി.

പരിസ്ഥിതി പ്രശ്നങ്ങൾ വർഗ്ഗസമരത്തിന്റെ ഭാഗമായി ഏറ്റെടു ക്കേണ്ടതുണ്ടെന്ന് ഏറെ ഉറക്കെ പ്രഖ്യാപിച്ച കമ്യൂണിസ്റ്റ് ആയിരുന്ന കാസ്ട്രോ. മതവിശ്വാസികളും കമ്യൂണിസ്റ്റുകാരും തമ്മിലുള്ള ബന്ധ ത്തിന്റെ ഇഴകൾ നെയ്തെടുത്തുകൊണ്ട് ഫാബറ്റോയുമായി നടത്തിയ അഭിമുഖ സംഭാഷണം ഈ രംഗത്തെ ക്ലാസിക്കുകളിലൊന്നാണ്. ലാറ്റിനമേരിക്കയിലെ ഇടതുപക്ഷ മുന്നേറ്റത്തിന്റെ പ്രഭവകേന്ദ്രമായി ക്യൂബയെ ഉയർത്തിയതിനു പിന്നിൽ ഫിദൽകാസ്ട്രോയുടെ രാഷ്ട്രീയവും, സംഘടനാപാടവും ഉണ്ടായിരുന്നു.

ലാറ്റിനമേരിക്കയിലെ സാമ്രാജ്യത്വ വിരുദ്ധ സാംസ്കാരിക മുന്നേറ്റത്തി ന്റെ പ്രചോദനകേന്ദ്രവുമായി അദ്ദേഹം മാറി. ഗബ്രിയൽ മാർക്കേസി നെപ്പോലുള്ള സാഹിത്യപ്രതിഭകളും, മറഡോണയെപ്പോലുള്ള കായി കപ്രതിഭകളും ഹ്യൂഗോ ഷാവേസിനെപ്പോലെയുള്ള ഭരണാധികാരികളും കാസ്ട്രോയുടെ അടുത്ത സുഹൃദ് വലയത്തിൽപ്പെട്ടവരായിരുന്നു. ഇത്തര ത്തിൽ രാഷ്ട്രീയം എല്ലാ സർഗ്ഗാത്മകതകളുടെയും സമന്വയമാണ് എന്ന് കാണിച്ച് തന്ന വിപ്ലവകാരിയായിരുന്നു ഫിദൽ കാസ്ട്രോ.

ചേരിചേരാ പ്രസ്ഥാനത്തിന്റെ തലവൻ എന്ന നിലയിൽ വൈവിധ്യ പൂർണ്ണമായ കാഴ്ചപ്പാടുകളെ ഒരു ലക്ഷ്യത്തിലേക്ക് കൂട്ടിയോജിപ്പിക്കാന ുള്ള ശേഷിയും കാസ്ട്രോ തെളിയിക്കുകയുണ്ടായി. അതുകൊണ്ട് തന്നെ ഇന്ത്യയിലെ ഭരണത്തലവന്മാരുമായി തികഞ്ഞ സൗഹൃദമായിരുന്നു കാസ്ട്രോ പുലർത്തിയത്.

സാമ്രാജ്യത്വവിരുദ്ധ പോരാട്ടത്തിന്റെ വിവിധ വേദികളുടെ രൂപീക രണത്തിന പിന്നിലും കാസ്ട്രോയുടെ ഇടപെടൽ കാണാം. ചേരിചേരാ പ്രസ്ഥാനത്തിന്റെ മഹാനായ നേതാവായിരുന്ന അദ്ദേഹം. ലോക ബാങ്കിന ബദലായി 'ബാങ്കോ ഡെൽസോ' എന്ന ലാറ്റിനമേരിക്കൻ ബാങ്കിന്റെ രൂപീകരണത്തിന് പിന്നിൽ അദ്ദേഹം മുന്നോട്ട് വച്ച സാമ്രാജ്യത്വ വിരുദ്ധ ആശയങ്ങൾ ഉണ്ടായിരുന്നു. 'അൽബാ' എന്ന രാഷ്ട്ര സഖ്യത്തിനും മാധ്യമരംഗത്ത് അമേരിക്കൻ മേധാവിത്വത്തെ പ്രതി രോധിക്കുന്നതിന് രൂപീകരിച്ച 'ടെലിസോർ' എന്ന മാധ്യമശൃംഖലക്ക് പിന്നിലും ക്യൂബയുടെ ഇടപെടലായിരുന്നു.

വാക്കും പ്രവർത്തിയും തമ്മിലുള്ള അതിർവരമ്പുകൾ മായ്ച്ച് കളഞ്ഞ ജീവിതമായിരുന്ന ഫിദലിന്റെത്. അമേരിക്കൻ സാമ്രാജ്യത്വം 636 തവണ വധിക്കാൻ ശ്രമിച്ചിട്ടും നെഞ്ചുകോടെ സാമ്രാജ്യത്വത്തെ അതിന്റെ മൂക്കിന താഴെ നിന്ന് വെല്ല വിളിക്കുകയായിരുന്ന ഫിദൽ കാസ്ട്രോ. ജീവിതം തന്നെ പോരാട്ടമാക്കി മാറ്റിയ എല്ലാവിധ അടിച്ചമ ർത്തലുകൾക്കെതിരെയും പ്രതിരോധമുയർത്തിയ മഹാനായ കമ്യൂണി സ്റ്റ് ഫിദൽകാസ്ട്രോവിന് ആദരാഞ്ജലികൾ.

ഗാന്ധിയൻ ചിന്തകളും മാർക്സിസവും

1948ജനവരി 30 നാണ് മാനവസ്നേഹം ഉയർത്തിപിടിച്ച തിന്റെ പേരിൽ ഹിന്ദുത്വശക്തികൾ ഗാന്ധിജിയെ ഇല്ലാതാക്കിയത്.

ഇതുപോലൊരു മനുഷ്യൻ ജീവിച്ചിരുന്നുവെന്ന് പറഞ്ഞാൽ വരും തലമുറ വിശ്വസിക്കില്ലെന്നായിരുന്ന ഗാന്ധിജിയെക്കുറിച്ച് ആൽബർട്ട് ഐൻസ്റ്റിൻ പറഞ്ഞത്. വൈവിധ്യങ്ങളടേയും, വൈരുദ്ധ്യങ്ങളടേയും ഒരുപാട് ചിന്തകളേയും, പ്രവർത്തികളേയും ആഴത്തിൽ പേറി നിൽ ക്കുന്ന ജീവിതമായിരുന്ന ഗാന്ധിജിയുടേത്. അതുകൊണ്ട് തന്നെ ആ ജീവിതത്തെ അത്ഭുതത്തോടെ മാത്രമേ വിശകലനം ചെയ്യാൻ കഴിയൂ.

ഗാന്ധിജിയുടെ ജീവിതം വിവിധ കോണുകളില്ലൂടെ വിലയിരുത്തപ്പെ ട്ടിട്ടുണ്ട്. ഗാന്ധിജിയെ ജന നേതാവായാണ് ലെനിൻ കണ്ടത്. ഇറ്റാ ലിയൻ കമ്മ്യൂണിസ്റ്റ് പാർടിയുടെ സെക്രട്ടറിയായിരുന്ന അന്റോണിയോ ഗ്രാംഷിയുടെ തന്റെ ജെയിൽ കുറിപ്പകളിൽ ഗാന്ധിജിയെ വിലയിരുത്തി യിട്ടുണ്ട്. സമൂഹത്തിൽ പരിവർത്തനത്തിന് വഴിയൊരുക്കുന്ന വിധം സൂക്ഷ്മതല മാറ്റങ്ങൾക്ക് ഗാന്ധിജി രൂപം നൽകിയെന്ന കാഴ്ചപ്പാടാണ് ഗ്രാംഷി അവതരിപ്പിച്ചത്. അയിത്തത്തിനെതിരായ ഗാന്ധിജിയുടെ നില പാടുകൾ ഇന്ത്യൻ സമൂഹത്തിൽ സൃഷ്ടിച്ച മാറ്റങ്ങളെ വിലയിരുത്തിക്കൊ ണ്ട് ഈ പാതയില്ലൂടെ തന്നെ ഇർഫാൻ ഹബീബും സഞ്ചരിച്ചിട്ടുണ്ട്. ഹോച്ചിമിൻ ആവട്ടെ വിയറ്റ്നാമിൽ തനിക്കുള്ള സ്ഥാനമാണ് ഇന്ത്യ യിൽ ഗാന്ധിജിക്കുള്ളതെന്നും എടുത്ത് പറഞ്ഞിട്ടുണ്ട്. ഇത്തരത്തിൽ

ലോകം മുഴുവൻ ആദരിച്ച വ്യക്തിത്വത്തെയാണ് ഗാന്ധി സിനിമയില്ലൂ ടെയാണ് ലോകമറിഞ്ഞതെന്ന് പ്രധാനമന്ത്രി നരേന്ദ്രമോഡി പ്രഖ്യാ പിച്ചത്.

ഗോപാലകൃഷ്ണ ഗോഖലേയുടെ ശിഷ്യനായാണ് ഗാന്ധിജി ആദ്യ ഘട്ടത്തിൽ അറിയപ്പെട്ടിരുന്നത്. ഇന്ത്യൻ രാഷ്ട്രീയത്തിലേക്ക് പ്രവേ ശിക്കാൻ ശ്രമിച്ച് ഗാന്ധിജിയോട് ഇന്ത്യയെ മനസ്സിലാക്കാനാണ് ഗോഖലെ ഉപദേശിച്ചത്. അതിന്റെ അടിസ്ഥാനത്തിൽ ഇന്ത്യയിലാ കമാനം സഞ്ചരിക്കുന്നുണ്ട്, ഗാന്ധിജി. ഇന്ത്യയെ തിരിച്ചറിയുകയും ഇന്ത്യയുടെ ആത്മാവ് ഗ്രാമങ്ങളിലാണെന്ന കാഴ്ചപ്പാടിൽ ഈ അന്വേഷണം ഗാന്ധിജിയെ എത്തിച്ചു. വേഷത്തില്യൾപ്പെടെ ഇന്ത്യൻ കർഷക ജനസാമാന്യവുമായി താദാത്മ്യം പ്രാപിക്കുന്നരീതി അതിന്റെ ഭാഗമായി അദ്ദേഹം സ്വീകരിച്ചു. പാശ്ചാത്യ ലിബറൽ ആശയത്തിൽ നിന്നും ഇന്ത്യൻ മണ്ണിലേക്കുള്ള വേരിറക്കം കൂടിയായിരുന്നു അത്.

ഗാന്ധിജിയുടെ ഇന്ത്യൻ രാഷ്ട്രീയത്തിലേക്കുള്ള പ്രവേശനം പുതിയ ഒരു ഘട്ടത്തിന്റെ ആരംഭമായിരുന്നു എന്ന് *ഗാന്ധിയും ഗാന്ധിസവും'* എന്ന പുസ്തകത്തിൽ ഇ.എം.എസ് ഇങ്ങനെ വിലയിരുത്തുകയുണ്ടായി. "ഗാന്ധിജിയും അക്കാലത്തെ മറ്റെല്ലാ രാഷ്ട്രീയ പ്രവർത്തകരും തമ്മില്യ ള്ള പ്രധാന വ്യത്യാസം മറ്റുള്ളവരിൽ നിന്നും വ്യത്യസ്തമായി അദ്ദേഹം ബഹുജനങ്ങളും അവരുടെ ജീവിതവും പ്രശ്നങ്ങളും വികാര വിചാരങ്ങളും അഭിലാഷങ്ങളുമായി ബന്ധം പുലർത്തിയിരുന്നു എന്നതാണ്. അദ്ദേഹ ത്തെ സംബന്ധിച്ചിടത്തോളം രാഷ്ട്രീയം എന്നുവെച്ചാൽ പണ്ഡിതരായ രാഷ്ട്രീയക്കാർ തമ്മിൽ നടക്കുന്ന ഉന്നതതല വാദ പ്രതിവാദങ്ങളായിരു ന്നില്ല. അത് ജനങ്ങളുടെ താത്പര്യങ്ങൾക്ക് വേണ്ടി ഉറച്ച നിൽക്കുകയും ജനങ്ങളുടെ എല്ലാ പ്രശ്നങ്ങളുമായും താദാത്മ്യം പ്രാപിക്കുകയും ചെയ്യുക എന്ന നിസ്വാർത്ഥ സേവനങ്ങളായിരുന്നു."

ഗാന്ധിജി സ്വാതന്ത്ര്യ പ്രസ്ഥാനത്തെ ജനകീയമായ മുന്നേറ്റമാക്കി മാറ്റി. അദ്ദേഹം ആദ്യമായി നയിച്ച ബഹുജന സമരമായിരുന്നു ചമ്പാരൻ സമരം. തുടർന്ന് അഹമ്മദാബാദ് നെയ്ത് തൊഴിലാളികളുടെ സമരത്തിൽ ഇടപെട്ടുകൊണ്ട് ബഹുജന മുന്നേറ്റത്തിന്റെ പുതിയ ലോക ത്തേക്ക് ഗാന്ധിജി പ്രവേശിക്കുകയായിരുന്നു.

ഗാന്ധിജിയുടെ ബഹുജന പിന്തുണയും, സമര ശേഷിയും ശരിയായ ദിശയിലേക്ക് നയിക്കുന്നതിനുവേണ്ടി വലിയ പോരാട്ടം ദേശീയ പ്ര സ്ഥാനത്തിനകത്ത് നടന്നിട്ടുണ്ട്. 1921-ലെ പൂർണ്ണ സ്വാതന്ത്ര്യത്തിന് വേണ്ടിയുള്ള പ്രമേയത്തെ ഉൾപ്പെടെ പ്രതിരോധിക്കുന്ന നയങ്ങൾ

അദ്ദേഹം സ്വീകരിച്ചിട്ടുണ്ട്. കമ്മ്യൂണിസ്റ്റുകാർ ഉൾപ്പെടെയുള്ള ഇടതുപ
ക്ഷ ധാര നടത്തിയ ശക്തമായ ഇടപെടലാണ് പൂർണ്ണ സ്വാതന്ത്ര്യമെന്ന
ആശയത്തിലേക്ക് ഗാന്ധിജിയേയും കൊണ്ടുചെന്നെത്തിച്ചത്. വിവിധ
ധാരകളുടെ മഹാപ്രവാഹമായിരുന്നുവല്ലോ ദേശീയ പ്രസ്ഥാനം.
സാമൂഹ്യ നീതിക്കുവേണ്ടിയുള്ള സമരങ്ങളിലും ഇത്തരത്തിലുള്ള ചില
സംഘർഷങ്ങൾ ഗാന്ധിജിയുമായി അംബേദ്കർ ഉൾപ്പെടെ നടത്തി
യതും ചരിത്രത്തിന്റെ ഭാഗമാണ്.

മതങ്ങൾക്കകത്ത് നിന്നുകൊണ്ട് മതങ്ങളെ പരസ്പരം സൗഹാർദ്ദ
ത്തോടെ കൂട്ടിയിണക്കാനുള്ള വഴികളിലൂടെയാണ് ഗാന്ധിജി സഞ്ചരി
ച്ചത്. എല്ലാ മത വിശ്വാസത്തിലും പെട്ടവരെ ജീവിത പ്രശ്നങ്ങളുടെ അടി
സ്ഥാനത്തിൽ പരസ്പരം കൂട്ടിയിണക്കിക്കൊണ്ട് പോകുന്നതിലാവട്ടെ
സ്വാതന്ത്ര്യ പ്രസ്ഥാനത്തിന് കഴിയാതെ പോകുകയും ചെയ്തു. ഈ രീതി
മുന്നോട്ട് കൊണ്ടു പോവാൻ കഴിയാത്തത് കൊണ്ടുകൂടിയാണ് ഹിന്ദുത്വ
രാഷ്ട്രീയത്തിന്റെ വഴികൾ ഇന്ത്യൻ രാഷ്ട്രീയത്തിൽ വെട്ടിത്തുറക്കുന്നതിന്
സഹായകമായി തീർന്നത്.

ആധുനീക മുതലാളിത്തത്തിന്റെ വികാസ രീതികളെ ഗാന്ധിജി അംഗീ
കരിച്ചിരുന്നില്ല. സാമ്രാജ്യത്വത്തെ ഹിംസാത്മകതയും, യുദ്ധങ്ങളും, കൂട്ട
ക്കൊലയും വളർത്തുന്ന ഒന്നായാണ് അദ്ദേഹം കണ്ടത്. ജീവിതത്തെ
അതിനെതിരായുള്ള ഒരു പ്രതിരോധമായി വികസിപ്പിക്കാനുള്ള ശ്രമമാ
യിരുന്നു ഗാന്ധിജിയുടെ ജീവിതം. പ്രാചീന ഇന്ത്യയിലെ ബിംബങ്ങളെ
ഉപയോഗപ്പെടുത്തിയായിരുന്നു അതിനുള്ള ശ്രമം അദ്ദേഹം നടത്തി
യത്. ഗ്രാമസ്വരാജും, രാമരാജ്യവുമെല്ലാം ഈ കാഴ്ചപ്പാടിന്റെ സൃഷ്ടിക
ടിയായിരുന്നു. ഇന്ത്യൻ പാരമ്പര്യങ്ങളെ വ്യത്യസ്ഥമായ വഴികളിലൂടെ
നയിക്കാനാണ് അദ്ദേഹം ശ്രമിച്ചത്. ഭഗവദ്ഗീതയിൽ അഹിംസയാ
യിരുന്നു ഗാന്ധിജി കണ്ടത്. രാമനിൽ മനുഷ്യ മൂല്യങ്ങളേയും അദ്ദേഹം
ദർശിക്കുകയുണ്ടായി. ഖുറാനിൽ സമാധാനത്തിന്റേയും, ബൈബിളിൽ
താൻ വിഭാവനം ചെയ്യുന്ന ലോകത്തേയും വായിച്ചെടുക്കുകയായിരുന്നു
അദ്ദേഹം.

മാർക്സിസം ചരിത്രപരമായാണ് മുതലാളിത്തത്തെകാണുന്നത്.
അതിന്റെ നേട്ടങ്ങളേയും, ദൗർബല്യങ്ങളേയും അതിന്റെ അടിസ്ഥാന
ത്തിൽ വിലയിരുത്തുന്നു. മുതലാളിത്ത വ്യവസ്ഥ മണ്ണിനേയും, മനുഷ്യനെ
യും ചൂഷണം ചെയ്യുന്ന വിധം അതിന്റെ സാങ്കേതിക വിദ്യകളെ വികസി
പ്പിക്കുകയാണ് ചെയ്യുന്നത് എന്ന കാര്യം മൂലധനത്തിൽ മാർക്സ് എടുത്തു

പറയുന്നുണ്ട്. നാടിന് ചേർന്ന സാങ്കേതികവിദ്യയുടെ വികാസമാണ് ഇതിലൂടെ മാർക്സ് ലക്ഷ്യം വെച്ചത്. ഇത്തരം വികാസത്തിന് ശാസ്ത്രത്തെ ഉപയോഗപ്പെടുത്തുക പ്രധാനമാണെന്നും അദ്ദേഹം നിരീക്ഷിച്ചു. ഇന്ത്യൻ ഗ്രാമീണ വ്യവസ്ഥകളെ ഉപയോഗപ്പെടുത്തി മുതലാളിത്തത്തിന്റെ ചൂഷണ സംവിധാനത്തെ അതിന്റെ ഭാഗമായി നിന്ന്കൊണ്ട് പ്രതിരോധിക്കാനാണ് ഗാന്ധിജി ശ്രമിച്ചത്. അതുകൊണ്ടാണ് ചർക്കയെ പ്രതിരോധത്തിന്റെ ചിഹ്നമായി ഗാന്ധിജി മുന്നോട്ടുവെച്ചത്.

ഹിന്ദുത്വം രാജ്യത്തെ ദുർബലപ്പെടുത്തുന്ന ഘട്ടത്തിൽ പ്രതിരോധത്തിന്റെ നാനാവഴികളിൽ ഈടുവെപ്പായി ഗാന്ധിസത്തിനും സ്ഥാനമുണ്ട്. ഒരു രാജ്യത്തെ എല്ലാവരും ഒരു മതത്തിന്റെ വിശ്വാസിയായാൽ പോലും രാഷ്ട്രത്തിന് മതം പാടില്ല എന്ന നിരീക്ഷണമായിരുന്നു ഗാന്ധിജിക്കുണ്ടായിരുന്നത്. മതത്തെ ആചാരങ്ങളായി കാണുന്നതിന് പകരം മൂല്യങ്ങളായി കാണുന്ന നവോത്ഥാനപരമായി വികസിച്ചവരുന്നതായിരുന്ന ഗാന്ധിജിയുടെ ചിന്തകൾ. വൈക്കം സത്യഗ്രഹത്തിന്റെ വഴികളിലേക്ക് അദ്ദേഹമെത്തിയത് അതുകൊണ്ടായിരുന്നു. 1948-ലെ കൽക്കട്ടയിൽ നടത്തിയ പ്രസംഗത്തിൽ മതത്തെ രാഷ്ട്രീയത്തിൽ നിന്ന്വേർതിരിക്കേണ്ടതിന്റെ പ്രധാന്യത്തെക്കുറിച്ച് അനുഭവങ്ങളിലൂടെ കണ്ടെത്തുകയായിരുന്ന അദ്ദേഹം. മതരാഷ്ട്രവാദത്തിന്റെ അപകടത്തെ ഏറ്റവും ഗൗരവകരമായി കണ്ട നേതാവ് കൂടെയായിരുന്ന ഗാന്ധിജി. വർഗ്ഗീയതക്കെതിരായ സമരത്തിൽ മത വിശ്വാസികളുടെ സ്ഥാനം അടയാളപ്പെടുത്തുന്നത് കൂടിയാണ് ഗാന്ധിജിയുടെ ജീവിതം.

നെഹ്റു: രാഷ്ട്രീയത്തിലെ സവിശേഷ വ്യക്തിത്വം

കുട്ടികളുടെ വളർച്ചയിൽ ആഹ്ളാദിക്കുകയും വാത്സല്യത്താൽ വാരിപ്പുണരുകയും ചെയ്യുന്ന പിതാവിന്റെ മനസ്സായിരുന്നു ജവഹർലാൽ നെഹ്റുവിന്റേത്. കുട്ടികളെ കൈപിടിച്ച് കൊണ്ടുപോയി കാഴ്ചകൾ കാണിക്കുന്ന ഉത്സാഹത്തോടെ എഴുതപ്പെട്ടതാണ് 'ഒരു അച്ഛൻ മകൾക്ക് അയച്ച കത്തുകൾ.' കുട്ടികളുമായുള്ള നെഹ്റുവിന്റെ ഈ ഇഴയടുപ്പമാണ് ശിശുദിനമായി നെഹ്റുവിന്റെ ജന്മദിനം കൊണ്ടാടുന്നതിനിടയാക്കിയത്.

ഇന്ത്യൻ സ്വാതന്ത്ര്യ പ്രസ്ഥാനം വ്യത്യസ്തമായ കൈവഴികളിലൂടെ സഞ്ചരിച്ച് മുന്നേറിയ ഒന്നായിരുന്നു. കോൺഗ്രസ്സിനകത്തെ ഇടതു പക്ഷ ശക്തികളുടേതായ യുവതലമുറയുടെ പ്രതിനിധിയായാണ് നെഹ്റു കോൺഗ്രസ് പ്രസിഡന്റായത്. ലോകത്തിലെയും ഇന്ത്യയിലെയും രാഷ്ട്രീയ സംഭവ വികാസങ്ങളെ ഗൗരവത്തോടെ കാണുകയും തന്റേതായ കാഴ്ചപ്പാടുകളിലൂടെ വിലയിരുത്തുകയും ചെയ്ത എഴുത്തുകൾ അദ്ദേഹത്തിന്റെ ചിന്തയുടെ ആഴങ്ങളെയും ചരിത്രജ്ഞാനത്തെയും ദേശീയ ബോധത്തെയും വ്യക്തമാക്കുന്നതാണ്.

'ഇന്ത്യയെ കണ്ടെത്തലും,' 'വിശ്വചരിത്രാവലോകവും' വായിക്കുന്ന ആർക്കും ഇത് വ്യക്തമാകും. കാവ്യാത്മകമായ ഭാഷ അദ്ദേഹത്തിന്റെ അപൂർവ്വ ചാരുതയായിയിരുന്നു. സന്ദർഭങ്ങൾക്ക് അനുയോജ്യമായതും മനസ്സിന്റെ ആഴങ്ങളിൽ ആണ്ടിറങ്ങുകയും ചെയ്യുന്ന ഭാഷാ

പ്രയോഗങ്ങൾ ഇന്നും ചർച്ച ചെയ്യപ്പെടുന്നതാണ്. ഗാന്ധിജിയുടെ മരണത്തിൽ 'നട്ടുച്ചയ്ക്ക് ഇരുട്ട് പരന്നു' എന്നായിരുന്ന അദ്ദേഹത്തിന്റെ വാക്കുകൾ. 'ലോകം ഉറങ്ങുമ്പോൾ ഇന്ത്യ ഉയർത്തെഴുന്നേൽക്കുന്നു,' എന്ന വിശേഷണവും ആർക്കും മറക്കാനാവുന്നതല്ല.

ഇന്ത്യൻ സംസ്കാരം ബഹുസ്വരതയുടേതാണെന്നും നാനാത്വത്തിൽ ഏകത്വമാണ് അതിന്റെ സന്ദേശമെന്നും അദ്ദേഹം നിരന്തരം ഓർമ്മിപ്പിച്ചു. ഇന്നത്തെ ഇന്ത്യൻ സാഹചര്യത്തിൽ ഇതിന് ഏറെ പ്രസക്തിയുണ്ട് താനും. ഇന്ത്യൻ ഭൗതിക ദർശനങ്ങളെക്കുറിച്ചും അദ്ദേഹം പ്രതിപാദിച്ചിട്ടുണ്ട്. ഫാസിസത്തിനെതിരായി ജനാധിപത്യത്തിന്റെ കൊടിക്കൂറ ഉയർത്തിപ്പിടിക്കാൻ നെഹ്റു എക്കാലവും മുൻനിരയിലുണ്ടായി.

മാർക്സിസത്തിന്റെ സമീപനത്തെ അദ്ദേഹത്തിന് അറിയാമായിരുന്ന വെന്ന് വിശ്വചരിത്രാവലോകം വ്യക്തമാക്കുന്നുണ്ട്. അതിലെ മാർക്സിസം എന്ന അധ്യായത്തിലെ മാർക്സിന്റെ കാഴ്ചപ്പാടുകൾ പരിചയപ്പെടുത്തുന്ന ഭാഗം ഇത് വ്യക്തമാക്കുന്നുണ്ട്.

'അനിവാര്യമായ വർഗസമരങ്ങളിലൂടെയുള്ള പരിണാമത്തിന്റെ ഒരു മഹാപ്രക്രിയയായിട്ടാണ് മാർക്സ് അങ്ങനെ ചരിത്രത്തെ അവലോകനം ചെയ്തത്. പഴയ കാലങ്ങളിൽ എങ്ങനെ ഇതു സംഭവിച്ചു, എങ്ങനെ വൻകിട യന്ത്രങ്ങളുടെ വരവോട്ടുകൂടി നാട്ടുവാഴിപ്രഭുത്വകാലം മുതലാളിത്തകാലമായി മാറി, എങ്ങനെ നാട്ടുവാഴിവർഗങ്ങൾ ഇടത്തരക്കാർക്ക് സ്ഥാനം ഒഴിഞ്ഞുകൊടുത്തു എന്ന് ഒട്ടേറെ വസ്തുവിവരങ്ങളുടെയും ഉദാഹരണങ്ങളുടെയും സഹായത്തോട്ടുകൂടി അദ്ദേഹം എടുത്തുകാട്ടി. അദ്ദേഹത്തിന്റെ അഭിപ്രായത്തിൽ, ഒടുവിലത്തെ വർഗ്ഗസമരം ഇടത്തരക്കാരും തൊഴിലാളിവർഗ്ഗവും തമ്മിൽ നമ്മുടെ കാലത്തു നടന്നുകൊണ്ടിരിക്കുകയാണ്. മുതലാളിത്ത വ്യവസ്ഥയിൽ തന്നെ ഈ വർഗത്തിന്റെ എണ്ണവും ബലവും വർദ്ധിച്ചുവന്നിരുന്നു. ഒടുവിൽ അത് മുതലാളിത്തത്തെത്തന്നെ കീഴ്പ്പെടുത്തുകയും വർഗ്ഗരഹിതമായൊരു സമുദായവും സോഷ്യലിസവും സ്ഥാപിക്കുകയും ചെയ്തു.'

ഇത്തരത്തിൽ മാർക്സിസത്തെ മനസ്സിലാക്കിയ നെഹ്റു മുതലാളി ത്തത്തിന്റെ ആയുസ് നീട്ടിക്കൊണ്ടുപോകുന്നതിൽ കൊളോണിയൽ ചൂഷണത്തിന്റെ പങ്ക് മനസ്സിലാക്കുന്നതിൽ വേണ്ടത്ര കഴിഞ്ഞിട്ടില്ലെന്ന വിമർശനവും മുന്നോട്ടവയ്ക്കുന്നുണ്ട്. 'വമ്പിച്ച സ്ത്രീ പുരുഷ സഞ്ചയങ്ങളെ ഇന്ന് ഇളക്കിക്കൊണ്ടിരിക്കുന്നവയായതിനാലും സ്വന്തം രാജ്യത്ത് തന്നെ നമുക്കത് പ്രയോജനപ്രദമായേക്കുമെന്നതിനാലും ഈ സിദ്ധാ ന്തങ്ങൾ അറിഞ്ഞിരിക്കുന്നത് നല്ലതാണ്,' എന്ന ഉപദേശവും ഒപ്പം

ഇന്ദിരയ്ക്ക് നൽകുന്നുണ്ട്.

റഷ്യൻ വിപ്ലവത്തെക്കുറിച്ച് അദ്ദേഹം വിശ്വചരിത്രാവലോകത്തിൽ കുറിച്ചത് അതിനോടുള്ള ആദരവും ലോകത്ത് അതുവരുത്തിയ മാറ്റങ്ങളെയും വ്യക്തമാക്കുന്നതാണ്. ലോകത്തിൽ ഏറെ അംഗീകാരം നേടിയ ചേരിചേരാ നയത്തിന്റെ വക്താവായി അദ്ദേഹം മാറി. ദേശീയ പ്രസ്ഥാനത്തിന്റെ സവിശേഷതകളായ സാമ്രാജ്യത്വ വിരുദ്ധതയും മതനിരപേക്ഷതയും അദ്ദേഹത്തിന്റെ കാഴ്ചകളിലെ ആധാരശിലകളായിരുന്നു. ദേശീയ സ്വാതന്ത്ര്യ പ്രസ്ഥാനത്തിൽ ജനാധിപത്യപരമായ രാഷ്ട്രീയത്തിന്റെ കൊടിക്കൂറ മുന്നോട്ടു കൊണ്ടുപോകുന്നതിൽ എപ്പോഴും അദ്ദേഹം ശ്രദ്ധിച്ചിരുന്നു.

ശാസ്ത്രീയ നിരീക്ഷണങ്ങളെയും ചിന്തകളെയും പ്രോത്സാഹിപ്പിക്കാൻ എന്നും നെഹ്റു മുന്നിൽ നിന്നിരുന്നു. വിശ്വചരിത്രാവലോകത്തിൽ ശാസ്ത്രകാരന്മാരുടെ ത്യാഗത്തെക്കുറിച്ചും ജീവിതത്തെക്കുറിച്ചും അദ്ദേഹം എഴുതിയ വാക്കുകൾ വർത്തമാനകാലത്തും ഏറെ പ്രസക്തമാണ്. 'ഇന്നത്തെ ലോകത്ത് ശാസ്ത്രകാരൻമാർക്ക് ബഹുമാനമുണ്ടെങ്കിലും പൂർവ്വശദാബ്ദങ്ങളിലെ യൂറോപ്പിൽ ഒരു ശാസ്ത്രകാരന്റെ ജീവിതം ഏറെ അപകടം പിടിച്ച ഒന്നായിരുന്നു'വെന്ന് നെഹ്റു ഓർമ്മിപ്പിക്കുന്നുണ്ട്.

ആളിക്കത്തുന്ന അഗ്നികുണ്ഡങ്ങളിൽ ആയിരുന്നു അവരുടെ ജീവിതമെന്ന് അദ്ദേഹം എടുത്തുപറയുന്നുണ്ട്. ശാസ്ത്ര ചിന്ത ഉയർത്തിപ്പിടിച്ചപ്പോൾ വിശ്വാസത്തിന്റെ പേര് പറഞ്ഞ് ഹോമിക്കപ്പെട്ടവരുടെ ചരിത്രം 'ഡാർവിനം ശാസ്ത്രത്തിന്റെ വിജയവും,' എന്ന അധ്യായത്തിൽ അദ്ദേഹം രേഖപ്പെടുത്തുന്നുണ്ട്. ശാസ്ത്ര ചിന്തകളെ വിശ്വാസത്തിന്റെ പേരിൽ അമർത്തിനിർത്തുന്ന ആശയങ്ങൾക്കെതിരായി കലഹിക്കുകയാണ് നെഹ്റു. അദ്ദേഹത്തിന്റെ രാഷ്ട്രീയ നിലപാടുകളോട് പലതരത്തിലുള്ള വിയോജിപ്പുകൾ എനിക്കുണ്ട്. എന്നാൽ ആ രാഷ്ട്രീയ ജീവിതത്തിലെ ഏറ്റവും തീരാകളങ്കമായി നിൽക്കുന്നത് കേരളത്തിലെ ആദ്യ മന്ത്രിസഭയെ പിരിച്ചുവിട്ടതാണ്. 'നെഹ്റുവും നെഹ്റുവിസവും,' എന്ന ഇഎം എസിന്റെ പുസ്തകം നെഹ്റുവിന്റെ കാഴ്ചപ്പാടുകളുടെ വിവിധ മുഖങ്ങൾ അനാവരണം ചെയ്യുന്നതാണ്.

ലോക രാഷ്ട്രീയ രംഗത്ത് സോഷ്യലിസ്റ്റ് ആശയങ്ങൾ ശക്തിപ്പെട്ടുവന്ന കാലത്താണ് നെഹ്റുവിന്റെ രാഷ്ട്രീയ ചിന്തകൾ രൂപപ്പെട്ടുന്നത്. ലിബറൽ ചിന്താഗതിക്കാരിൽ പൊതുവിൽ സോഷ്യലിസ്റ്റ് ചേരി അക്കാലത്ത് സൃഷ്ടിച്ച പിന്തുണയാണ് നെഹ്റുവിനേയും ഇത്തരം കാഴ്ചകളിലേക്ക് നയിച്ചത്. 1957 ലെ കേരള സർക്കാരിനെ പിരിച്ച വിട്ടതും

കമ്മ്യൂണിസ്റ്റ്കാരെ വേട്ടയാട്ടന്നതിന് ശ്രമിച്ചതുമെല്ലാം അദ്ദേഹത്തിന്റെ രാഷ്ട്രീയ ജീവിതത്തിലെ തീരാ കളങ്കങ്ങളാണ്.

സാമ്രാജ്യത്ത വിരുദ്ധ സമരങ്ങൾക്ക് കരുത്തു പകരേണ്ട ഇക്കാല തത് നെഹ്റു ഉയർത്തിപ്പിടിച്ച മൂല്യങ്ങൾക്ക് വർത്തമാന കാലത്ത് ഏറെ പ്രസക്തിയുണ്ട്. അദ്ദേഹത്തിന്റെ പാരമ്പര്യം അവകാശപ്പെടുന്ന വർ തന്നെ അത് കയ്യൊഴിയുന്ന സാഹചര്യമാണ് നിലനിൽക്കുന്നത്. നെഹ്റുവിന്റെ ശാസ്ത്ര ബോധം തങ്ങളുടെ കാഴ്ചപ്പാടുകളിൽ പ്രകടിപ്പി ക്കാനെങ്കിലും അദ്ദേഹത്തിന്റെ പാരമ്പര്യം അവകാശപ്പെടുന്നവർ പരിശ്രമിക്കേണ്ടതല്ലേ?

ഇ.എം.എസ്: കേരളം ലോകത്തിന് നൽകിയ ധിഷണാശാലി

ആധുനിക കേരളത്തിന്റെ പുരോഗതിക്ക് അടിസ്ഥാനമിട്ട എല്ലാ മുന്നേറ്റങ്ങളിലും സജീവ സാന്നിധ്യമായി ഇ.എം. എസ് ഉണ്ടായിരുന്നു. സാമൂഹ്യ പരിഷ്കരണ പ്രസ്ഥാനത്തിലൂടെ രാഷ്ട്രീയ രംഗത്തേയ്ക്ക് പ്രവേശിച്ച ഇ.എം.എസ് ദേശീയ സ്വാ തന്ത്ര്യ സമരത്തിൽ സജീവമായിരുന്നു. പിന്നീട് കോൺഗ്രസ് സോഷ്യലിസ്റ്റ് പാർടിയിലൂടെ കമ്മ്യൂണിസ്റ്റ് പാർടിയിലെത്തി.

മനുഷ്യനുമായി ബന്ധപ്പെട്ടതൊന്നും തനിക്ക് അന്യമല്ലെന്ന് പറഞ്ഞ മാർക്സ് തെളിച്ച വഴികളിലൂടെയാണ് ഇ.എം.എസ് മുന്നേറിയത്. ലോകത്തിലെ എല്ലാ മാറ്റങ്ങളേയും അതിന്റെ അടിസ്ഥാനത്തിൽ വില യിരുത്തി. ലോകത്തെ വ്യാഖ്യാനിക്കുക മാത്രമല്ല മാറ്റിമറിക്കുകയാണ് വേണ്ടതെന്ന മാർക്സിന്റെ സമീപനം ഹൃദയത്തിലേറ്റുവാങ്ങിക്കൊണ്ടാ യിരുന്ന ഇ.എം.എസ് പൊതുജീവിതത്തിലിടപെട്ടത്. അതുകൊണ്ടാണ് മാർക്സിസ്റ്റ് പാഠങ്ങൾ ഉരുവിട്ടന്നതുകൊണ്ടാലും മാർക്സിസ്റ്റ് ആകു ന്നില്ലെന്നും, അതിന്റെ പ്രയോഗവുമായി ചേരുമ്പോഴാണ് മാർക്സിസ്റ്റാ കുന്നതെന്നും ഇ.എം.എസ് എന്നും ഓർമ്മിപ്പിച്ചിരുന്നത്.

ലോകത്തിന്റെ മാറ്റത്തിനടിസ്ഥാനം ജനങ്ങളുടെ ബോധവും, അതിന്റെ അടിസ്ഥാനത്തിലുള്ള പ്രവർത്തനവുമാണെന്ന് ഇ.എം.എസ് തിരിച്ചറിഞ്ഞിരുന്നു. അതുകൊണ്ട് തന്നെ ഏത് രാഷ്ട്രീയ പ്രശ്നവും സാധാരണക്കാർക്ക് മനസ്സിലാകുന്ന തരത്തിൽ വിലയിരുത്തുന്നതിന്

പ്രത്യേകം ശ്രദ്ധിച്ചു. സാർവ്വ ദേശീയ പ്രശ്നങ്ങളെ തങ്ങളുടെ സ്വന്തം പ്ര ശ്നങ്ങളെന്ന നിലയിൽ ജനങ്ങളുടെ മുമ്പിൽ അവതരിപ്പിക്കാൻ ഇ.എം. എസ് എപ്പോഴും ശ്രദ്ധിച്ചിരുന്നു. കുവൈറ്റ് യുദ്ധത്തിന്റെ ഘട്ടത്തിൽ ആ ഇടപെടൽ നാം അറിഞ്ഞതുമാണ്.

സാമൂഹ്യനീതിക്കുവേണ്ടിയുള്ള പോരാട്ടം വർഗസമരത്തിന്റെ ഭാഗ മാണെന്ന് ഇ.എം.എസ് എടുത്തുപറഞ്ഞു. സ്ത്രീ പ്രശ്നവും, പാരിസ്ഥി തിക പ്രശ്നവും സവിശേഷമായി കണ്ടുകൊണ്ട് ഇടപെടുകയും ചെയ്തു. വർഗ്ഗീയതക്കെതിരായുള്ള പോരാട്ടത്തിൽ മതവിശ്വാസികളുടെ പ്രാധാ ന്യത്തെ എപ്പോഴും ഇ.എം.എസ് ഓർമ്മിപ്പിച്ചിരുന്നു. ഇത്തരത്തിലുള്ള നിരവധി ഇടപെടലുകളിലൂടെ ചിന്തയിലെ ചോദ്യോത്തര പംക്തി കേരളീയന്റെ പഠന കളരി തന്നെയായിമാറി.

കമ്മ്യൂണിസ്റ്റ് പാർടി പാർലമെന്ററി വ്യവസ്ഥയിൽ എങ്ങനെ ഇടപെടണമെന്നത് സംബന്ധിച്ച് ഇ.എം.എസ് നൽകിയ സംഭാവന ഏറെ വലുതാണ്. പാർടി പരിപാടി രൂപപ്പെടുത്തുമ്പോൾ ഇതുമായി ബന്ധപ്പെട്ട് ഇ.എം.എസ് മുമ്പോട്ടുവെച്ച സമീപനത്തിന്റെ പ്രാധാന്യം സുർജിത്ത് തന്നെ എടുത്തുപറഞ്ഞിട്ടുണ്ട്. മുൻ അനുഭവങ്ങളില്ലാതെയാ യിരുന്ന 1957-ലെ സർക്കാരിനെ നയിക്കേണ്ട ഉത്തരവാദിത്വം ഇ.എം. എസിന് ഏറ്റെടുക്കേണ്ടിവന്നത്. അത് ഫലപ്രദമായി നിർവ്വഹിക്കാനാ യത് പാർലമെന്ററി ജനാധിപത്യത്തിൽ ഇടപെടുന്നത് സംബന്ധിച്ച വ്യക്തമായ ധാരണകളായിരുന്നു.

കേരളത്തിന്റെ സമൂഹത്തിന്റെ സവിശേഷതകളെ ഏറെ ആഴത്തിൽ ഇ.എം.എസ് മനസ്സിലാക്കിയിരുന്നു. കേരളത്തിന്റെ സമൂഹത്തെ ജാതി -ജന്മി-നാട്ടുവാഴിത്ത വ്യവസ്ഥ എന്ന പേര് നൽകി നമ്മുടെ സമൂഹ ത്തിന്റെ സ്വഭാവത്തെ ആഴത്തിൽ ഇ.എം.എസ് തിരിച്ചറിഞ്ഞിരുന്നു. അതുകൊണ്ടാണ് കുട്ടികൃഷ്ണ മേനോൻ കമ്മീഷന്റെ വിയോജനക്കുറി പ്പിൽ ഭൂപരിഷ്ക്കരണം പ്രധാനപ്പെട്ട അജണ്ടയായി മുന്നോട്ടുവെച്ചത്. കർഷക തൊഴിലാളികളുടെ ഭൂ പ്രശ്നത്തേയും സവിശേഷമായി കാണണമെന്ന് ഇ.എം.എസ് ഓർമ്മിപ്പിച്ചിരുന്നു.

ഭാഷാ സംസ്ഥാന രൂപീകരണത്തിൽ കേരളത്തിന്റെ തനിമകളെ ഓർമ്മപ്പെടുത്തുന്ന സൈദ്ധാന്തിക അടിത്തറ ഒരുക്കുന്നതിനും ഇ.എം. എസ് ശ്രദ്ധിച്ചു. ഒന്നരക്കോടി മലയാളികൾ, കേരളം മലയാളികളുടെ മാതൃഭൂമി തുടങ്ങിയ പുസ്തകങ്ങൾ ഈ ദിശയിലുള്ള കാൽവെപ്പുകളാ യിരുന്നു. മാതൃഭാഷ പഠനത്തിന്റെ പ്രാധാന്യവും, കരുത്തും ഇത്രയേറെ തിരിച്ചറിഞ്ഞവർ കുറവാണ്. വിദ്യാഭ്യാസത്തിനകത്ത് കൊളോണിയൽ

ഉള്ളടക്കത്തെ ഇ.എം.എസ് തുറന്നുകാട്ടി.

ഭരണ യന്ത്രത്തെ ജനകീയമാക്കേണ്ടതിന്റെ പ്രാധാന്യം ഏറെ തിരി ച്ചറിഞ്ഞ ഭരണാധികാരി കൂടിയായിരുന്നു ഇ.എം.എസ്. അതിനായി അധികാര വികേന്ദ്രീകരണത്തിന്റെ പ്രാധാന്യം ഊന്നിപ്പറയുകയും ചെയ്തു. ജനകീയാസൂത്രണത്തിന്റെ പ്രയോക്താവായി മാറിയത് ഈ തിരിച്ചറിവിൽനിന്നാണ്.

മാധ്യമങ്ങളുടെ ജനവിരുദ്ധ രാഷ്ട്രീയത്തെ ഉൾക്കൊള്ളുകയും, അത് മറികടക്കുന്നവിധം എങ്ങനെ ഇടപെടാമെന്നും ഇടതുപക്ഷ പത്ര പ്രവർത്തകർക്ക് ദിശാബോധം നൽകുന്നതിനും ഇ.എം.എസ് മുൻ പന്തിയിൽ നിന്നു. സാഹിത്യത്തേയും, സംസ്കാരത്തേയും ജനജീവ തത്തോട് ചേർത്തുനിർത്തുന്നതിനും ഏറെ ശ്രദ്ധിക്കുകയുണ്ടായി.

ആധുനിക കേരളത്തിന് അടിത്തറയിട്ട ഇ.എം.എസ് ആഗോളവ ൽക്കരണ നയങ്ങളുടെ കാലത്ത് കേരള വികസനത്തിന് വരുന്ന പ്രതിസന്ധികൾ നേരത്തെ തിരിച്ചറിഞ്ഞിരുന്നു. അന്താരാഷ്ട്ര പഠന കോൺഗ്രസ് എന്ന ആശയം മുന്നോട്ടുവെക്കുന്നത് ആ പശ്ചാത്തല ത്തിലാണ്.

ഇ.എം.എസ് ഉൾപ്പെടെയുള്ള നാടിനായി സ്വയം സമർപ്പിച്ച നിരവധി പേരുടെ കരുത്തിലാണ് ആധുനിക കേരളം രൂപപ്പെട്ടത്. ഒന്നാം കമ്മ്യൂണിസ്റ്റ് മന്ത്രിസഭക്ക് രണ്ട് വർഷത്തോളമേ നിലനിൽക്കാനാ യിട്ടുള്ളൂ. കേരളത്തിന്റെ വികസനത്തിന് നൽകിയ അടിത്തറയി ലാണ് നവകേരളം മുന്നോട്ട് വെച്ചിട്ടുള്ളത്. വൈജ്ഞാനിക സമൂഹ സൃഷ്ടിയുൾപ്പെടെയുള്ള പുതിയ കാഴ്ചപ്പാടുകൾ പ്രയോഗത്തിലേക്ക് കൊണ്ടുവരികയുമാണ്. ഇത്തരം പ്രവർത്തനങ്ങളിൽ ഇ.എം.എസിന്റെ സമർപ്പിതമായ ജീവിതവും, കാഴ്ചപ്പാടുകളും തീർച്ചയായും നമുക്ക് വഴികാട്ടിയായി തീരും.

ദേശീയതയും ജാതി പ്രശ്നങ്ങളും: സുന്ദരയ്യയുടെ ഇടപെടലും

"എഴുതപ്പെട്ടിട്ടുള്ള എല്ലാ സമുദായങ്ങളുടെയും ചരിത്രം വർഗ സമരങ്ങളുടെ ചരിത്രമാണ്," എന്നത് കമ്മ്യൂണിസ്റ്റ് മാനി ഫെസ്റ്റോവിലൂടെ മാർക്സും ഏംഗൽസും പ്രഖ്യാപിച്ചു. മുതലാളിത്ത കാലഘട്ടത്തിനകത്ത് ചൂഷിതരും ചൂഷകരും തമ്മിലുള്ള വർഗ വൈരുദ്ധ്യം മാത്രമല്ല ദേശീയത, ഭാഷ, ജാതി, ലിംഗം തുടങ്ങിയ നിരവധി വിവേചനങ്ങളും ഇതുമായി ബന്ധപ്പെട്ട് നിലനിൽക്കുന്ന ണ്ടെന്നും അവർ തിരിച്ചറിഞ്ഞു. അതേസമയം ഇത് വർഗപരമായ പ്രശ്നങ്ങളിൽനിന്ന് വേറിട്ടനിൽക്കുന്ന ഒന്നല്ല എന്നും വ്യക്തമാ ക്കപ്പെട്ടു. എല്ലാതരം ചൂഷണങ്ങളും ഇല്ലാതാക്കാൻ പൊരുതുന്ന കമ്മ്യൂണിസ്റ്റുകാരെ സംബന്ധിച്ചിടത്തോളം ഇത്തരത്തിലുള്ള അടി ച്ചമർത്തലുകൾക്കെതിരെ സമരം ചെയ്യുക എന്നത് അനിവാര്യമായ ഒന്നായി മാറുകയും ചെയ്യുന്നു.

ഇവിടെ ചർച്ച ചെയ്യാൻ പോകുന്ന ദേശീയത, ജാതി തുടങ്ങിയവ യുമായി ബന്ധപ്പെട്ടതടക്കമുള്ള പ്രശ്നങ്ങൾ മാർക്സിസ്റ്റ് സൈദ്ധാ ന്തികരുടെ ഇടയിൽ വിശദമായ പരിശോധനയ്ക്ക് വിധേയമായിട്ടുണ്ട്. ലെനിനും റോസാ ലക്സംബർഗ്ഗും തമ്മിൽ നടന്ന സംവാദത്തിലെ ഒരു പ്രശ്നം ദേശീയതയുമായി ബന്ധപ്പെട്ടതായിരുന്നു. ഈ സംവാദത്തെ വിലയിരുത്തിക്കൊണ്ട് റോസയുടെ നിലപാടുകളെ കുറിച്ച് ഇ.എം.എസ്

ഇങ്ങനെ എഴുതി.

"അന്താരാഷ്ട്ര തൊഴിലാളി വർഗം, വിശ്വാസത്തോടെ ആശ്രയിക്കാവുന്നത് അടിച്ചമർത്തപ്പെട്ട ദേശീയതകളെയാണ് എന്ന മാർക്സിസ്റ്റ്-ലെനിനിസ്റ്റ് മാർഗ്ഗത്തോടും അവർ കടുത്ത എതിർപ്പ് കാട്ടി." (ഫ്രണ്ട്ലൈൻ വർഷങ്ങൾ, ലെനിനും ലക്സംബർഗ്ഗും തമ്മിൽ നടന്ന സംവാദം, പേജ്-101)

മുതലാളിത്ത വളർച്ചയുടെ അനിവാര്യഫലമായി ഭാഷാ സംസ്കാരാദി മേഖലകളിൽ സവിശേഷതയുള്ള ദേശീയ ജനവിഭാഗങ്ങൾ ഉയർന്നുവരും. അവയുടെ വളർച്ചയ്ക്ക് വേണ്ട സാഹചര്യം സൃഷ്ടിക്കേണ്ടത് ജനാധിപത്യപ്രസ്ഥാനത്തിന്റെ കടമയാണ്. ഇതാണ് ഇക്കാര്യത്തിലുള്ള മാർക്സിസ്റ്റ്-ലെനിനിസ്റ്റ് കാഴ്ചപ്പാട്. അതിന്റെ അടിസ്ഥാനത്തിൽ നിലപാടുകൾ സ്വീകരിക്കുന്നതിന് ഇന്ത്യയിലെ കമ്മ്യൂണിസ്റ്റ് പാർടി ഇടപെട്ടിട്ടുമുണ്ട്. ബ്രിട്ടീഷ് സാമ്രാജ്യത്വ ആധിപത്യത്തിനെതിരായി വളർന്ന് ശക്തിപ്പെട്ട് കൊണ്ടിരിക്കുന്ന ഇന്ത്യൻ ജനതയുടെ ഐക്യവും ഭാഷയെ അടിസ്ഥാനമാക്കി രൂപം കൊള്ളുന്ന സംസ്ഥാനങ്ങളിലെ ജനങ്ങളിലെ ഐക്യവും തമ്മിൽ പൊരുത്തപ്പെടുത്തുകയാണ് മുഖ്യ പ്രശ്നമെന്ന് തിരിച്ചറിഞ്ഞു കൊണ്ടാണ് ആദ്യകാലത്ത് കമ്മ്യൂണിസ്റ്റ് പാർടി നിലപാട് സ്വീകരിച്ചത്.

ഇതിന്റെ അടിസ്ഥാനത്തിലുള്ള നിരവധി ഇടപെടലുകൾ കമ്മ്യൂണിസ്റ്റ് പാർടി നടത്തുകയുണ്ടായി. ബംഗാൾ, ആന്ധ്ര, കേരളം എന്നീ സംസ്ഥാനങ്ങളിൽ നിന്നുള്ള കമ്മ്യൂണിസ്റ്റ് പാർടിയുടെ കേന്ദ്രകമ്മിറ്റി അംഗങ്ങൾ ഇക്കാലത്ത് ഓരോ ലഘുലേഖ എഴുതി. സുന്ദരയ്യയുടെ വിശാലാന്ധ്ര, ഇ.എം.എസിന്റെ ഒന്നേകാൽകോടി മലയാളികൾ, ഭവാനിസെന്നിന്റെ നയ്യൻ ബംഗ്ലോ എന്നിവ ഈ കാഴ്ചപ്പാടിന്റെ പരിണിത ഫലമാണ്. ആ കാലഘട്ടത്തിലെ കാഴ്ചപ്പാടുകളെ സംബന്ധിച്ച് ഇ.എം.എസ് ഇങ്ങനെ എഴുതുന്നു:

"ഇങ്ങനെ ചിന്നിച്ചിതറി കിടക്കുന്ന നൂറുകണക്കിന് നാട്ടുരാജ്യങ്ങളേയും, ബ്രിട്ടീഷ് ഇന്ത്യൻ സംസ്ഥാനങ്ങളേയും കേന്ദ്രഭരണ പ്രദേശങ്ങളേയും പുനർ വിഭജിച്ച് ഭാഷാ സംസ്ഥാനമെന്ന അടിസ്ഥാനത്തിൽ പുതിയ സംസ്ഥാനങ്ങൾ രൂപപ്പെടുത്താനുള്ള നിർദ്ദേശമാണ് കമ്മ്യൂണിസ്റ്റ് പാർടി ഉന്നയിച്ചത്. അതുകൊണ്ട് പാർടി മുൻകൈയെടുത്ത് രൂപം നൽകിയ ഈ ഭാഷാ സംസ്ഥാന രൂപീകരണ ശ്രമം നാട്ടുരാജ്യങ്ങളിലെ സ്വേച്ഛാധിപത്യ ഭരണത്തിനെതിരായ ബഹുജനമുന്നേറ്റത്തിന് ആക്കം കൂട്ടി. കോൺഗ്രസ്, മുസ്ലീംലീഗ്, ബ്രിട്ടീഷ് ഗവൺമെന്റ് എന്നീ മൂന്ന് ശക്തികൾ തമ്മിൽ ഭാവി ഭരണത്തിന്റെ രൂപരേഖ തയ്യാറാക്കുന്നത് സംബന്ധിച്ച് കുടിയാലോചന

നടന്നുകൊണ്ടിരിക്കുമ്പോൾ അതിന് സമാന്തരമായി നാട്ടുരാജ്യങ്ങളിലെ ബഹുജനങ്ങൾ അവരുടെ ജനാധിപത്യ അവകാശങ്ങൾക്കുവേണ്ടി പോരാ ട്ടുന്നുണ്ടായിരുന്നു." (കമ്മ്യൂണിസ്റ്റ് പാർടി കേരളത്തിൽ, പേജ് 252)

മറ്റ് പ്രദേശങ്ങളിൽ നിന്നും വ്യത്യസ്തമായി കേരളത്തിലും ആന്ധ്രയിലും വ്യത്യസ്തമായ സ്ഥിതിയായിരുന്നു രൂപപ്പെട്ട് വന്നത്. ആ പ്രശ്നത്തെ സുന്ദരയ്യ ഇങ്ങനെ വിശദീകരിക്കുന്നുണ്ട്.

"ഇന്ത്യൻ യൂണിയനിൽ ചേരാൻ വിസമ്മതിച്ച് നിലകൊള്ളകയായിരുന്ന ഹൈദ്രാബാദും തിരുവിതാംകൂറും. അവിടങ്ങളിൽ മാത്രമാണ് ജനങ്ങളുടെ അസ്വസ്ഥതയും സമരവും കുറേക്കൂടി വളർന്ന് വികസിച്ചത്. ഒരു പരിധിവരെ ഇന്ത്യൻ നാഷണൽ കോൺഗ്രസും ഇന്ത്യൻ ഗവൺമെൻ്റും ജനങ്ങളുടെ പ്രക്ഷോഭ പരിപാടികളെ പ്രോത്സാഹിപ്പിക്കുകയും ബലപ്പെടുത്തുകയും ചെയ്തിരുന്നു. വമ്പിച്ച പ്രവിപഴ്സുകൾ നൽകാമെന്നും മറ്റാനുകൂല്യങ്ങൾ തുടരാ മെന്നും വാഗ്ദാനം ചെയ്തുകൊണ്ട് വല്ലഭായി പട്ടേൽ ഇന്ത്യൻ യൂണിയനിലേക്ക് കൊണ്ടുവന്നതായ മറ്റ് സംസ്ഥാനങ്ങളിൽ ഏറിയ എണ്ണത്തിലും ജനകീയ മുന്നേറ്റങ്ങൾ നിലച്ചാറാവുകയും അതോടെ പിൻവലിക്കുകയും ചെയ്തിരു ന്നു. തിരുവിതാംകൂർ മഹാരാജാവിനും അദ്ദേഹത്തിൻ്റെ ദിവാൻ സി.പി. രാമസ്വാമി അയ്യർക്കുമെതിരായി നമ്മുടെ പാർടിയുടെ നേതൃത്വത്തിൽ പുന്ന പ്ര-വയലാർ എന്നിവിടങ്ങളിലും നമ്മുടെ പാർടിയുടെ നേതൃത്വത്തിൽ തന്നെ ഹൈദ്രാബാദിലും തെലങ്കാനയിലും നടത്തിയ പ്രക്ഷോഭമാണ് യുദ്ധാനന്തര കാലത്തെ ജനാധിപത്യ അസ്വാസ്ഥ്യത്തിന് രൂപം കൊട്ടത്തും അതിനെ ഒരു കാർഷിക കലാപത്തിലേക്ക് നയിച്ചതും." (തെലങ്കാന സമരം, പേജ് 37)

എന്നാൽ തെലങ്കാന പ്രക്ഷോഭത്തിന് മറ്റ് പ്രദേശങ്ങളിലെ പ്രക്ഷോഭങ്ങളുമായി ചില വ്യത്യാസങ്ങളുമുണ്ടായിരുന്നു. വ്യത്യസ്ത ധാരകളെ കൂട്ടിയോജിപ്പിച്ചുകൊണ്ടുള്ള രീതിയാണ് തെലങ്കാനയിൽ ആവിഷ്കരിക്കപ്പെട്ടത്. വിവിധ ഭരണ പ്രദേശങ്ങളിൽ ചിതറി കിട നിന്നിരുന്ന ആന്ധ്രാജനതയെ ഒരേ ഭരണത്തിൻ കീഴിൽ കൊണ്ടുവര ണമെന്ന ആവശ്യം മുന്നോട്ട് വെച്ചുകൊണ്ടാണ് ആന്ധ്രാമഹാസഭ ഈ പ്രക്ഷോഭത്തിൽ പങ്കെടുത്തത്. നൈസാം ഭരണത്തിനെതിരായ ഹൈദ്രാബാദ് നിവാസികൾക്കുള്ള എതിർപ്പ് അതിന് രൂപം നൽകിയ സ്റ്റേറ്റ് കോൺഗ്രസും ഇതിൽ ഉണ്ടായിരുന്നു. കമ്മ്യൂണിസ്റ്റ് പാർടിയുടെ നേതൃത്വത്തിൽ ഉയർന്നുവന്ന കർഷകപ്രസ്ഥാനങ്ങളും അവ മുന്നോട്ട് വെച്ച സമരങ്ങളും പോരാട്ടങ്ങളും ഇതിൽ ഉൾച്ചേർന്നിരുന്നു. ഈ മൂന്ന് കൈവഴികളും ചേർന്ന ഒരു മഹാസമുദ്രമെന്ന നിലയിലാണ് തെലങ്കാന പ്രക്ഷോഭം മുന്നോട്ട് വന്നത്.

ഈ മൂന്ന് കൈവഴികളേയും കർഷക പ്രസ്ഥാനത്തേയും ആന്ധ്രാദേ ശീയതയേയും നാട്ടഭരണത്തിനെതിരായ ജനാധിപത്യവികാരത്തേയും കൂട്ടിയിണക്കാൻ ശേഷിയുള്ള കമ്മ്യൂണിസ്റ്റ് പാർടി തെലങ്കാനയിൽ ഉണ്ടായിരുന്നു. ഇന്ത്യയിൽ മറ്റെവിടെയും ഇല്ലാത്ത ആഴവും പരപ്പും തെലങ്കാനയ്ക്ക് ഉണ്ടാകാനുള്ള കാരണം ഇതാണെന്ന് ഇ.എം.എസ് നിരീക്ഷിക്കുന്നുണ്ട്. (ഇ.എം.എസ് തെരഞ്ഞെടുത്ത കൃതികൾ, വോള്യം 45, പേജ് 304-305) ഇത്തരത്തിൽ സവിശേഷമായ രീതിയിൽ ദേശീയ പ്രശ്നത്തേയും ജനങ്ങളുടെ ആവശ്യങ്ങളേയും കൂട്ടി യോജിപ്പിക്കുന്ന തരത്തിൽ ഇടപെടാൻ അതിന് നേതൃത്വം നൽകിയ സുന്ദരയ്യയ്ക്ക് കഴി ഞ്ഞിരുന്നു.

അന്നത്തെ ഹൈദ്രാബാദ് എന്ന നാട്ടുരാജ്യത്തിന്റെ സ്ഥിതികൂടി പരി ശോധിക്കുമ്പോഴാണ് അവിടെ ഉയർന്നുവന്ന ദേശീയ പ്രശ്നത്തിന്റെ ആഴം മനസിലാവുക. അന്നത്തെ ഹൈദ്രാബാദ് എന്ന നാട്ട രാജ്യ ത്തിൽ മൂന്ന് ഭാഷാ പ്രദേശങ്ങളാണ് ഉണ്ടായിരുന്നത്. രാജ്യത്തിന്റെ തലസ്ഥാനമായ ഹൈദ്രാബാദ് നഗരത്തിന്റെ കൂടെ തെലുങ്ക് സംസാരി ക്കുന്ന എട്ട് ജില്ലകൾ ചേർന്ന തെലങ്കാന പ്രദേശം, വടക്ക്-പടിഞ്ഞാറ് ഭാഗത്തായി മറാത്തി സംസാരിക്കുന്ന 5 ജില്ലകൾ ചേർന്ന മറാത്തവാഡ പ്രദേശം, തെക്ക്-പടിഞ്ഞാറ് ഭാഗത്ത് കന്നഡ സംസാരിക്കുന്ന മൂന്ന് ജില്ലകൾ. മൊത്തം വിസ്തീർണ്ണത്തിന്റെ 50 ശതമാനവും തെലങ്കാന പ്രദേശങ്ങളായിരുന്നു. മറാത്തവാഡ 28 ശതമാനവും ബാക്കി വന്ന കന്നഡ പ്രദേശം 22 ശതമാനവുമാണ്. 1951 ൽ തെലുങ്ക് സംസാരി ക്കുന്നവരുടെ എണ്ണം 90 ലക്ഷവും മറാത്തി സംസാരിക്കുന്നവർ 45 ലക്ഷവും കന്നഡ സംസാരിക്കുന്നവരുടെ എണ്ണം 20 ലക്ഷവും ഉറുദു സംസാരിക്കുന്നവരുടെ എണ്ണം 21 ലക്ഷവും ആയിരുന്നു. അതായത് തെലുങ്ക് 50 ശതമാനം, മറാത്തി 25 ശതമാനം, കന്നഡ 11 ശതമാനം, ഉർദു 12 ശതമാനവും ആയിരുന്നു.

ഭാഷാപരമായും ഭൂമിശാസ്ത്രപരമായും തെലുങ്ക് സംസാരിക്കുന്ന ജനത യ്ക്കായിരുന്നു ഹൈദ്രാബാദ് നാട്ടുരാജ്യത്ത് ഭൂരിപക്ഷം ഉണ്ടായിരുന്നത്. അവരെ ഭരിക്കാനുപയോഗിച്ചിരുന്ന ഭാഷ ഭൂരിപക്ഷത്തിന്റേതായി രുന്നില്ല. തെലങ്കാന സമരമെന്ന പ്രസിദ്ധമായ പുസ്തകത്തിൽ ഈ പ്രശ്നത്തെ സുന്ദരയ്യ ഇങ്ങനെ അവതരിപ്പിക്കുന്നുണ്ട്.

"കോടതികളിലേയും വിവിധ ഭരണ തലങ്ങളിലേയും ഭാഷയായും പ്രാഥമിക ഘട്ടം തൊട്ടുള്ള ബോധനമാധ്യമമായും ഉറുദു ഭാഷ ഉപയോഗി ച്ചിരുന്നു. നൈസാമിന്റേയും അയാളുടെ ഉദ്യോഗസ്ഥരുടേയും പ്രത്യേക

അനുമതിയോട്ടുക്കൂടി മാത്രമേ മിഡിൽ സ്ക്കൂളകളിൽ പോലും തെലുങ്ക്, കന്നഡ, മറാത്തി എന്നീ മാതൃഭാഷകളിൽ പഠിപ്പിക്കാൻ സാധിച്ചിരുന്നുള്ളൂ. ഭാഷാ ലൈബ്രറികൾ, സാഹിത്യസംഘടനകൾ എന്നിവപോലും അധികാരികളുടെ അനുവാദത്തോടെ മാത്രമേ നടത്താൻ സാധിച്ചിരുന്നുള്ളൂ. അവിടുത്തെ സാക്ഷരതാ ശതമാനം 6 ശതമാനം മാത്രമായിരുന്നുവെന്നതിൽ അൾഭതപ്പെടാനില്ല." (തെലങ്കാന സമരം, പേജ് 1-2)

ഭാഷാപരമായ ഈ അടിച്ചമർത്തലിന്റെ പ്രശ്നം സജീവമായി ഏറ്റെടുക്കുന്നതിന് സുന്ദരയ്യയുടെ നേതൃത്വത്തിലുള്ള കമ്മ്യൂണിസ്റ്റ് പാർടിക്ക് ആന്ധ്രയിൽ കഴിഞ്ഞു. ഈ പ്രശ്നം തെലങ്കാന സമരത്തിന് അടിസ്ഥാനമായി തീർന്നിട്ടുണ്ടെന്ന് സുന്ദരയ്യ വിശദീകരിക്കുന്നുണ്ട്.

"അങ്ങനെ ഹൈദ്രാബാദ് രാജ്യത്തിലെ ബഹുഭൂരിപക്ഷത്തിന്റേയും സംസ്കാരവും ഭാഷയും ഭരണാധികാരികളുടെ അടിച്ചമർത്തലിൽ പെട്ടിരുന്നു. വിദ്യാഭ്യാസത്തിനും സാംസ്കാരിക പുരോഗതിക്കും വേണ്ടിയുള്ള സ്വാഭാവികമായ അഭിലാഷവും മാതൃഭാഷ വളരണമെന്ന ആഗ്രഹവും നൈസാം ഭരണത്തിനെതിരായുള്ള പ്രക്ഷോഭണവുമായി അനിവാര്യമാംവിധം ബന്ധപ്പെട്ടു."(തെലങ്കാന സമരം, പേജ് 2)

ദേശീയതയുമായി ബന്ധപ്പെട്ട അടിച്ചമർത്തലിന്റെ ഈ പ്രശ്നം തെലങ്കാന സമരത്തിന്റെ പ്രധാനപ്പെട്ട ഒരു ഘടകമായി കാണുന്നതിനും അവയെ ജന്മിത്തത്തിനെതിരായ സമരവുമായി കൂട്ടിയോജിപ്പിക്കുന്നതിനും നേതൃത്വപരമായ പങ്ക് വഹിക്കുന്നതിനും സുന്ദരയ്യയ്ക്ക് കഴിഞ്ഞു.

തെലങ്കാന സമരത്തിന്റെ മുന്നോടിയായി കമ്മ്യൂണിസ്റ്റ് പാർടി മുന്നോട്ട് വെച്ച ഇടക്കാല പരിപാടി പരിശോധിച്ചാൽ ദേശീയ പ്രശ്നത്തെ എത്രത്തോളം ഉൾക്കൊണ്ടുകൊണ്ടാണ് സുന്ദരയ്യയുടെ നേതൃത്വത്തിൽ ഇടപെട്ടത് എന്നത് വ്യക്തമാകും. അക്കാലത്തെ കമ്മ്യൂണിസ്റ്റ് പാർടിയുടെ ഇടക്കാല പരിപാടിയെ സംബന്ധിച്ച് സുന്ദരയ്യ ഇങ്ങനെ എഴുതുന്നു.

"ഹൈദ്രബാദ് രാജ്യം തന്നെ ഇല്ലാതാക്കുക, നൈസാം ഭരണം കുത്തെറിയുക, ഒരു ജനകീയ ജനാധിപത്യരാജ്യത്ത് അതിന്റെ ഭാഷാപരമായ ഘടകങ്ങൾ വിശാല ആന്ധ്രാ, സംയുക്ത മഹാരാഷ്ട്ര, ഐക്യ കർണ്ണാടക എന്നീ ഭാഷാ സംസ്ഥാനങ്ങളുമായി യഥാക്രമം ലയിപ്പിക്കുക എന്നീ ആവശ്യങ്ങൾ അനുവദിച്ച് കിട്ടുവാൻ നിലകൊള്ളുന്ന ഒരു ഇടക്കാല പരിപാടിയായിരുന്നു അത്."(തെലങ്കാന സമരം, പേജ് 20)

ദേശീയ പ്രശ്നത്തിൽ നേരിട്ട് ഇടപെടുന്ന നയമാണ് ഇവിടെ പാർടി

സ്വീകരിച്ചത്. സ്വത്വപരമായ പ്രശ്നത്തെ നേരിട്ട് ഏറ്റെടുത്തുകൊണ്ട് അതിനെ ഭരണകൂട നയങ്ങളുമായി ബന്ധപ്പെടുത്താനും അതിന്റെ അടിസ്ഥാനത്തിൽ ജനങ്ങളെ അണിനിരത്താനും സുന്ദരയ്യയുടെ നേതൃത്വത്തിൽ സാധിക്കുകയുണ്ടായി. ദേശീയ പ്രശ്നം ഏറ്റെടുക്കുമ്പോഴും ഫ്യൂഡൽ വിരുദ്ധ സമരത്തിന്റെ തലങ്ങളിലേക്ക് തെലങ്കാന പ്രക്ഷോഭത്തെ ഉയർത്തുന്നതിന് കമ്മ്യൂണിസ്റ്റ് പാർട്ടിക്ക് കഴിഞ്ഞു. എന്നാൽ ഈ പ്രശ്നം ഇന്ത്യൻ ബൂർഷ്വാസിക്ക് അംഗീകരിക്കാൻ കഴിഞ്ഞില്ല. ഇത് സംബന്ധിച്ച് സുന്ദരയ്യ ഇങ്ങനെ എഴുതുന്നുണ്ട്.

"ഇന്ത്യൻ യൂണിയനിൽ ഈ സംസ്ഥാനത്തെ ലയിപ്പിക്കുന്നതിന വേണ്ടിയുള്ള പ്രക്ഷോഭത്തിൽ സ്റ്റേറ്റ് കോൺഗ്രസ് നേതാക്കളുമായി കൂട്ടുചേർന്ന് അതിന് ഒരു ബഹുജനസ്വഭാവം നൽകുകയും പിന്നീട് ഫ്യൂഡൽ വിരുദ്ധവും നൈസാം വിരുദ്ധവുമായ കാർഷികവിപ്ലവമാക്കി വളർത്തുകയും അവസാനം നൈസാം ഭരണത്തിനെതിരായുള്ള വിമോ ചനപ്രക്ഷോഭമാക്കി അതിനെ രൂപപ്പെടുത്തുകയും ചെയ്തു. നൈസാം ഭരണത്തിന്റെ ആണിക്കല്ലുകളെ തന്നെ ഇത് പിടിച്ച കല്യക്കി. ഫ്യൂഡൽ വിരുദ്ധവും കാർഷികവുമായ വിപ്ലവത്തിന്റെ അലകൾ വ്യാപിച്ചതോടെ വൻകിട ബൂർഷ്വാകൾ നയിക്കുന്ന ബൂർഷ്വാ ഭൂഉടമകളുടെ, കോൺഗ്രസ് നെഫ്രു നേതൃത്വത്തിന്റെ, ഇന്ത്യാ ഗവൺമെന്റ് തെലങ്കാന കാർഷിക വിപ്ലവത്തെ അടിച്ചമർത്താനും അതിന്റെ വ്യാപനം തടയാനും ഹൈദ്രാ ബാദിലും ഇന്ത്യയുടെ മറ്റ് ഭാഗങ്ങളിലും തങ്ങളുടെ വർഗഭരണം ഉറപ്പി ക്കാനും വേണ്ടി ആയുധ ശക്തിയുമായി തെലങ്കാനയിൽ കുതിച്ചെത്തി. (തെലങ്കാന സമരം, പേജ് 39)

വർഗപരമായ ഇത്തരം പ്രശ്നങ്ങളുടെ തലത്തിൽ നിന്നുകൊണ്ട് ഭാഷാ പ്രശ്നത്തിനോട് പാർട്ടി സ്വീകരിച്ച നയവും കോൺഗ്രസിന്റെ നയവും തമ്മിൽ വ്യത്യസ്തതയുണ്ടായിരുന്നു. ഇത് സംബന്ധിച്ചും സുന്ദരയ്യ ഇങ്ങനെ രേഖപ്പെടുത്തുന്നു:

"ഇന്ത്യൻ യൂണിയനിൽ സംസ്ഥാനം ലയിപ്പിക്കണമെന്ന മുദ്രാവാ ക്യം കോൺഗ്രസ് മുന്നോട്ട് വെച്ചു. അതേ സമയം സംസ്ഥാനത്തിന്റെ ഭാഷാധിഷ്ഠിത ഘടകങ്ങൾ അതാത് ഭാഷാ പ്രദേശങ്ങളിൽ ലയിപ്പിച്ച് ഏകീകൃത ഭാഷാ സംസ്ഥാനങ്ങൾ ഘടകങ്ങളായുള്ള ഒരു ജനകീയ ഇന്ത്യൻ രാഷ്ട്രം രൂപീകരിക്കണമെന്നും അങ്ങനെ സംസ്ഥാനത്തിന്റെ ലയനവും നൈസാം ഭരണത്തിന്റെ അന്ത്യവും സാധിക്കേണ്ടതാണെ ന്നും ഞങ്ങൾ നിർദ്ദേശിച്ചു." (തെലങ്കാന സമരം, പേജ് 42)

കേരളത്തെ   ഭാഷാടിസ്ഥാനത്തിൽ   രൂപീകരിക്കുന്നതിന്

പുന്നപ്ര-വയലാർ സമരം പ്രചോദനമായി. തെലങ്കാന സമരത്തിന്റെ എല്ലാ ലക്ഷ്യങ്ങളും പൂർത്തീകരിക്കാൻ കഴിഞ്ഞില്ലെങ്കിലും ദേശീയത യുമായി ബന്ധപ്പെട്ട് അവർ മുന്നോട്ട് വെച്ച കാഴ്ചപ്പാടുകൾ പ്രായോഗി കമാക്കുന്നതിന് ഈ സമരം ഇടയാക്കി. ഇക്കാര്യം സുന്ദരയ്യ ഇങ്ങനെ വിശദീകരിക്കുന്നുണ്ട്.

"ഭാഷാടിസ്ഥാനത്തിലുള്ള സംസ്ഥാന പുനർവിഭജനത്തെ ത്വരിത പ്പെട്ടുത്തുന്നതിനും ഛിന്നഭിന്നമായി കിടന്നിരുന്ന ദേശീയ ജനവിഭാ ഗങ്ങളുടെ പ്രത്യേക സംസ്ഥാനമെന്ന ചിരകാലമായുള്ള ആവശ്യം നിറവേറ്റുന്ന കാര്യത്തിലും തെലങ്കാന സമരം വഹിച്ച പങ്ക് ചെറുതൊ ന്നുമല്ല. നാട്ടുരാജ്യമായിരുന്ന ഹൈദ്രാബാദിൽ ഈ സമരമേൽപിച്ച ആഘാതമാണ് പ്രത്യേക ആന്ധ്രാസംസ്ഥാനമെന്ന ആശയത്തിന് വഴിമരുന്നിട്ടത്." (വിപ്ലവപാതയിൽ എന്റെ യാത്ര, പേജ് 299)

സംസ്ഥാന രൂപീകരണം നടക്കുമ്പോൾ അത് ഏത് വിധത്തിലാ വണം എന്നതിനെ സംബന്ധിച്ചും അക്കാലത്ത് തർക്കങ്ങളുണ്ടായിരു ന്നു. ഈ തർക്കങ്ങളിൽ വ്യക്തത വരുത്തിക്കൊണ്ട് ഇടപെടുന്നതിനും അതിന്റെ അടിസ്ഥാനത്തിൽ നിലപാട് സ്വീകരിക്കാനും കമ്മ്യൂണിസ്റ്റ് പാർട്ടിക്ക് കഴിഞ്ഞു. അക്കാലത്ത് പാർട്ടിക്കകത്ത് നടന്ന ചർച്ചകളെ സംബന്ധിച്ച് സുന്ദരയ്യ ഇങ്ങനെ വിശദീകരിക്കുന്നുണ്ട്.

"പാർട്ടിയിൽ തെലങ്കാനയ്ക്ക് മാത്രമായി ഒരു കമ്മിറ്റി വേണമെന്ന അഭിപ്രായം പൊന്തിവന്നെങ്കിലും ആ വിഘടന വാദത്തെ ആദ്യം തന്നെ ചെറുത്ത് തോൽപിച്ചു. സാമ്പത്തിക പരിതസ്ഥിതിയും ഭാഷയും കണക്കിലെടുത്തുകൊണ്ട് തെലങ്കാനയും ആന്ധ്രയും ചേർന്ന ഒരു വിശാല ആന്ധ്ര തന്നെയാണ് നമ്മുടെ ആവശ്യമെന്ന് ഏവരും അംഗീ കരിക്കുകയുണ്ടായി. അതിനുവേണ്ടി ശക്തമായ പ്രചരണം നടന്നതിലും അവർ (തെലങ്കാന സഖാക്കൾ) മുൻപന്തിയിലുണ്ടായിരുന്നു. വിശാല ആന്ധ്ര രൂപീകരണത്തിന്റെ ആവശ്യകതയെ കുറിച്ച് പാർട്ടി ലോക്സ ഭയിലും രാജ്യസഭയിലും പ്രമേയം കൊണ്ടുവന്നു."(വിപ്ലവപാതയിൽ എന്റെ യാത്ര, പേജ് 320)

ഇക്കാലത്ത് പ്രത്യക്ഷപ്പെട്ട ഇത്തരം പല പ്രവണതകളേയും എതിർക്കുന്നതിന് സുന്ദരയ്യക്ക് കഴിഞ്ഞു. പാർട്ടിയുടെ ഹൈദ്രാബാദ് സിറ്റി കമ്മിറ്റി അക്കാലത്ത് ഒരു പ്രമേയം അവതരിപ്പിക്കുകയുണ്ടായി. ഇന്ത്യാ ഗവൺമെന്റ് ഒരു ജന്മി മുതലാളിത്ത ഭരണകൂടമാണ്. അത് ബ്രിട്ടീഷ് സാമ്രാജ്യത്വവുമായി സഖ്യത്തിലാണ്. അവർ ഹൈദ്രാബാദിൽ പ്രവേശിക്കുന്നതിനെ തടയണം. സ്വതന്ത്രഹൈദ്രാബാദിനുവേണ്ടി

നാം ശബ്ദമുയർത്തണം. എന്നാൽ ഇതിനെ തള്ളിക്കളഞ്ഞുകൊണ്ട് ഹൈദ്രാബാദ് സംസ്ഥാനം ഇല്ലാതാക്കി അതിനെ സമീപ ഭാഷാ പ്രദേശങ്ങളിൽ ലയിപ്പിക്കണമെന്ന നിർദ്ദേശത്തിന്റെ അടിസ്ഥാനത്തിൽ കമ്മ്യൂണിസ്റ്റ് പാർടി മുന്നോട്ട് പോയി.

പാർടി അക്കാലത്ത് മുന്നോട്ട് വെച്ച ആശയങ്ങൾ എത്രത്തോളം ശരിയായിരുന്നുവെന്ന് പിൽക്കാല സംഭവങ്ങൾ വ്യക്തമാക്കി. അക്കാലത്ത് നടന്ന ചർച്ചകൾ പരിശോധിച്ചാൽ ഇത് വ്യക്തമാകും. ഇത് സംബന്ധിച്ച് സുന്ദരയ്യ ഇങ്ങനെ വിശദീകരിക്കുന്നുണ്ട്.

"ഭാഷയുടെ അടിസ്ഥാനത്തിൽ സംസ്ഥാനങ്ങൾ രൂപീകരിക്കണമെന്ന് ശുപാർശ ചെയ്ത കമ്മീഷന്റെ ചില നിഗമനങ്ങൾ പാർടിയുടെ അഭിപ്രായത്തിന് വിരുദ്ധമായിരുന്നു. ഗ്രാമങ്ങളെ കണക്കിലെടുത്ത് അതിർത്തി നിർണ്ണയിക്കണമെന്നായിരുന്നു പാർടിയുടെ അഭിപ്രായം. എന്നാൽ ജില്ലകളെ അടിസ്ഥാനപ്പെടുത്തി 70 ശതമാനത്തിന് മീതെ ജനങ്ങൾ സംസാരിക്കുന്ന ഭാഷയെ കണക്കിലെടുത്തുകൊണ്ട്, സംസ്ഥാനത്തിന്റെ അതിർത്തി നിർണ്ണയിക്കാനാണ് കമ്മീഷൻ ശുപാർശ ചെയ്തത്. ഇതുമൂലം സംസ്ഥാനങ്ങളുടെ അതിർത്തി നിർണ്ണയിക്കുന്ന കാര്യത്തിൽ വീണ്ടും തർക്കങ്ങൾ ഉണ്ടായി. തെലങ്കാനയെ പ്രത്യേക സംസ്ഥാനമായി കണക്കാക്കണമെന്നായിരുന്നു കമ്മീഷന്റെ ശുപാർശ. അതല്ല അത്തരം പ്രദേശങ്ങളെ ഭാഷയുടെ അടിസ്ഥാനത്തിൽ അടുത്തു കിടക്കുന്ന സംസ്ഥാനങ്ങളോട് ചേർക്കണമെന്നായിരുന്നു പാർടിയുടെ സുചിന്തിതമായ അഭിപ്രായം. ഈ അഭിപ്രായത്തെ കമ്മീഷൻ അംഗീകരിച്ചില്ല. അതിനാൽ വീണ്ടും ഇതേ കാര്യത്തിന് ബഹുജനപ്രക്ഷോഭം തുടങ്ങേണ്ടിവന്നു."(വിപ്ലവപാതയിൽ എന്റെ യാത്ര, പേജ് 321)

സംസ്ഥാന രൂപീകരണവുമായി ബന്ധപ്പെട്ട ചർച്ചയിൽ ആന്ധ്രയുടെ തലസ്ഥാനമായി ഹൈദ്രാബാദിനെ സ്വീകരിക്കുന്നതായിരിക്കും ഉത്തമമെന്ന നിലപാടാണ് പാർടി സ്വീകരിച്ചത്. എന്നാൽ കോൺഗ്രസുകാർ അത് അംഗീകരിച്ചില്ല. അവർ വിശാഖപട്ടണമാണ് തലസ്ഥാനമായി നിർദ്ദേശിച്ചത്. അക്കാര്യത്തിൽ അവർക്കിടയിൽ ഭിന്നത ഉണ്ടായിരുന്നു. ഒടുവിൽ അവർ വീണ്ടും കൂടിയാലോചിച്ച് കർണൂൽ തലസ്ഥാനമാക്കാമെന്ന് തീരുമാനിച്ചു. തലസ്ഥാനം രണ്ടുവർഷത്തോളം കർണൂലിൽ പ്രവർത്തിച്ചു. പിന്നീട് കമ്മ്യൂണിസ്റ്റ് പാർടി നിർദ്ദേശിച്ചതുപോലെ തലസ്ഥാനം ഹൈദ്രാബാദിലേക്ക് മാറ്റുകയും ചെയ്തു.

ദേശീയ പ്രശ്നവുമായി ബന്ധപ്പെട്ട സുന്ദരയ്യയുടെ ഇടപെടൽ മനസിലാക്കുമ്പോൾ അതുമായി ചേർത്തു വായിക്കേണ്ടതാണ്

സ്മരണകൾ സമരായുധങ്ങൾ

അദ്ദേഹത്തിന്റെ മാതൃഭാഷയുമായി ബന്ധപ്പെട്ട നിലപാട്. ഇതുമായി ബന്ധപ്പെട്ട തന്റെ അഭിപ്രായം ഇങ്ങനെ രേഖപ്പെടുത്തുന്നുണ്ട്:

"ഏത് കാര്യവും മാതൃഭാഷയിൽ പറഞ്ഞാൽ അത് നമുക്ക് നന്നായി മനസിലാക്കാൻ കഴിയും. സാഹിത്യവിഭാഗം എടുക്കുക. അതിലെ ഉള്ള ടക്കം, ശിൽപഭംഗി എന്നിവയെല്ലാം മാതൃഭാഷയിൽ ആസ്വദിക്കുന്നതു പോലെ മറ്റൊരു ഭാഷയിലും ആസ്വദിക്കുക എളുപ്പമല്ല. അതുകൊണ്ട് തന്നെയാണ് മാതൃഭാഷയല്ലാതെ മറ്റൊരു ഭാഷ അധ്യയന മാധ്യമമാ ക്കുന്നതിന് ഞാൻ എന്നും എതിർത്തത്." (വിപ്ലവപാതയിൽ എന്റെ യാത്ര, പേജ് 67)

റഷ്യൻ വിപ്ലവഘട്ടത്തിൽ റഷ്യയിലെ വിവിധ ദേശീയതകളെ അടിച്ച മർത്തുന്ന പ്രശ്നം ഉയർന്നുവന്നിരുന്നു. സാറിസ്റ്റ് റഷ്യയിൽ രാജ്യത്തെ മറ്റെല്ലാ ദേശീയതകളുടേയും മേലെ റഷ്യൻ ദേശീയത മേധാവിത്വം പുലർത്തിയിരുന്നു. മറ്റെല്ലാം ദേശീയതകളേയും അടിച്ചമർത്തുന്ന ദേശീയതയായിരുന്നു അത്. എന്നാൽ ഇന്ത്യയിലാവട്ടെ മറ്റ ദേശീയത കളെയെല്ലാം അടിച്ചമർത്തുന്ന ഏതെങ്കിലും ഒരു ദേശീയതയുണ്ടെന്ന് പറയാനാവില്ല. നേരെമറിച്ച് ജനസംഖ്യാപരമായി രാജ്യത്തെ ഏറ്റവും വലിയ ദേശീയതയായ ഹിന്ദി സംസാരിക്കുന്ന ജനങ്ങളടക്കം ഇന്ത്യ യിലെ എല്ലാ ദേശീയതകളും 1947 വരെ ബ്രിട്ടീഷ് സാമ്രാജ്യത്വത്താൽ അടിച്ചമർത്തപ്പെട്ടിരുന്നു.

ഹൈദ്രാബാദ് നാട്ടുരാജ്യത്തെ സംബന്ധിച്ചിടത്തോളം തെലുങ്ക് ദേശീയതയെ ഉൾപ്പെടെ അടിച്ചമർത്തുന്ന പ്രശ്നം ഉണ്ടായിരുന്നു. റഷ്യയിൽ ദേശീയ പ്രശ്നത്തെ മനസിലാക്കുകയും അതിന്റെ അടി സ്ഥാനത്തിൽ ദേശീയ ജനവിഭാഗത്തിന്റെ സ്വതന്ത്രമായ വളർച്ചയ്ക്ക് ഉതകുന്ന സമീപനം ബോൾഷെവിക്കുകൾ സ്വീകരിച്ചിരുന്നു. അതിലൂടെ വിവിധ റഷ്യൻ ജനവിഭാഗങ്ങളെ കൂടി വിപ്ലവത്തിന്റെ പക്ഷത്ത് കൊണ്ടുവരുന്നതിന് സാധിക്കുകയുണ്ടായി. തെലങ്കാന സമരത്തിൽ ദേശീയ പ്രശ്നം കമ്മ്യൂണിസ്റ്റുകാർ അഭിമുഖീകരിക്കുമ്പോൾ ഈ റഷ്യൻ അനുഭവവും സ്വാധീനം ചെലുത്തിയിട്ടുണ്ട്. അക്കാലത്ത് ദേശീയ പ്രശ്ന ത്തെ ഇന്ത്യൻ സാഹചര്യത്തിൽ പ്രയോഗിക്കുന്നതിനുള്ള ഇടപെടൽ കൂടിയാണ് തെലങ്കാന സമരത്തിൽ കാണാനാവുന്നത്. പിൽക്കാല ത്ത് ഭാഷാ സംസ്ഥാനങ്ങളുടെ രൂപീകരണത്തിന് അടിത്തറയായി തീർന്നതും ഇത്തരം ഇടപെടലായിരുന്നു.

കമ്മ്യൂണിസ്റ്റ് പാർടി ജനങ്ങളെ അവരുടെ ഭാഷാപരവും ദൈനംദിന ജീവിതത്തെ ബാധിക്കുന്നതുമായ പ്രശ്നങ്ങൾ ഏറ്റെടുത്ത്

ഭരണക്കൂടത്തിനെതിരെ പോരാട്ടരംഗത്ത് ഇറങ്ങിയപ്പോൾ അതിനെ ഭിന്നിപ്പിക്കുന്നതിനുള്ള ശ്രമങ്ങളും ഇക്കാലത്ത് ഉണ്ടായി. മതപര മായി ജനതയെ വിവിധ തട്ടുകളാക്കി മാറ്റുന്നതിനാണ് അക്കാലത്ത് നൈസാമിന്റെ അനുയായികൾ ശ്രമിച്ചത്. റസാക്കർ എന്ന പേരിൽ നൈസാമിനെ സംരക്ഷിക്കാൻ ഉണ്ടാക്കിയ സേനയുടെ രൂപീകര ണത്തെ സംബന്ധിച്ചുള്ള സുന്ദരയ്യയുടെ വിവരണങ്ങളിൽ ഇക്കാര്യം വ്യക്തമാക്കുന്നുണ്ട്.

"'ആസാദ് ഹൈദ്രാബാദ്' ഒരു മുസ്ലീം സാമ്രാജ്യമാണ്. അസഫ്ജാഹി ഭരണത്തിൻ കീഴിൽ ഓരോ മുസ്ലീമും ഓരോ ഭരണാധികാരിയാണെ ന്നും, ഈ ഗവൺമെന്റിനെ നിലനിർത്തുക എന്നത് ദൈവത്തിന്റെ കൽപനയാണെന്നും, റസാക്കർ സൈന്യത്തിൽ ചേരുക എന്നതും ഹിന്ദുവിനെ എതിർക്കുക എന്നതും ഓരോ മുസ്ലീമിന്റേയും പരിശുദ്ധ കർമ്മമാണെന്നും, ഉള്ള മുദ്രാവാക്യം മുന്നോട്ട് വെച്ചുകൊണ്ടാണ് മജ്ലിസ് ഇത്തേഹാദ്-ഉൽ-മുസ്ലീമിന്റെ നേതാവ് കാസിം രസ്വിയുടെ റസാക്കർ സൈന്യം രൂപീകരിക്കപ്പെട്ടത്." (തെലങ്കാന സമരം, പേജ് 45)

ഇത്തരം എതിർപ്പുകളെയെല്ലാം നേരിട്ടുകൊണ്ടാണ് തെലങ്കാന സമരം മുന്നോട്ട് പോയത്. ഈ സമരത്തെ വർഗീയമായി ധ്രുവീകരി ക്കുന്നതിനുള്ള ശ്രമത്തെ ജനങ്ങളെ അണിനിരത്തി നേരിടുന്നതിന് കഴിയുകയുണ്ടായി. ഈ കാര്യവും സുന്ദരയ്യ വ്യക്തമാക്കുന്നുണ്ട്.

"ഗ്രാമങ്ങൾ ഒന്നൊന്നായി അഗ്നിക്കിരയാക്കുകയും നൂറുകണക്കിന് നിരപരാധികളെ കൊന്നൊടുക്കുകയും ചെയ്ത അതേ ദേശ്മുഖ്കൾക്കും റസാക്കർ നേതാവ് കാസിം രസ്വിക്കാണ് ഇന്ത്യൻ സൈന്യം സംരക്ഷണം നൽകിയതെന്ന വസ്തുത പ്രത്യേകം ശ്രദ്ധിക്കേണ്ടതുണ്ട്. അതേസമയം നൈസാമിന്റെ ക്രൂരകൃത്യങ്ങൾക്കിരയായി നിലകൊണ്ട സാധാരണക്കാരായ മുസ്ലീങ്ങളെ പീഡിപ്പിക്കുകയും പറഞ്ഞറിയിക്കാ നാവാത്ത തരത്തിൽ ഉപദ്രവിക്കുകയും ചെയ്ത. ആ ഗ്രാമങ്ങളിലുള്ള ഹിന്ദുക്കളാവട്ടെ സാധാരണക്കാരായ മുസ്ലീങ്ങൾക്ക് അവരാലാകുന്ന സഹായ സഹകരണങ്ങൾ നൽകി. അവർ മുസ്ലീങ്ങൾക്ക് തങ്ങളുടെ കുടുബങ്ങളിൽ അഭയം നൽകുകയും ആയിരക്കണക്കിന് മുസ്ലീം കുടും ബങ്ങളെ ഇന്ത്യൻ സൈന്യത്തിന്റെ മൃഗീയ ആക്രമണങ്ങളിൽ നിന്ന് സംരക്ഷിക്കുകയും ചെയ്ത.

ഹിന്ദു-മുസ്ലീം വർഗീയ കലാപങ്ങൾ കാട്ടുതീ പോലെ പടർന്ന പിടിക്കാമായിരുന്ന സാഹചര്യത്തിൽ തെലങ്കാനയിലെ ഗ്രാമങ്ങളിൽ

ഹിന്ദു-മുസ്ലീം ഐക്യം നിലനിർത്താൻ കഴിഞ്ഞുവെന്ന വമ്പിച്ച നേട്ടത്തിൽ തെലങ്കാന പ്രസ്ഥാനത്തിന് അഭിമാനിക്കാം. ഹൈദ്രാബാദ് സംസ്ഥാനത്തിന്റെ മറ്റുപല ഭാഗങ്ങളിലും ജനകീയ മുന്നേറ്റം ദുർബലമായത് കാരണം മുസ്ലീം വിരോധവും അവർക്കെതിരായ ആക്രമണവും പടർന്നുപിടിക്കുകയുണ്ടായി." (തെലങ്കാന സമരം, പേജ് 146)

മതനിരപേക്ഷതയുടെ മഹത്തായ മുദ്രാവാക്യങ്ങൾ മുറുകെ പിടിക്കാനും ഇവയെ ദേശീയമായ പ്രശ്നങ്ങളോട് കൂട്ടി ചേർക്കാനും കഴിഞ്ഞു എന്നത് സുന്ദരയ്യയുടെ നേതൃത്വത്തിൽ കമ്മ്യൂണിസ്റ്റ് പാർട്ടി മുന്നോട്ട് വെച്ച രാഷ്ട്രീയത്തിന്റെ മറ്റൊരു സവിശേഷതയായിരുന്നു. വർഗീയതയെ വർഗപരമായ സമരത്തിലൂടെ ഒറ്റപ്പെടുത്തുക എന്ന നയത്തിന്റെ പ്രായോഗിക രൂപമാണ് തെലങ്കാന സമരത്തിൽ ദൃശ്യമാകുന്നത്.

സുന്ദരയ്യ ദേശീയ പ്രശ്നത്തെപ്പോലെതന്നെ ആന്ധ്രയിലെ മൂർത്ത സാഹചര്യത്തിൽ ഇടപെട്ട മറ്റൊരു വിഷയമായിരുന്ന ജാതിവ്യവസ്ഥയുമായി ബന്ധപ്പെട്ടത്. ഇന്ത്യൻ സമൂഹത്തെ വിലയിരുത്തിയ മാർക്സ് ഇന്ത്യയുടെ വികാസത്തിന് തടസ്സമായി നിൽക്കുന്ന പ്രധാനപ്പെട്ട ഘടകമായാണ് ജാതിവ്യവസ്ഥയെ കണ്ടത്. ഇന്ത്യയിൽ ഫ്യൂഡലിസം ജാതി വ്യവസ്ഥയ്ക്കുള്ളിലാണ് രൂപപ്പെട്ടത്. മാത്രമല്ല, അതിന്റെ പ്രത്യയ ശാസ്ത്രമായും ജാതി നിലനിന്നു. ഗോത്ര മൂല്യങ്ങളും ഇതിൽ കാണാവുന്നതാണ്. ഫ്യൂഡലിസത്തിന്റെ അടിത്തറ അതിന്റെ ഭ്രമബന്ധങ്ങളിലാണ് നിലനിൽക്കുന്നത് എന്നതിനാൽ ഇന്ത്യയിലെ കാർഷിക പ്രശ്നവുമായി ജാതി വ്യവസ്ഥയും ബന്ധപ്പെട്ട് കിടക്കുന്നു. അതിനാൽ ഭൂപരിഷ്കരണം ജാതി വ്യവസ്ഥയുടെ അടിത്തറ തകർക്കുന്നതിന് അനിവാര്യമായി തീരുന്നുണ്ട്. ഇന്ത്യയിലെ ഈ പ്രശ്നത്തെ തന്റെ ജീവിതാനുഭവങ്ങളിലൂടെ മനസിലാക്കാനും അതിന്റെ അടിസ്ഥാനത്തിൽ അതിനെ തന്റെ വിപ്ലവ പ്രവർത്തനത്തിന്റെ ഭാഗമായി മാറ്റുന്നതിനും സുന്ദരയ്യയ്ക്ക് കഴിഞ്ഞിരുന്നു.

അതിശക്തമായ ജാതിവിവേചനം നിലനിന്ന പ്രദേശമായിരുന്ന തെലങ്കാന മേഖല. സുന്ദരയ്യയുടെ ജീവിതത്തിൽ തന്നെ അത്തരത്തിലുള്ള അനുഭവങ്ങൾ ഏറെയുണ്ടായിരുന്നു. താൻ ജനിച്ച വീട്ടിലും നാട്ടിലും ഉണ്ടായ ഇത്തരം വിവേചനങ്ങളെ കുറിച്ച് സുന്ദരയ്യ എഴുതുന്നുണ്ട്.

"വീട്ടുപണികളിൽ സഹായിക്കാൻ ഹരിജനങ്ങളെ അനുവദിച്ചിരുന്നില്ല. ചാണകം വാരി തൊഴുത്ത് വൃത്തിയാക്കുക, കന്നുകാലികളെ തേച്ചുകുളിക്കുക എന്നിവയാണ് ഹരിജനങ്ങൾ ചെയ്തിരുന്നത്." (വിപ്ലവപാതയിൽ എന്റെ യാത്ര, പേജ് 14)

വീട്ടുജോലികൾ വിഭജിച്ച് നൽകുന്നതിൽ പോലും നിലനിൽക്കുന്ന ഈ വിഭജനം ജാതി വ്യവസ്ഥയുടെ തീവ്രതയാണ് വ്യക്തമാക്കുന്നത്. ജയിലുകളിൽ പോലും ജാതി അടിസ്ഥാനത്തിലുള്ള വിവേചനങ്ങൾ നിലനിന്നിരുന്നുവെന്ന് സുന്ദരയ്യ തന്റെ ആത്മകഥയിൽ എഴുതുന്നുണ്ട്.

"ജയിലിൽ പോലും ജാതി-മത വ്യത്യാസങ്ങൾ നിലനിർത്തിയി രുന്നു. തടവുകാരൻ ഏത് ജാതിയിൽ പെട്ടവനാണെന്ന് അവരുടെ ഫോറത്തിൽ ഒരു ചോദ്യമുണ്ട്. അതിൽ ഹരിജനാണെന്ന് എഴുതിപോ യാൽ ചോളം, കോറ, തിന എന്നിവ കൊണ്ടുണ്ടാക്കിയ ഭക്ഷണമേ തരൂ. ബാക്കിയുള്ളവർക്ക് അരി ഭക്ഷണം നൽകും. ആഗ്ലോഇന്ത്യൻ തടവുകാരനാണെങ്കിൽ പാശ്ചാത്യ രീതിയിലുള്ള റൊട്ടി, വെണ്ണ, മാംസം എന്നിവ നൽകിയിരുന്നു." (വിപ്ലവപാതയിൽ എന്റെ യാത്ര, പേജ് 59)

ഇത്തരത്തിലുള്ള നിരവധി വിവേചനങ്ങൾക്കെതിരായുള്ള പോരാട്ട ങ്ങൾ ജീവിതത്തിന്റെ ആദ്യഘട്ടത്തിൽ തന്നെ സുന്ദരയ്യ നടത്തുന്നുണ്ട്. ഗാന്ധിജി മുന്നോട്ട് വെച്ച ഹരിജനോദ്ധാരണവുമായി ബന്ധപ്പെട്ട പരി പാടികളിൽ സജീവസാന്നിധ്യമായി അദ്ദേഹം പ്രവർത്തിച്ചു.

1930 മാർച്ച് മാസത്തിൽ ഹരിജനോദ്ധാരണത്തിന്റെ ഭാഗമായി മിശ്രഭോജനം പരിപാടി സംഘടിപ്പിക്കുന്നതിന് സുന്ദരയ്യ നേതൃത്വം നൽകുന്നുണ്ട്. എന്നാൽ മറ്റ് മേൽജാതിക്കാരുടെ വിലക്ക് കാരണം ഹരിജനങ്ങൾക്ക് ഇതിൽ പങ്കെടുക്കാൻ പോലും കഴിഞ്ഞില്ല. 1933 ൽ ഗാന്ധിജിയുടെ നേതൃത്വത്തിൽ ക്ഷേത്രത്തിൽ ഹരിജനങ്ങൾക്ക് പ്രവേശനം നടത്തുന്നതിനുള്ള സമരങ്ങൾ നടന്നു. എന്നാൽ അതിനെ മേൽജാതിക്കാർ എതിർക്കുന്ന സ്ഥിതി വന്നപ്പോൾ ക്ഷേത്രപ്രവേശന ത്തിനുവേണ്ടി വളണ്ടിയർമാരെ സംഘടിപ്പിച്ച് ആ സമരത്തെ വിജയി പ്പിച്ച അനുഭവവും സുന്ദരയ്യയ്ക്കുണ്ട്.

ജാതിക്കെതിരായ പോരാട്ടങ്ങൾ സംഘടിപ്പിക്കുമ്പോൾ തന്നെ തന്റെ പേരിന്റെ കൂടെ അക്കാലത്ത് ഉണ്ടായിരുന്ന ജാതിപേര് മാറ്റുന്നതിനും സുന്ദരയ്യ തയ്യാറായി. ഇക്കാര്യം തന്റെ ആത്മകഥയിൽ സുന്ദരയ്യ ഇങ്ങനെ രേഖപ്പെടുത്തുന്നു.

"അക്കാലത്ത് എന്റെ പേരിനോട് ചേർന്നുള്ള റെഡ്ഡി എന്ന വാൽ നിയമപരമായി മാറ്റിയിരുന്നില്ല. എന്നാൽ 'മാലപർത്യ' ക്യാമ്പിൽ ഉണ്ടാ യിരുന്നപ്പോൾ എന്നെ റെഡ്ഡി എന്ന് വിളിക്കരുതെന്ന് ഞാൻ സഹപ്ര വർത്തകരോട് അഭ്യർത്ഥിച്ചിരുന്നു. 1935 ലോ 1936 ലോ ആണെന്ന് തോന്നുന്നു, ഞാൻ ജില്ലാ ലോക്കൽബോർഡ് തെരഞ്ഞെടുപ്പിൽ ഒരു സ്ഥാനാർത്ഥിയായി നിന്നു. ആ സമയത്ത് നിയമപരമായ രീതിയിൽ

തന്നെ റെഡ്ഡിയെ മുറിച്ച് മാറ്റി. ഒപ്പം 'വെങ്കിട' 'രാമ' എന്നീ വാക്കുകളും എടുത്ത് മാറ്റി. സുന്ദരയ്യ എന്ന പേരിലാണ് പിന്നീട് അറിയപ്പെട്ടത്. ഇപ്പോഴാവട്ടെ സഖാക്കളും മറ്റുള്ളവരും 'പി.എസ്' എന്ന വിളി പരിച യിച്ചുപോയി." (വിപ്ലവപാതയിൽ എന്റെ യാത്ര, പേജ് 55)

ജാതീയത അവസാനിക്കണമെങ്കിൽ ജനങ്ങൾ അടിസ്ഥാന ആവശ്യങ്ങളുടെ അടിസ്ഥാനത്തിൽ യോജിച്ചുനിന്ന് പോരാട്ടുക എന്നത് പ്രധാനമാണെന്ന് സുന്ദരയ്യ തിരിച്ചറിഞ്ഞു. തെലങ്കാന സമരത്തിന്റെ അനുഭവങ്ങൾ വിശദീകരിക്കുന്ന ഘട്ടത്തിൽ സുന്ദരയ്യ ഇങ്ങനെ രേഖ പ്പെടുത്തുന്നുണ്ട്.

"ജാതി വ്യത്യാസങ്ങൾ ഗ്രാമത്തിൽ ആഴത്തിൽ വേരൂന്നിയിരുന്നു. ഗവൺമെന്റിനെതിരായ പ്രക്ഷോഭണത്തിൽ ജാതി-മത വ്യത്യാസമി ല്ലാതെ ഒന്നിച്ച് പൊതുതാനം പണിയെടുക്കാനും ജനങ്ങൾ നിർബ ന്ധിതരായി. അതിനുശേഷം അയിത്തോച്ചാടനത്തിന് വേണ്ടിയുള്ള പ്രയത്നം കുറേക്കൂടി എളുപ്പമായി തീർന്നു. ഗറില്ല സ്ക്വാഡ്ഡുകളിൽ സമത്വവും പരസ്പര ബഹുമാനവും കൃത്യമായും പാലിച്ചു. ഈ ശീലം ജനങ്ങളുടെ ആശയഗതികളിൽ മാറ്റം വരുത്തി. ദൈവങ്ങൾ, ചെകു ത്താന്മാർ മുതലായവയിലുള്ള വിശ്വാസം വമ്പിച്ച തോതിൽ കുറയുകയു ണ്ടായി. പ്രത്യേകിച്ച് യുവാക്കൾക്കിടയിൽ ഇത് ഗണ്യമായ തോതിൽ അപ്രത്യക്ഷമായി തുടങ്ങി." (തെലങ്കാന സമരം, പേജ് 88)

ജാതീയമായ അടിമത്തത്തിന്റെ പ്രശ്നവും ജന്മിത്തത്തിനെതിരായ സമരവും പരസ്പരം ബന്ധപ്പെട്ട് കിടക്കുന്നുവെന്ന തിരിച്ചറിവ് സുന്ദരയ്യ മുന്നോട്ട് വെക്കുന്നുണ്ട്. തെലങ്കാന സമരത്തിലെ പ്രധാനപ്പെട്ട ഒരു പോരാട്ടം 'വെട്ടി' എന്ന് പറയുന്ന സമ്പ്രദായത്തിനെതിരായിട്ടായിരുന്നു. ആന്ധ്രയിലെ വെട്ടി എന്ന സമ്പ്രദായം ജന്മിമാർക്കും അതുപോലുള്ള ആധിപത്യം വഹിക്കുന്നവർക്ക ഓരോ ജാതിക്കാരും അവർ ചെയ്യുന്ന തൊഴിലുകൾ സൗജന്യമായി ചെയ്ത് കൊടുക്കണം എന്നതായിരുന്നു. വിവാഹം കഴിഞ്ഞ ഉടനെ പെൺകുട്ടികളെ ഇത്തരം വിഭാഗക്കാർ ജന്മി മാർക്ക് കാഴ്ചവെക്കണം എന്ന സമ്പ്രദായവും ഉണ്ടായിരുന്നു. ഇത്തരം ജാതീയതമായ അടിച്ചമർത്തലിനെതിരായ സമരവും തെലങ്കാന സമര ത്തിൽ ഉൾച്ചേർന്നിരുന്നു. ജാതിയതയ്ക്കെതിരായ സമരവും ജാതി വ്യ വസ്ഥയെ താങ്ങി നിർത്തുന്ന ജന്മിത്തത്തിനെതിരായ പോരാട്ടത്തേയും സമന്വയിപ്പിച്ചുകൊണ്ടാണ് സുന്ദരയ്യ മുന്നോട്ട് പോയത്. വർഗപരവും ജാതീയവുമായ അടിച്ചമർത്തലിന്റെ വേരുകൾ കിടക്കുന്നത് ഒരേ വ്യവ സ്ഥയിലാണ് എന്ന തിരിച്ചറിവ് സുന്ദരയ്യ്ക്ക് ഉണ്ടായിരുന്നു. വർഗപരവും

സാമൂഹ്യവ്യമായ അടിച്ചമർത്തലിന്റേയും പ്രശ്നം കമ്മ്യൂണിസ്റ്റ് പാർടി ഏറ്റെടുക്കേണ്ടതാണ് എന്ന ശരിയായ തിരിച്ചറിവോടെ മുന്നോട്ട് പോകുന്നതിനും സുന്ദരയ്യയ്ക്ക് കഴിയുകയുണ്ടായി.

ജന്മിത്തത്തിനും അവയെ താങ്ങി നിർത്തുന്ന ഭരണത്തിനും എതിരായുള്ള സമരത്തിന്റെ വിജയത്തിലൂടെ മാത്രമേ ജാതീയതയുടെ അടിത്തറ തകർക്കപ്പെട്ടുകയുള്ളൂവെന്ന് സുന്ദരയ്യ തിരിച്ചറിഞ്ഞു. അതിനാൽ ഭരണകൂടത്തിനെതിരായി ജാതീയമായ അവശതകൾ അനുഭവിക്കുന്ന ജനതയെ കൂടി തിരിച്ചുവിടുക എന്ന ശരിയായ സമീപനമാണ് സ്വീകരിച്ചത്. ഈ ശാസ്ത്രീയ സമീപനം ജാതീയത തകർക്കാൻ വേണ്ടി ആത്മാർത്ഥമായി തന്നെ ഇടപെട്ട പലർക്കും ഉണ്ടായിരുന്നില്ല.

ജാതീയമായ അടിച്ചമർത്തലുകൾക്കെതിരായി ശക്തമായ നിലപാട് സ്വീകരിച്ച വ്യക്തിത്വമായിരുന്ന അംബേദ്ക്കറുടേത്. ജാതീയമായ അടിച്ചമർത്തലിന്റെ പ്രശ്നം സമൂഹത്തിൽ സജീവമായി ഉന്നയിക്കുന്നതിനും അംബേദ്ക്കറുടെ ഇടപെടൽ സഹായകമായിട്ടുണ്ട്. ഈ പ്രശ്നം പരിഹരിക്കുന്നതിന് സഹായിക്കുന്ന അതുല്യമായ സംഭാവന അംബേദ്ക്കറുടെ ഭാഗത്തുനിന്നും ഉണ്ടായിട്ടുണ്ട്. എന്നാൽ അക്കാലത്ത് ഉണ്ടായ പ്രധാന ദൗർബല്യം ജാതിഘടന ഫ്യൂഡലിസത്തിന്റെ ഭാഗമാണെന്നും ഫ്യൂഡലിസത്തെ തകർക്കാനുള്ള പോരാട്ടമാണ് ജാതീയതയുടെ അടിത്തറ തകർക്കുന്നതിന് അനിവാര്യമായത് എന്നും കാണാൻ കഴിഞ്ഞില്ല എന്നതാണ്. ഇന്ത്യൻ സാഹചര്യത്തിൽ ഇത്തരം ജന്മിത്തശക്തികളെ താങ്ങി നിർത്തിയത് സാമ്രാജ്യത്വശക്തികളാണെന്നും തിരിച്ചറിഞ്ഞു കൊണ്ടുള്ള നിലപാട് സ്വീകരിക്കാനും അവർക്ക് കഴിയാതെ പോയി. സാമ്രാജ്യത്വവിരുദ്ധ പോരാട്ടങ്ങളിൽ പങ്കെടുക്കാത്ത അവസ്ഥയിലേക്ക് ഈ കാഴ്ചപ്പാട് അത്തരം പ്രസ്ഥാനങ്ങളെ കൊണ്ടുചെന്നെത്തിച്ചു.

ജാതി ഘടനയും ജന്മിത്തവും സാമ്രാജ്യത്വം തമ്മിലുള്ള ഈ ബന്ധത്തെ തിരിച്ചറിയാനും ഭരണകൂടത്തിനെതിരായുള്ള സമരവുമായി ജാതി വിരുദ്ധ പോരാട്ടങ്ങളെ ബന്ധിപ്പിക്കുന്നതിന് കഴിഞ്ഞില്ല എന്നതാണ് അംബേദ്ക്കർ പ്രസ്ഥാനത്തിന്റേയും അതിന്റെ പിൻഗാമികളായി പ്രത്യക്ഷപ്പെട്ടവരുടേയും പ്രധാന പരിമിതി. ദളിത് പിന്നോക്ക ജനവിഭാഗത്തിന്റെ സംരക്ഷകരെന്ന് പറയുന്നവർക്ക് ഭൂപരിഷ്കരണം പ്രധാന കടമയായി കണ്ട് ഇടപെടാൻ കഴിയാതെ പോകുന്നതും ഈ പരിമിതി മൂലമാണ്.

സീതാറാം യെച്ചൂരി: ആ ജീവിതം ഇനിയും വെളിച്ചം പകരും

സംഘപരിവാറിന്റെ മതരാഷ്ട്രവാദ സ്വപ്നങ്ങളെ പ്രതിരോധിക്കുന്ന പ്രവർത്തനങ്ങൾക്ക് നേതൃത്വം നൽകിക്കൊണ്ടിരിക്കുന്ന ഘട്ടത്തിലാണ് സീതാറാം നമ്മെ വിട്ടുപോയത്. ഇന്ത്യയിലെ ജനപക്ഷ രാഷ്ട്രീയത്തിന്റെ കരുത്തുറ്റ ശബ്ദമായിരുന്ന അദ്ദേഹം. ലാളിത്യത്തിന്റെ നിറകുടം, ഏത് സാഹചര്യത്തോടും ഇഴുകിച്ചേരുന്ന സവിശേഷത, ശാഠ്യങ്ങളില്ലാത്ത ജീവിതം അവ അദ്ദേഹത്തെ ഏറെ വ്യത്യസ്തനാക്കി. അറിവിന്റെ ആഴംകൂടി ഉൾക്കൊണ്ട് ജനപക്ഷ നിലപാടുകൾ അദ്ദേഹം രൂപീകരിച്ചു. വിവിധ മേഖലകളിലെ സംഘപരിവാർ ഇടപെടലുകളെ ഇറന്ന കാണിച്ചുകൊണ്ടുള്ള ഡൈഷണികമായ വെളിച്ചം വഴികാട്ടിയായി നമുക്ക് മുന്നിൽ നിൽക്കുന്നുണ്ട്.

ഇന്ത്യയിലെ ഇടതുപക്ഷ മാധ്യമങ്ങളെ സംബന്ധിച്ചിടത്തോളം സജീവമായ സാന്നിദ്ധ്യവും, കരുത്തുമായിരുന്ന അദ്ദേഹം. പീപ്പിൾസ് ഡമോക്രസിയുടെ പത്രാധിപരായി നിന്നുകൊണ്ട് നടത്തിയ ഇടപെടലുകളാവട്ടെ പ്രത്യയശാസ്ത്ര രംഗത്തെ കരുത്തുറ്റ ചുവടുവെപ്പുകളായിരുന്നു. ദേശാഭിമാനിയുടെ 80-ാം വാർഷികത്തിന്റെ സമാപന സമ്മേളനം ഉദ്ഘാടനം ചെയ്ത് സീതാറാം നടത്തിയ പ്രസംഗം ഇടതുപക്ഷ

മാധ്യമങ്ങൾക്ക്കൂടിയുള്ള മാർഗ്ഗ നിർദ്ദേശങ്ങളായിരുന്നു.

രാഷ്ട്രീയമായ സ്വാതന്ത്ര്യത്തിൽ നിന്ന് സാമൂഹികവും, സാമ്പ
ത്തികവുമായ സ്വാതന്ത്ര്യത്തിലേക്കുള്ള മാറ്റം അനിവാര്യമാണെന്ന്
യെച്ചൂരി അവിടെ ഓർമ്മിപ്പിച്ചു. ജനാധിപത്യ മതേതര മൂല്യങ്ങൾ സംര
ക്ഷിക്കുന്നതിന് ദേശാഭിമാനിക്ക് നിർണ്ണായകമായ പങ്കുവഹിക്കാനുണ്ട്.
രണ്ട് പ്രധാന കുത്തകകൾ മാധ്യമങ്ങളെ നിയന്ത്രിക്കുന്ന വർത്തമാന
കാലത്ത് ജനകീയ താൽപര്യങ്ങൾ സംരക്ഷിക്കുന്നതിനുള്ള ഇടപെടൽ
പ്രധാനമാണെന്നും എടുത്തുപറഞ്ഞു. കുത്തക-മാധ്യമ-വർഗ്ഗീയ കൂട്ടുകെ
ട്ടിനെതിരായുള്ള പോരാട്ടം ഈ കാലഘട്ടത്തിന്റെ ഉത്തരവാദിത്വമാണ്.
അവർ നിർമ്മിക്കുന്ന വ്യാജ ചരിത്രത്തെ തുറന്നുകാട്ടിയുള്ള പ്രചരണമാ
വശ്യമാണെന്നും അവിടെ എടുത്തുപറയുകയുണ്ടായി.

ദേശാഭിമാനി 80-ാം വാർഷികത്തിന്റെ ഭാഗമായി നടത്തിയ
മലപ്പുറം മഹോത്സവത്തെക്കുറിച്ച് പിന്നീടൊരിക്കൽ സൂചിപ്പിക്കുക
യുണ്ടായി. വർഗ്ഗീയതയേയും, ആഗോളവൽക്കരണ സാംസ്കാരിക
നയങ്ങളേയും പ്രതിരോധിക്കുന്നതിന് നമ്മുടെ സാംസ്കാരിക
സവിശേഷതകളിൽ ഊന്നിനിന്നുകൊണ്ടുള്ള പ്രതിരോധമായിരുന്ന
അതെന്ന് പറയുകയുണ്ടായി. തുടർന്ന് കൊല്ലം, ഇടുക്കി തുടങ്ങിയ ജില്ല
കളിൽ പഠനകേന്ദ്രങ്ങളുടെ നേതൃത്വത്തിൽ ഇത് നടത്തിയ കാര്യവും
വ്യക്തമാക്കി. സംഘപരിവാർ നടത്തിക്കൊണ്ടിരിക്കുന്ന സൂക്ഷ്മതലത്തി
ലുള്ള വർഗ്ഗീയ ഇടപെടലുകളെ പ്രതിരോധിക്കാൻ ഇത്തരത്തിലുള്ള
സൂക്ഷ്മതല പ്രതിരോധങ്ങളും, ജനകീയ ചരിത്ര ഇടപെടലുകളും സഹാ
യകമാകുമെന്ന് അദ്ദേഹം പറയുകയുണ്ടായി. സംഘപരിവാർ അവരുടെ
ആശയങ്ങൾ പ്രചരിപ്പിക്കുന്നതിന് മിത്തുകളേയും, പ്രാദേശിക ചരിത്ര
ങ്ങളേയും വളച്ചൊടിച്ച് അവതരിപ്പിക്കുകയാണ്. ഇത്തരം ഇടപെടല്യ
കൾ സൂക്ഷ്മതലത്തിൽ ഇടപെട്ട് മുന്നേറാൻ ശ്രമിക്കുന്ന വർഗ്ഗീയതയെ
പ്രതിരോധിക്കുന്നതിന് അനിവാര്യമാണെന്ന് പറയുകയുണ്ടായി.

സീതാറാം യെച്ചൂരിയെ പല ഘട്ടത്തില്യം അടുത്തുകാണാ
നും, പലപ്പോഴും സംസാരിക്കാനും കഴിഞ്ഞിട്ടുണ്ട്. എല്ലാത്തിനേയും
പരസ്പരം ബന്ധപ്പെടുത്തിയും അതിന്റെ മാറ്റത്തില്യം കാണുന്ന
മാർക്സിസ്റ്റ് വിശകലന സമീപനമായിരുന്നു അദ്ദേഹത്തിന്റേത്. എല്ലാ
മേഖലയേയും ഇതിന്റെ വെളിച്ചത്തിൽ അദ്ദേഹം വിശകലനം ചെയ്ത.
മനുഷ്യനുമായി ബന്ധപ്പെട്ടതൊന്നും തനിക്ക് അന്യമല്ലെന്ന് പറഞ്ഞ
മാർക്സിന്റെ കാഴ്ചപ്പാടുകളായിരുന്നു അദ്ദേഹത്തിന്റെ ജീവിതവീക്ഷ
ണത്തിന്റെ അടിസ്ഥാനം. രാഷ്ട്രീയം എല്ലാറ്റിന്റേയും സമന്വയമാണെന്ന

122

ദിശാബോധവും അദ്ദേഹത്തെ നയിച്ചിരുന്നു.

എ.കെ.ജി സെന്ററിലെ ഭക്ഷണം കഴിക്കുന്ന അവസരത്തിൽ ഇന്ത്യയിലെ ഭക്ഷണ സംസ്കാരത്തെക്കുറിച്ച് പറയുകയുണ്ടായി. ഇന്ത്യയുടെ വൈവിദ്ധ്യവും നാനാത്വവുമെല്ലാം പ്രതിഫലിക്കുന്ന ഒരു മേഖലയായാണ് ഭക്ഷണത്തെ അദ്ദേഹം കണ്ടത്. ഇന്ത്യയിലെ ചില ഭാഗങ്ങളിൽ ഏറ്റവും പ്രിയപ്പെട്ട ഭക്ഷണം മറ്റ് ചിലയിടങ്ങളിൽ അപ്രിയങ്ങളായിത്തീരുന്നു. ജീവിക്കുന്ന പ്രദേശത്തിന്റെ ഭക്ഷണ ലഭ്യതയും, ജനങ്ങളുടെ ആരോഗ്യ ആവശ്യവുമായിട്ടാണ് അവ ബന്ധപ്പെട്ടുകിടക്കുന്നത്. പ്രാദേശിക സംസ്കൃതികളുമായി ബന്ധപ്പെട്ട് കൂടിയാണ് ഫെഡറലിസത്തിന്റെ പ്രശ്നത്തെ അദ്ദേഹം വിശകലനം ചെയ്തത്. സംസ്കാരിക വൈവിദ്ധ്യങ്ങളുടെ അടിത്തറയിൽ നിന്ന് സ്വാംശീകരിച്ച ഈ രാഷ്ട്രീയബോധം സീതാറാമിന്റെ സവിശേഷതകളിലൊന്നാണ്.

ഇ.എം.എസ് അക്കാദമിയിൽ വനിതകൾക്കായി നടത്തിയ അഖിലേന്ത്യാ പഠനക്ലാസിന്റെ ഘട്ടത്തിൽ ഏറെനേരം സംസാരിക്കുകയുണ്ടായി. കേരളത്തിലെ പാർടി വിദ്യാഭ്യാസത്തെക്കുറിച്ച് ചോദിച്ചുകൊണ്ടാണ് സംഭാഷണം ആരംഭിച്ചത്. കൈയ്യിൽ പുകയുന്ന സിഗരറ്റും, ചായയും അദ്ദേഹത്തിന് കൂട്ടായുണ്ടായിരുന്നു. പാർടിക്കകത്തെ വിദ്യാഭ്യാസം പോലെ തന്നെ പ്രധാനമാണ് ബഹുജനങ്ങളുടെ രാഷ്ട്രീയ വിദ്യാഭ്യാസമെന്നും അദ്ദേഹം ഓർമ്മപ്പെടുത്തി. അക്കാദമിക് മേഖലയിൽ സ്വാധീനമുറപ്പിക്കുന്ന വലതുപക്ഷ ആശയങ്ങളെ പ്രതിരോധിക്കുക പ്രധാനമാണ്. പുതിയ വിജ്ഞാന മണ്ഡലങ്ങളിലെ ഇടതുപക്ഷ ധാരണകൾ അവിടങ്ങളിൽ പ്രചരിപ്പിക്കുകയെന്നതും പ്രധാനമാണെന്നോർമ്മിപ്പിച്ചു.

കേരളത്തിലെ മാധ്യമങ്ങളെക്കുറിച്ച് അന്വേഷിക്കുകയുണ്ടായി. മീഡിയക്ക് അവരുടേതായ രാഷ്ട്രീയമുണ്ട്. എന്നാൽ അവയ്ക്ക് ജനങ്ങളിൽ സ്വാധീനം ചെലുത്തുവാൻ കഴിയുമെന്ന് മനസ്സിലാക്കി അതിൽ ഇടപെടാനാകണം. ഒപ്പം അതിന്റെ ദൗർബല്യങ്ങളെ തുറന്നുകാട്ടാനും, ബദൽ മാധ്യമങ്ങൾ വികസിപ്പിക്കുന്നതിനും ശ്രദ്ധിക്കണം. ബഹുജന പത്രമായി കൂടുതൽ വികസിക്കുമ്പോഴേ ജനങ്ങൾക്കിടയിലെ പ്രചാരകനായി പത്രത്തിന് മാറാനാവൂ എന്നും അദ്ദേഹം ഓർമ്മിപ്പിച്ചു. പ്രിന്റ് മീഡിയകളിൽ നിന്ന് ദൃശ്യമാധ്യമങ്ങളിലേക്കും, നവമാധ്യമങ്ങളിലേക്കുമുള്ള മാറ്റങ്ങളെ മനസ്സിലാക്കാനും ഇടപെടാനും കഴിയുകയെന്നതും പ്രധാനമാണ്. പത്ര മാധ്യമത്തിൽ നിന്നും നവമാധ്യമത്തിലേക്ക് കൂടിയുള്ള ചുവടുവെപ്പുകൾ നല്ലതാണെന്നും എടുത്തുപറഞ്ഞു.

കേരളത്തിന്റെ രാഷ്ട്രീയ സ്ഥിതിയെക്കുറിച്ച് സംസാരിക്ക
മ്പോൾ കോൺഗ്രസിന്റെ ഇവിടത്തെ നേതൃത്വം ബി.ജെ.പിയുമായി
ചേർന്ന് നീങ്ങുന്നകാര്യം ഓർമ്മപ്പെടുത്തുകയുണ്ടായി. കോൺഗ്രസ്
പാർട്ടിയുടെ വർഗ്ഗ സവിശേഷതകളെ മനസ്സിലാക്കിയാലെ ഇതിന്
ഉത്തരം കണ്ടെത്താനാക്കുവെന്നും ഓർമ്മപ്പെടുത്തി. ഇന്ത്യൻ ഭരണവർഗ്ഗ
ത്തിന്റെ പാർടികളാണ് കോൺഗ്രസും, ബി.ജെ.പിയും. മുതലാളിത്തത്തി
ന്റെ മുഖങ്ങൾ തന്നെയാണ് നവലിബറലിസവും, ഫാസിസവുമെല്ലാം
എന്നും കാണണം. ഇവ രണ്ടും ഒരേ വർഗ്ഗ കാഴ്ചപ്പാടിന്റെ ഭാഗമാണെ
ങ്കില്യം അവ തമ്മിൽ വ്യത്യസ്തതകളുണ്ട് എന്നും തിരിച്ചറിയപ്പെടണം.

ബി.ജെ.പി മുന്നോട്ടവയ്ക്കുന്ന രാഷ്ട്രീയത്തെ പ്രതിരോധിക്കാൻ
 ഉള്ള ശേഷി ഇടതുപക്ഷത്തിന് നിലവിലില്ല. തൊഴിലാളിവർഗ്ഗത്തിന്റെ
സ്വതന്ത്രശക്തി നിലനിർത്തിക്കൊണ്ട് തന്നെ ബി.ജെ.പിയെ അധികാ
രത്തിൽ നിന്ന് എങ്ങനെ മാറ്റിനിർത്താമെന്നതാണ് നമ്മുടെ മുന്നിലുള്ള
പ്രശ്നം എന്ന കാര്യം ഓർമ്മിപ്പിച്ചു. മുഖ്യശത്രുവിനെ പരാജയപ്പെട്ട
ത്താൻ ഇന്നത്തെ സാഹചര്യത്തിൽ ഓരോ സംസ്ഥാനത്തിന്റേയും
സാധ്യതയ്ക്കനുസരിച്ച് ബി.ജെ.പി വിരുദ്ധ വോട്ടുകളെ യോജിപ്പിക്ക
വാനാണ് നാം ശ്രമിച്ചത്. ഐക്യപ്പെടേണ്ട മേഖലകളിൽ ഐക്യവും,
സമരം ചെയ്യേണ്ട മേഖലയിൽ സമരവുമെന്ന സമീപനമാണ് ഇതെന്നും
പറഞ്ഞു.

ഇന്ത്യയിലെ ഇടതുപക്ഷത്തിന്റെ സ്വാധീനം കുറഞ്ഞുവരുന്ന
തിനെക്കുറിച്ചും ചോദിക്കുകയുണ്ടായി. ഇടതുപക്ഷത്തിന്റെ സ്വാധീനം
പാർലമെന്ററി രംഗത്ത് കുറഞ്ഞുവരികയാണ് എന്നത് ശരിയാണ്.
എന്നാൽ സംഘപരിവാറിന്റെ ജനവിരുദ്ധ നയങ്ങൾക്കും, ഭരണ
ഘടന തകർക്കുന്ന നയങ്ങൾക്കുമെതിരായി ശക്തമായ പോരാട്ടം
നടത്തി മുന്നോട്ടപോകുന്നത് ഇടതുപക്ഷമാണ്. ആ പ്രക്ഷോഭത്തിന്
പിന്തുണയും, അതിന്റെ രാഷ്ട്രീയത്തിന് പ്രചരണവും ലഭിക്കുന്നുണ്ട്.
അതുകൊണ്ട് രാഷ്ട്രീയമായി നമ്മുടെ ഇടപെടൽ ദേശീയ രാഷ്ട്രീയത്തെ
സ്വാധീനിച്ചുകൊണ്ട് നിൽക്കുന്നുണ്ട്. എന്നാൽ അതിനനുസരിച്ചുള്ള
ജനപിന്തുണ നമുക്ക് ലഭിക്കുന്നില്ല. പ്രക്ഷോഭങ്ങളിൽ അണിനിരന്ന
ജനതയെ രാഷ്ട്രീയമായി നമുക്കൊപ്പം കൊണ്ടുവരുന്നതിൽ പോരായ്മ
യുണ്ട്. ഇത് പരിഹരിക്കുകയെന്നത് പ്രധാനമാണ്.

സമര പ്രക്ഷോഭങ്ങളിൽ അണിനിരക്കുന്ന ജനതയെ രാഷ്ട്രീ
യമായി അണിനിരത്തുന്നതിന് പ്രധാന തടസ്സങ്ങൾ വർഗ്ഗീയതയും,
ജാതീയതയും, അരാഷ്ട്രവാദവുമുൾപ്പെടേയുള്ള പ്രവണതകളാണ്.

 സ്മരണകൾ സമരായുധങ്ങൾ

സമരങ്ങളിൽ പങ്കെടുത്തുകൊണ്ട് ബഹുമുഖമായ ഒരു രാഷ്ട്രീയ മുന്നേറ്റം വികസിപ്പിക്കുകയെന്നതാണ് പ്രധാനം. അങ്ങനെ സംഭാഷണം നീണ്ടുപോയി.

ഏറെ നേരത്തെ സംഭാഷണത്തിന് ശേഷം അവസാനം കൈ തന്ന് ചേർത്തുപിടിച്ചു. വീണ്ടും വരുമ്പോൾ കാണണമെന്ന് പറയുകയുണ്ടായി. പിന്നീടൊരിക്കലും അതുപോലെ ദീർഘമായി സംസാരിക്കാൻ കഴിഞ്ഞില്ല. ലോക്സഭ തെരഞ്ഞെടുപ്പ് റിവ്യൂ ചർച്ച ചെയ്യുന്ന കമ്മിറ്റിയിൽ സഖാവുണ്ടായിരുന്നു. ഉന്നയിക്കപ്പെട്ട പ്രശ്നങ്ങ ളിലെല്ലാം മറുപടി നൽകിയാണ് ഡെൽഹിയിലേക്ക് മടങ്ങിപ്പോയത്. രാജ്യം ഏറ്റവും ആവശ്യപ്പെടുന്ന ഘട്ടത്തിലാണ് മരണം രംഗബോധമി ല്ലാത്ത കോമാളിയായി കടന്നുവന്നത്. ജീവിതം ജനതയ്ക്കായി ജീവിച്ച് ശരീരം പഠനത്തിനായി സമർപ്പിച്ച് സീതാറാം യാത്രയായി. അദ്ദേഹം മുന്നോട്ടുവെച്ച ആശയങ്ങളും, കാഴ്ചകളും തീർച്ചയായും വെളിച്ചമായി മുന്നിൽ നിൽക്കുന്നു. ആ പാതയിലൂടെ നമുക്ക് കൂടുതൽ കരുത്തോടെ സഞ്ചരിക്കാം. അദ്ദേഹത്തിന് നൽകാനുള്ള ഏറ്റവും വലിയ ആദരവ് അതായിരിക്കും.

ജ്യോതിബസു: വംഗനാടിന്റെ വിപ്ലവ പാരമ്പര്യം

ബംഗാളിന്റെ ഗ്രാമങ്ങളിലും നഗരങ്ങളിലും പലപ്പോഴും യാത്ര ചെയ്യാനുള്ള അവസരം ഉണ്ടായ ഘട്ടങ്ങളിലെല്ലാം കണ്ട ഒരു കാര്യം വ്യത്യസ്ത രാഷ്ട്രീയ നിലപാടുകൾ ഉള്ളവരാണെങ്കിലും ജ്യോതിബസുവിനെ ബംഗാളി ജനത ഏറെ ബഹുമാനിക്കുന്നു എന്നതാണ്. ഇന്ത്യയിലെ കമ്മ്യൂണിസ്റ്റ് പ്രസ്ഥാനത്തിന്റെ സമുന്നതനായ നേതാവും ബംഗാളിൽ ഏറെക്കാലം മുഖ്യമന്ത്രിയുമായിരുന്ന സ: ജ്യോതിബസുവിന്റെ ചരമദിനമാണ് ഇന്ന്.

രാഷ്ട്രീയവുമായി ബന്ധമില്ലാത്ത ഒരു സമ്പന്ന കുടുംബത്തിൽ 1914 ൽ ജ്യോതിബസു ജനിച്ചു. 1935-ൽ ബാരിസ്റ്റർ പഠനത്തിനായി ലണ്ട നിലേക്ക് പോയി. 1940-ൽ നിയമബിരുദമെടുത്തശേഷം ഇന്ത്യയിൽ മടങ്ങിയെത്തി. വിപ്ലവകാരികളിൽ നിന്ന് പോലീസ് പിടിച്ചെടുത്ത നിരോധിക്കപ്പെട്ട പുസ്തകങ്ങൾ ജഡ്ജിയായിരുന്ന വലിയച്ഛന്റെ വീട്ടിൽ സൂക്ഷിച്ചിരുന്നത് ഒളിച്ചു വായിക്കുക എന്നത് ജ്യോതിബസുവിന്റെ കുഞ്ഞുന്നാളിലെ ശീലമായിരുന്നു.

ബ്രിട്ടനിലെ ഇന്ത്യൻ വിദ്യാർത്ഥികളെ സംഘടിപ്പിക്കുകയും അവരുടെ ഇടയിൽ കമ്മ്യൂണിസ്റ്റ് ഘടകങ്ങൾ രൂപീകരിക്കുകയും ചെയ്തുകൊണ്ട് അദ്ദേഹം പ്രവർത്തിച്ചു. 1943 ൽ ബംഗാൾ ക്ഷാമകാലത്ത് പാർടി മുൻകൈ എടുത്ത് സംഘടിപ്പിച്ച ദുരിതാശ്വാസ പ്രവർത്തനങ്ങളിൽ ഭാഗഭാക്കായി. ആ വർഷം തന്നെ കൊൽക്കത്തയിൽ ചേർന്ന കമ്മ്യൂണിസ്റ്റ്

 സ്മരണകൾ സമരായുധങ്ങൾ

പാർട്ടിയുടെ ബംഗാൾ പ്രവിശ്യാ കമ്മിറ്റി സംഘാടകരിൽ ഒരാളായി. 1953 ൽ കമ്മ്യൂണിസ്റ്റ് പാർട്ടിയുടെ പശ്ചിമബംഗാൾ സംസ്ഥാന സെക്രട്ടറിയായി. 1958 ൽ നാഷണൽ അംഗമായും തെരഞ്ഞെടുക്കപ്പെട്ടു. 1964 ൽ പാർട്ടി പിളർന്ന സമയത്ത് നാഷണൽ കൗൺസിലിൽ നിന്ന് ഇറങ്ങി പോന്നവരിൽ ഒരാൾ ജ്യോതിബസുവായിരുന്നു. സി.പി.ഐ (എം) രൂപീകരണത്തോടെ പാർട്ടി കേന്ദ്രകമ്മിറ്റിയിലും പി.ബിയിലും അംഗമായി.

ട്രേഡ് യൂണിയൻ രംഗത്തും ജ്യോതിബസു സജീവമായിരുന്നു. അച്ഛൻ നിഷികാന്ത് ബസു മരിക്കുമ്പോൾ ജ്യോതിബസും ഡംഡം ജയിലിലായിരുന്നു. ചൈനീസ് ചാരനെന്ന് മുദ്രകുത്തിയായിരുന്ന അറസ്റ്റ്. ബംഗാൾ നിയമസഭയിലെ പ്രതിപക്ഷനേതാവായിരുന്ന അദ്ദേഹം രോഗം മൂർച്ഛിച്ചുകിടക്കുന്ന അച്ഛനെ കാണാൻ പോലും അനുവദിക്കപ്പെട്ടില്ല. മരണശേഷം അച്ഛനെ കാണാൻ കഴിഞ്ഞത് അന്ന് ലോക്സഭയിൽ എ.കെ.ജി നടത്തിയ ഇടപെടലിന്റെ ഭാഗമായിട്ടായിരുന്നു. 1950 ൽ ജയിലിൽ കിടക്കുന്ന ഘട്ടത്തിലാണ് ഭാര്യ പെൺകുഞ്ഞിനെ പ്രസവിച്ചത്. പക്ഷെ ആ കുഞ്ഞ് മരണപ്പെട്ടുപോയി. അവരെ കാണാൻ പോലും ജ്യോതിബസുവിന് കഴിഞ്ഞിരുന്നില്ല. എണ്ണമറ്റ സമര പോരാട്ടങ്ങൾക്ക് ജ്യോതിബസു നേതൃത്വം നൽകിയിട്ടുണ്ട്.

മൂന്നിൽ രണ്ട് ഭാഗം കൃഷിക്കാർക്ക് വേണമെന്ന് ആവശ്യപ്പെട്ടുകൊണ്ട് നടന്ന തേഭാഗ സമരത്തിന്റെ ആവശ്യങ്ങൾ ഉന്നയിച്ച് നിയമസഭയിൽ ഉൾപ്പെടെ ഇടപെട്ടന്നതിലും ബസുവായിരുന്നു മുൻകൈ എടുത്തത്. വർഷങ്ങൾക്ക് ശേഷം പശ്ചിമബംഗാളിൽ അധികാരത്തിൽ വന്ന ഇടതുപക്ഷ സർക്കാരാണ് പങ്ക് കൃഷിക്കാരുടെ അവകാശങ്ങൾ ഉറപ്പിച്ചതും ഭൂമിയിൽ നിന്ന് ഒഴിപ്പിക്കൽ നടപടി ഇല്ലാതാക്കിയതും.

പശ്ചിമബംഗാളിൽ സിദ്ധാർദ്ധ ശങ്കർറേയുടെ നേതൃത്വത്തിൽ നടന്ന അർദ്ധ ഫാസിസ്റ്റ് ഭീകരവാഴ്ചയ്ക്കും അതിന് തുടർച്ചയായി ഉണ്ടായ അടിയന്തരാവസ്ഥയ്ക്കുമെതിരെ അതിശക്തമായ ചെറുത്തുനിൽപ്പ് സംഘടിപ്പിച്ചു. ഇന്ത്യാ വിഭജന കാലത്ത് ഉണ്ടായ കലാപങ്ങളെ ഇല്ലാതാക്കി സൗഹാർദ്ദം രൂപപ്പെടുത്തുന്നതിൽ ജ്യോതിബസു മുൻപന്തിയിൽ തന്നെ ഉണ്ടായിരുന്നു. തന്റെ രാഷ്ട്രീയ ജീവിതത്തിനിടയിൽ മൂന്നരവർഷക്കാലം ജയിലിലും രണ്ടുവർഷക്കാലം ഒളിവിലും ജ്യോതിബസുവിന് കഴിയേണ്ടി വന്നു.

പാർലമെന്ററി രംഗത്തും ജ്യോതിബസു സജീവമായിരുന്നു 1946 ൽ പരിമിതമായ വോട്ടവകാശത്തോട്ടുകൂടി നടന്ന ആദ്യത്തെ നിയമസഭാ

തെരഞ്ഞെടുപ്പിൽ തന്നെ ജ്യോതിബസു വിജയിച്ചു. പിന്നീട് നിരവധി തവണ നിയമസഭയിലേക്ക് തെരഞ്ഞെടുക്കപ്പെട്ടു. 1967 ലെ ഐക്യ മുന്നണി മന്ത്രിസഭയിൽ അദ്ദേഹം അംഗമായി. 1977 ജൂൺ 21 ന് പശ്ചിമബംഗാൾ മുഖ്യമന്ത്രിയായി തെരഞ്ഞെടുക്കപ്പെട്ടു. അഞ്ച് തവണ തുടർച്ചയായി മുഖ്യമന്ത്രിയായി തെരഞ്ഞെടുക്കപ്പെട്ട റെക്കോർഡ് ജ്യോ തിബസുവിനുണ്ട്.

പട്ടിണിയിൽ ലക്ഷങ്ങൾ മരണപ്പെടുക എന്നത് ബംഗാളിന്റെ ചരി ത്രത്തിൽ പലതവണ ഉണ്ടായിട്ടുള്ളതാണ്. അവിടെ ഭൂപരിഷ്കരണം നടപ്പിലാക്കിയും പഞ്ചായത്ത് സംവിധാനം ഫലപ്രദമാക്കിയും മതനി രപേക്ഷതയുടെ രാഷ്ട്രീയം മുറുകെ പിടിച്ചും ബംഗാളിനെ മുന്നോട്ട് കൊണ്ടുപോകുന്നതിൽ ജ്യോതിബസു വഹിച്ച പങ്ക് വലുതാണ്. ജനാധിപത്യവിരുദ്ധമായ നയങ്ങൾക്കെതിരെ പ്രതിരോധം തീർത്തും നേട്ടങ്ങളെ മുറുകെ പിടിച്ചും പോരായ്മകളെ തിരുത്തിയും ബംഗാളിലെ ഇടതുപക്ഷം മുന്നോട്ട് നീങ്ങുന്ന ഘട്ടം കൂടിയാണ് ഇത്.

മാർക്സിസത്തിന്റെ പ്രയോഗത്തെ സംബന്ധിച്ചും വ്യക്തമായ ധാരണ ജ്യോതിബസുവിന് ഉണ്ടായിരുന്നു. 1990 ൽ ലണ്ടൻ സന്ദ രശനവേളയിൽ അദ്ദേഹം ചെയ്ത പ്രസംഗം ഏറെ പ്രസക്തമാണ്. മാർക്സിസത്തെ സ്ഥലകാലത്തിന് അനുസരിച്ച് പ്രയോഗിക്കുക എന്ന കാഴ്ചപ്പാട് ഇങ്ങനെ അദ്ദേഹം വിശദീകരിക്കുകയുണ്ടായി.

"പശ്ചാത്തലം മനസിലാക്കാതെ പുസ്തകം വായിച്ചുള്ള സമീപനം മാർക്സിസത്തിന് എതിരാണ്. ദിനംപ്രതിയുള്ള പോരാട്ടത്തിൽ നേരിടുന്ന എല്ലാ പ്രശ്നങ്ങളും മാർക്സിസത്തിന്റെ ചരിത്രപരമായ ഭൗതികവാദം, വൈരുദ്ധ്യാത്മക ഭൗതികവാദം എന്നിവയുടെ വെളിച്ച ത്തിൽ വീക്ഷിക്കപ്പെടണം. ഗതി നിശ്ചയിക്കണം. ഓരോ രാജ്യത്തുമുള്ള മാർക്സിസ്റ്റുകാർ അവരുടെ രാജ്യത്തിന്റെ ചരിത്രം, സംസ്കാരം, പാരമ്പര്യം, പരിസ്ഥിതി തുടങ്ങിയവയെല്ലാം പഠിച്ച് മാർക്സിസം വിശാല അർത്ഥത്തിൽ പ്രത്യേക പരിതഃസ്ഥിതിയിൽ പ്രയോഗത്തിൽ വരുത്തണം എന്ന് പഠിക്കണം."

മനുഷ്യവിമോചനത്തിനായി തന്റെ ജീവിതം നീക്കിവെച്ച ഈ മഹാനായ വിപ്ലവകാരി 2010 ലാണ് അന്തരിച്ചത്. ജീവിതത്തെ സംബന്ധിച്ച് അദ്ദേഹം മുന്നോട്ട് വെച്ച കാഴ്ചപ്പാടുകൾ നമുക്കെന്നും വഴികാട്ടിയായിട്ടുള്ളതാണ്. അദ്ദേഹം തന്റെ ജീവിതത്തെ കുറിച്ച് ഇങ്ങ നെയാണ് പറഞ്ഞത്.

"മനുഷ്യസ്നേഹത്തേക്കാൾ വലിയ സമ്പത്തില്ല. എപ്പോൾ

മരിക്കാനും നാം തയ്യാറായിരിക്കണം. പക്ഷെ, മരണം വരുമ്പോൾ ജീവിതം പാഴാക്കി കളഞ്ഞല്ലോ എന്ന് നിരാശപ്പെടാൻ ഇടവരരുത്. എന്റെ അന്ത്യദിനത്തിൽ എനിക്ക് പറയാൻകഴിയും, മനുഷ്യവംശത്തി ന്റെ വിമോചനത്തിനായി ഞാൻ ജീവിതം ഹോമിച്ചെന്ന്"

ബംഗാളിന്റെ രാഷ്ട്രീയ ജീവിതത്തിൽ കമ്മ്യൂണിസ്റ്റ് ആശയങ്ങളെ ചേർത്തു നിർത്തുന്നതിൽ ജ്യോതിബസു വഹിച്ച പങ്ക് സ്മരിക്കപ്പെട്ടും. വർഗ്ഗീയമായ ധ്രുവീകരണങ്ങളും പട്ടിണിയുംനിറഞ്ഞാടിയ ബംഗാളിനെ മത സൗഹാർദ്ദത്തിന്റെയും ഭൂപരിഷ്കരണത്തിന്റെയും വഴികളിലേക്ക് നയിച്ച അദ്ദേഹത്തെ ബംഗാൾ ജനത ആദരവോടെ ഇന്നും സ്മരിക്ക കയാണ്.

ബി.ടി.ആർ: തൊഴിലാളി വർഗത്തിന്റെ വിമോചന പോരാളി

എസ്.എഫ്.ഐയിൽ ഞാൻ പ്രവർത്തിച്ചുതുടങ്ങുന്ന ഘട്ടത്തിലാണ് റഷ്യയിൽ ഗ്ലാസ്നോസ്കും പെരിസ്ട്രോയിക്കയും വരുന്നത്. ഇതു സംബന്ധിച്ച അവ്യക്തതകൾ അന്തരീക്ഷത്തിൽ നിലനിൽക്കുമ്പോഴാണ്, റഷ്യൻ കമ്മ്യൂണിസ്റ്റ് പാർടിയുടെ ഈ പോക്ക് റഷ്യയിലെ സോഷ്യലിസ്റ്റ് വ്യവസ്ഥയെ തന്നെ തകർക്കമെന്ന സ: ബി.ടി.ആറിന്റെ പ്രസിദ്ധമായ പ്രസംഗം പുറത്തുവന്നത്. ആ പ്രസംഗത്തിലൂടെയാണ് ബി.ടി.ആർ എന്ന കമ്മ്യൂണിസ്റ്റുകാരൻ എന്റെ മനസ്സിൽ വലിയ സ്ഥാനം നേടുന്നത്. അക്കാലത്ത് മനസ്സിൽ കടന്നുവന്ന നിരവധി ആശങ്കകൾക്ക് ഉത്തരം കൂടിയായിരുന്നു ആ പ്രസംഗം.

ഇന്ത്യൻ കമ്മ്യൂണിസ്റ്റ് പ്രസ്ഥാനത്തെ ആറുപതിറ്റാണ്ടോളം നയിച്ച ബി.ടി.ആർ എന്ന ബാൽചന്ദ്ര ത്രയംബക് രണദിവെയുടെ ചരമദിനമാണ് ഇന്ന്. 1904ൽ മറാത്തി സംസ്കാരത്തിന്റെ ഈറ്റില്ലമായ പൂനെയിൽ ഡിസംബർ 19നാണ് അദ്ദേഹം ജനിച്ചത്. 1927ൽ ബോംബെയിലെ പ്രശസ്തമായ വിൽസൺ കോളേജിൽനിന്നും ഒന്നാം റാങ്കോടെ അദ്ദേഹം എം.എ പരീക്ഷ പാസ്സായി. സ്വർണ്ണ മെഡല്യം നേടി വിജയിച്ച അദ്ദേഹത്തിന്റെ മുന്നിൽ ഉന്നത ഉദ്യോഗങ്ങളുടെ നീണ്ട പരമ്പര തന്നെ കടന്നുവന്നു. ബറോഡാ നഗരത്തിലെ കമ്മീഷണർ പദവിയാണ് ആദ്യം തേടിയെത്തിയത്.

 സ്മരണകൾ സമരായുധങ്ങൾ

ഉയർന്ന ഉദ്യോഗത്തിന്റെ പാത വിട്ട് മറ്റൊരു വഴിക്കാണ് ബി.ടി.ആർ നീങ്ങിയത്. കമ്മ്യൂണിസ്റ്റ് ആശയങ്ങളിൽ ആകൃഷ്ടനായി പാർടി കെട്ടി പ്പടുക്കാൻ അദ്ദേഹം മുൻകൈയെടുത്തു. 1928ൽ പാർടി അംഗമായി. മീരത്ത് ഗൂഢാലോചനക്കേസിന്റെ ഭാഗമായി കമ്മ്യൂണിസ്റ്റ് നേതാക്കളെ തടവിലിട്ടപ്പോൾ പാർടി കെട്ടിപ്പടുക്കുന്നതിന് ബി.ടി.ആർ നേതൃത്വം നൽകി. തൊഴിലാളികളെ സംഘടിപ്പിച്ചുകൊണ്ട് അവർക്ക് രാഷ്ട്രീയ ബോധം നൽകി അദ്ദേഹം പ്രവർത്തനമാരംഭിച്ചു.

1934ൽ രാജ്യദ്രോഹ കുറ്റം ചുമത്തി അദ്ദേഹത്തെ ബ്രിട്ടീഷുകാർ രണ്ടുവർഷത്തേക്ക് തടവിലടച്ചു. 1943ൽ കമ്മ്യൂണിസ്റ്റ് പാർടിയുടെ ആദ്യ കോൺഗ്രസ് ചേരുമ്പോൾ മൂന്നംഗ പോളിറ്റ് ബ്യൂറോയിൽ ബി.ടി. ആറും ഉണ്ടായിരുന്നു. 1946 ലെ പ്രസിദ്ധമായ നാവികകലാപത്തിന്റെ ഘട്ടത്തിൽ ബോംബെയിൽ ബാരിക്കേഡ്‌ഉയർത്തി ആ പ്രക്ഷോഭത്തെ പിന്തുണയ്ക്കാൻ തൊഴിലാളികളെ അണിനിരത്തുന്നതിന് അദ്ദേഹം നേതൃത്വം നൽകി.

1948ൽ കമ്മ്യൂണിസ്റ്റ് പാർടിയുടെ സെക്രട്ടറിയായും ബി.ടി.ആർ പ്ര വർത്തിക്കുകയുണ്ടായി. ആശയപരമായ കാഴ്ചപ്പാടിന്റെ അടിസ്ഥാ നത്തിൽ അദ്ദേഹത്തിന് സെക്രട്ടറി സ്ഥാനം മാറേണ്ടിവന്നെങ്കിലും പാർടിയിൽ ഉറച്ചുനിൽക്കുകയും നേതൃസ്ഥാനത്തേക്ക് തിരിച്ചുവരികയും ചെയ്തു. കമ്മ്യൂണിസ്റ്റ് പാർടിയുടെ പ്രസിദ്ധീകരണമായ 'നാഷണൽ ഫ്രണ്ട്' തുടങ്ങിയപ്പോൾ അതിന്റെ പത്രാധിപസമിതി അംഗമായും അദ്ദേഹം പ്രവർത്തിച്ചു.

1964ൽ കമ്മ്യൂണിസ്റ്റ് പാർടി പിളർന്നശേഷം സി.പി.ഐ (എം) ന്റെ കേന്ദ്രകമ്മിറ്റിയിലേക്കും പോളിറ്റ് ബ്യൂറോയിലേക്കും ബി.ടി.ആർ തെര ഞ്ഞെടുക്കപ്പെട്ടു. 'പീപ്പിൾസ് ഡമോക്രസി'യുടെ പത്രാധിപസ്ഥാനം അദ്ദേഹം വഹിച്ചു. 'ദി മാർക്സിസ്റ്റി'ന്റെ പത്രാധിപരമായിരുന്ന ബി.ടി. ആർ. ഏതു വിഷയത്തെ സംബന്ധിച്ചും ആധികാരികമായി എഴുതാൻ ഉള്ള അദ്ദേഹത്തിന്റെ പാടവം വിസ്മയകരമായിരുന്നു.

ഇന്ത്യയിലെ തൊഴിലാളികളെ നയിച്ചുകൊണ്ട് സ്വാതന്ത്ര്യപ്രസ്ഥാന കാലത്തുതന്നെ പ്രവർത്തിച്ച ബി.ടി.ആർ പിന്നീട് സി.ഐ.ടി.യുവിന്റെ ആദ്യത്തെ പ്രസിഡന്റായി. തൊഴിലാളിവർഗത്തെ ഏകീകരിച്ചുകൊണ്ട് മുന്നോട്ട് കൊണ്ടുപോകുന്നതിനുള്ള പ്രവർത്തനങ്ങൾ അദ്ദേഹം ആവി ഷ്കരിച്ചു. ഇന്ന് രാജ്യമാകെ യോജിച്ച പണിമുടക്ക് നയിക്കാവുന്ന സ്ഥി തിയിലേക്ക് തൊഴിലാളിവർഗത്തെ എത്തിച്ചത് ഈ കാഴ്ചപ്പാടാണ്. ട്രേഡ് യൂണിയനുകളുടെ ജനാധിപത്യപരമായ പ്രവർത്തനത്തിനും

അദ്ദേഹം ഊന്നൽ നൽകി.

സാമൂഹ്യനീതിക്കുവേണ്ടിയുള്ള പ്രവർത്തനങ്ങൾക്കും ബി.ടി.ആർ ഏറെ പ്രാധാന്യം നൽകിയിരുന്നു. മാർക്സിസവും മഹിളാ പ്രസ്ഥാന വും എന്ന പ്രസിദ്ധമായ നീണ്ട ലേഖനം സ്ത്രീപ്രശ്നം കമ്മ്യൂണിസ്റ്റുകാർ ഏറ്റെടുക്കേണ്ടതിന്റെ പ്രാധാന്യത്തിൽ ഊന്നിയതായിരുന്നു. ഇ.എം. എസിന നേരെ കോടതിയലക്ഷ്യ വിധിയുണ്ടായപ്പോൾ ബി.ടി.ആർ എഴുതിയ 'നീതിന്യായവ്യവസ്ഥയെക്കുറിച്ചുള്ള മാർക്സിസ്റ്റ്-ലെനിനിസ്റ്റ് ചിന്തകൾ' എന്ന ലേഖനം നീതിന്യായവ്യവസ്ഥയെക്കുറിച്ചുള്ള മാർക്സി സ്റ്റ് ക്ലാസിക് തന്നെയാണ്.

ഇന്ത്യൻ സാമൂഹ്യ യാഥാർത്ഥ്യങ്ങളെ ഉൾക്കൊണ്ടുകൊണ്ട് തൊഴി ലാളിവർഗ പ്രസ്ഥാനത്തെ മുന്നോട്ടനയിക്കാൻ ശ്രമിച്ച ധൈഷണിക നേതൃത്വമായിരുന്നു ബി.ടി.ആറിന്റേത്. ആഗോളവത്കരണ നയത്തിനെ തിരായ പ്രതിരോധത്തിന്റെ ശക്തി ശ്രോതസ്സായി അദ്ദേഹം നിലകൊ ണ്ടു. ആ പോരാട്ടം ഇന്ത്യൻ തൊഴിലാളി വർഗം ഇന്നും തുടരുകയാണ്.

എ.കെ.ജി : പ്രക്ഷോഭത്തെ ജീവവായു ആക്കിയ പോരാളി

പ്രക്ഷോഭങ്ങളെ ജീവവായു കണക്കെ ഏറ്റുവാങ്ങിയ ജീവി തമായിരുന്ന എ.കെ.ജിയുടേത്. ജീവിതം തന്നെ ഒരു പോരാട്ടമാക്കിക്കൊണ്ട് ജനകീയ രാഷ്ട്രീയത്തിന്റെ പുതിയ അധ്യായം രചിക്കുകയാണ് എ.കെ.ജി ചെയ്തത്. അദ്ദേഹത്തി ന്റെ സമരജീവിതം ഏവരേയും ആവേശം കൊള്ളിക്കുന്നതാണ്.

കേരളത്തിലെ നവോത്ഥാന പ്രസ്ഥാനത്തിലും ദേശീയ പ്ര സ്ഥാനത്തിലും കമ്മ്യൂണിസ്റ്റ് പാർടിയിലും നേതൃത്വപരമായ പങ്കു തന്നെ എ.കെ.ജി വഹിക്കുകയുണ്ടായി. സി.പി.ഐ (എം) ന്റെ കേരള സംസ്ഥാന സെക്രട്ടറിയായും പോളിറ്റ് ബ്യൂറോ അംഗമായും കർഷപ്രസ്ഥാനത്തിന്റെ അഖിലേന്ത്യാ പ്രസിഡന്റുമായും അദ്ദേഹം പ്രവർത്തിച്ചു.

ആധുനിക കേരളത്തിന്റെ രൂപീകരണത്തിന് അടിസ്ഥാനമിട്ട നവോത്ഥാനപോരാട്ടങ്ങളിൽ മുൻപന്തിയിൽ തന്നെ എ.കെ. ജി ഉണ്ടായിരുന്നു. ഗുരുവായൂർ സത്യഗ്രഹത്തിന്റെ വളണ്ടിയർ ക്യാപ്ടനായിരുന്ന എ.കെ.ജി. അക്കാലത്തെ ജാതിവ്യവസ്ഥ യ്ക്കെതിരായി നടന്ന സമരങ്ങളിൽ എ.കെ.ജി മുൻപന്തിയിൽ തന്നെ ഉണ്ടായിരുന്നു. ഭീകരമായ മർദ്ദനം ഗുരുവായൂർ സത്യാഗ്രഹ ഘട്ടത്തിലും കണ്ടോത്ത് ദളിതർക്ക് വഴി നടക്കാൻ വേണ്ടി നടത്തിയ

പ്രക്ഷോഭത്തിലും എ.കെ.ജിക്ക് ഏറ്റവാങ്ങേണ്ടിവന്നിട്ടുണ്ട്. കണ്ണൂർ ജില്ലയിലെ കണ്ടോത്തെ മർദ്ദനത്തിന്റെ അനുഭവം തന്റെ ജീവിത കഥയിൽ എ.കെ.ജി ഇങ്ങനെ കുറിക്കുന്നുണ്ട്:

``കേരളീയനും ഞാനും നിന്നിടത്തുനിന്ന് അടികൊണ്ടു. ചിലർ ഓടിപ്പോയി. ഞങ്ങൾ സ്ത്രീകളോട് ഓടി രക്ഷപ്പെടാൻ ആവശ്യ പ്പെട്ടു. ആക്രമണം അരമണിക്കൂർ നീണ്ടുനിന്നു. കണ്ടോത്തെ കുറുവടി പ്രസിദ്ധമായി. വളരെയധികം പേർക്ക് പരിക്കേറ്റു. ഞാനും ബോധംകെട്ട് വീണു.''

നവോത്ഥാന പ്രസ്ഥാനത്തിന്റെ മുദ്രാവാക്യം ഉയർത്തിപ്പിടിച്ച കൊണ്ട് കമ്മ്യൂണിസ്റ്റ് പാർടി നേരിട്ട് നടത്തിയ സമരമായിരുന്നു പാലിയത്തേത്. സഞ്ചാരസ്വാതന്ത്ര്യത്തിനുവേണ്ടി നടത്തിയ ഈ സമരത്തിലും എ.കെ.ജി മുൻപന്തിയിൽ തന്നെ ഉണ്ടായിരുന്നു.

അടിസ്ഥാന വർഗങ്ങളുടെ പ്രശ്നങ്ങളോട് ഇഴുകിചേർന്ന് ഏതറ്റം വരെയും പോരാടാനുള്ള ശേഷിയാണ് എ.കെ.ജിയെ `പാവങ്ങളുടെ പടത്തലവൻ‘ എന്ന വിശേഷണത്തിന് ഇടയാക്കിയത്. എല്ലാ പ്രശ്നങ്ങളിലേക്കും ഓടിയെത്തുകയും അവ പരിഹരിക്കുന്നതിന് ഏതറ്റംവരെയും ഇടപെടുകയും ചെയ്യുന്ന രീതിയായിരുന്നു അദ്ദേ ഹത്തിന്റേത്. ഇത്തരം സവിശേഷതകൾ ഉൾക്കൊള്ളുന്നതുകൊ ണ്ടാണ് എ.കെ.ജി ഒരു വ്യക്തിയല്ല, പ്രസ്ഥാനമാണ് എന്ന്, ചില രെങ്കിലും വിശേഷിപ്പിക്കുന്നതിന് ഇടയാക്കിയിട്ടുള്ളത്.

ഇന്ത്യൻ പാർലമെന്റിൽ ജനങ്ങളുടെ ശബ്ദമായിരുന്ന എ.കെ. ജി. പാർലമെന്ററി ജനാധിപത്യത്തിന്റെ വേദികളെ എങ്ങനെ ജനങ്ങൾക്കനുകൂലമാക്കി ഉപയോഗിക്കാമെന്ന് കാണിച്ചുകൊടുത്ത കരുത്തനായ കമ്മ്യൂണിസ്റ്റായിരുന്നു അദ്ദേഹം. ഇന്ത്യൻ പാർലമെ ന്റിനെ കുറിച്ച് അദ്ദേഹം പറഞ്ഞ വാക്കുകൾ എല്ലാവർക്കും എന്നും മാർഗ്ഗനിർദ്ദേശകമാണ്. പാർലമെന്റിലെ പ്രതിപക്ഷ ഗ്രൂപ്പിന്റെ നേതാവായും എ.കെ.ജി ഉണ്ടായിരുന്നു.

പാർലമെന്റിൽ ജനങ്ങൾക്കുവേണ്ടി പൊരുതുമ്പോഴും ജനങ്ങ ൾക്കൊപ്പം അണിചേർന്ന് പോരാടാനുള്ള മനസ്സായിരുന്ന എ.കെ. ജിക്ക്. തന്റെ ആത്മകഥയുടെ അവസാനം അദ്ദേഹം ഇങ്ങനെ കുറിച്ചു:

"എന്റെ നാട്ടിലെ മണ്ണിന്റെ മക്കളുടെ കൂടെ നിന്ന് സമരം ചെയ്ത് വളർന്ന എനിക്ക് അവരുടെ കൂടെ നിന്ന് നല്ല

ജീവിതത്തിനുവേണ്ടിയുള്ള സമരത്തിൽ പങ്കാളിയാകുന്നതിൽ കൂടുതൽ സന്തോഷമുള്ള കാര്യമില്ല. അതിൽ കൂടുതൽ സംതൃപ്തി യുമില്ല.''

ഭൂമിക്കുവേണ്ടി രാജ്യത്തെമ്പാടും നടന്ന പ്രക്ഷോഭങ്ങളിൽ സജീവ സാന്നിധ്യമായി എ.കെ.ജി തിളങ്ങിനിന്നു. ഉത്തർപ്രദേ ശിലെ കാർഷികഭൂമിയിലും ബീഹാറിലെ ഗ്രാമീണ മേഖലയിലും മരുഭൂമികളുടെ നാടായ രാജസ്ഥാനിലും നടന്ന പ്രക്ഷോഭങ്ങ ളിൽ ആവേശകരമായ നേതൃത്വമായിരുന്നു എ.കെ.ജിയുടേത്. രാജ്യത്തിന്റെ ഏതു മൂലയിലും മനുഷ്യാവകാശലംഘനമുണ്ടായാൽ എ.കെ.ജി അതിൽ ഇടപെട്ടിരിക്കും. കേരളത്തിൽ നടന്ന മിച്ചഭൂമി സമരത്തിൽ ജനങ്ങൾക്കൊപ്പം എ.കെ.ജിയും ഉണ്ടായിരുന്നു. മുടവ ൻമുഗൾ മിച്ചഭൂമി സമരം ആർക്കും മറക്കാനാവുന്നതല്ല. അമരാവതി യിലെ കർഷകരെ കുടിയൊഴിപ്പിച്ചപ്പോൾ അവർക്കായി നടത്തിയ സത്യഗ്രഹം സമരചരിത്രത്തിലെ ഉജ്ജ്വല അധ്യായങ്ങളിലൊന്നാണ്.

കോടതി മുറി പോലും എ.കെ.ജിക്ക് സമരവേദിയായിരുന്നു. സ്വ ന്തമായി കേസ് വാദിച്ച് ജയിച്ച അനുഭവവും എ.കെ.ജിക്കുണ്ട്. ആ കേസ് നിയമവിദ്യാർത്ഥിയായിരുന്ന കാലത്ത് ഞാനും പഠിച്ചിരുന്നു. ജയിലറയിൽനിന്ന് സാഹസികമായി പുറത്തുചാടിയ ധീരോജ്ജ്വല മായ അനുഭവവും എ.കെ.ജിയുടെ ജീവിതത്തിലുണ്ട്.

ജനതയിൽ ഊർജ്ജവും ആവേശവും പകരാൻ അസാമാന്യ മായ പാടവം എ.കെ.ജിക്കുണ്ടായിരുന്നു. പട്ടിണിജാഥ, മലബാർ ജാഥ, വിമോചനസമരത്തെത്തുടർന്ന് നടത്തിയ കർഷകജാഥ തുടങ്ങിയവയെല്ലാം അദ്ദേഹത്തിന്റെ ഈ ശേഷിക്ക് ഉത്തമ ഉദാഹരണമാണ്. തെലങ്കാനയിലെ കർഷക പോരാളികളെ കൊന്നൊടുക്കുന്ന ഭരണക്കൂട ഭീകരത താണ്ഡവമാടിയപ്പോൾ ഒരു കൊടുങ്കാറ്റായിത്തന്നെ എ.കെ.ജി ആന്ധ്രയിലെ ഗ്രാമങ്ങളിൽ ഓടി എത്തി. അക്കാലത്ത് എ.കെ.ജിയുടെ സാന്നിധ്യം നൽകിയ ആത്മ വിശ്വാസം തെലങ്കാനാ സമരനേതാക്കൾ ആദരവോടെ അവരുടെ ഓർമ്മക്കുറിപ്പുകളിൽ സ്മരിക്കുന്നുണ്ട്.

കേരളത്തിന്റെ വികസനത്തിന് വലിയ സംഭാവന നൽകിയ കൊച്ചിൻ കപ്പൽ നിർമ്മാണശാല, സ്റ്റാറ്റ്യൂട്ടറി റേഷൻ സമ്പ്ര ദായം തുടങ്ങിയ നിരവധി പദ്ധതികൾക്കു പിന്നിൽ എ.കെ.ജിയുടെ

ഇടപെടൽ കൂടി ഉണ്ടായിരുന്നു.

അടിയന്തരാവസ്ഥ പ്രഖ്യാപിക്കപ്പെട്ടപ്പോൾ അതിനെതിരായു
ള്ള പ്രവർത്തനങ്ങളിലും എ.കെ.ജി സജീവമായി മുഴകിയിരുന്നു.
അടിയന്തരാവസ്ഥയിലൂടെ അമിതാധികാര വാഴ്ച നടപ്പിലാക്കിയ
സർക്കാരിനെ ജനങ്ങൾ കടപുഴക്കി വീഴ്ത്തിയ ഘട്ടത്തിലാണ്
എ.കെ.ജി നമ്മെ വിട്ടുപിരിഞ്ഞത്. രാജ്യത്തിന്റെ മതനിരപേക്ഷതയും
ഫെഡറലിസവും ജനാധിപത്യരീതികളുമെല്ലാം വെല്ലുവിളിക്കപ്പെടുന്ന
വർത്തമാനകാലത്ത് എ.കെ.ജിയുടെ പോരാട്ടജീവിതത്തിൽനിന്ന്
നമുക്ക് ഏറെ ഊർജ്ജം സംഭരിക്കാനാകും.

നഷ്ടമായത് കരുതലും, സ്നേഹവും

ജനകീയ രാഷ്ട്രീയത്തെ പുതിയ കാലത്തിന്റെ സവിശേഷതകളെ ഉൾക്കൊണ്ട് കൂട്ടിയിണക്കി പ്രവർത്തിച്ചു എന്നത് കോടിയേരി സഖാവിന്റെ സവിശേഷത തന്നെയായിരുന്നു. കേരളത്തിന്റെ സാമൂഹ്യ രാഷ്ട്രീയ സ്പന്ദനങ്ങളെ സൂക്ഷ്മായി നിരീക്ഷിക്കുകയും, അതിന്റെ അടിസ്ഥാനത്തിൽ രാഷ്ട്രീയ സംഘടനാ പ്രവർത്തനത്തെ രൂപപ്പെടുത്തുന്നതിനും നേതൃത്വപരമായ പങ്ക് സഖാവ് വഹിച്ചിരുന്നു. ഇടതുപക്ഷ ജനാധിപത്യ മുന്നണിക്ക് തുടർഭരണം ലഭിക്കുകയെന്ന അസാധ്യമെന്ന് കരുതിയ രാഷ്ട്രീയ ദൗത്യം പൂർത്തീകരിച്ചുകാ ണ്ടാണ് അദ്ദേഹം നമ്മെ വിട്ടുപിരിഞ്ഞത്.

കമ്മ്യൂണിസ്റ്റ് പാർട്ടിക്ക് തുടർച്ചയായി ഭരണം ലഭിച്ച സ്ഥലങ്ങളിലെ അനുഭവങ്ങളെ ഉൾക്കൊണ്ടുകൊണ്ട് ഒരു പുതിയ നയം ഇക്കാര്യത്തിൽ സ്വീകരിക്കേണ്ടതുണ്ട് എന്ന വ്യക്തമായ സമീപനത്തിന്റെ ഫലമായി രുന്നു സംസ്ഥാന സർക്കാരും വർത്തമാനകാല കടമകളും എന്ന സമീപന രേഖ. പാർട്ടി പ്രവർത്തനവും, സർക്കാരിന്റെ സമീപനവും വിലയിരുത്തിക്കൊണ്ട് മുന്നോട്ടുവെച്ച ആ കാഴ്ചപ്പാട് പ്രാവർത്തിക മാക്കാൻ പ്രവർത്തിക്കും എന്നതാണ് ഇത്തരം അനുസ്മരണങ്ങളിൽ ഏറ്റെടുക്കാനുള്ള ദൗത്യം. നമുക്ക് മുമ്പിൽ വെട്ടിത്തുറന്ന് തന്ന ഈ പാതയിലൂടെ മുന്നോട്ട് നീങ്ങാനുള്ള കരുത്ത് കൂടിയാണ് ഈ ഓർമ്മ കൾ.

സമൂഹത്തിന്റെ വിവിധ തുറകളിലുള്ള ജനവിഭാഗങ്ങളുടെ പ്രശ്നങ്ങൾ

സൂക്ഷ്മതയോടെ കേൾക്കുകയും, അവ പ്രാവർത്തികമാക്കുന്നതിനുള്ള രാഷ്ട്രീയ ഇടപെടലുകൾ നടത്തുകയും ചെയ്യുക എന്ന സവിശേഷതയും അദ്ദേഹം ഉൾക്കൊണ്ടിരുന്നു. കേരളത്തിലെ പാർടിയുടെ പ്രവർത്ത കരെ ഇത്രയേറെ അടുത്തറിയുകയും, അവരുടെ ശക്തി ദൗർബല്യങ്ങളെ മനസ്സിലാക്കി ഇടപെട്ടന്നതിൽ പി. കൃഷ്ണപിള്ളയുടെ പാരമ്പര്യമായിരു ന്നു അദ്ദേഹത്തിന്റെത്.

കോടിയേരി എനിക്ക് ഒരു രാഷ്ട്രീയ നേതാവ് മാത്രമായിരുന്നില്ല. എന്റെ ജീവിതത്തെ തന്നെ രൂപപ്പെടുത്തുന്നതിൽ മാർഗ്ഗ നിർദ്ദേശം നൽകിയ വഴികാട്ടിക്കൂടിയായിരുന്നു. ഓരോ പ്രശ്നങ്ങളയർന്ന് വരുമ്പോഴും അവയിലെല്ലാം ശരിയായ രീതിയിൽ മനസ്സിലാക്കി ഇടപെട്ട് പിതൃസഹജമായ സ്നേഹം നൽകി ചേർത്തുപിടിച്ച രക്ഷാ കർത്താവ് കൂടിയായിരുന്നു.

വിദ്യാർത്ഥി പ്രസ്ഥാനത്തിൽ പ്രവർത്തിക്കുന്ന കാലംതൊട്ടാണ് അടുത്ത് ഇടപെടാനുള്ള അവസരമുണ്ടായത്. അന്ന് തുടങ്ങിയ ചേർത്ത് നിർത്തലും, കരുതലും സഖാവിന്റെ ജീവിതാന്ത്യംവരെ ഉണ്ടായിരുന്നു. ജീവിതത്തെ ശരിയായ ദിശയിലേക്ക് മനസ്സിലാക്കി ഇടപെടുന്നതിൽ വഴികാട്ടിയായും, ശക്തി സ്രോതസ്സായും അദ്ദേഹം പ്രവർത്തിച്ചു.

എസ്.എഫ്.ഐയുടെ സംസ്ഥാന പ്രസിഡന്റായി നാല് വർഷം പ്രവർത്തിച്ച ശേഷം വിദ്യാർത്ഥി പ്രവർത്തന രംഗത്ത് നിന്ന് വിടവാങ്ങു ന്നത് കോട്ടയം സമ്മേളനത്തിലായിരുന്നു. സമ്മേളനം അവസാനിച്ച ശേഷം എന്നെ അടുത്ത് വിളിച്ച് സ്നേഹപൂർവ്വം കുറേ കാര്യങ്ങൾ സംസാരിച്ചു. നല്ല ആത്മവിശ്വാസം ആ വാക്കുകൾ എനിക്ക് നൽകി. നാട്ടിലുറച്ച് നിൽക്കാമെന്ന കരുതലോടെ പോകരുതെന്നും, തിരുവന ന്തപുരത്തേക്ക് തിരിച്ച വരേണ്ടി വരുമെന്നും ഓർമ്മപ്പെടുത്തിയാണ് ആ സംഭാഷണം അവസാനിച്ചത്.

എ.കെ.ജി സെന്ററിലെ 15 വർഷം നീണ്ട പ്രവർത്തനത്തിനിടയിൽ നടന്ന തുടർച്ചയായ ഇടപെടലുകൾ രാഷ്ട്രീയ ധാരണകളുടേയും, സമർപ്പിതമായ ജീവിതത്തിന്റേയും രൂപപ്പെടൽ കൂടിയായിരുന്നു. അത്തരമൊരു രൂപപ്പെടുത്തലിന് പിന്നിൽ കോടേരിയുടെ കൂടി സ്നേ ഹത്തിനും, ഇടപെടലിനും പ്രധാന പങ്കുണ്ട്. ഈ അനുഭവം എന്റേത് മാത്രമായിരിക്കില്ല കേരളത്തിലെ വിദ്യാർത്ഥി പ്രസ്ഥാനത്തിൽ പ്രവ ർത്തിച്ചവർക്കെല്ലാം പ്രത്യേകിച്ചും ഈ അനുഭവമുണ്ടാകും.

രാഷ്ട്രീയ പ്രവർത്തനത്തിനിടയിൽ വിവിധ ചുമതലകൾ ഏൽപ്പി ക്കുമ്പോഴും അവയെല്ലാം നല്ല നിലയിൽ കൊണ്ടുപോകുന്നതിന്

അദ്ദേഹത്തിന്റെ അനുഭവങ്ങൾ ഓരോ ഘട്ടത്തിലും പകർന്ന് നൽകി യിരുന്നു. മുഖ്യമന്ത്രിയുടെ പൊളിറ്റിക്കൽ സെക്രട്ടറിയായി ചുമതല ഏൽപ്പിച്ചപ്പോൾ ഭരണരംഗത്തെ അനുഭവങ്ങൾ പകർന്നു നൽകി ദിശാബോധം നൽകുന്നതിന് ഏറെ സഹായകമായി വർത്തിച്ചു. ഇത് ആ പ്രവർത്തനത്തിൽ ഏറെ ആത്മവിശ്വാസം നൽകുകയും ചെയ്തു.

ദേശാഭിമാനിയുടെ ചീഫ് എഡിറ്ററായി ചുമതലയേറ്റ ഘട്ടത്തിലും ഇതേ തരത്തിലുള്ള മാർഗ്ഗ നിർദ്ദേശങ്ങൾ തന്റെ അനുഭവങ്ങളുടെ പശ്ചാത്തലത്തിൽ തന്നിരുന്നു. ദേശാഭിമാനിയെ ബഹുജന പത്രമായി മാറ്റേണ്ടത് സംബന്ധിച്ച ഉത്തരവാദിത്വമാണ് നിർവ്വഹിക്കേണ്ടതെന്നും, അതിലെ പ്രവർത്തകരെ ഒരു ടീം എന്ന നിലയിൽ വളർത്തിയെടുക്കേ ണ്ട നിലയിൽ ഇടപെടേണ്ട കാര്യവും ഓർമ്മിപ്പിച്ചിരുന്നു. അതിന്റെ അടിസ്ഥാനത്തിൽ ദേശാഭിമാനിയുടെ നവീകരണത്തിനായി ഒരു രേഖ തന്നെ തയ്യാറാക്കുന്നതിന് പ്രചോദനമായത് ഈ നിർദ്ദേശങ്ങ ളായിരുന്നു.

ദേശാഭിമാനിയുടെ 80-ാം വാർഷികം വരുന്നുണ്ടെന്നും അത് നല്ല നിലയിൽ ആചരിക്കണമെന്നുമുള്ള സഖാവിന്റെ നിർദ്ദേശം കൂടിയാണ് വിപുലമായ ആഘോഷ പരിപാടിയിലേക്ക് കടക്കുന്നതിന് പ്രചോദ നമായി തീർന്നത്. അവസാന കാലത്തും കാണുമ്പോഴെല്ലാം അക്കാ ര്യങ്ങൾ ചർച്ച ചെയ്യുകയും ചെയ്തിരുന്നു. ദേശാഭിമാനി വളർച്ചയുടെ പടവുകൾ ചവിട്ടിക്കയറിക്കൊണ്ടിരിക്കുന്ന ഘട്ടം കൂടിയാണ് ഇത്. ഈ മുന്നേറ്റത്തിന് പിന്നിൽ സഖാവിന്റെ ശക്തമായ ഇടപെടൽ കൂടിയുണ്ട്.

പുതിയ തലമുറയിലെ ഓരോ സഖാവിന്റേയും ശക്തി ദൗർബല്യങ്ങൾ കോടിയേരി എദ്യസ്ഥമാക്കിയിരുന്നു. ശക്തികളെ കൂടുതൽ തേച്ച് മിനുക്കി വളർത്തിയെടുക്കാൻ പാകമായ ചുമതലകൾ നൽകുന്നതിനും, പോരായ്മകളെ തിരുത്തുന്നതിനും ഇടപെട്ട സ്നേഹസ്തംഭം കൂടിയായിരു ന്നു. പ്രശ്നങ്ങളെ ധീരമായി നേരിട്ടുകയും, എതിരാളികളുടെ എല്ലാവിധ ആക്രമണങ്ങളേയും കരുത്തോടെ നേരിട്ടമ്പോഴും സഖാക്കളെ സ്നേഹ പൂർവ്വമായി ചേർത്ത് പിടിച്ച സ്നേഹമരം കൂടിയായിരുന്ന കോടിയേരി. അത് നഷ്ടമായത് എനിക്ക് മാത്രമല്ല, പാർടി സഖാക്കൾക്ക് മാത്രമല്ല കേരളത്തിന്റെ വിവിധ മേഖലകളിലെ നിരവധി പേർക്കാണ്. ആ സാന്നിധ്യത്തിന്റെ കരുത്താണ് എതിർ പ്രചാര വേലകൾ വേട്ടയാ ടുമ്പോഴും ജനമനസ്സുകളിൽ നേതാവായി കോടിയേരിയെ ഉയർത്തി നിർത്തിയത്.

സ്നേഹവും, കരുതലും എന്നും പകർന്നു നൽകിയ അദ്ദേഹത്തിന്റെ

അസാന്നിദ്ധ്യം വല്ലാത്ത ഒരു ശൂന്യത സൃഷ്ടിക്കുന്നുണ്ട്. എങ്കിലും പഠി
പ്പിച്ച പാഠങ്ങൾ, നൽകിയ നിർദ്ദേശങ്ങൾ അവ ഭാവിയിലെ വിളക്ക്മാ
ടമായി ഉള്ളിലുണ്ട്. അവയിലൂടെ എന്നും ഞങ്ങളെപ്പോലുള്ളവരുടെ
തലമുറകളിലേക്ക് സഞ്ചരിക്കുമെന്ന് തീർച്ചയായും ഉറപ്പിക്കാം.

അധ്യാപക ദിനത്തിലെ ഓർമ്മകൾ

ഇന്ത്യയുടെ രാഷ്ട്രപതിയായിരുന്ന സർവേപ്പള്ളി രാധാകൃഷ്ണന്റെ ജന്മദിനമാണ് അധ്യാപകദിനമായി ആചരിക്കുന്നത്. ദരിദ്ര മായ ജീവിത പശ്ചാത്തലത്തോട് ഏറ്റുമുട്ടി അറിവിന്റെ പടവുകൾ ഒന്നൊന്നായി ചവിട്ടിക്കേറുകയായിരുന്ന ഡോ. രാധാകൃഷ്ണൻ.

1909 ൽ മദ്രാസ് പ്രസിഡൻസി കോളേജിൽ അധ്യാപകനായ അദ്ദേഹം പിന്നീട് മൈസൂർ സർവ്വകലാശാലയിലും കൽക്കത്ത സർവ്വ കലാശാലയിലും അധ്യാപകനായി. 1933 ൽ ആന്ധ്രാ യൂണിവേഴ്സിറ്റി വൈസ് ചാൻസിലറും 1939 ൽ ബനാറസ് ഹിന്ദു സർവ്വകലാശാലയുടെ വൈസ് ചാൻസിലറുമായി. 1948 ലെ സർവ്വകലാശാല വിദ്യാഭ്യാസ കമ്മീഷന്റെ ചെയർമാനായതും മറ്റൊരാളല്ല. സർവ്വകലാശാല സംവി ധാനങ്ങൾ പുനസംഘടിപ്പിച്ചും രാജ്യത്തിന്റെ സ്വാശ്രയത്വം ഉറപ്പുവരു ത്തുന്ന രീതിയിൽ മൂല്യബോധവും മാനസികമായ കരുത്തുമുള്ള ഒരു സമൂഹത്തെ സൃഷ്ടിക്കുകയെന്ന കാഴ്ചപ്പാട് സർവ്വകലാശാലകൾക്ക് കഴിയണമെന്നായിരുന്നു ഇതിൽ അദ്ദേഹം മുന്നോട്ടുവെച്ച ആശയം. ഇന്ത്യയിലെ ആദ്യത്തെ ഉപരാഷ്ട്രപതിയായ ഇദ്ദേഹം 1962 മെയ് 13 ന് ഇന്ത്യൻ പ്രസിഡന്റായും ചുമതലയേറ്റു.

തത്ത്വജ്ഞാനത്തിന്റെ മേഖലയിലെ അദ്ദേഹത്തിന്റെ പങ്കാളിത്തവും ചെറുതല്ല. മുപ്പത്തഞ്ചാം വയസ്സിൽ ഭാരതീയ ദർശനത്തിന്റെ ഒന്നാം വോള്യം എഴുതി. യൂറോപ്യൻ യൂണിവേഴ്സിറ്റികളിൽ അദ്ദേഹം നടത്തിയ പ്രഭാഷണങ്ങൾ പടിഞ്ഞാറൻ നാട്ടുകളിലെ തത്വശാസ്ത്രകുതുകികൾക്ക്

ഒരു പുതിയ അനുഭവമായി. ഇന്ത്യയിലെ ദർശനങ്ങളെ സംബന്ധിച്ച് വ്യ ത്യസ്ത വഴികളിലൂടെ ശ്രദ്ധേയമായ നിരവധി പഠനങ്ങൾ ഉണ്ടായിട്ടുണ്ട്. പലതും ഡോ. രാധാകൃഷ്ണന്റെ വഴികളിൽ നിന്ന് ഏറെ വ്യത്യസ്തവുമായി രുന്നു. ദേവി പ്രസാദ് ചതോപാധ്യായയേയും കെ. ദാമോദരനെയും ഈ അവസരത്തിൽ ഓർക്കാതിരിക്കാനാവില്ല.

1949 ൽ റഷ്യൻ അംബാസിഡറായും ഡോ. രാധാകൃഷ്ണൻ പ്രവർത്തിച്ചു. ഇന്ത്യയും റഷ്യയും തമ്മിലുള്ള സൗഹാർദ്ദപരമായ ബന്ധത്തിന്റെ ഒരു കണ്ണിയായിരുന്നു അദ്ദേഹം. അക്കാലത്തെ റഷ്യൻ ഭരണാധികാരി ജോസഫ് സ്റ്റാലിനുമായി അടുത്ത് ബന്ധം പുലർത്തിയിരുന്നു രാധാ കൃഷ്ണൻ. മാതൃഭൂമി പ്രസിദ്ധീകരിച്ച ഭാരതീയ ദർശനത്തിന്റെ ഒന്നാം വോള്യത്തിൽ ജോസഫ് സ്റ്റാലിനുമായുള്ള അദ്ദേഹത്തിന്റെ ഊഷ്മള മായബന്ധം എൻ.വി കൃഷ്ണവാരിയർ രേഖപ്പെടുത്തുന്നുണ്ട്.

ഡോ. രാധാകൃഷ്ണൻ ഇക്കാര്യം ഇങ്ങനെ രേഖപ്പെടുത്തുന്നുണ്ട്. "ഞാൻ അദ്ദേഹത്തോട് പറഞ്ഞു. രക്തപങ്കിലമായ ഒരു വിജയത്തിനുശേഷം യുദ്ധം ഉപേക്ഷിച്ച് സന്യാസം സ്വീകരിച്ച ഒരു ചക്രവർത്തി ഞങ്ങൾക്ക ണ്ടായിരുന്നു.' ഇതുൾപ്പെടെയുള്ള സംഭാഷണത്തിന്റെ കാര്യം അതിൽ പറയുന്നുണ്ട്. അത്തരം സംഭാഷണങ്ങൾക്ക് സ്റ്റാലിൻ പുഞ്ചിരിച്ചുകൊ ണ്ട് ഇങ്ങനെ മറുപടി നൽകിയത്രേ. "അതെ ചിലപ്പോൾ അത്ഭുതങ്ങൾ സംഭവിക്കാറുണ്ട്. 5 കൊല്ലം ഞാൻ ഒരു വൈദിക പാഠശാലയിലായി രുന്നു.'

1952 ഏപ്രിൽ അഞ്ചാം തീയതി സ്റ്റാലിനെ വീണ്ടും കണ്ടു. അദ്ദേഹം ഇങ്ങനെ കുറിക്കുന്നു. സ്റ്റാലിന്റെ മുഖം വീർത്തിരിക്കുന്നതായി തോന്നി. ഞാൻ അദ്ദേഹത്തിന്റെ കവിളിലും മുതുകിലും തടവി. അദ്ദേഹത്തിന്റെ തലക്കുമീതെ ഞാൻ കയ്യോടിച്ചു. സ്റ്റാലിന്റെ മറുപടി ഇങ്ങനെയായിരു ന്നവത്രേ. "ഒരു ക്രൂര ജന്തുവിനോടെന്ന പോലല്ലാതെ ഒരു മനുഷ്യനോടെ ന്ന നിലയിൽ എന്നോടാദ്യമായി പെരുമാറുന്നത് താങ്കളാണ്. താങ്കൾ ഞങ്ങളെ വിട്ടുപോകുന്നതിൽ എനിക്ക് ഖേദമുണ്ട്. ചിരകാലം താങ്കൾ ജീവിച്ചിരിക്കണമെന്ന് ഞാൻ ആഗ്രഹിക്കുന്നു. എനിക്ക് ജീവിക്കാൻ ഇനി ഏറെ നാളുകളില്ല.' ആറു മാസം കഴിഞ്ഞ് സ്റ്റാലിൻ മരിക്കുക യും ചെയ്തു. പിരിയുമ്പോൾ ഡോ. രാധാകൃഷ്ണന്റെ കൂടെയുണ്ടായിരുന്ന എംബസി ഉദ്യോഗസ്ഥൻ സ്റ്റാലിന്റെ കണ്ണുകളിലേക്ക് ചൂണ്ടിക്കാട്ടി. അവ നനഞ്ഞിരുന്നുവത്രേ. ഊഷ്മളമായ ആത്മബന്ധങ്ങളുടെ ഇതളുകളാണ് ഇവിടെ വിരിയുന്നത്.

നമ്മുടെ   ഒരോരുത്തരുടെയും   അധ്യാപകരെക്കുറിച്ച്

സ്മരണകൾ സമരായുധങ്ങൾ

ഓർമ്മിക്കാനുള്ളതുകൂടിയാണല്ലോ ഈ ദിനം. ഒരോ വ്യക്തിയുടെയും വികാസ പരിണാമത്തിൽ തീർച്ചയായും സ്വാധീനം ചെലുത്തുകയും വ്യക്തിത്വം രൂപപ്പെടുത്തുന്നതിൽ ഇടപെടുകയും ചെയ്തവരുടെ എണ്ണം ഏറെയായിരിക്കും. അവരെ അനുസ്മരിക്കാതെ കുറിപ്പ് പൂർത്തീകരിക്ക ന്നത് ശരിയായിരിക്കുകയുമില്ലല്ലോ.

വിദ്യാർത്ഥികളെ പലപ്പോഴും തിരിച്ചറിയുകയും അവരുടെ വഴികൾ വെട്ടിത്തെളിയിക്കുന്നതിന് ഇടയാക്കുകയും പ്രൈമറി ക്ലാസ്സുകളിലെ അധ്യാപകരായിരിക്കും. പഠനത്തിലായാലും കലോത്സവങ്ങളിലായാ ലും ഒന്നാം ക്ലാസ്സ് തൊട്ട് എന്റെ അധ്യാപികയായിരുന്ന ജാനു ടീച്ചർ കാട്ടിയ ദിശാബോധവും സ്നേഹവും ഒരിക്കലും വിസ്മരിക്കാനാവുന്നതല്ല. പൊന്നാറത്ത് ബാലകൃഷ്ണൻ മാഷുടെ ഇടപെടലാണ് രാഷ്ട്രീയത്തിന്റെ വഴികളിലേക്ക് നയിച്ചത്. സാഹിത്യത്തിന്റെ വഴികളിലേക്ക് ചലിപ്പി ക്കുന്നതിൽ വാമനൻ മാഷുടെ പങ്കും ചെറുതല്ല. എഴുത്തിന് മൂർച്ചയും ലാളിത്യവും ഇത്രയെങ്കിലും നൽകുന്നതിനുള്ള മാർഗ്ഗനിർദ്ദേശിയായി മാറിയത് യൂണിവേഴ്സിറ്റിയിലെ മലയാള വിഭാഗത്തിലെ എന്റെ അധ്യാ പകനായിരുന്ന എം.എൻ കാരശ്ശേരി മാഷായിരുന്നു.

അങ്ങനെ എത്രയോ പേരുടെ ഇടപെടലും സ്വാധീനങ്ങളും ഒരോ രുത്തരുടെ ജീവിതങ്ങളിലും ഉണ്ടാകാതിരിക്കില്ല. എല്ലാവരെയും രേഖപ്പെടുത്താൻ ഈ കുറിപ്പിൽ കഴിയുകയില്ലല്ലോ. പഠിച്ചതൊന്നും പാഴായിപ്പോയി എന്നതോന്നിയിട്ടുമില്ല, സാഹിത്യവും വിദ്യാഭ്യാസ സിദ്ധാന്തങ്ങളും ശാസ്ത്രബോധവും നിയമപഠനവുമെല്ലാം പ്രവർത്തന ങ്ങളിലെ കരുത്തായും വെളിച്ചമായും മുന്നിൽ നിൽക്കുന്നു.

ഔപചാരിക വിദ്യാഭ്യാസത്തിന്റെ ലോകമല്ല, അതിനേക്കാൾ വലിയ പാഠശാല എല്ലാ മനുഷ്യർക്കുമുണ്ട്. അത് നമ്മുടെ വീടും നാടുമാണല്ലോ. വായനശാലകളുടെ പങ്കും ചെറുതല്ല. എഴുത്തച്ഛന്റെ രാമായണവും മാപ്പിള രാമായണവും മാത്രമല്ല, മാപ്പിളപ്പാട്ടും മാർഗ്ഗംകളി പാട്ടും വടക്കൻ പാട്ടുകളുമെല്ലാം നമ്മുടെ സംസ്കാരത്തിന്റെ ഈടുവെയ്പ്പു കളെന്ന് കുഞ്ഞുന്നാളിലേ അച്ഛൻ ഓർമ്മിപ്പിച്ചിരുന്നു. ആ കാഴ്ചകൾ വിവിധ സംസ്കാരങ്ങളെ ഉൾക്കൊള്ളാനുള്ള പാഠങ്ങളായാണ് പിന്നീട് മാറിയത്. എന്റെ രാഷ്ട്രീയ കക്ഷിയും വലിയ അധ്യാപകനായി ഇന്നും മുന്നിൽ നിൽക്കുന്നു, തെറ്റുകളെ തിരുത്തിച്ചും ശരികളെ ശക്തിപ്പെടു ത്തിയും.

അധ്യാപകർ മാത്രമല്ല, സഹപാഠികളും തീർച്ചയായും നമ്മുടെ ജീവി തത്തിലെ അമൂല്യമായ നിധികളും വഴികാട്ടികളുമാണ്. അന്നും ഇന്നും.

കാമ്പുള്ള വിമർശനങ്ങളും നമ്മെ ശരിയായ വഴികളിലൂടെ മുന്നോട്ടുപോ കുന്നതിന് സഹായകമാകുന്നതുമാണല്ലോ.

കേരളം പോലുള്ള സമൂഹത്തിൽ ബഹുഭൂരിപക്ഷം പേരും വിദ്യാഭ്യാസ മേഖലയിൽ എത്തിച്ചേരുന്ന സ്ഥിതി സൃഷ്ടിക്കാൻ നവോത്ഥാന പ്രസ്ഥാനങ്ങൾക്കും കർഷക-തൊഴിലാളി പ്രസ്ഥാനങ്ങൾക്കും സാധ്യമായി. ബഹുഭൂരിപക്ഷം വിദ്യാർഥികളും എത്തിക്കഴിഞ്ഞാൽ വിദ്യാഭ്യാസത്തിന്റെ നിലവാരം മെച്ചപ്പെടുത്തുക എന്നതാണ് അടുത്ത ഘട്ടത്തിൽ ഊന്നേണ്ടത്. അതിന് ഉതകുന്ന വിധം നമ്മുടെ പൊതുവിദ്യാ ധ്യാസ മേഖലയിലെ പശ്ചാത്തല സൗകര്യം വികസിച്ചുകഴിഞ്ഞിട്ടുണ്ട്. അതിന്റെ ഉള്ളടക്കം മെച്ചപ്പെടുക എന്നതാണ് ഇപ്പോൾ ഊന്നേണ്ട വിഷയം. അതിനായുള്ള ഇടപെടലുകളാണ് നാം മുന്നോട്ട് കൊണ്ടുപോ കേണ്ടത്.

അധ്യാപനം വ്യക്തിയെ മാത്രമല്ല, സമൂഹത്തെയും രൂപപ്പെടുത്തുന്ന ഒന്നാണ്. അത് മഹത്തായ ഒരു കർത്തവ്യം തന്നെയാണ്. ആ ചുമതലാ ബോധവും കാഴ്ചകളും വികസിപ്പിക്കുക എന്നത് സമൂഹത്തിന്റെ തന്നെ ആവശ്യമാണെന്ന് തിരിച്ചറിയേണ്ടതുണ്ട്. അതിനുള്ള അവസരങ്ങളായി ഇത്തരം ദിനങ്ങളെ മാറ്റിയെടുക്കാനാവണം.

പുസ്തകത്തെ കൂട്ടുകാരനാക്കിയ പി.ജി

തൊട്ടടുത്ത മുറികളിൽ പതിറ്റാണ്ടോളം ഒന്നിച്ചിരുന്ന് പ്രവർത്തിച്ച ഘട്ടത്തിലുണ്ടായിരുന്ന ഓർമ്മകളാണ് പി ജി യെക്കുറിച്ച് ഏറെയുള്ളത്. എന്റെ പല സംശയങ്ങൾക്കും ക്ഷമയോടെ മറുപടി പറയുക മാത്രമല്ല സ്വയം ഉത്തരങ്ങൾ കണ്ടെ ത്തുന്നതിനുള്ള വഴികളും പി.ജി നിർദ്ദേശിക്കുമായിരുന്നു. അഭിപ്രായ വ്യത്യാസങ്ങൾ രേഖപ്പെടുത്തുമ്പോൾ പോലും കാണിക്കുന്ന സ്നേ ഹവാത്സല്യം ഇന്നെന്ന പോലെ അനുഭവപ്പെടുകയാണ്. എന്റെ മകളെ കാണമ്പോൾ വാരി പുണർന്ന് ഉമ്മ കൊടുക്കുന്ന ഒരു മുത്ത ച്ഛന്റെ മുഖവും ഇത് എഴുതുമ്പോൾ തെളിഞ്ഞു വരുന്നു. അവൾക്ക് റോസ എന്ന പേരിട്ടതിന് ഇടയായതും അക്കാലത്ത് റോസാ ലക്സംബർഗിനെ കുറിച്ച് പുസ്തകം എഴുതണമെന്ന പി.ജിയുടെ ചിന്തയുടെ പശ്ചാചത്തലത്തിലായിരുന്നു.

സഞ്ചരിക്കുന്ന വിജ്ഞാനകോശം എന്ന വിശേഷണം പി.ജിക്ക് അക്ഷരാർത്ഥത്തിൽ ചേരുന്ന ഒന്നായിരുന്നു. അത്രയേറെ സമഗ്രവും പരന്നതുമായിരുന്നു പി.ജിയുടെ വായന. ചെറുപ്പകാലത്ത് തന്നെ കമ്മ്യൂണിസ്റ്റ് പാർട്ടിയെ സൈദ്ധാന്തികമായി നയിക്കുന്നതിൽ പി.ജി മുൻപന്തിയിലുണ്ടായിരുന്നു. തന്റെ ജീവിത കാലത്ത് വൈജ്ഞാനിക മേഖലയിലും രാഷ്ട്രീയ രംഗത്തും നടന്നിട്ടുള്ള എല്ലാ ആശയ സമര ങ്ങളിലും തൊഴിലാളി വർഗത്തിന്റെ പക്ഷത്തുനിന്നു കൊണ്ട് തൂലിക ചലിപ്പിച്ചുകൊണ്ട് പി.ജി മുൻപന്തിയിൽ തന്നെ ഉണ്ടായിരുന്നു.

മതാചാരനിഷ്ഠകളിലും വിശ്വാസത്തിലും അടിയുറച്ചനിന്ന കുടുംബപ
ശ്ചാത്തലത്തിൽ നിന്നാണ് പി.ജിയുടെ വരവ്. ശ്രീരാമകൃഷ്ണമിഷൻ
സന്യാസി ആഗമാനന്ദ സ്വാമികൾ നടത്തുന്ന അദ്വൈത ആശ്രമ
ത്തിലൂടെ അദ്ദേഹത്തിന്റെ ചിന്തകൾ വികസിച്ച് വരികയായിരുന്നു.
വിവേകാനന്ദ കൃതികളുമായുള്ള ബന്ധവും അന്ന് രാജ്യത്ത് ആകമാനം
അലയടിച്ചയർന്ന ദേശീയ കാഴ്ചപ്പാടും പി.ജിയുടെ വ്യക്തിത്വം രൂപീക
രിക്കുന്നതിന് അടിത്തറയായി തീർന്നു. പി.കൃഷ്ണപിള്ളയുടെ ഇടപെട
ലാണ് പി.ജിയെ കമ്മ്യൂണിസ്റ്റ് രാഷ്ട്രീയവുമായി ഇഴകിച്ചേർക്കുന്നതിന്
ഇടയാക്കിയത്.

സാർവ്വദേശീയ രംഗം എന്നത് തന്റെ നാട്ടിലെ ഊടുവഴികളെന്ന
പോലെ പി.ജിക്ക് പരിചിതമായിരുന്നു. സാർവ്വദേശീയ കാര്യങ്ങൾ
കൈകാര്യം ചെയ്യുന്നതിൽ പി.ജിയെ വെല്ലാൻ പ്രാപ്തരായവർ
ഇതുവരെ കേരളത്തിൽ ഉണ്ടായിട്ടുമില്ല എന്ന് പറയുന്നത് അതിശയോ
ക്തിയാവില്ല.

പുരോഗമന കലാസാഹിത്യസംഘത്തെ ഇന്നത്തെ നിലയിലേക്ക്
വളർത്തിക്കൊണ്ടുവരുന്നതിൽ പി.ജിയുടെ സൈദ്ധാന്തിക സംഭാവന
ഏറെ വലുതാണ്. സാഹിത്യത്തിലും അതിന്റെ സിദ്ധാന്തങ്ങളിലും
ഓരോ കാലത്തും വന്ന കാഴ്ചപ്പാടുകൾക്കനുസരിച്ച് നവീകരണം വരു
ത്തുന്നതിലും പി.ജി എന്നും ശ്രദ്ധിച്ചിരുന്നു. നവമാർക്സിസം പോല്യുള്ള
ചിന്താഗതികൾ ഉയർത്തിയ ആശയപരമായ വെല്ലുവിളികളെ ഉൾക്കാ
ഴ്ചയോടെ സമീപിക്കാൻ പി.ജിക്ക് കഴിഞ്ഞിരുന്നു.

പരന്ന വായനയില്ലൂടെ ചിന്താമണ്ഡലങ്ങളിൽ രൂപപ്പെടുന്ന
നവീനമായ ചിന്താധാരകളെ ഉൾക്കൊള്ളവാനും അതിനെ മാർക്സി
സ്റ്റ് കാഴ്ചപ്പാടോടുകൂടി വിലയിരുത്തുന്നതിനും പി.ജിക്ക് കഴിഞ്ഞിട്ടുണ്ട്.
വിജ്ഞാനത്തിന്റെ കലവറയായിരുന്നു പി.ജി.

കേരളീയ നവോത്ഥാനം എന്നത് പാശ്ചാത്യപരമായ ചിന്തകളുടെ
പശ്ചാത്തലത്തിൽ മാത്രം രൂപപ്പെട്ട് വന്ന ഒന്നാണ് എന്ന കാഴ്ച
പ്പാടിനെ പി.ജി ചോദ്യം ചെയ്തിരുന്നു. കേരളീയ നവോത്ഥാനത്തിന്
തദ്ദേശീയമായ ചിന്താരീതിയുടെ വികാസത്തിന്റെ അടിത്തറ കൂടിയുണ്ട്
എന്ന സമീപനവും മുന്നോട്ട് വെച്ചു. ഇസ്ലാം, ക്രൈസ്തവ ചിന്തകൾക്ക്
അകത്തുള്ള നവോത്ഥാന പ്രവണതകളേയും പരിചയപ്പെടുത്തുന്നതിൽ
പി.ജി ഏറെ ശ്രദ്ധിച്ചിരുന്നു. കേരള നവോത്ഥാനം വെല്ലുവിളി നേരിട്ടന്ന
വർത്തമാനഘട്ടത്തിൽ പി.ജിയുടെ ഈ മേഖലയിലെ ഇടപെടലുകൾ
നമുക്ക് തീർച്ചയായും വഴികാട്ടിയാണ്.

 സ്മരണകൾ സമരായുധങ്ങൾ

ശാസ്ത്രത്തിന്റെ ഗുണപരമായ വശങ്ങൾ ചൂണ്ടിക്കാണിച്ചകൊ
ണ്ട് മനുഷ്യ പുരോഗതിക്ക് ശാസ്ത്രം നൽകിയ സംഭാവനയെ
വിശകലനം ചെയ്തുകൊണ്ട് പി.ജി എഴുതിയ വൈജ്ഞാനികവിപ്ലവം
ഒരു സാംസ്കാരിക ചരിത്രം എന്ന പുസ്തകം പി.ജിയുടെ വറ്റാത്ത
ചിന്തയുടെ ഉദാഹരണമാണ്. എംഗൽസിനെ കുറിച്ച് പി.ജി എഴുതിയ
പുസ്തകം ജീവചരിത്ര കൃതികളിൽ എക്കാലത്തേയും മികച്ച ഒന്നാണ്.
പി.ജിയുടെ അറിവിന്റെ ഒരു ചെറിയ അംശം പോലും പുസ്തകമായി
മാറിയില്ല എന്നത് നമുക്കെല്ലാം സംഭവിച്ച വലിയ നഷ്ടം തന്നെയാണ്.

മാർക്സിസത്തിന്റെ പ്രയോഗത്തിന് അത്യന്താപേക്ഷിതമായിട്ടുള്ള
താണ് പാർടി സംഘടന എന്ന ശരിയായ വീക്ഷണം അദ്ദേഹം മുന്നോട്ട്
വെച്ചിരുന്നു. പാർലമെന്ററി രംഗത്തും പി.ജി പ്രവർത്തിച്ചിരുന്നു. 25
വയസ് ഉണ്ടായിരുന്ന ഘട്ടത്തിലാണ് 1950 ൽ പെരുമ്പാവൂരിൽ നിന്ന്
തിരു-കൊച്ചി നിയമസഭയിലേക്ക് തെരഞ്ഞെടുക്കപ്പെടുന്നത്. 1957 ലെ
ഒന്നാമത്തെ നിയമസഭയിലും പി.ജി അംഗമായിരുന്നു.

ജീവിതത്തിന്റെ അന്ത്യം വരെ വിജ്ഞാനത്തിനായി ജീവിതം
ഉഴിഞ്ഞുവെച്ച ഉജ്ജ്വലനായ കമ്മ്യൂണിസ്റ്റിന്റെ ഓർമ്മയ്ക്ക് മുന്നിൽ
ആദരാഞ്ജലികൾ അർപ്പിക്കുന്നു. അദ്ദേഹം സമ്മാനിച്ച അറിവുകൾ
നാടിന്റെ വിജ്ഞാന സമ്പത്തിന് എന്നും മുതൽക്കൂട്ടമായിരിക്കും. അത്
ഉപയോഗപ്പെടുത്തുകയും കൂടുതൽ സമ്പന്നമാക്കുകയും ചെയ്യുക എന്നത്
വരുംതലമുറയുടെ ഉത്തരവാദിത്തവുമാണ്.

കേളപ്പേട്ടൻ : അടിസ്ഥാന ജനവിഭാഗത്തിന്റെ പോരാളി

കേളപ്പേട്ടനെക്കുറിച്ച് നിരവധി ഓർമ്മകളുണ്ട്. കൊച്ചുകുട്ടിയായിരിക്കുന്ന ഘട്ടത്തിൽ കോൺഗ്രസ്സുകാരനായ അച്ഛന്റെ അടുത്ത് മണിക്കൂറുകളോളം വടക്കൻ പാട്ടുകളെക്കുറിച്ചും ലോകകാര്യങ്ങളെക്കുറിച്ചുമെല്ലാം ചർച്ച ചെയ്യുന്ന ആളായാണ് കേളപ്പേട്ടൻ മനസ്സിൽ പതിഞ്ഞത്. കേളപ്പേട്ടനും അച്ഛനും വലിയ ചർച്ചകളിലും ആസ്വാദനങ്ങളിലും മുഴുകുമ്പോൾ ബാലരമയും പൂമ്പാറ്റയും അമ്പിളിമാമനുമൊക്കെ വായിച്ച് അടുത്ത് ഇരിക്കുന്ന കൊച്ചുകുട്ടിയായിരുന്ന അന്ന് ഞാൻ. പുസ്തക വായനയിൽ മുഴുകുമ്പോഴും ഒരു ചെവിയിൽ ഇവരെയും ശ്രദ്ധിച്ചിരിക്കുന്ന ചിത്രം ഇന്നും മനസ്സിൽ തെളിഞ്ഞുവരികയാണ്.

വീട്ടിൽ പലപ്പോഴും കേളപ്പേട്ടന്റെ സാന്നിധ്യമുണ്ടാകുമായിരുന്നു. വീട്ടിലെത്തിയാലുടനെ ഷർട്ട് അഴിച്ച് അയലിൽ തൂക്കിയിട്ടും. കഞ്ഞിവെള്ളത്തിന് പറയും. തുടർന്ന് ചർച്ചയിലേക്ക് കടക്കും. പിന്നെ ചായകുടിച്ച് മണിക്കൂറുകളോളം അങ്ങനെ അത് നീണ്ടുപോകും. ഊണുമൊക്കെ കഴിച്ച് വൈകുന്നേരം വരെ അങ്ങനെ നീളുമാ ചർച്ച. ഇഴപിരിയാനാവത്ത ആ സൗഹൃദബന്ധം അച്ഛന്റെ അന്ത്യനാളുകൾ വരെ തുടർന്നിരുന്നു. കുടുംബത്തിലെ ഒരോ അംഗങ്ങളുമായും ആ അടുപ്പം കേളപ്പേട്ടൻ എന്നും സൂക്ഷിക്കുകയും ചെയ്തിരുന്നു.

കുറച്ച വലുതായപ്പോഴാണ് വരുന്നതും സംസാരിക്കുന്നതും ഒരു

കമ്മ്യൂണിസ്റ്റ് നേതാവാണ് എന്ന കാര്യം തന്നെ അറിയുന്നത്. കോൺഗ്രസ്സുകാരനായ അച്ഛനുമായി അദ്ദേഹം പുലർത്തിയ ബന്ധ ത്തിന്റെ അടിസ്ഥാനം അച്ഛൻ സ്വായത്തമാക്കിയ അടിസ്ഥാന ജനവിഭാഗത്തിന്റെ പാട്ടുകളും സംസ്കാരവുമായിരുന്നുവെന്ന് ഇന്ന് തിരിച്ചറിയാനാവുന്നുണ്ട്. പ്രാന്തവത്ക്കരിക്കപ്പെട്ട ജനവിഭാഗത്തിന്റെ പാട്ടുകളും താളങ്ങളും മതനിരപേക്ഷതയുടെ സാംസ്കാരിക ചിന്തകളും ഹൃദയത്തിലുള്ള അച്ഛന്റെ ഈ കാഴ്ചകളമായിട്ടായിരുന്നു കേളപ്പേട്ടന്റെ സൗഹൃദവും സംവാദവും.

വിദ്യാർത്ഥി രാഷ്ട്രീയത്തിൽ പിന്നീട് ഞാൻ പങ്കെടുത്തുതുടങ്ങി. പിന്നീട് അത് എസ്എഫ്ഐയിലേക്കുള്ള സജീവതയിലേക്കും വഴിമാറി. നിരന്തരം മർദ്ദനങ്ങൾ ഏറ്റവാങ്ങുന്ന പ്രക്ഷോഭത്തിന്റെ നാളകളായി രുന്നു അന്ന്. പലപ്പോഴും അടിയേറ്റ് ആശുപത്രിയിലാവുമ്പോൾ അച്ഛനും അമ്മയുമൊക്കെ കേളപ്പേട്ടനെ വിളിച്ചാണ് വിവരം തിരക്കാറുള്ളത്. കേളപ്പേട്ടൻ പറഞ്ഞാൽ അവർക്ക് ഏറെ സമാധാനവും ഉണ്ടായിരു ന്നു. വിദ്യാർത്ഥി രാഷ്ട്രീയത്തിൽ സജീവമാകുമ്പോൾ വീട്ടിലുണ്ടാവുന്ന അസ്വാരസ്യങ്ങൾക്ക് തടയിടാനും കേളപ്പേട്ടന്റെ ഇടപെടൽ ഏറെ സഹായിച്ചിരുന്നു.

കോഴിക്കോട്ടുള്ള എസ്എഫ്ഐ പ്രവർത്തന ഘട്ടത്തിലാണ് കേള പ്പേട്ടനുമായി രാഷ്ട്രീയ തലത്തിൽ കൂടുതൽ അടുക്കുന്നത്. രാവിലെ പത്രം വായിച്ചുകൊണ്ട് ഇരിക്കുന്ന കേളപ്പേട്ടനെയാണ് മിക്കവാറും ഉണർന്നെ ഴുന്നേൽക്കുമ്പോൾ കണ്ടിരുന്നത്. അപ്പോഴാണ് ആ മനസ്സിന്റെ വിശാല തലങ്ങളിലേക്ക് കടക്കാനുള്ള അവസരങ്ങൾ ഉണ്ടായത്. മുസാഫിറും ഹനീഫയും സജീവനും ഷംസുദ്ധീനുമെല്ലാം അക്കാലത്തെ ഇത്തരം ഇടപെടലുകൾക്ക് പലപ്പോഴും കൂടെ ഉണ്ടായിരുന്നു.

കേളപ്പേട്ടന്റെ പല ഇടപെടലുകളും പഠിപ്പിച്ചത് വലിയ രാഷ്ട്രീയ പാഠങ്ങളായിരുന്നു. നിസാരമെന്ന് തോന്നാവുന്ന കാര്യങ്ങളിൽ പോലും ഇടപെട്ട് വലിയ രാഷ്ട്രീയ ചിന്തകളിലേക്ക് നമ്മെ എത്തിക്കുന്നതായി രുന്നു ആ സാന്നിധ്യം. ഒരു സംഭവം മാത്രം കുറിക്കാം. ഞാൻ എസ്എ ഫ്ഐയുടെ കോഴിക്കോട് ജില്ലാ സെക്രട്ടറിയായിരുന്ന കാലത്ത് കേസിൽ പിഴയടക്കാൻ അച്ഛനിൽ നിന്ന് പണം വാങ്ങി. അതടച്ചു. ഈ വിവരം കേളപ്പേട്ടൻ എങ്ങനെയോ അറിഞ്ഞു. കാര്യമെല്ലാം ചോദിച്ചു. ഇതിലുള്ള തെറ്റ് കേളപ്പേട്ടൻ സ്നേഹപൂർവ്വം ചൂണ്ടിക്കാണിച്ചു.

സംഘടന നാളെയും നിലനിൽക്കേണ്ടതാണ്. നിനക്ക് പകരം വേറൊരാൾ വരും, അവർക്കിതുപോലെ പണം അഡ്ജസ്റ്റ് ചെയ്യാൻ

കഴിഞ്ഞുവെന്ന് വരില്ല. അത് സംഘടനയെ പ്രതിസന്ധിയിലാക്കും. അതുകൊണ്ട് ഇത്തരം പ്രശ്നങ്ങൾ ഉയർന്നവരുമ്പോൾ അത് പരിഹരി ക്കാനുള്ള സംഘടനാപരമായ സംവിധാനമാണ് ആലോചിക്കേണ്ടത്. പ്രശ്നങ്ങൾ സംഘടനയില്ലം നിങ്ങളെ സഹായിക്കുന്നവരുടെ ശ്രദ്ധയി ൽപ്പെടുത്തുകയുമാണ് വേണ്ടത്. അങ്ങനെ ഉയർന്നുവരുന്ന പ്രശ്നങ്ങളെ ഒരോന്നിനെയും മറികടക്കുവാനുള്ള സംവിധാനം രൂപപ്പെടുത്തുമ്പോഴേ പ്രതിസന്ധികളെ മറികടക്കുന്ന ഒന്നായി സംഘടന മാറുകയുള്ളവെന്ന കാര്യം കേളപ്പേട്ടൻ ഓർമ്മിപ്പിച്ചു. രാഷ്ട്രീയ പ്രശ്നങ്ങളെ വ്യക്തിതലത്തി ലല്ല, സംഘടനാതലത്തിലാണ് പരിഹരിക്കപ്പെടേണ്ടത് എന്ന വലിയ പാഠമാണ് അന്ന് പഠിപ്പിച്ച് തന്നത് എന്ന് ഇന്ന് വ്യക്തം. ഇങ്ങനെ നൽകിയ ഒരോ പാഠങ്ങളും പിൽക്കാലത്തെ രാഷ്ട്രീയ ജീവിതത്തിലെ ചിന്തകളെ മുന്നോട്ടനയിക്കുന്നതിനുള്ള കാഴ്ചകളായിരുന്നു.

രാഷ്ട്രീയ ജീവിതത്തിൽ താങ്ങായും തണലായും കേളപ്പേട്ടൻ ഉണ്ടാ യിരുന്നു. തെറ്റുകളെ തിരുത്തിച്ചും ശരികളെ പ്രോത്സാഹിപ്പിച്ചും. ഒരു കാലഘട്ടത്തിലെ പുതുതലമുറയുടെ രാഷ്ട്രീയ ഗുരുനാഥൻ കൂടിയായിരു ന്നു കേളപ്പേട്ടൻ. അവസാനമായി കേളപ്പേട്ടനെ കണ്ടത് ബിമലിന്റെ സഹധർമ്മിണിയായ സൂര്യയുടെ വീട്ടിന്റെ ഗൃഹപ്രവേശനത്തിൽ പങ്കെ ടുത്ത് മടങ്ങുമ്പോഴാണ്. പോകുമ്പോൾ വീട്ടിൽ പോയും കേളപ്പേട്ടനെ കണ്ടു. സ്നേഹപൂർവ്വം സംസാരിച്ചു. രാഷ്ട്രീയ പ്രവർത്തനത്തിന്റെയും ഭരണതലത്തിലെയും കാര്യങ്ങളെയെല്ലാം പരസ്പരം കൈമാറി. നന്നായി മുന്നോട്ടുപോകാൻ പറഞ്ഞുകൊണ്ടാണ് യാത്രുപിരിഞ്ഞത്. എന്നാൽ ഇത്രുവേഗം പിരിയുമെന്ന് ഒരിക്കലും കരുതിയില്ല.

കർഷകതൊഴിലാളിയായി ജീവിതമാരംഭിച്ച് മണ്ണിന്റെ മണവും സംസ്ക്കാരവും ഹൃദയത്തിൽ ഏറ്റുവാങ്ങിക്കൊണ്ടാണ് കേളപ്പേട്ടൻ മുന്നോട്ടുപോയത്. ആ മൂല്യങ്ങൾ ജീവിതത്തിന്റെ അന്ത്യം വരെ കാത്തു സൂക്ഷിക്കുകയും ചെയ്തു. ഒരിക്കൽ പോലും ആ മൂല്യങ്ങളിൽ ഒരിടർച്ച ഉണ്ടായിട്ടുമില്ല. തികച്ചും അനുകരണീയമായ മാതൃക തന്നെയായിരുന്നു അത്. വടക്കൻപാട്ടിന്റെ പാഠങ്ങൾ ഹൃദിസ്ഥമാക്കിയെടുക്കുമ്പോൾ അതിന്റെ സാംസ്ക്കാരിക മൂല്യം മാത്രമല്ല, രാഷ്ട്രീയ പ്രാധാന്യങ്ങളെയും ചികഞ്ഞെടുക്കുന്നതിനും കേളപ്പേട്ടൻ ശ്രദ്ധിച്ചിരുന്നു. വടക്കൻപാട്ടിലെ കേളപ്പേട്ടന്റെ ഇഷ്ടകാവ്യമായി പൂമാതൈപൊന്നമ്മ പോലുള്ളവ മാറിയത് അതുകൊണ്ടുകൂടിയാണ്.

പിതൃസഹജമായ സ്നേഹവാത്സല്യങ്ങൾ എന്നും പൊഴിഞ്ഞിരുന്ന ഒരു നന്മമരമാണ് കേളപ്പേട്ടന്റെ മരണത്തോടെ നഷ്ടമായത്. പക്ഷെ

സ്മരണകൾ സമരായുധങ്ങൾ

കേളപ്പേട്ടൻ മുന്നോട്ടുവച്ച രാഷ്ട്രീയ സംസ്കാരവും ജീവിത മാതൃകയും എന്നും തിളങ്ങിനില്ക്കുക തന്നെ ചെയ്യും നമുക്ക് വഴികാട്ടിയായിതന്നെ. വടകരയുടെ സവിശേഷമായ രാഷ്ട്രീയ സാംസ്കാരിക മണ്ണിൽ നിന്ന് ഊർജ്ജം വലിച്ചെടുത്ത് വളർന്നുവന്ന ഒരു മഹാവൃക്ഷമായിരുന്നു കേളപ്പേട്ടൻ. കമ്മ്യൂണിസ്റ്റ് രാഷ്ട്രീയ സംസ്കാരത്തിന്റെ പ്രതീകമായിരുന്ന ആ ജീവിതം. അനേകം പേർക്ക് തണലും വഴികാട്ടിയുമായ ആ ജീവിതം, അവരിലൂടെ ചരിത്രത്തിൽ പ്രവഹിച്ചുകൊണ്ടേയിരിക്കും. കരുത്തിന്റെയും സ്നേഹത്തിന്റെയും പ്രതീകമായിത്തന്നെ.

ഗൗരിയമ്മ: സവിശേഷമായ രാഷ്ട്രീയ ധാര

തനിക്ക് ശരിയെന്ന് തോന്നുന്നത് ഇറന്നുപറയുകയും അതിനനു സരിച്ച് ജീവിക്കുകയും ചെയ്ത സവിശേഷ വ്യക്തിത്വത്തിന്റെ ഉടമയായിരുന്ന ഗൗരിയമ്മ. തന്റെ ആത്മകഥയിൽ ഗൗരിയമ്മ അത് ഇങ്ങനെ രേഖപ്പെടുത്തുന്നുണ്ട്. 'ഞാൻ വെറുമൊരു സാധാരണക്കാരി. ഉള്ളതുപോലെ ആരുടെ മുമ്പിലും പച്ചക്ക് വെട്ടിത്തുറന്ന് പറയുകയും അതനുസരിച്ച് പ്രവർത്തിക്കുകയും ചെയ്യുന്ന പ്രകൃതക്കാരി.' ആ വ്യക്തിത്വത്തിന്റെ ഈ സവിശേഷതയാണ് വ്യത്യസ്തമായ വഴിക ളിലൂടെ സഞ്ചരിക്കാനും തൻറേതായ വഴി രൂപപ്പെടുത്തുന്നതിനും ഇടയാക്കിയത്.

കേരളത്തിന്റെ രാഷ്ട്രീയ ചരിത്രത്തിൽ ഉൾച്ചേർന്നുകിടക്കുന്നതാണ് ഗൗരിയമ്മയുടെ ജീവിതം. അവർ ജീവിച്ചിരുന്ന കാലത്തെ ഗുണപരമായ സാമൂഹ്യ മുന്നേറ്റങ്ങളുടെ ഭാഗമായി നിന്നുകൊണ്ട് രൂപപ്പെട്ടതായിരുന്ന അവരുടെ വ്യക്തിത്വം. നവോത്ഥാന പ്രസ്ഥാനത്തിലൂടെയും ദേശീയ പ്ര സ്ഥാനത്തിന്റെ സ്വാധീനത്തിലൂടെയും തുടങ്ങി കമ്മ്യൂണിസ്റ്റ് പാർടിയുടെ നേതൃ സ്ഥാനത്തേക്ക് വളർന്നുവരികയായിരുന്നു ഗൗരിയമ്മ.

നാടിനായി സമർപ്പിക്കപ്പെട്ട ആ ജീവിതം സാർത്ഥകമായിരുന്നു. താൻ ജീവിതം തുടങ്ങുന്ന കാലത്തിൽ നിന്നും എത്രയേറെ ലോകം മാറിയെന്ന് അവർ സ്വയം തന്നെ തിരിച്ചറിയുന്നുണ്ട്. മാതൃഭൂമി പ്രസിദ്ധീ കരിച്ച അവരുടെ ആത്മകഥയുടെ ആമുഖത്തിൽ അക്കാര്യം ഇങ്ങനെ

അവർ വ്യക്തമാക്കുന്നുണ്ട്. 'ഞാൻ ജനിച്ച കാലം മുതൽ ഇന്നുവരെ പരിശോധിച്ചാൽ കേരളത്തിന്റെ സാമൂഹ്യ രംഗത്തും രാഷ്ട്രീയ രംഗത്തും സാമ്പത്തിക രംഗത്തുമെല്ലാം വലിയ വലിയ മാറ്റങ്ങൾ ഉണ്ടായിട്ടുണ്ട്. നമ്മളാഗ്രഹിച്ച കേരളം കെട്ടിപ്പടുക്കാൻ കഴിഞ്ഞിട്ടില്ലെങ്കിലും, മനുഷ്യനെ മനുഷ്യനായി കാണാനും മറ്റ സംസ്ഥാനങ്ങളിൽ നിന്നും വ്യത്യസ്തമായി, അടിച്ചമർത്തപ്പെട്ട അധഃസ്ഥിതരും പാവപ്പെട്ടവരുമായ ബഹുഭൂരിപക്ഷം ജനങ്ങളിലും താൻ ആരുടെയും അടിമയല്ല എന്ന ബോധം പട്ടുത്തുയർത്താനും കഴിഞ്ഞ സംസ്ഥാനമാണ് നമ്മുടേത്.' തന്റെ ജീവിതം വൃഥാവിലായില്ലെന്ന ഉറച്ച ബോധ്യമാണ് ഈ വാക്കുകളിലുള്ളത്. അതോടൊപ്പം നമുക്ക് ഇനിയും ഏറെ മുന്നോട്ട താണ്ടേണ്ടതുണ്ടെന്ന ഓർമ്മപ്പെടുത്തലും.

കേരള സംസ്ഥാന രൂപീകരണത്തിനു മുമ്പ് തന്നെ കമ്മ്യൂണിസ്റ്റ് പാർടി അംഗീകരിച്ച വികസനരേഖയിലെ സുപ്രധാനമായ അജണ്ട യായിരുന്നുവല്ലോ ഭൂപരിഷ്കരണത്തിൻരേത്. ഇത് നിയമസഭയിൽ അവതരിപ്പിച്ചതും പാസാക്കി നടപ്പിൽ വരുത്തിയതും ഗൗരിയമ്മ റവന്യൂ വകുപ്പ് മന്ത്രിയായിരുന്ന കാലത്തായിരുന്നു.

1967 ലെ രണ്ടാം ഇ.എം.എസ് മന്ത്രിസഭയിൽ മുൻ സർക്കാർ നടപ്പാ ക്കിയ ഭൂപരിഷ്കരണ ബില്ലിൽ പുരോഗമനപരവും സമ്പൂലവ്യമായ നിരവധി ഭേദഗതികൾ വരുത്തി. 3.5 ദശലക്ഷം കുടിയേറ്റക്കാരേയും 50,000 കുടി കിടപ്പുകാരെയും ഭൂമിയുടെ ഉടമസ്ഥരാക്കി മാറ്റിയ നിയമപരിഷ്കാരത്തിന് ഗൗരിയമ്മയുടെ ഇടപെടൽ ഉണ്ടായിരുന്നു.

സ്വാതന്ത്ര്യത്തിന് മുമ്പ് തന്നെ ഗൗരിയമ്മ കമ്മ്യൂണിസ്റ്റ് പാർടിയുടെ പ്രവർത്തനത്തിൽ പങ്കെടുക്കുന്നുണ്ട്. 1947 ലാണ് അവർ കമ്മ്യൂണി സ്റ്റ് പാർടി അംഗമാവുന്നത്. കമ്മ്യൂണിസ്റ്റ് പാർടി പിളർന്നപ്പോൾ സിപിഐ(എം) ൽ ഉറച്ചുനിന്നു. കേരള കർഷക സംഘം നേതൃനിരയി ലും മഹിളാ സംഘത്തിന്റെ സംസ്ഥാന സെക്രട്ടറിയും പ്രസിഡന്റുമാ യും പ്രവർത്തിച്ചു. 1987 മുതൽ 91 വരെ സിപിഐഎം ന്റെ സംസ്ഥാന സെക്രട്ടറിയേറ്റ് അംഗമെന്ന നിലയിലും നേതൃത്വപരമായ പങ്കുവഹിച്ചു.

1994 ലാണ് ജനാധിപത്യ സംരക്ഷണ സമിതി രൂപീകരിച്ച് പ്രവർത്ത നമാരംഭിച്ചത്. എങ്കിലും അവസാന കാലമാകുമ്പോഴേക്കും ഇടതുപക്ഷ ജനാധിപത്യ മുന്നണിയുമായി സഹകരിച്ച് അതിനുപിന്നിൽ ശക്തമായി ഉറച്ചുനിൽക്കുന്നതിനും ഗൗരിയമ്മ തയ്യാറായി.

സമര പോരാട്ടങ്ങളുടെ നിരവധി അധ്യായങ്ങളിലൂടെ രൂപ പ്പെട്ട അവരുടെ ജീവിതം അക്കാലത്ത് ഒരു സ്ത്രീ ജീവിതത്തിന്

സാധ്യമാകുന്നതിനേക്കാളം എത്രയോ അപ്പറമുള്ളതായിരുന്നു. സവി
ശേഷമായ കുടുംബാന്തരീക്ഷവും ആ മാറ്റത്തിന് ഇടയാക്കിയിട്ടുണ്ടെന്ന്
ഗൗരിയമ്മ ആത്മകഥയിൽ അനുസ്മരിക്കുന്നുണ്ട്.

അച്ഛന്റെ സവിശേഷ വ്യക്തിത്വവും അതിൽ തന്നെ രൂപപ്പെ
ടുത്തുന്നതിന് ഇടയാക്കിയതുമെല്ലാം ആത്മകഥയിലെ പ്രധാന
പരാമർശങ്ങളാണ്. ആത്മകഥയിൽ ഇങ്ങനെ പറയുന്നുണ്ട്. 'എന്റെ
അച്ഛൻ ഒരിക്കലും കമ്മ്യൂണിസ്റ്റായിരുന്നില്ല. എങ്കിലും എന്റെ വീട്ടിൽ
നിരത്തിവച്ചിരുന്ന അപൂർവ്വം പടങ്ങളിൽ ശ്രീനാരായണ ഗുരുസ്വാമി,
കുമാരനാശാൻ, ടി.കെ മാധവൻ, മഹാത്മാഗാന്ധി എന്നിവരുടെ കൂടെ
മഹാനായ ലെനിന്റെ പടവും ഉണ്ടായിരുന്നു. മനുഷ്യനും മനുഷ്യനും
തമ്മിൽ സമത്വം പ്രഖ്യാപിച്ച നേതാവെന്ന നിലയിൽ ലെനിനും സ്ഥാ
നമുണ്ടായിരുന്നു. കമ്മ്യൂണിസം എന്തെന്ന് അറിയാതെ പോലും.'

നവോത്ഥാന പ്രവർത്തനങ്ങൾ സജീവമായി നടന്ന സാഹചര്യം
സൃഷ്ടിച്ച സാമൂഹ്യ മാറ്റത്തിന്റെ അന്തരീക്ഷവും ഗൗരിയമ്മയുടെ
വ്യക്തിത്വത്തെ ഏറെ സ്വാധീനിച്ചു. അക്കാലത്തെ എസ്എൻഡിപി
പ്രവർത്തനത്തെ ഗൗരിയമ്മ ഇങ്ങനെ സ്മരിക്കുന്നുണ്ട്. 'ആദ്യ കാലത്ത്
എസ്എൻഡിപി പ്രവർത്തനം ഈഴവരിൽ മാത്രം ഒതുങ്ങിയിരുന്നില്ല.
ഹിന്ദു മതത്തിലുള്ള ഉയർന്ന ജാതിക്കാരായ പിന്നാക്കക്കാരും ദളിതരും
സംഘടനാ അംഗങ്ങളായിരുന്നു. അതുകൊണ്ട് തന്നെ ഈ വിഭാഗത്തി
ൽപ്പെട്ടവരിലും അവർണർ അടിമകളല്ലെന്ന് ബോധമുണ്ടായി.' കുമാര
നാശാന്റെ കൃതികൾ വായിച്ച് ചർച്ച ചെയ്യുന്ന അന്തരീക്ഷം അന്ന് തന്റെ
ചുറ്റുമുണ്ടായിരുന്ന കാര്യവും ഗൗരിയമ്മ അനുസ്മരിക്കുന്നുണ്ട്.

തന്റെ പേരിന്റെ അടിസ്ഥാനമെന്തെന്ന് ആത്മകഥയിൽ കുറിക്കുന്ന
ണ്ട്. 'ഈഴവ സമുദായത്തിൽ നിന്ന് ആദ്യം ബിഎ പാസായത് ഗൗരി
എന്ന കൊച്ചിക്കാരിയായിരുന്നു. ഈ ഗൗരിയമ്മയെ കാണാനും അനു
മോദിക്കാനും അച്ഛൻ അവരുടെ വീട്ടിൽ പോയിരുന്നു. അങ്ങനെയാണ്
എനിക്ക് ഗൗരി എന്ന പേരിടാൻ കാരണം.' വിദ്യാഭ്യാസത്തെ സ്നേഹി
ക്കുകയും സാമൂഹ്യ പരിഷ്കരണ പ്രസ്ഥാനത്തിന്റെ സാമൂഹ്യ അന്തരീക്ഷം
രൂപപ്പെട്ടുകയും ചെയ്ത കുടുംബ പശ്ചാത്തലത്തിൽ നിന്നാണ് ഗൗരിയമ്മ
എന്ന വിപ്ലവകാരി ഉയർന്നുവരുന്നത്.

വിദ്യാഭ്യാസത്തെ ഏറെ സ്നേഹിച്ച അച്ഛന്റെ പിൻബലത്തിൽ അക്കാ
ലത്ത് സ്ത്രീകൾക്ക് ചിന്തിക്കാൻ പോലും പ്രയാസമുണ്ടായിരുന്ന ഉന്നത
വിദ്യാഭ്യാസത്തിന്റെ പടവുകൾ ഗൗരിയമ്മ ചവിട്ടിക്കയറി. കോളേജ്
ജീവിതവും ഗൗരിയമ്മയുടെ വ്യക്തിത്വത്തെ രൂപപ്പെടുത്തുന്നതിൽ

പ്രധാന പങ്ക് വഹിച്ചു. അക്കാലത്തെ അനുഭവങ്ങൾ തന്റെ വ്യക്തിത്വ ത്തെ എങ്ങനെ രൂപപ്പെടുത്തിയെന്ന് വിശദമായി ഓർമ്മിപ്പിക്കുന്നുമുണ്ട്.

മഹാരാജാസ് കോളേജിലെ ഇന്റർ മീഡിയേറ്റ് പഠനം, സാഹിത്യ അഭിരുചി അവരിൽ അഭിരമിപ്പിച്ചു. സദനം ലിറ്ററേച്ചറി അസോസിയേ ഷൻ സെക്രട്ടറിയായി പ്രവർത്തിച്ചതിലൂടെ വായനാശീലവും സാഹിത്യ അഭിരുചിയും പതിൻമടങ്ങ് വർദ്ധിക്കാൻ സഹായിച്ചു.

ആശാനും വള്ളത്തോളും മാത്രമല്ല, ഷേക്സ്പിയർ ഉൾപ്പെടെയുള്ള വരുടെ കൃതികളുമായുള്ള ബന്ധവും ശക്തിപ്പെട്ടു. അങ്ങനെ വീട്ടിൽ എത്തിക്കഴിയുമ്പോൾ ആ പരിസരവും കുളിർമയും ഗ്രാമഭംഗിയും തന്നെ ഒരു കവയത്രിയാക്കി മാറ്റിയ ഓർമ്മകളും ഗൗരിയമ്മയ്ക്കുണ്ട്.

ഞാൻ കവിതകളെഴുതിത്തുടങ്ങിയെന്ന് പറഞ്ഞാൽ നിങ്ങൾ ചിരി ക്കരുത് എന്നാണ് ആത്മകഥയിൽ അവർ രേഖപ്പെടുത്തുന്നത്. വിവിധ തരത്തിലുള്ള വായനകളാണ് പ്രകൃതിയുമായി ഇണക്കിച്ചേർക്കുകയും തന്റെ ഹൃദയത്തിൽ ആദർശ ജീവിതത്തിനുവേണ്ടിയുള്ള ഉൾവിളിയും ധൈര്യവും പകർന്നുതന്നതുമെന്ന് ഗൗരിയമ്മ അനുസ്മരിക്കുന്നുണ്ട്.

നോവലും മറ്റും വായിക്കുമ്പോൾ അതിലെ നായികാ നായകൻമാ രുടെ പ്രേമ നൈരാശ്യം വരുമ്പോഴുള്ള ഹൃദയവേദനയും കഥാപാത്ര ങ്ങളുടെ വികാരവിചാരങ്ങളും അനുഭവിച്ചറിയുന്ന അവസ്ഥയായിരുന്ന അവരുടേതെന്നും വ്യക്തമാക്കുന്നുണ്ട്. ഇങ്ങനെ സാഹിത്യ ആഭിമുഖ്യം മനുഷ്യജീവിതത്തിന്റെ വേദനകളെയും പ്രതിസന്ധികളെയും അതിജീ വിച്ചതായി ഗൗരിയമ്മ ഓർമ്മിക്കുന്നു.

നാടിന്റെ പുരോഗമന അന്തരീക്ഷവും സാഹിത്യവും വായനയും സൃഷ്ടിച്ച ഉൾക്കാഴ്ചകളും ജനജീവിതത്തെ നിരീക്ഷിക്കുന്നതിനും മനസ്സിലാക്കുന്നതിനുമുള്ള ശേഷിയുമാണ് ഗൗരിയമ്മയിലെ രാഷ്ട്രീയ പ്രവർത്തകയെ രൂപപ്പെടുത്തിയത്. ജയിൽ വാസം ഉൾപ്പെടെയുള്ള അനുഭവങ്ങളിലൂടെ അത് കൂടുതൽ കരുത്താർജ്ജിച്ച് വരികയായിരുന്നു.

സ്ത്രീകൾ രാഷ്ട്രീയ രംഗത്ത് അത്രയേറെ സജീവമല്ലാതിരുന്ന കാലത്തും, സ്ത്രീവാദ ആശയങ്ങൾ വർത്തമാനകാലത്തെപ്പോലെ ശക്തമല്ലാതിരുന്ന കാലത്തും കരുത്താർന്ന പോരാട്ടത്തിന്റെ പ്രതീക മായി ഗൗരിയമ്മയുടെ ജീവിതം നമുക്ക് മുമ്പിൽ നിൽക്കുകയാണ്. ഒരു കാലഘട്ടത്തിന്റെ പോരാട്ട വീര്യത്തെ ഉൾക്കൊണ്ട് തന്റെ ശരിക്കായി നിലകൊണ്ട കരുത്തറ്റ വ്യക്തിത്വമായിരുന്നു അവരുടേത്.

വർണ്ണങ്ങളും ശബ്ദങ്ങളുമില്ലാത്ത ലോകത്ത് നിന്ന്

വിശ്വസിക്കാൻ കഴിയാത്തത് സംഭവിക്കുമ്പോഴാണല്ലോ നമുക്ക് അത്ഭുതം തോന്നുന്നത്. കാഴ്ചയുടെയും ശബ്ദങ്ങള ടെയും ലോകം അന്യമായിത്തീർന്ന ഒരു സ്ത്രീ, ലോകത്തെ മുഴുവൻ കാണുകയും കേൾക്കുകയും ചെയ്യ എന്നത് വിസ്മയകരമാണ്. ഹെലൻ കെല്ലറുടെ ആത്മകഥ അതുകൊണ്ടുതന്നെ ലോകത്ത് ഏറെ വായിക്കപ്പെട്ട ഒന്നാണ്. ഇന്നലെയാണ് ഞാൻ "എന്റെ ജീവിതകഥ" എന്ന ആ ആത്മകഥ വായിച്ചത്.

ലോകത്തിലെ എറ്റവും മനോഹരമായ കാര്യങ്ങൾ ആസ്വദിക്കാൻ കണ്ണോ കൈയ്യോ വേണ്ട ഹൃദയം മതി എന്ന കാഴ്ചപ്പാടാണ് ഹെലന്റേത്. കുഞ്ഞുന്നാളിൽ ലോകത്തെ കാണുകയും കേൾക്കുകയും ചെയ്യ ഹെലന് അസുഖബാധയെ തുടർന്ന് ആ ശേഷി നഷ്ടപ്പെടുകയായിരുന്നു. ആ അനുഭവത്തെക്കുറിച്ച് അവർ ഇങ്ങനെ എഴുതുന്നുണ്ട് - "എന്റെ കാഴ്ച യിൽപെട്ട പച്ച വയലേലകളും തിളങ്ങുന്ന ആകാശവും മരവും പൂക്കളും ഒന്നും പിന്നീട് കടന്നുവന്ന ഇരുട്ടിൽ പൂർണ്ണമായി മാഞ്ഞുപ്പെട്ടിരുന്നില്ല. ഒരിക്കൽ നമ്മൾ കണ്ടിട്ടുണ്ടെങ്കിൽ ആ ദിവസം നമ്മുടേതാണ്. ആ ദിവസം വെളിപ്പെടുത്തുന്നതൊക്കെയും നമ്മുടേതാണ്?"

പ്രത്യേക പരിശീലനം കിട്ടിയ ടീച്ചറിൽ നിന്ന് ചില വാക്കുകൾ പഠിച്ച് ഉച്ചരിക്കാൻ ഇടങ്ങിയ ദിവസത്തെ അനുഭവത്തെ ഹെലൻ ഇങ്ങനെ എഴുതുന്നു - "അന്ന് ആദ്യമായി അടുത്ത ദിവസം വേഗം എത്താൻ ഞാനാഗ്രഹിച്ചു."

156

ലോകത്തിന്റെ സൗന്ദര്യങ്ങളെ അറിയുന്നതിന് ഹൃദയം വേണം എന്ന പക്ഷമായിരുന്ന ഹെലന്റേത്. പൂവിനെക്കുറിച്ചും വേരിനെക്കുറിച്ചും തണ്ടിനെക്കുറിച്ചും, ചെടിയുടെ വളർച്ചയെക്കുറിച്ചുമെല്ലാം നമുക്ക് അറിവ് നേടാനാവും എന്ന് കരുതി മഞ്ഞിൽ കുളിച്ച് നിൽക്കുന്ന ഒരു പുതുപുഷ്പത്തെ ആസ്വദിക്കാനാവണമെന്നില്ലന്ന് ഹെലൻ നമ്മെ ഓർമ്മിപ്പിക്കുന്നുണ്ട്. യാന്ത്രികതയുടെ ലോകത്ത് നിന്ന് സർഗാത്മക തയുടെ താളത്തിലേക്കുള്ള കാഴ്ചയായി ഇത് മാറുന്നു.

ഗ്രീസ് നിഗ്രഢമായൊരാകർഷണമായിരുന്നു ഹെലന്. ദേവൻമാരും ദേവതകളും ഇപ്പോഴും ഭൂമിയില്ലൂടെ നടക്കുന്നുണ്ടെന്നും, മനുഷ്യരോട് അവർ മുഖാമുഖം സംസാരിക്കുന്നുണ്ടെന്നുമായിരുന്ന അവരുടെ സങ്കല്പം. അന്ധനായ ഹോമർ ജീവിതത്തെക്കുറിച്ചും സ്നേഹത്തെക്കുറിച്ചും യുദ്ധത്തെക്കുറിച്ചും പാടുന്നത് ഭാവനയിൽ കാണുന്നുണ്ടെന്ന് ഹെലൻ എഴുതുന്നുണ്ട്.. ഷേക്സ്പിയറുടെ നാടകങ്ങളിൽ നിന്ന് ജീവിതത്തെ വായി ച്ചെടുക്കുന്ന കാര്യം അവർ എടുത്ത് പറയുന്നുണ്ട്.

ആത്മകഥയുടെ അവസാനഭാഗത്ത് ഹെലൻ തന്റെ ചിന്തകളെ ഇത്തരത്തിലാണ് അവതരിപ്പിച്ചിട്ടുള്ളത്. "എല്ലാത്തിനും അതിന്റെ തായ വിസ്മയങ്ങളുണ്ട്. ജീവിതത്തിന്റെ അടഞ്ഞവാതിലിന് മുന്നിൽ ഏകയായി കാത്തിരിക്കുമ്പോൾ തണുത്ത മൂടൽമഞ്ഞു പോലെ ഒരൊറ്റപ്പെടൽ അനുഭവപ്പെടുന്നതായ്" അവർ രേഖപ്പെടുത്തുന്നുണ്ട്. മറ്റുള്ളവരുടെ കണ്ണുകളിലെ പ്രകാശത്തെ തന്റെ സൂര്യനായും അവരുടെ കർണങ്ങളിലെ സംഗീതം തന്റെ സിംഫണിയായും അവരുടെ ചുണ്ടുക ളിലെ പുഞ്ചിരി തന്റെ ആഹ്ലാദമായും മാറ്റാൻ ശ്രമിച്ചുകൊണ്ടിരിക്കുന്ന ജീവിതത്തെക്കുറിച്ചാണ് അവർ രേഖപ്പെടുത്തിയിട്ടുള്ളത്. ജീവിതം മനോഹരമാണെന്ന് വ്യക്തമാക്കുന്നതാണ് തന്റെ അനുഭവങ്ങളെന്നും അവർ പറയാതെയിരിക്കുന്നില്ല.

പരിമിതികളാൽ ചുറ്റപ്പെട്ടുവെങ്കിലും തന്നിലെ സാധ്യതകളെ വളർത്തി യെടുത്ത് ലോകത്തിന്റെ സൗന്ദര്യങ്ങളെ കാണാനും അറിയാനും ശ്രമിച്ച, ജീവിതകാമന മുറുകെപ്പിടിച്ച ഒരുവളുടെ ചിന്തകളുടെ സമാഹരമാണ് ഈ ആത്മകഥ. പരിമിതികളിൽ ദുഃഖിക്കുന്നവർക്കല്ല, കഴിവുകളെ വികസിപ്പിച്ചെടുത്ത് ലോകത്തെ അറിയുവാൻ ശ്രമിക്കുന്നവർക്കാണ് ജീവിതത്തിന്റെ താളങ്ങളെ മനസ്സിലാക്കാനാവുക എന്ന് ഇത് വ്യക്ത മാക്കുന്നു. ഹെലന്റെ കാഴ്ചകളോട് നമുക്ക് വിയോജിക്കാം. പക്ഷേ, അതിലേക്കെത്താൻ നടത്തിയ ത്യാഗപൂർണമായ ജീവിതത്തിന് മുന്നിൽ അൽഭുതംകുറി നിൽക്കാതിരിക്കാൻ കഴിയില്ല.

പൊന്നരിവാളിൽ കണ്ണെറിഞ്ഞ ഒ.എൻ.വി

കാലിക്കറ്റ് യൂണിവേഴ്സിറ്റി യൂണിയന്റെ ജനറൽ സെക്രട്ടറി യായിരുന്ന കാലത്ത് ഒരു പരിപാടിയിൽ ക്ഷണിക്കാൻ പോയപ്പോഴായിരുന്നു ഒ എൻ വി യുമായുള്ള ആദ്യത്തെ കൂടിക്കാ ഴ്ച. വടകരക്കാരനാണ് എന്ന് പറഞ്ഞപ്പോൾ വടക്കൻ പാട്ടിന്റെ നാട്ടുകാരൻ അല്ലേ എന്ന മറുപടിയാണ് വന്നത്. പിന്നെ മതിലേരി കന്നി എന്ന നാടൻപാട്ട് കാവ്യം അച്ഛനിൽ നിന്ന് കേട്ടകാര്യവും അതിന്റെ മഹത്ത്വവും അദ്ദേഹം വിശദീകരിച്ചു. സാഹിത്യമാണ് പഠന വിഷയമെന്ന് പറഞ്ഞപ്പോൾ രാഷ്ട്രീയത്തിന്റെ സ്പർശം സാഹിത്യത്തേയും സാഹിത്യത്തിന്റെ സ്പർശം രാഷ്ട്രീയത്തേയും കൂടുതൽ സർഗാത്മകമാക്കുമെന്നും ഓർമ്മിപ്പിച്ചു.

എസ്.എഫ്.ഐയുടെ ക്യാമ്പിൽ വെച്ച് ഒ.എൻ.വി നടത്തിയ പ്രസംഗം ഇന്നും മനസ്സിൽ തങ്ങി നിൽക്കുന്ന ഓർമ്മകളും പ്രവർത്ത നങ്ങൾക്കുള്ള വഴികാട്ടിയുമാണ്. സാമ്രാജ്യത്വത്തിന്റെ കടന്ന വരവിനെ കുറിച്ച് അദ്ദേഹം സംസാരിച്ചപ്പോൾ കീഴടങ്ങാൻ തയ്യാറില്ലാത്ത റെഡ് ഇന്ത്യൻ നേതാവ് നടത്തിയ പ്രസംഗം അദ്ദേഹം ഉദ്ധരിക്കുകയുണ്ടായി. തങ്ങളുടെ സംസ്കാരവും ഭാഷയും ഒന്നും നിങ്ങളുടെ വർണ്ണ പൊലിമ കൾക്ക് മുന്നിൽ അടിയറ വെയ്ക്കാൻ തയ്യാറില്ലെന്ന പ്രഖ്യാപനമായി രുന്നു അതിലുണ്ടായിരുന്നത്. ആഗോളവൽക്കരണ കാലഘട്ടത്തിൽ നമ്മുടെ സംസ്കാരത്തേയും ഭാഷയേയും സംരക്ഷിക്കേണ്ടതിന്റെ

രാഷ്ട്രീയ മാനങ്ങൾ വിശദീകരിച്ചുകൊണ്ട് നടത്തിയ പ്രസംഗം ഇന്നും ഏറെ പ്രസക്തമായി തന്നെ അനുഭവപ്പെടുന്നു.

നാടിന്റെ സാഹിത്യത്തേയും സംസ്കാരത്തേയും ഉൾക്കൊള്ളുകയും അതിന്റെ വിമോചനപരവും സാംസ്കാരികപരവുമായ മൂല്യങ്ങൾ തിരിച്ചറിയുകയും ചെയ്ത മൂന്നാം ലോകത്തിന്റെ സാഹിത്യനിലപാ ടുകൾ ഒ.എൻ.വി മുന്നോട്ട് വെച്ചിരുന്നു. സാമ്രാജ്യത്വവിരുദ്ധതയുടെ അടിസ്ഥാനം ഈ കാഴ്ചപ്പാടിൽ നിന്നുകൊണ്ട് കൂടിയാണ് വികസി ച്ചത്.

അധ്വാനിക്കുന്ന വർഗത്തിന്റെ ജീവിതവും കാഴ്ചകളും സാഹിത്യ ത്തിന് അന്യമായി നിന്ന കാലത്താണ് ഒ.എൻ.വി പിറക്കുന്നത്. ജന്മി ത്വത്തിന്റെ മാനവിക സങ്കൽപത്തെ ചോദ്യം ചെയ്തുകൊണ്ട് മുന്നോട്ട് വന്ന കമ്മ്യൂണിസ്റ്റ് ആശയങ്ങളെ കാവ്യാത്മകമായി അവതരിപ്പിക്ക ന്നത് കൂടിയായിരുന്നു ഒ.എൻ.വിയുടെ കാവ്യ ജീവിതം. "നേരം പോയ്, നേരം പോയ് നേരെ നമ്മൾ ഒന്നിച്ചാൽ നമ്മള കൊയ്യും വയലെല്ലാം നമ്മുടെതാകും പൈങ്കിളിയേ" എന്ന, പിൽക്കാലത്തെ കമ്മ്യൂണിസ്റ്റ് പാർടിയുടെ മുദ്രാവാക്യമായി തന്നെ മാറിയ വരികൾ ഒ.എൻ.വിയുടേ തായിരുന്നു. സിദ്ധാന്തങ്ങളെ കാവ്യാത്മകമായി രൂപീകരിച്ചെടുക്കുന്ന മനസിന്റെ ഇത്തരം സൃഷ്ടികൾ ഒ.എൻ.വിയുടെ കാവ്യജീവിതത്തിൽ ഉടനീളം പിറന്നുവീണിട്ടുണ്ട്.

വിപ്ലവത്തേയും സ്നേഹത്തേയും സംയോജിപ്പിക്കുന്ന കാവ്യ രീതി എന്നത് ഒ.എൻ.വിയുടെ സവിശേഷതയായിരുന്നു. ആദ്യത്തെ ഗാനര ചനയിൽ തന്നെ ഈ കാഴ്ച നിറഞ്ഞു നിൽക്കുന്നുണ്ട്. പ്രസിദ്ധമായ പൊന്നരിവാൾ അമ്പിളിയിലെ "ഒത്തുനിന്നും പൂനിലാവും നെൽക്കതി രും കൊയ്യാം തോളൊട്ടതോൾ ഒത്തുചേർന്ന് വാളയർത്താൻ തന്നെ പോരുമോ നീ" എന്ന ആഹ്വാനം അതിലേക്കാണ് വിരൽ ചൂണ്ടുന്നത്.

കുടുംബം ഒ.എൻ.വിയുടെ കാവ്യങ്ങളിൽ ഒരു തടവറയായല്ല അവതരി പ്പിക്കപ്പെട്ടത്. പരസ്പര സ്നേഹത്തിന്റേയും ആത്മസമർപ്പണത്തിന്റേ യും പരിഗണനയുടേയും ലോകമായിരുന്നു അത്. ഗാർഹ്യസ്ഥ്യത്തിന്റെ സവിശേഷതകളും മാതൃത്വത്തിന്റെ മാധുര്യാവസ്ഥയും കവിതയിൽ നിറഞ്ഞു നിന്നു.

ഉണ്ണീ മറയ്ക്കായ്ക പക്ഷെ ഒരമ്മതൻ
നെഞ്ചിൽ നിന്നുണ്ട മധുരമൊരിക്കലും

എന്ന് അദ്ദേഹം ഓർമ്മിപ്പിക്കുന്നുണ്ട്. കുടുംബ ഘടനയ്ക്ക് അകത്തുവരുന്ന സ്നേഹ രാഹിത്യത്തിന്റെ മൂല്യങ്ങളിൽ വേദ നിക്കുന്ന മനസിനെ ഇവിടെ കാണാവുന്നതാണ്. ജനാധിപത്യ പരമായും സ്നേഹപരതയുടെ രീതിയിലും വർത്തമാനകാല ത്തിന്റെ വേദനകളെ മറികടക്കുന്ന തരത്തിൽ അതിനെ കാത്തു സൂക്ഷിക്കേണ്ടതിനെ കുറിച്ചായിരുന്നു ഒ.എൻ.വിയുടെ ചിന്ത. അധ്വാനിക്കുന്നവർക്കും വേദന അനുഭവിക്കുന്നവർക്കും ഒപ്പം നിലകൊണ്ട കവി പാരിസ്ഥിതികമായ കൊള്ളകൾക്കെതിരെയും പ്രതികരിക്കുകയും ഇടപെടുകയും ചെയ്യുന്നുണ്ട്. ഭൂമിക്കൊരു ചരമഗീതം എന്നത് പാരിസ്ഥിതിക കവിതകളുടെ രംഗത്തെ വലിയ ഒരു കാൽവെയ്പ് തന്നെയായിരുന്നു. ഭാവഗീതങ്ങളുടെ കൂട്ടത്തിൽ ഇത് ഇന്നും വേറിട്ട് നിൽക്കുന്നു. അമ്മയുടെ മാറുകുടിച്ച് വല്യതായവൻ അതിൽ മുഖം താഴ്ത്തി മുറിവ്വുകളിൽ നിന്ന് വരുന്ന ഉതിരം മോന്തുന്ന പ്രശ്നം അദ്ദേഹം ഇതിൽ അവതരിപ്പിച്ചു. സ്ത്രീത്വത്തിനെതിരെയുള്ള കടന്നാ ക്രമണം വിശദീകരിക്കുന്ന കോതമ്പുമണികൾ പോലുള്ള കവിതകളും അദ്ദേഹത്തിന്റെ കാവ്യലോകത്ത് നിറഞ്ഞു നിൽക്കുന്നവയാണ്.

രതിയിൽ അഭിരമിക്കുന്ന മണിപ്രവാള കാലത്തെ മൂല്യത്തെയല്ല സ്നേഹത്തിന്റെ ആഴങ്ങളിൽ ഇഴുകുന്ന സ്നേഹ ധാരയായാണ് സ്ത്രീ-പുരുഷ പ്രേമത്തെ ഒ.എൻ.വി വീക്ഷിച്ചിട്ടുള്ളത്. കൗമാര മനസുകളിലെ സ്നേഹത്തേയും ഒറ്റപ്പെടലുകളേയും ആവിഷ്കരിക്ക ന്നതിൽ ഒ.എൻ.വി കാണിക്കുന്ന കരവിരുത് അസൂയാവഹമാണ്. എം.ടിയിലെ പല കഥാപാത്രങ്ങളുടേയും മാനസികാവസ്ഥയും സ്വപ്ന ങ്ങളും മനോഹരമായി വരഞ്ഞു കാട്ടുന്ന നിരവധി ഗാനങ്ങൾ ഒ.എൻ. വിയിലൂടെ നമുക്ക് ലഭിച്ചിട്ടുണ്ട്. ജാനകിക്കുട്ടിയുടേയും ആരണ്യകത്തിലെ അമ്മിണിയുടേയും സ്വപ്നങ്ങൾ ഒ.എൻ.വി വരച്ച കാട്ടുമ്പോൾ അത് കൗമാര മനസിന്റെ നേർ ചിത്രമായി തന്നെ നമുക്ക് അനുഭവപ്പെടുന്ന. സ്നേഹത്തിന്റെ ഇത്തരം വികാരങ്ങളെ ജീവിതാന്ത്യം വരെ തന്റെ കാവ്യങ്ങളിൽ പകർത്തി എടുത്ത അസാമാന്യമായ, വറ്റാത്ത കാവ്യ പ്രതിഭയാണ് അദ്ദേഹം. കാവ്യാത്മകമായ ഭാഷയിലുള്ള അദ്ദേഹത്തി ന്റെ പ്രഭാഷണങ്ങളാവട്ടെ മലയാളികളുടെ മനസിൽ എന്നും തങ്ങി നിൽക്കുന്നവയാണ്.

മറ്റുള്ളവർക്കായി സ്വയം കത്തി എരിയുന്ന സുസ്മേരമൂർത്തി യാം സൂര്യനെ കുറിച്ച് ഒ.എൻ.വി എഴുതിയിട്ടുണ്ട്. അദ്ദേഹത്തിന്റെ കവിതയിൽ ആവർത്തിച്ചവരുന്ന ഈ സൂര്യബിംബമാണ് കവിയുടെ

കാവ്യ ജീവിതവും മനസ്സും. അദ്ദേഹത്തിന്റെ കാവ്യങ്ങളേയും ജീവിത ത്തേയും നിരീക്ഷിക്കുന്ന ആർക്കും ഇക്കാര്യം വ്യക്തമാകും. അദ്ദേഹം അവസാനമായി പങ്കെടുത്ത ഗുലാം അലിയുടെ സംഗീത സന്ധ്യയിൽ കലാകാരന്റെ സ്വാതന്ത്ര്യത്തിനും മനുഷ്യന്റെ ജനാധിപത്യപരമായ ജീവിത ക്രമത്തിനും വേണ്ടി പൊരുതാൻ ആഹ്വാനം ചെയ്ത വാക്കുകൾ മനസ്സിൽ ഇപ്പോഴും മുഴങ്ങുകയാണ്.

1956 ൽ ദാഹിക്കുന്ന പാനപാത്രത്തിന്റെ മുഖവുരയിൽ മുണ്ടശ്ശേരി ഇങ്ങനെ എഴുതി. "ഒ.എൻ.വി യൗവനത്തിലേക്ക് കടക്കുന്നതേയുള്ളൂ. പക്ഷെ ഏതാണ്ടൊരായുസിന്റെ ജോലി തീർത്തിരിപ്പാണ് അദ്ദേഹം. മറ്റൊരു ആയുസിന്റെ പണിക്ക് തയ്യാറെടുത്തുകൊണ്ട് എന്ന്." അതിനുശേഷം എത്രയോ കാവ്യങ്ങളും ഗാനങ്ങളും പ്രഭാഷണങ്ങളും അദ്ദേഹത്തിൽ നിന്ന് നമുക്ക് ലഭിച്ചു. ഒരു ആയുസിൽ ചെയ്ത് തീർക്ക ന്നതിനേക്കാൾ എത്രയോ കാര്യങ്ങൾ നമ്മുടെ ഭാഷയ്ക്കും സംസ്കാ രത്തിനും അദ്ദേഹം നൽകി. കമ്മ്യൂണിസ്റ്റ് പാർടിയുടെ സാംസ്കാരിക ജീവിത്തിന്റെ ഒരുകാലത്തെ മഷിപാത്രമായിരുന്ന അദ്ദേഹം.

തോപ്പിൽഭാസി: രാഷ്ട്രീയത്തേയും, കലയേയും സംയോജിപ്പിച്ച പ്രതിഭ

കലാ രൂപങ്ങൾക്ക് രാഷ്ട്രീയത്തേയും, സാമൂഹ്യ ജീവിതത്തേയും രൂപപ്പെടുത്തുന്നതിനുള്ള സാധ്യതകളെ സ്വന്തം ജീവിതം കൊണ്ട് കാട്ടിത്തന്ന പ്രതിഭയായിരുന്ന തോപ്പിൽഭാസി. നിങ്ങളെന്നെ കമ്മ്യൂണിസ്റ്റാക്കിയെന്ന നാടക ജീവിതത്തിൽ നിന്ന് മാറ്റി നിർത്താനാവുന്നതല്ല അദ്ദേഹത്തിന്റെ സാമൂഹ്യ ഇടപെടലുകൾ.

1952 ഡിസംബർ 6-ാം തീയ്യതിയാണ് നിങ്ങളെന്നെ കമ്മ്യൂണിസ്റ്റാ ക്കിയെന്ന നാടകം ചവറ തട്ടാശ്ശേരി മൈതാനത്തുള്ള ഓലമേഞ്ഞ സുദർശന ടാക്കീസിൽ ആദ്യമായി അരങ്ങേറുന്നത്. മൂന്ന് പതിറ്റാണ്ടുക ൾക്ക് മുമ്പ് ഒരു ഡിസംബർ 8-ാം തീയ്യതിയാണ് തോപ്പിൽഭാസി നമ്മെ വിട്ടുപിരിഞ്ഞത്.

ജാതി-ജന്മി-നാട്ടുവാഴിത്തത്തിന്റെ ചൂഷണത്തിൽ കിടന്ന സമൂഹ ത്തിൽ നിന്നും വിമോചനത്തിന്റെ കരുത്ത് ഉയർന്നുവരുന്നതും, അത് നാടാകെ പടരുന്ന ചിത്രവുമാണ് ഈ നാടകം. അടിസ്ഥാന ജനവിഭാ ഗത്തിന് തിരിച്ചറിവിന്റേയും, മനുഷ്യ സ്നേഹികൾക്ക് ജന്മിത്വത്തിന്റെ കെട്ട നീതികളെ ഇറന്നുകാട്ടിക്കൊടുക്കുകയും ചെയ്ത നാടകമായി രുന്നു ഇത്. ജന്മിത്വ വ്യവസ്ഥയുടെ കരാളത്തം മാത്രമല്ല അവയെ സംരക്ഷിക്കാൻ വേണ്ടി വേഷം മാറി വരുന്ന വിവിധ ആശയങ്ങളുടെ പൊള്ളത്തരങ്ങളെ ഇത് ഇറന്നുകാട്ടി. അതുവഴി കേരളത്തിൽ കമ്മ്യൂ ണിസ്റ്റ് പാർടിക്ക് തഴച്ചുവളരാനുള്ള മണ്ണൊരുക്കുന്നതിനുള്ള വഴി ഈ

നാടകം ഒരുക്കി.

അനുവാചകരുടെ അഭിപ്രായം തൊട്ട് വിമർശകരുടെ അഭിപ്രായ ങ്ങൾ വരെ സ്വീകരിച്ചുകൊണ്ട് നിരന്തരം നവീകരിക്കപ്പെട്ടതാണ് ഈ നാടകം. അഞ്ച് മണിക്കൂർ ദൈർഘ്യമായിരുന്ന ഈ നാടകത്തെ ജയിൽ മോചിതനായശേഷം തോപ്പിൽഭാസി രണ്ടര മണിക്കൂറായി മാറ്റിയെഴുതുകയും ചെയ്തു. കേരള ജനത പ്രത്യേകിച്ചും അധ്വാനിക്കുന്ന ജനവിഭാഗങ്ങൾ ഇതിനെ ഹൃദയത്തിലേറ്റുവാങ്ങി. ഈ സ്വീകാര്യത ഭരി ക്കുന്നവരെ അലോസരപ്പെടുത്തി. 1953-ൽ നാടകം തന്നെ നിരോധിച്ചു. കോവളത്തെ വേദിയിൽ വെച്ച് നാടക നടന്മാരെ അറസ്റ്റ് ചെയ്തു. നിയമ യുദ്ധത്തിലൂടെയാണ് ജനങ്ങളുടെ മുമ്പിൽ വീണ്ടും നാടകമെ ത്തിയത്.

നിങ്ങളെന്നെ കമ്മ്യൂണിസ്റ്റാക്കിയെന്ന ഈ നാടകം പ്രായോഗിക പ്രവർത്തനത്തിന്റെ ഭാഗമായിക്കൂടി ജനിച്ചതാണ്. ശൂരനാട് കേസ് നടത്താൻ ഈ നാടകത്തിന്റെ പ്രാഥമിക രൂപം മുന്നേറ്റം എന്ന പേരിൽ പുസ്തകമാക്കി പ്രസിദ്ധീകരിക്കുകയായിരുന്നു. നാടകത്തിലെ ഗാനങ്ങൾ ഒ.എൻ.വി രചിച്ച് ജി ദേവരാജൻ സംഗീത സംവിധാനം നിർവ്വഹിച്ചതാണ്. 1950-ൽ ആരംഭിച്ച കെ.പി.എ.സിയുടെ രണ്ടാമത്തെ നാടകമായിരുന്നു ഇത്.

1924-ൽ വള്ളിക്കുന്നം ഗ്രാമത്തിൽ ജനിച്ച തോപ്പിൽഭാസി ശാസ്ത്രി പരീക്ഷയും, ആയുർവ്വേദ കോളേജിൽ നിന്ന് വൈദ്യ കലാനിധിയും പാസ്സായി. ദേശീയ പ്രസ്ഥാനത്തിലൂടെ കമ്മ്യൂണിസ്റ്റ് പാർടിയിലെത്തിയ അദ്ദേഹം 1957-ലെ പൊതു തെരഞ്ഞെടുപ്പിൽ പത്തനംതിട്ട മണ്ഡല ത്തിൽ നിന്നും കേരള നിയമസഭയിലെത്തി. മുടിയനായ പുത്രനെന്ന തന്റെ നാടകത്തിന് ചലചിത്ര ഭാഷ്യം നൽകി സിനിമാ ലോകത്തേക്കും കാലെടുത്തുവെച്ചു. 50 ഓളം ചിത്രങ്ങൾക്ക് തിരക്കഥയും, നിങ്ങളെ ന്നെ കമ്മ്യൂണിസ്റ്റാക്കി എന്ന സിനിമ സംവിധാനം ചെയ്തുകൊണ്ട് സംവിധാന രംഗത്തും ചുവടുറപ്പിച്ചു. മൂന്നോളം സിനിമകളിൽ തന്റെ അഭിനയപാടവും പ്രദർശിപ്പിച്ചു.

വിമോചന സമരത്തിന് ശേഷം സർക്കാർ സംഗീതോപകരണം ബസ്സിൽ കൊണ്ടുപോകണമെങ്കിൽ ഒരാളിന്റെ ചാർജ്ജ് നൽകണ മെന്നും, വയലിൻ മടിയിൽ വെച്ച് കൊണ്ടുപോകാൻ രണ്ടാളിന്റെ ടിക്കറ്റെടുക്കണമെന്ന നിയമവും കൊണ്ടുവന്നു. നാടകങ്ങൾക്ക് പ്രത്യേക ടാക്സും ഏർപ്പെടുത്തി. ഇതിനെതിരെ സെക്രട്ടറിയേറ്റ് മാർച്ച് നടത്തി യതിന്റെ പേരിൽ നടുറോഡിലിട്ട് അദ്ദേഹത്തെ പോലീസ് ഭീകരമായി

മർദ്ദിച്ചിട്ടുണ്ട്.

തോപ്പിൽഭാസിയുടെ *'ഒളിവിലെ ഒർമ്മകൾ'* എന്ന പുസ്തകവും, *'ഒളിവിലെ ഓർമ്മകൾക്ക് ശേഷം'* എന്ന പുസ്തകവും അദ്ദേഹത്തിന്റെ ആത്മകഥയാണ്. ശൂരനാട് കേസിൽ പ്രതിയാക്കപ്പെടുകയും, ഒളിവ് ജീവിതം ഏറ്റുവാങ്ങേണ്ടി വരികയും ചെയ്ത പ്രതിഭാധനനായ കമ്മ്യൂണി സ്റ്റുകാരന്റെ ഓർമ്മകളാണ് ഇതിൽ നിറഞ്ഞു നിൽക്കുന്നത്. ഇതൊരു ജീവിത കഥ മാത്രമല്ല, ചരിത്ര രേഖ കൂടിയാണ്. "ഞാനൊരു വൈദ്യനാ കാൻ ശ്രമിച്ചു. ഞാനൊരു വിപ്ലവകാരിയായി" എന്നദ്ദേഹം ആത്മകഥ യിൽ ആദ്യമേ കുറിച്ചുവെക്കുന്നുണ്ട്. ശൂരനാട് കേസിൽ പ്രതിയാക്കപ്പെട്ട സഖാവിന്റെ അനുഭവങ്ങളിലൂടെ അക്കാലത്തെ രാഷ്ട്രീയ ചരിത്രവും, ത്യാഗപൂർണ്ണമായ ജീവിതവും ഇതിൽ പ്രത്യക്ഷപ്പെടുന്നു. തനിക്ക് തോന്നിയ വിമർശനങ്ങളും, അഭിപ്രായങ്ങളും പലയിടത്തും അദ്ദേഹം രേഖപ്പെടുത്തുന്നുണ്ട്. കേരളത്തിലെ ഇടതുപക്ഷ സാംസ്ക്കാരിക പ്രവ ർത്തനത്തിന്റെ നെടുംതൂണായി നിന്ന കെ.പി.എസ്.സിക്ക് നേതൃത്വം നൽകുന്നതിനും തോപ്പിൽഭാസി ഉണ്ടായിരുന്നു. നാടക രംഗത്ത് നിങ്ങ ളെന്നെ കമ്മ്യൂണിസ്റ്റാക്കി പോലെ തന്നെ ആത്മകഥയുടെ ലോകത്ത് ഒളിവിലെ ഓർമ്മകളും ജനങ്ങൾ ഹൃദയത്തോട് ചേർത്തുപിടിച്ചു.

കേരളത്തിന്റെ ഇടതുപക്ഷ മനസ്സ് രൂപപ്പെടുത്തുന്നതിൽ തോപ്പി ൽഭാസി ഉൾപ്പെടെയുള്ള എഴുത്തുകാർ വഹിച്ച പങ്ക് വിലമതിക്കാനാ കാത്തതാണ്. കേരളീയ സമൂഹത്തിൽ വലതുപക്ഷവൽക്കരണത്തിന ള്ള ശ്രമങ്ങൾ തീവ്രമായി ഉയർന്നുവരികയും, വർഗ്ഗീയ രാഷ്ട്രീയത്തിന് പരവതാനി വിരിക്കുന്ന സ്വത്വരാഷ്ട്രീയം പോലുള്ള ചിന്തകൾ വികസി ക്കുകയും ചെയ്യുന്ന ഘട്ടമാണിത്. സാംസ്ക്കാരിക രംഗത്തെ ഇടതുപക്ഷ പ്രതിരോധം പുതിയ കാലത്തിന്റെ വെല്ലുവിളികളെ നേരിടുന്ന വിധം കൂടുതൽ വികസിക്കേണ്ടത് അനിവാര്യമാണ്. ആ പ്രയാണത്തിൽ തോപ്പിൽഭാസിയെ പോലുള്ള പ്രതിഭകളിൽ നിന്നും നമുക്കേറെ ഉൾക്കൊള്ളാനുമുണ്ട്.

ലെനിൻ രാജേന്ദ്രൻ:
സിനിമയിലെ ചുവന്ന ധാര

'മഴ' എന്ന സിനിമ ചിത്രീകരിച്ച അംബാ സമുദ്രത്തിലേക്ക് ഒന്നിച്ചൊരു യാത്ര, കാണമ്പോഴൊക്കെ ലെനിൻ രാജേന്ദ്രൻ ഓർമ്മിപ്പിക്കാറുണ്ടായിരുന്നു. കാർഷിക ഭൂമിയെ വിശുദ്ധിയോടെ സൂക്ഷിച്ച ഒരു ജനതയെയും സംസ്കാരത്തെയും അറിയാനുള്ള ക്ഷണം കൂടിയായിരുന്നു അത്. തിരക്കുകൾക്കിടയിൽ മാറ്റിവെയ്ക്കപ്പെട്ട ആ യാത്രയ്ക്ക് കൂട്ടായിത്തീരേണ്ടയാൾ വിട്ടുപിരിഞ്ഞുപോയി. കാറ്റിനെ പ്പോലും നോവിക്കാൻ താത്പര്യമില്ലാത്ത മൃദുലമായ ആ ശബ്ദം അന്യമായി മാറിയിരിക്കുന്നു.

മലയാള സിനിമയിലെ വ്യത്യസ്തവും സവിശേഷവുമായ ഒരു ധാരയുടെ വക്താവായിരുന്നു ലെനിൻ. വൈവിധ്യമാർന്ന വഴികളില്ലൂടെയായിരുന്നു ആ പ്രതിഭ സഞ്ചരിച്ചത്. സമരപോരാട്ടങ്ങൾ ത്രസിപ്പിച്ച മനസ്സാ യിരുന്നു അദ്ദേഹത്തിൻരേത്. സിനിമാ ജീവിതത്തിന്റെ ഒരു ഭാഗം പോരാട്ടങ്ങളെക്കുറിച്ചായത് അതിനാലാണ്. കയ്യൂരിന്റെ കഥ പറഞ്ഞ 'മീനമാസത്തിലെ സൂര്യൻ', ഒരു കർഷകസമരത്തിന്റെ ജനകീയ ആവിഷ്ക്കാരമായിരുന്നുവല്ലോ. ജന്മിത്വത്തിനെതിരെ ഒറ്റയ്ക്ക് ചെറുത്തുനിന്ന വണ്ണത്താൻ രാമന്റെ കഥ പറഞ്ഞ 'പുരാവൃത്ത'ത്തിലൂടെ ഓർമ്മപ്പെട്ട ത്തിയത് പോരാട്ടത്തിന്റെ മറ്റൊരു ധാരയും.

കേരളത്തിന്റെ മനസ്സിലെ വർഗീയവത്കരണത്തിന്റെ അപകടങ്ങളെക്കുറിച്ച് മാറാടിന്റെ പശ്ചാത്തലത്തിൽ നമ്മെ

ജാഗ്രതപ്പെടുത്തുന്നതായിരുന്ന 'അന്യർ' എന്ന സിനിമ. 'വചനം' ആൾദൈവങ്ങളുടെ ദുരൂഹമായ ലോകത്തെയാണ് അനാവരണം ചെയ്തത്.

ചുറ്റുമുള്ള ലോകവും കലാമനസ്സുകളിലെ അനന്തമായ സ്വാതന്ത്ര്യവും തമ്മിലുള്ള സംഘർഷം ലെനിൻ രാജേന്ദ്രന്റെ സിനിമകളിലെ സജീവ സാന്നിധ്യമായിരുന്നു. ഭരണാധികാരിയുടെ സംഘർഷങ്ങളും കലയുടെ സ്വാതന്ത്ര ലോകവും തമ്മിലുള്ള ഏറ്റുമുട്ടലായിരുന്നുവല്ലോ 'സ്വാതിതിരു നാൾ' എന്ന സിനിമയുടെ ഇതിവൃത്തം. ഇതിനെക്കുറിച്ചേറെ സമയം ഞങ്ങൾ സംസാരിച്ചിരുന്നു. അതിന്റെ സിഡി കൊട്ടത്തയക്കാനും അദ്ദേഹം മറന്നതുമില്ല. സ്വാതിതിരുനാളിന് സമാനമായ അനുഭവ മണ്ഡലം ഉണർന്നുവരുന്നതായിരുന്ന 'മകരമഞ്ഞ്.' രാജാ രവിവർമ്മയിലെ കലാകാരന്റെ സ്വാതന്ത്യ വാഞ്ഛരയും സൗന്ദര്യ സങ്കൽപ്പങ്ങളും തമ്മിലു ള്ള ഏറ്റുമുട്ടലായിരുന്നു ഇതിൽ മുന്നോട്ടവച്ചത്. അൽഫോൺസ് അച്ചൻ എന്ന ജാലവിദ്യക്കാരന്റെ കഥ പറഞ്ഞ 'ദൈവത്തിന്റെ വികൃതി'കളിലും ലെനിൻ രാജേന്ദ്രൻ അവതരിപ്പിക്കാൻ ശ്രമിച്ചതും ഇത്തരമൊരു പ്രശ്നം തന്നെയാണ്.

സ്ത്രീ മനസ്സുകളുടെ ആന്തരികലോകങ്ങളിലൂടെയുള്ള സഞ്ചാരവും ലെനിന് ഇതിവൃത്തമായി. സിവി രാമൻപിള്ളയുടെ മാർത്താണ്ഡവർമ്മ എന്ന നോവലിൽ പ്രത്യക്ഷപ്പെടുന്ന സുഭദ്രയെ കേന്ദ്രീകരിച്ച് സൃഷ്ടിച്ച 'കുലം'എന്ന സിനിമയിലും ഇത്തരം ഒരു ഭാവമാണ് സംവദിക്കപ്പെട്ടത്. മഴയിലും സ്ത്രീ മനസ്സിന്റെ വൈവിധ്യമാർന്ന ലോകം മുന്നോട്ടവയ്ക്കുന്നുണ്ട്. അവരുടെ മനസ്സിൽ അങ്കുലിക്കുന്ന പ്രണയത്തിന്റെ അഗാധതകളെയും കരുത്തിനെയും സവിശേഷതകളെയും തഴുകിപ്പോകുന്നുമുണ്ട് ഇതിൽ. 'ചില്ലാവട്ടെ' ഒരു കാലത്തെ പ്രണയസങ്കൽപ്പങ്ങളെ തലോടിക്കൊണ്ട് കടന്നുപോയ അനുഭൂതി തന്നെ.

'ഇടവപ്പാതി'യിലുമുണ്ട് സ്ത്രീത്വത്തിന്റെ മറ്റൊരു മുഖം. വേശ്യ എന്ന് വിശേഷിപ്പിക്കപ്പെടുന്ന സ്ത്രീയുടെ മനസ്സിൽ വിരിയുന്ന പ്രണയത്തിന്റെ അഗാധതയും സവിശേഷതയുമാണ് ഇതിനെ നയിക്കുന്നത്. ബൗദ്ധ ചിന്തകളിൽ ജീവിതത്തെ കാണാൻ ശ്രമിച്ച ബുദ്ധഭിക്ഷുവിൽ ഉയരുന്ന സ്നേഹവുമായി ഇതിനെ ചേർത്തുവയ്ക്കുന്നുണ്ട്. പ്രണയം ഉണ്ടാകാൻ പാടി ല്ലെന്ന് വിധിക്കപ്പെട്ട ലോകത്തും അതിനെ മറികടന്ന് കുതിച്ചുയരുന്ന പ്രണയത്തിന്റെ ചാരുതയുടെയും കരുത്തിന്റെയും നേർചിത്രീകരണ മായും ഇത് മാറുന്നു.

'പ്രേംനസീറിനെ കാണില്ല' എന്ന ചിത്രം ആക്ഷേപ ഹാസ്യത്തിലൂടെ

സ്മരണകൾ സമരായുധങ്ങൾ

സമൂഹത്തിന്റെ ചെയ്തികളുടെ വിമർശനമായും ഉയർന്നുനിൽക്കുന്നു. ഏതു സിനിമകളെ വിലയിരുത്തിയാലും അവയിലെല്ലാം മനുഷ്യ സ്വാതന്ത്ര്യത്തിന്റെയും സവിശേഷ സൗന്ദര്യബോധത്തിന്റെയും തലങ്ങൾ ഇതൾ വിടരുന്നതായി കാണാം. അങ്ങനെ മനുഷ്യത്വത്തിന്റെ ആഖ്യായികകളായി മാറുന്നവയാണ് ലെനിൻ രാജേന്ദ്രന്റെ സിനിമകൾ.

കാണുന്ന ഘട്ടങ്ങളിലെല്ലാം അദ്ദേഹത്തിന്റെ സിനിമയെക്കുറിച്ചും അവയുടെ സംവേദനത്തെക്കുറിച്ചുമെല്ലാം ഏറെ ചർച്ച ചെയ്യാറുണ്ടായിരുന്നു. അത്തരം ചർച്ചകൾക്കിടയിലാണ് ഒരു ദിവസം ചിത്രാഞ്ജലിയിൽ ചലച്ചിത്ര ലോകത്തിലേക്ക് കടന്നുവരാൻ ആഗ്രഹിക്കുന്ന കുട്ടികൾക്കായി ഒരു ക്ലാസ്സെടുക്കണമെന്ന താത്പര്യം അദ്ദേഹം മുന്നോട്ടവച്ചത്. ഏറെ ഒഴിഞ്ഞുമാറിയെങ്കിലും സ്നേഹപൂർവ്വമായ നിർബന്ധത്തിന് വഴങ്ങി അത്തരം വേഷവും ഞാൻ ആടുകയുണ്ടായി. ഞങ്ങൾ തമ്മിൽ സംസാരിക്കാത്ത വിഷയങ്ങൾ കുറവായിരുന്നു. അവ ഒരോന്നും ഓർമ്മകളിലേക്ക് കടന്നുവരുന്നുണ്ട്. വല്ലാത്ത വേദനയായി.

അംബാസമുദ്രത്തിലേക്കുള്ള യാത്രയെക്കുറിച്ച് എന്നോട് വീണ്ടും ഓർമ്മിപ്പിച്ചപ്പോൾ ചികിത്സയൊക്കെ കഴിഞ്ഞാവാം എന്ന് പറഞ്ഞാണ് അവസാനം പിരിഞ്ഞത്. ഒന്നിച്ചുള്ള യാത്രയെക്കുറിച്ചുള്ള ആഗ്രഹങ്ങൾ ഇനിയൊരിക്കലും അസാധ്യമായ തരത്തിൽ അദ്ദേഹം തിരിച്ചുവരാത്ത ഒരുയാത്രയിലായിരിക്കുന്നു, പക്ഷെ ആ വലിയ മനസ്സ് ഓർമ്മപ്പെടുത്തിയ കലയെയും സിനിമയെയും കുറിച്ചുള്ള കാഴ്ചകൾ ഈ രംഗത്തെ വഴികാട്ടിയായി നിറഞ്ഞുനിൽക്കുന്നുണ്ട്.

ലെനിൻ രാജേന്ദ്രന് രാഷ്ട്രീയം ഒരു വെച്ചുകെട്ടലായിരുന്നില്ല. അത് ജീവിതത്തിൽ അലിഞ്ഞുചേർന്ന ഒന്നായിരുന്നു. വ്യവസ്ഥ സൃഷ്ടിക്കുന്ന അനീതിയും അവയ്ക്കെതിരായി സ്വാതന്ത്ര്യ ബോധമുള്ള വ്യക്തികളും കൂട്ടായ്മകളും നടത്തുന്ന ചെറുത്തുനിൽപ്പുകളും പ്രമേയമായത് അതുകൊണ്ടാണ്. മാനസികമായി വിവിധ തരത്തിൽ പാർശ്വവത്കരിക്കപ്പെട്ടവരുടെ കലാകാരനായിരുന്നു ലെനിൻ. ഒപ്പം സാമൂഹ്യ ജീവിതത്തിലെ പുഴുക്കുത്തുകളെ തുറന്നുകാട്ടിയ മനുഷ്യ സ്നേഹിയും.

പതിഞ്ഞ താളത്തിൽ സ്വകാര്യം പറയുന്നപോലെ കാതുകളിലെത്തുന്ന ലെനിന്റെ ശബ്ദം ഇപ്പോഴും നിറഞ്ഞുനിൽക്കുന്നുണ്ട്. നിശ്ചലനായി കിടക്കുന്ന നിന്നെ കണ്ടപ്പോഴും അത് തന്നെയായിരുന്ന അനുഭവം. ശാന്തമായ ശബ്ദത്തിൽ നമ്മൾ എത്രയോ തർക്കിച്ചിട്ടുണ്ട്. പക്ഷെ ഉയർത്തിവിട്ട ആശയങ്ങളിൽ പലയും മാർഗദർശിയായും മുന്നിലുണ്ട്. ആരവങ്ങളില്ലാതെ കടന്നുവന്ന് ഹൃദയത്തോട് ചേർത്തുപിടിച്ച നിന്റെ

സൗഹൃദം ഇനിയൊരിക്കല്യം അനുഭവിക്കാനാവില്ലല്ലോ, ഓർമ്മകളിലെ സുഗന്ധമായല്ലാതെ? ജീവിതം ഇങ്ങനെ വന്നുപോകല്യകളുടേത് കൂടി യാണെന്ന് കരുതി സമാധാനിക്കാം, അല്ലേ?

മലയാളിയെ ലോക സാഹിത്യം പഠിപ്പിച്ച സാംബശിവൻ

അന്ന് മൂർവംശക്കാരുടെ ഇടയിൽ അടിമക്കച്ചോടം നിലനിന്ന കാലം... അതെ, പ്രൊഫ.വി.സാംബശിവൻ കഥപറയുക യാണ്. ലോകപ്രസിദ്ധനായ വില്യം ഷേക്സ്പിയറുടെ വിശ്വപ്രസി ദ്ധമായ ഒഥല്ലോയെ കുറിച്ച്.

വിശ്വസാഹിത്യത്തിലെ ഇത്തരം ക്ലാസിക്കുകൾ ഉൽസവപ്പറമ്പ കളിലും മറ്റും എത്തിയ നിരക്ഷര ജനതയിൽപോലും എത്തിക്കാൻ അദ്ദേഹത്തിന് കഴിഞ്ഞു. നാട്ടിലെ ജനങ്ങളുടെ ജീവിത കഥകേൾക്കുന്ന ലാളിത്യമായിരുന്നു അവയ്ക്ക്. ലോകത്തിന്റെ വിവിധ ഭാഷകളിലെ ക്ലാസിക്കുകൾ അവതരിപ്പിച്ച പ്രതിഭാശാലിയായിരുന്നു സാംബശിവൻ.

സാംബശിവന്റെ കഥ മാത്രമല്ല അവയ്ക്കിടയിൽ അവതരിപ്പിക്കുന്ന പാട്ടുകളും മറക്കാനാവുന്നതായിരുന്നില്ല. ഒഥല്ലോ ഡസ്ഡമണേയും കുറിച്ച് പറയുന്ന വരികൾ ഇന്നും പലരുടേയും ചുണ്ടുകളിലുണ്ട്.

അപ്സരസാണന്റെ ഡസ്ഡമൺ

ഏദ്യമായ്

പാട്ടമാട്ടും സുഹൃദ് സമ്മേളനങ്ങളിൽ

സൽസ്വഭാവത്തിന്റെ

ദേവതയാണവൾ

സംശയിക്കില്ലൊരു

കാലവും നിന്നെ ഞാൻ

1949 ൽ ചങ്ങമ്പുഴയുടെ ദേവത എന്ന കഥ പറഞ്ഞുകൊണ്ടാണ് കഥാപ്രസംഗ ജീവിതം സാംബ സദാശിവൻ ആരംഭിക്കുന്നത്. 50 തിലേറെ കഥകൾ കഥാപ്രസംഗമായി അവതരിപ്പിച്ചിട്ടുണ്ട്. വയലാറി ന്റെ അയിഷയായിരുന്ന സാംബശിവന്റെ കഥാപ്രസംഗ ജീവിതത്തിലെ കുതിപ്പിന്റെ അടിത്തറ. ഒഥല്ലോയായിരുന്ന അദ്ദേഹത്തിന്റെ മാസ്റ്റർ പീസ് എന്നാണ് തോന്നിയിട്ടുള്ളത്. ഒഥല്ലോ പഠിക്കാനുണ്ടായിരുന്ന വിദ്യാർത്ഥികൾ സാംബശിവന്റെ കഥ കേട്ട് പരീക്ഷ എഴുതി വിജയിച്ച കഥയും പലരും ഇപ്പോഴും അയവിറക്കുന്നത് കേട്ടിട്ടുണ്ട്.

ലോകത്തിലെ വിവിധ ഭാഷകളിലെ അനവധി കൃതികൾ സാംബ ശിവന്റെ കഥപറച്ചിലിലൂടെ ജനകീയമായി. ദസ്തയെവ്സ്ക്കിയുടെ കാരമസോവ് സഹോദരന്മാർ പോല്യുള്ള അനവധി കഥാപാത്രങ്ങൾ അടങ്ങിയ ബൃഹത്തായ നോവലുകൾ പോലും കഥ പറച്ചിലിന് ഉപയോ ഗിച്ചു. അവയെല്ലാം ഉള്ളംകയ്യിലെന്നപോലെ എടുത്ത് അമ്മാനമാടി. ഷോളക്കോവിന്റെ ഡോൺകൃതികളേയും സാംബശിവൻ സ്പർശി ക്കാതെ പോയില്ല.

നിലനിൽക്കുന്ന മൂല്യബോധങ്ങളെ വെല്ലുവിളിക്കുന്ന നിരവധി കൃതികളും കഥപറച്ചിലിന് വിധേയമാക്കി. അധ്വാനിക്കുന്ന വർഗത്തിന്റെ വേദനകൾ ഏറ്റുവാങ്ങുന്ന കഥകൾക്ക് ആ ലോകത്ത് പഞ്ഞമുണ്ടായിരു ന്നില്ല. മലയാള സാഹിത്യത്തിലെ എണ്ണമറ്റ കൃതികളെ മലയാളികൾക്ക് അദ്ദേഹം ഹൃദ്യസ്തമാക്കി. വൈവിധ്യങ്ങളുടെ സഞ്ചയമായിരുന്ന സാംബശിവന്റെ കഥാപ്രസംഗ ലോകം. ഏത് കഥയായാലും ഉപക ഥകളിലൂടെ വർത്തമാനകാലത്തെ രാഷ്ട്രീയവും സാമൂഹ്യവുമായ സംഭവങ്ങളും പരാമർശവിഷയമാക്കി തന്റെ പ്രതിബദ്ധത അദ്ദേഹം വ്യക്തമാക്കി.

കഥകളിൽ തന്നെ സാമൂഹ്യവിമർശനം ഉൾക്കൊള്ളണമെന്ന് ഇ.എം.എസിന്റെ നിർദ്ദേശം അനുസരിച്ച് തെരഞ്ഞെടുത്തതാണ് 20 ാം നൂറ്റാണ്ടും നെല്ലിന്റെ ഗീതവുമൊക്കെ. വ്യാസനും മാർക്സും എന്ന കഥാപ്രസംഗ നോവൽ രണ്ട് കാലഘട്ടത്തിലെ ചിന്തകളെ പരിചയ പ്പെടുത്തികൊണ്ടുള്ള ഒന്നായിരുന്നു. നോവലുകളും യാത്രാവിവരണവും ഇതിനുപുറമെ അദ്ദേഹം എഴുതിയിട്ടുണ്ട്.

 സ്മരണകൾ സമരായുധങ്ങൾ

കമ്മ്യൂണിസ്റ്റ് രാഷ്ട്രീയത്തിന്റെ കരുത്ത് ഏറ്റുവാങ്ങിയ കലാകാരനാ യിരുന്നു സാംബശിവൻ. കൊല്ലത്ത് ചവറയിലെ തെക്കംഭാഗത്താണ് ജനിച്ചത്. തോപ്പിൽഭാസി നാടകരംഗത്ത് ചെയ്തതെന്തോ അതിന് സമാനമായത് കഥാപ്രസംഗ രംഗത്തിലൂടെ സാംബശിവനും ചെയ്തു. സ്റ്റുഡന്റ് ഫെഡറേഷന്റെ സംസ്ഥാന പ്രസിഡന്റായും അദ്ദേഹം പ്രവർത്തിച്ചു. മിച്ചഭൂമി സമരം പോലുള്ള പ്രക്ഷോഭങ്ങളിലും സജീവ സാന്നിധ്യമായി അദ്ദേഹം ഉണ്ടായിരുന്നു. 1970 ലെ നിയമസഭാ തെര ഞ്ഞെടുപ്പിൽ കരുനാഗപ്പള്ളിയിൽ നിന്ന് മത്സരിച്ചു. ബിമൽമിത്രയുടെ '20 ാംനൂറ്റാണ്ട്' അവതരിപ്പിക്കുമ്പോൾ അടിയന്തരാവസ്ഥയെ വിമർശി ച്ച എന്നതിന്റെ പേരിൽ ജയിലഴികള്ളിലായി.

കഥപറയുന്ന നാടിന്റെ ഭൂമിശാസ്ത്രത്തേയും സംസ്കാരത്തേയും ഇത്രയേറെ ഉൾക്കൊണ്ട് അവതരിപ്പിക്കുന്ന ഒരു കഥാപ്രാസംഗികൻ ഉണ്ടാവില്ല. കൽക്കത്തയുടെ തെരുവീഥികളിലൂടെ നിരവധി തവണ നടന്നുനീങ്ങുമ്പോൾ അപ്പോഴൊക്കെ ഓർമ്മ വന്നത് സാംബശിവൻ തന്റെ വാക്കുകളിലൂടെ വരച്ച കൊൽക്കത്തയുടെ ചിത്രമാണ്.

സംഗീതത്തിന്റേയും അഭിനയത്തിന്റേയും ഭാവമെല്ലാം കഥാപ്രസം ഗത്തിൽ സമന്വയിപ്പിച്ച് അതിന്റെ രൂപത്തിലും ഭാവത്തിലും അദ്ദേഹം മാറ്റം വരുത്തി. ചില കഥകൾ പറയുമ്പോൾ, ചില കഥാപാത്രങ്ങളെ അവതരിപ്പിക്കുമ്പോൾ അദ്ദേഹം മറ്റൊരു ലോകത്തേക്ക് എത്തിപ്പെ ടുകയാണോ എന്ന് തോന്നും.

പുലരും വരെ വടക്കൻപാട്ട് കഥപറഞ്ഞ് ഒച്ച അടച്ച് വീട്ടിലെ ത്താറുണ്ടായിരുന്ന ഒരു കഥാകാരന്റെ മകനാണ് ഞാൻ. അച്ഛന്റെ കൈകളിൽ ഇരുങ്ങി എത്രയോ കഥാപ്രസംഗ വേദികളിൽ പോയ ഓർമ്മ ഇന്നും എനിക്കുണ്ട്. ഇന്നും സാംബശിവന്റേത് ഉൾപ്പെടെയു ള്ളവരുടെ കഥാപ്രസംഗം വീണ്ടും വീണ്ടും കേൾക്കുക എന്നത് എന്നെ സംബന്ധിച്ചിടത്തോളം ആഹ്ലാദകരമാണ്. യാഥാസ്ഥിതികത്വത്തിന്റെ കോട്ടകൊത്തളങ്ങളിൽ തന്റെ കഥപറച്ചിലിലൂടെ പുരോഗമന ആശയ ങ്ങളുടെ നിലാവെളിച്ചവുമായി കടന്നു ചെന്ന ജനകീയ സാംസ്കാരിക നേതൃത്വ മായിരുന്നു സാംബശിവൻ.

നാടൻപാട്ടിന്റെ ഒരുയുഗം അവസാനിക്കുമ്പോൾ

"നെഞ്ചൂടുക്കിന്റെ താളത്തുടിപ്പിൽ
നൊമ്പരങ്ങൾ പാടാം ഞാൻ"

എന്ന് ഹൃദയത്തോട് ചേർത്തുവച്ച് പാടിയ പ്രതിഭാശാലിയായ മനുഷ്യസ്നേഹിയായിരുന്ന കലാഭവൻ മണി.

അവിചാരിതമായത് സംഭവിക്കുമ്പോഴാണല്ലോ നാം ഞെട്ടുന്നത്. അതുകൊണ്ടുതന്നെ, കലാഭവൻ മണിയുടെ മരണം ഞെട്ടലോടെയാണ് കേരളം ശ്രവിച്ചത്. താരപ്പൊലിമയിൽ നിൽക്കുന്ന ഒരാളായല്ല, നമുക്കൊപ്പം ചുമലിൽ തട്ടിനീങ്ങുന്ന സുഹൃത്തായിരുന്ന കേരളീയർക്ക് കലാഭവൻ മണി. നമ്മുടെ നാട്ടിൽ ജനങ്ങൾ കൂടുന്നിടത്ത് ഉത്സാഹിച്ച് ഓടി നടക്കുന്ന നിസ്വാർത്ഥരായ ആളുകളുണ്ടാവാം. അത്തരമൊരു ശരീരഭാഷയും മനസ്സും സൂക്ഷിച്ച മലയാളിയുടെ ജനകീയബോധത്തിന്റെ അടയാളത്തെ തന്നെയായിരുന്നു അദ്ദേഹം സ്വാംശീകരിച്ചത്.

മറ്റുള്ളവരുടെ ഭാവങ്ങളെ പകർത്തിയെടുക്കുക കൂടി ചെയ്യുന്ന മിമിക്രിയുടെ ലോകത്തുനിന്നാണ് കലാഭവൻ മണിയുടെ വരവ്. താൻ കടന്നുവന്ന ഈ വഴി എന്നും അഭിമാനത്തോടെ അദ്ദേഹം സൂക്ഷിച്ചു. അതിനാൽ, 'കലാഭവൻ' എന്നത് തന്റെ പേരിനൊപ്പം അദ്ദേഹം ചേർത്തുപിടിച്ചു. ദരിദ്രമായ സാഹചര്യത്തിൽ ജനിക്കുകയും ഓട്ടോ തൊഴിലാളിയായി ജീവിതമാരംഭിക്കുകയും ചെയ്ത മണി

താരസങ്കൽപ്പങ്ങളെ തിരുത്തിയെഴുതി.

"എനിക്ക് ഒരു പക്ഷമേയുള്ളൂ. അത് ഇടതുപക്ഷമാണ്. കമ്മ്യൂണിസ്റ്റ് പാർട്ടിക്കാരനാണ് എന്ന് പറയുന്നതിൽ ഞാൻ അഭിമാനം കൊള്ളുന്നു," എന്ന് ഉറന്ന പ്രഖ്യാപിച്ച് തന്റെ രാഷ്ട്രീയ നിലപാടുകളിൽ അഭിമാനംകൊണ്ട കലാകാരനായിരുന്ന അദ്ദേഹം. ഇടതുപക്ഷത്തിനുവേണ്ടിയുള്ള തെരഞ്ഞെടുപ്പ് പ്രചരണങ്ങളിൽ സജീവമായി പങ്കെടുത്തത് ഇടതുപക്ഷത്തെ ഹൃദയത്തിലേക്ക് സ്വീകരിച്ചതിനാലായിരുന്നു.

നാടിന്റെ സംസ്കാരത്തെ സ്നേഹിച്ചും അതിൽ അഭിമാനംകൊണ്ടുമാണ് കലാഭവൻ മണി ജീവിച്ചത്. അതുകൊണ്ടുതന്നെ, ചാലക്കുടി ചന്തയും കണ്ണിമാങ്ങാ പ്രായവുമെല്ലാം അദ്ദേഹത്തിന്റെ അവതരണങ്ങളിലെ അവിഭാജ്യഘടകമായിരുന്നു. ഈ സാംസ്കാരിക കാഴ്ചപ്പാടാണ് നാടൻപാട്ടുകളെ വർത്തമാനകാലത്ത് ജനകീയമാക്കുന്ന തരത്തിലുള്ള ഇടപെടലിലേക്ക് അദ്ദേഹത്തെ നയിച്ചത്. വരേണ്യസംസ്കാരത്തോടുള്ള നിരന്തരമായ കലഹം കൂടിയായിരുന്നു ഇതിൽക്കൂടിയൊക്കെ മുന്നോട്ടുവച്ചത്.

മണിയുടെ പാട്ടുകളിൽ കണ്ണീരിന്റെ ഉപ്പുരസവും വിശപ്പിന്റെ വേദനയും എല്ലാം ഉണ്ടായിരുന്നു. അവയാവട്ടെ, കേട്ടറിഞ്ഞതായിരുന്നില്ല; അനുഭവിച്ചറിഞ്ഞതായിരുന്നു. ആ അനുഭവം മണി ഇങ്ങനെ കുറിക്കുകയുണ്ടായി: "ചെറുപ്പത്തിൽതന്നെ ഒരുവിധമുള്ള ദുഃഖങ്ങളൊക്കെ ഞങ്ങൾ അനുഭവിച്ചുതീർത്തു. എന്തൊരു ദാരിദ്ര്യമായിരുന്നു അന്ന്. എനിക്ക് ആകെ ഉണ്ടായിരുന്ന ട്രൗസറും ഷർട്ടും സ്കൂളിൽനിന്ന് വീട്ടിൽ ചെന്നാൽ ഉടനെ കഴുകി അടുക്കളയിലെ അടുപ്പിന്റെ മുകളിൽ തൂക്കും. കഞ്ഞിവയ്ക്കുമ്പോൾ ഉയരുന്ന ചൂടിൽ അത് ഉണങ്ങും." ദാരിദ്ര്യത്തിന്റെ നടുവിൽ നിന്നുള്ള വേദനകളിൽനിന്നാണ് മണി വളർന്നുവന്നത്.

'സമുദായം' എന്ന സിനിമയില്ലൂടെയാണ് സിനിമരംഗത്തേക്ക് കടന്നുവന്നതെങ്കിലും ഓട്ടോ തൊഴിലാളിയായി അഭിനയിച്ച 'അക്ഷരം' എന്ന സിനിമയില്ലൂടെ സജീവമായി ഈ രംഗത്ത് മണി നിലയുറപ്പിച്ചു. 'സല്ലാപ'ത്തിലെ ചെത്തുകാരൻ രാജപ്പൻ മണിയുടെ അഭിനയജീവിതത്തിലെ വഴിത്തിരിവായിരുന്നു. 'വാസന്തിയും ലക്ഷ്മിയും പിന്നെ ഞാനും' എന്ന സിനിമയിലെ രാമു എന്ന അന്ധന്റെ വേഷം കണ്ട ആർക്കും ആ അഭിനയം ഒരിക്കലും മറക്കാനാവുന്നതല്ല. ഈ വേഷത്തിന് സ്പെഷ്യൽ ജ്യൂറി അവാർഡും അദ്ദേഹത്തെ തേടിയെത്തി. 'കരുമാടിക്കുട്ടനി'ലെ അഭിനയവ്വും മനസ്സിൽ നിറഞ്ഞുനിൽക്കുകയാണ്. ഹാസ്യവേഷത്തിലും വില്ലൻ വേഷത്തിലും ഭാവാഭിനയങ്ങളാൽ

സമ്പുഷ്ടമാക്കേണ്ട വേഷങ്ങളിലും തിളങ്ങാൻ കഴിഞ്ഞത് അദ്ദേഹ
ത്തിന്റെ അഭിനയ പ്രതിഭയുടെ സാക്ഷിപത്രമാണ്.

കലാഭവൻ മണിയുടെ പ്രതിഭയെ പുറത്തുകൊണ്ടുവരാൻ പര്യാപ്ത
മായ വേഷങ്ങൾ ഏറെ അദ്ദേഹത്തിന് ലഭിച്ചിരുന്നോ എന്ന കാര്യം
സംശയമാണ്. മലയാളത്തിനു പുറമെ തെന്നിന്ത്യൻ ഭാഷകളിലും തന്റെ
അഭിനയപാടവം കൊണ്ട് തിളങ്ങിനിൽക്കാൻ അദ്ദേഹത്തിന് കഴിഞ്ഞു.
ജീവിതാനുഭവങ്ങളിൽനിന്ന് കണ്ടെത്തിയ കാര്യങ്ങൾ അഭിനയത്തിലേ
ക്ക് പകർത്തിയ കലാകാരനാണ് കലാഭവൻ മണി.ഒപ്പം ജനപക്ഷത്ത്
എന്നും ഉറച്ച നിൽക്കാൻ എല്ലാ പ്രതിബന്ധങ്ങളേയും വകഞ്ഞുമാറ്റിയ
മനുഷ്യ സ്നേഹിയുമായിരുന്നു.

ഉമ്ബായിയുടെ രാഗം ഭൈരവി

ഇടർച്ചയായ പ്രവർത്തനങ്ങൾ ചില ഘട്ടങ്ങളിൽ ഇനിയൊന്നു മുൾക്കൊള്ളാത്ത വിധം മനസ്സിനെ തളർത്തിക്കളയും. ചെയ്തു തീർക്കേണ്ട ഉത്തരവാദിത്തങ്ങൾ അതിനുവഴങ്ങാൻ കഴിയുന്ന ഇമാവില്ല. ആ ഘട്ടങ്ങളിൽ എന്നെ കർമ്മനിരതനാക്കാറുള്ളത് ഗസലുകളാണ്.

രാത്രിയുടെ ഏകാന്തതയിൽ ആ പാട്ടുകളിൽ നാം ലയിക്കുമ്പോൾ തലയിലെ ഭാരം മെല്ലെ മെല്ലെ അലിഞ്ഞുതീരും. അഗാധമായ പുതിയ തലങ്ങൾ അവിടെ രൂപപ്പെട്ടുവരും. കർമ്മനിരതമാക്കാനുള്ള സംഗീ തത്തിന്റെ ഈ അഗാധ സാധ്യത വല്ലാത്ത അനുഭൂതി തന്നെയാണ്. അതെ, ഉമ്ബായിയുടെ ഗസലുകൾ എന്റെ കർമ്മനിരതയുടെ മഷിപ്പാ ത്രം കൂടിയാണ്.

പ്രണയത്തിന്റെ തമ്പുരു ഇടയ്ക്കിടെ മീട്ടുന്നതുപോലുള്ള അനുഭവങ്ങൾ കൂടിയാണ് ആ ഗസലുകൾ. രാത്രികളിൽ ഇവ കേട്ടിരുന്ന് പ്രണയത്തി ന്റെ അനുഭൂതികളിൽ ലയിച്ചുചേരുമ്പോൾ ജീവിതം ഉത്സവമാകുന്നത് നാം അനുഭവിക്കാതിരിക്കില്ല. മാവുകൾ പൂത്ത് എന്ന ഉമ്ബായിയുടെ ഗസലിൽ

'എൻ സ്വരധാരയും നിൻ പദതാളവും

ഒന്നിച്ചിണങ്ങുന്ന ലാസ്യലയം,

ഇതെന്തൊരപൂർവ്വമാം ലാസ്യലയം.'

വ്യത്യസ്തതകളുടെ യോജിപ്പിൽ പൂരകമായിത്തീരുന്ന ഒരു പ്രണയ ജീവിതത്തിന്റെ മനോഹാരിത ഉണർത്തുന്ന ഒ.എൻ.വിയുടെ വരികൾ. ഉംബായിയുടെ വാക്കുകളിലൂടെ നമ്മുടെ മനസ്സിൽ പെയ്തിറങ്ങുമ്പോൾ അത് നൽകുന്ന അനുഭൂതി അനശ്വരമാണ്.

അകലങ്ങളിൽ നിൽക്കുമ്പോഴും ഇത്തരമൊരു ചേർച്ചയിൽ അഭിര മിക്കാനുള്ള മോഹങ്ങളുടെ കൂടിച്ചേരലാണ് ഉംബായിയുടെ ഗസലിൽ പലതും. നഷ്ടമായതിനെ തൊട്ടുണർത്തുകയും നമ്മുടെ അനുഭൂതികളെ കൂടുതൽ ആഹ്ലാദകരമാക്കാനും കഴിയുന്ന ഒന്നാണ് ഗസലുകൾ.

ഉംബായിയോട്ടുള്ള ഈ സ്നേഹമാണ് അദ്ദേഹത്തിന്റെ ആത്മകഥ യായ 'രാഗം ഭൈരവി' വാങ്ങാനും വായിക്കാനുമുള്ള പ്രചോദമായി ത്തീർന്നത്. ആത്മകഥയുടെ ആമുഖത്തിൽ അദ്ദേഹം ഇങ്ങനെ എഴുതി. 'മട്ടാഞ്ചേരിയിൽ ജനിച്ചുവളർന്നതും അവിടത്തെ പ്രതിഭാധനരായ കലാകാരൻമാരോടൊപ്പം സഹവസിക്കാൻ കഴിഞ്ഞതുമാണ് എന്റെ കലയുടെ വളർച്ചക്കും തിളക്കത്തിനും കാരണമായത്' അങ്ങനെ സ്വന്തം നാട്ടിന്റെ ഊർജ്ജ പ്രവാഹത്തിൽ വളർന്നുവന്നവനായിരുന്നു ഉംബായി.

ജീവനുള്ള എന്തിലും പ്രണയമുണ്ടെന്ന കാഴ്ചയാണ് ഉംബായിയെ നയിച്ചത്. ജീവിതത്തിന്റെ ഒരോ അനുഭവങ്ങളിൽ നിന്നും സംഗീത ത്തിന്റെ സാന്ദ്രതയെ കൈയ്യൊഴിയാതെ കൊണ്ടുപോയി എന്നതാണ് ഉംബായിയുടെ വളർച്ചക്ക് നിദാനം. ആത്മകഥയിലെ വേദനാനിർഭരവും അരാജകപരവുമായ അനുഭവങ്ങളെ വിലയിരുത്തുമ്പോഴും നമുക്ക് ഇത് കാണാനാവും.

ചില അനുഭവങ്ങൾ അദ്ദേഹത്തിൻറ ജീവിതത്തെ മാറ്റിമറിച്ചതായി എടുത്തുപറയുന്നുമുണ്ട്. 'മെഹബൂബ് ഭായിയുടെ സംഗീത യാത്രയിൽ അദ്ദേഹത്തെ അനുഗമിക്കാനായതാണ് എന്റെ സംഗീത ജീവിത ത്തിലെ ഏറ്റവും വലിയ സൗഭാഗ്യമെന്ന്' എഴുതുന്നത് അതുകൊണ്ടാണ്.

പുസ്തകത്തിന് 'രാഗം ഭൈരവി' എന്നാണ് അദ്ദേഹം പേര് നൽകിയത്. ആ രാഗത്തിൽ പാടുമ്പോൾ തന്റെ ഹൃദയം തേങ്ങുന്നതായി അനുഭ പ്പെടുന്നുണ്ട് ഉംബായിക്ക്. മനുഷ്യ ജീവിതത്തിന്റെ ദുഃഖവും വിരഹവും പറയുന്ന ഗസലുകൾ ഭൂരിഭാഗവും ചിട്ടപ്പെടുത്തിയത് ഈ രാഗത്തിലാ യതുകൊണ്ടുകൂടിയാണ് ആ പേര് നൽകിയതെന്നും ഉംബായി പറയുന്നു ണ്ട്. ജീവിതം പറയാനും പാടാനും ഉചിതമായ രാഗം ഭൈരവിയാണ് എന്നതുകൊണ്ടാണ് തന്റെ ആത്മകഥയ്ക്ക് ആ പേര് നൽകിയതെന്നും ഉംബായി ഓർമ്മപ്പെടുത്തുന്നുണ്ട് ഇതിൽ.

ഇ.എം.എസ് ബാപ്പുക്ക എന്ന് വിളിച്ചിരുന്ന ബാപ്പയുടെ മകനായാണ് ഉംബായി ജനിക്കുന്നത്. കുഞ്ഞുന്നാളിലേയ്ക്കുള്ള ഈ രാഷ്ട്രീയ ബന്ധവും സ്നേഹവും ജീവിതത്തിലുടനീളം കാത്തുസൂക്ഷിക്കുകയും ചെയ്ത ഗായകനായിരുന്ന ഉംബായി. ബാപ്പയുടെ കർശനമായ ജീവിതരീതിയിൽ നിന്നും വ്യത്യസ്തമായിരുന്ന ഉമ്മയുടേത്. 'അലിവിന്റെ കുളിരലകളിലകന്ന തടാകം പോലെ ഉമ്മ എന്നിൽ കുടികൊള്ളുന്നതുകൊണ്ടാവാം എന്റെ സംഗീതം പലർക്കും സ്വാന്തന സ്പർശമാകുന്നതെന്ന്' രേഖപ്പെടുത്താനും ഉംബായി മറക്കുന്നില്ല.

പാട്ടിനോട്ടുള്ള അഗാധമായ സ്നേഹം എന്നാൽ അതിനെ പരിപോ ഷിപ്പിച്ചെടുക്കാൻ പറ്റാത്ത സാഹചര്യം. ഈ വൈരുദ്ധ്യമായിരുന്നു ഉംബായിയുടെ ജീവിതത്തെ അരാജകപാതയിലേക്ക് എത്തിച്ചത്. അത്തരം അനുഭവങ്ങളെ അതേ പോലെ പകർത്തുന്നുണ്ട്, ആത്മക ഥയിൽ.

ഉംബായിയുടെ ജീവിതത്തെ മാറ്റിമറിച്ചത് ഉസ്താദ് മുജവർഅലി സാഹിബുമായുള്ള സാമിപ്യമാണെന്ന് അദ്ദേഹം കുറിക്കുന്നുണ്ട്. തബല വായനയുടെ പാഠങ്ങൾ പഠിപ്പിച്ച ഉസ്താദ് തന്നെയാണ് ഗസലിന്റെ ലോകത്തേക്കും ഉംബായിയെ നയിച്ചത്. ആ അനുഭവത്തെ ഇങ്ങനെ വരയുന്നുണ്ട് ആത്മകഥയിൽ.

'ഒരു ദിനം ഉസ്താദ് ഉംബായിയെ തേടിയെത്തുമ്പോൾ അനശ്വരനായ മുകേഷ് പാടിയ ആൻസൂബരി...ഹൈ പാട്ടുകയായിരുന്ന ഉംബായി. അപ്പോഴാണ് പടവുകൾ കയറി മുറിയിലേക്ക് അദ്ദേഹം എത്തുന്നത്. പാട്ട് കേട്ടപ്പോൾ ഉസ്താദ് ഇങ്ങനെ പറഞ്ഞുവത്രേ - 'എന്തേ എന്നിൽ നിന്നും നീ ഇത് ഒളിച്ചവെച്ച. എത്ര മനോഹരമായ ശബ്ദമാണ് നിന്റേത്. ഇനി മുതൽ നീ പാടിയാൽ മതി.' അങ്ങനെ തബലവായനക്കാരനിൽ നിന്ന് ഗസൽ ഗായകനായ ഉംബായി രൂപപ്പെടുകയായിരുന്നു.

കഞ്ചാവിന്റെയും ചരസിന്റെയും ലോകത്ത് അഭിരമിച്ചപോയ ഉംബായിയെ അതിൽ നിന്നും മാറ്റിയെടുക്കാൻ ശ്രമിച്ചതും ഇദ്ദേഹം തന്നെ. ആ കാലത്തെ ഉംബായി ഇങ്ങനെ ഓർക്കുന്നുണ്ട്. 'ഉസ്താദിനൊ പ്പം അഞ്ച് വർഷമേ ഉണ്ടായിരുന്നുള്ളുവെങ്കിലും അൻപത് വർഷത്തെ സംഗീത അനുഭവമാണ് താൻ ആർജ്ജിച്ചതെന്ന്' പറയുന്നതിലൂടെ കൊ ണ്ടാണ്.

ജീവിതത്തിന്റെ അതിജീവനത്തിനായി നിരവധി വേഷങ്ങളാടിയ ഉംബായി സംഗീതത്തിന്റെ ലോകത്തിലേക്ക് കുതിപ്പുനടത്തുന്നത്, സ്വന്ത മായി മെഹബൂബ് മെമ്മോറിയൽ ഓർക്കസ്ട ഉണ്ടാക്കിയതോടെയാണ്.

കോഴിക്കോട് ടാഗോർ സെൻട്രൽ ഹാളിൽ ഉംബായി പാടി. അതേ ക്കുറിച്ച് ഇങ്ങനെ പറയുന്നു. 'ആ പ്രോഗ്രാം എന്റെ ജീവിതത്തിലെ ഒരു വഴിത്തിരിവായി. നിരവധി അവസരങ്ങൾ മെല്ലെ മെല്ലെ എന്നെത്തേ ടിയെത്തി. പഴയ ഹിന്ദി ചലച്ചിത്ര ഗാനങ്ങളും ഭജനകളും ഗസല്യക ളമായി ആസ്വാദക ഹൃദയത്തിൽ കടന്നുചെല്ലാൻ കഴിഞ്ഞതോടെ പാട്ടുപാടി ജീവിക്കാമെന്ന് ഞാനുറപ്പിച്ചു. അന്നു തുടങ്ങിയ യാത്രയാണ് യാതൊരു തടസ്സവും കൂടാതെ ഉമ്മയുടെയും ഗുരുനാഥൻമാരുടെയും അനുഗ്രഹത്തോടെ ആത്മമിത്രങ്ങളായ ആസ്വാദകലക്ഷങ്ങളുടെ പിന്തുണയോട്ടുകൂടി ഇന്നും മുന്നേറുന്നത്.' അതെ, അങ്ങനെ മുന്നേറിയ ആ ഗാനധാരയാണ് നമ്മെ കൈവിട്ടുപോയത്.

ഉംബായി നമ്മുടെ ഹൃദയങ്ങളെയെല്ലാം സംഗീതത്തിലാറാടിച്ച് മുന്നോട്ടുപോയി. പാവപ്പെട്ട ജനതയുടെ ഗായകനായി അദ്ദേഹം മാറി. ഗസലിനെ വലിയ വീടിലെ അകത്തളങ്ങളിൽ നിന്നും ഉന്നതൻമാരുടെ ലോകത്തിൽ നിന്നും സാധാരണക്കാരുടെയും കൂലിവേലക്കാരുടെയും ഹൃദയത്തിലെത്തിക്കുകയായിരുന്ന ഉംബായി. ഗസലിനെ കേരളത്തിൽ ജനകീയമാക്കിയത് ഉംബായി ആണെന്നതിൽ അതിശയോക്തിയി ല്ല. മലയാളിയുടെ ഹൃദയത്തിൽ ഗസലിനെ കുടിയിരുത്തിയവനാണ് ഉംബായി.

സംഗീതത്തെയും അത് ഉത്പാദിപ്പിക്കുന്ന സംസ്കാരധാരയെയും രാഷ്ട്രീയത്തെയും ഉംബായി മനസ്സിലാക്കിയിരുന്നു. അതുകൊണ്ടാണ് ആത്മകഥയിൽ സംഗീതത്തെക്കുറിച്ച് ഇങ്ങനെ എഴുതി. 'ഹിന്ദു-മുസ്ലീം ആശയധാരയുടെ കൊട്ടക്കൽ വാങ്ങലിൽ നിന്നും രൂപപ്പെട്ടതാണ് അത്.'

സംഗീതത്തിന്റെ മഹത്വവും ഓർമ്മിപ്പിക്കാൻ മറന്നതുമില്ല. 'സംഗീതം നശിക്കുന്നത് നമ്മുടെ സംസ്കാരം തന്നെ നശിക്കുന്നതിന് തുല്യമാണ്. അവർ ആദ്യം നമ്മുടെ സംഗീതം നശിപ്പിക്കും. പിന്നെ നമ്മുടെ സംസ്കാ രത്തെ. ഒട്ടുക്കം നമ്മുടെ രാജ്യത്തെയും. രാജ്യത്തിന്റെ നിലനിൽപ്പിന് സംഗീതത്തിന്റെ പ്രാധാന്യം ഓർമ്മിപ്പിക്കുകയായിരുന്ന ഉംബായി. സംഗീതം വിമോചനത്തിനുള്ള ഒന്നാണെന്നും ജനതയുടെ യോജിപ്പി ന്റെ താളമാണെന്നും ബോധ്യമുള്ളവനായിരുന്ന ഉംബായി. അതുകൊ ണ്ടാണ് ജീവിതം സംഗീതം പോലെ ആസ്വദിക്കുന്ന കാലത്തിനായി നമുക്ക് കൈകോർക്കാം എന്ന് ഓർമ്മിച്ചുകൊണ്ട് ഉംബായി തന്റെ ആത്മകഥ അവസാനിപ്പിക്കുന്നത്.

ജീവിതദുരിതങ്ങളെ തരണം ചെയ്ത് ഗസലിന്റെ സ്നേഹത്തിലും

 ഓർമണകൾ സമരായുധങ്ങൾ

വിരഹത്തിലും നമ്മെ ലയിപ്പിച്ച ഉംബായിക്ക് സ്നേഹത്തോടെ നമുക്ക് വിട നൽകാം. അദ്ദേഹം നമുക്ക് നൽകിയ ഗസലിന്റെ സ്നേഹധാരകൾ മനുഷ്യ സ്നേഹത്തിന്റെ ഇഴയടുപ്പത്തിനായി കൂടുതൽ കേൾപ്പിക്കുക യുമാവാം.

തിരുവനന്തപുരത്ത് ഗുലാം അലി പെയ്തിറങ്ങിയപ്പോൾ

ബാലചന്ദ്രൻ ചുള്ളിക്കാടിന്റെ ഗസൽ എന്ന കവിതയിലെ ആദ്യ വരികളിലൂടെയാണ് ഗുലാം അലി എന്ന പാട്ടുകാരനെക്കുറിച്ച് അറിഞ്ഞത്. രാത്രി സത്രത്തിൻ ഗാനശാലയിൽ ഗുലാം അലി പാടുന്നു, എന്ന ചുള്ളിക്കാടിന്റെ വരികൾ എത്രയോ തവണ ആവർത്തിച്ചിട്ടുള്ളതാണ്. ചുള്ളിക്കാടിലൂടെ അറിഞ്ഞ ഗുലാം അലിയെ ആദ്യമായി കാണാനുള്ള അവസരമാണ് ഇന്നലെ ഉണ്ടായത്. തിരുവനന്തപുരത്ത് നിശാഗന്ധി ഓഡിറ്റോറിയത്തിലെ ഗസൽ സന്ധ്യയിലൂടെ കാണുക മാത്രമല്ല, കേട്ട് മനം കുളിർക്കുകയും ചെയ്തു. യമുനയ്ക്കും കുട്ടികൾക്കുമൊപ്പമാണ് ഈ സംഗീതനിശ ആസ്വാദിക്കാൻ പോയത്.

ഗുലാം അലിയും അദ്ദേഹത്തിന്റെ മകൻ അമീർ അലിയും ചേർന്ന് പാടിയപ്പോൾ രണ്ട് തലമുറകളുടെ സംഗമം മാത്രമല്ല, വേറ്റപോകാതെ നീണ്ടുപോകുന്ന ഒരു സംഗീത പ്രവാഹത്തിന്റെ അനുഭവം കൂടിയായിരുന്നു അത്.

ജനതയുടെ സംസ്കാരവും കലയുമെല്ലാം രൂപപ്പെടുന്നത് ഓരോ സ്ഥലത്തും കാലത്തുമാണ്. പിന്നീട് അവ സ്ഥലത്തേയും കാലത്തേയും അതിജീവിച്ച് മുന്നേറുന്നു. ഈ മുന്നേറ്റത്തിനിടയിൽ പല മാറ്റങ്ങളും കൂടി ചേരലുകളും അതിനുണ്ടാവുകയും ചെയ്യുന്നു. ഗസലിന്റെ രൂപീകരണവും വളർച്ചയും നമ്മെ ഈ യാഥാർത്ഥ്യത്തെയാണ് ഓർമ്മിപ്പിക്കുന്നത്.

 സ്മരണകൾ സമരായുധങ്ങൾ

10-ാം നൂറ്റാണ്ടിൽ ഇറാനിലാണ് ഗസൽ രൂപപ്പെട്ടതെന്ന് കരു തപ്പെടുന്നു. അറേബ്യൻ ഗാനശാഖയായ ഖസീദയിൽനിന്നുമാണ് ഗസലുകളുടെ തുടക്കം. സ്ത്രീയോട് സ്നേഹത്തെപ്പറ്റി പറയുക എന്നാണ് അറബിയിൽ ഈ വാക്കിന്റെ അർത്ഥം. ദൈവത്തെയോ രാജാവിനെയോ സ്തുതിക്കുവാൻവേണ്ടി എഴുതപ്പെട്ട ഖസീദയുടെ ഒരു ഭാഗമായ തഷ്ബീബിൽനിന്ന് വേർതിരിഞ്ഞതാണ് ഇന്ന് കാണുന്ന ഗസൽ, രൂപം കൊണ്ടതെന്നും കരുതപ്പെടുന്നു. ലാളിത്യവും സാഹിത്യവും മാധുര്യവും ഗസലിന്റെ സവിശേഷതയാണ്. ഇറാൻ ജനതയുടെ മനസ്സിൽ ഈ സവിശേഷത കൊണ്ടുതന്നെ ഇവ സ്ഥാനം പിടിച്ചു. തുർക്കികളും അഫ്ഘാനികളും വഴി അവ ഇന്ത്യയിൽ എത്തിച്ചേ രുകയും ചെയ്തു. മുഗൾ സഭയിൽ വളരെയേറെ പ്രാധാന്യം ഇവയ്ക്ക ണ്ടായിരുന്നു. അമീർ ഖുസ്രുവും മിർസാ ബേദിലും ഈ രംഗത്ത് വലിയ സംഭാവനകൾ നൽകി.

കാലപ്രവാഹത്തിനിടയിൽ സംഗീതപ്രേമികളുടെ മനസ്സിൽ വിട്ടു മാറാത്ത അനുരാഗമായി ഗസൽ സ്ഥാനം പിടിക്കുകയായിരുന്നു. പേർഷ്യനിൽ നിന്നും ടർക്കിഷിൽനിന്നും ഉറുദുവിൽ നിന്നും അത് മറ്റ ഭാഷകളിലേക്കും പടർന്നുകയറി. ഇന്ന് മലയാളത്തിലും സുന്ദരമായ ഗസലുകളുണ്ട്. ഉമ്പായിയുടെ ഗസലുകൾ മലയാളികൾക്ക് ഏറെ പരി ചിതമാണുതാനും. ഒ.എൻ.വിയുടെ വരികൾ ഉമ്പായി പാടുമ്പോൾ അത് വല്ലാത്ത ഒരു അനുഭവം തന്നെയാണ്. മനസ്സ് ഏറെ കലുഷിതമാകു മ്പോൾ ഗസൽ നൽകുന്ന ആശ്വാസം അനുഭവിച്ചവർക്കേ മനസ്സിലാകൂ. തിരുവനന്തപുരത്തിനുശേഷം ഗുലാം അലി പാടുന്ന കോഴിക്കോടിന് പണ്ടേ ഗസലിന്റെ ഒരു വലിയ പാരമ്പര്യമുണ്ട്. അറബികളുമായുള്ള കോഴിക്കോടിന്റെ ആത്മബന്ധമാണ് ഈ സാംസ്കാരിക സമന്വയ ത്തിന് അടിസ്ഥാനം. ബാബുരാജിലെ ഗസലിന്റെ സ്വാധീനം ഏറെ ചർച്ച ചെയ്യപ്പെട്ടിട്ടുള്ളതാണല്ലോ.

തിരുവനന്തപുരം സ്വാതിതിരുനാളിന്റെ കാലത്ത് സംഗീതത്തിന്റെ വൈവിധ്യങ്ങളെ താലോലിച്ചിരുന്നു. പല നാട്ടിൽനിന്നും ബഹിഷ്കരി ക്കപ്പെട്ട കലാകാരന്മാർക്ക് ആശ്വാസമായതും തിരുവനന്തപുരമായിരു ന്നു. സ്വാതിതിരുനാളിന്റെ ഭരണകാലത്ത് ഹിന്ദുസ്ഥാനി സംഗീതത്തി നൾപ്പെടെ വലിയ സ്ഥാനമുണ്ടായിരുന്നു. ഉസ്താദ് അലാവുദ്ദീൻ ഖാൻ, പഞ്ചാബിൽ നിന്നുള്ള രാമാർജ്ജുൻ തുടങ്ങിയവർക്ക് സ്വാതിതിരുനാളി ന്റെ സദസ്സിൽ പ്രധാന സ്ഥാനം തന്നെ ഉണ്ടായിരുന്നു. ഒ.എൻ.വി ഈ സംഗീതവിരുന്നിൽ നടത്തിയ സംസാരത്തിൽ ഇത്തരം കാര്യങ്ങളുടെ

സൂചന നൽകുകയും ചെയ്തു. ചരിത്രത്തിന്റെ ഓർമ്മപ്പെടുത്തലും ഭാവിയുടെ സൂചകവുമാണ് ഈ കൂടിച്ചേരലെന്നുള്ള ഒ.എൻ.വിയുടെ വാക്കുകളിൽ കവിയുടെ രാഷ്ട്രീയ കാഴ്ചകളുണ്ടായിരുന്നു.

സിയാൽകോട്ടിൽ പിറന്ന ഗുലാം അലി എന്ന ഗായകനെ സ്വാതി തിരുനാളിന്റെ സംഗീത പാരമ്പര്യമുള്ള തിരുവനന്തപുരം സ്നേഹംകൊ ണ്ട് വീർപ്പുമുട്ടിക്കുകയായിരുന്നു. ഭാഷയുടേയും മതത്തിന്റേയും അതിർവ രമ്പുകളിൽ മനുഷ്യനെ തളച്ചിടാൻ ശ്രമിക്കുന്നവർക്ക് അതിനൊക്കെ എത്രയോ അപ്പുറത്താണ് സംഗീതത്തിന്റേയും മനുഷ്യഹൃദയത്തിന്റെ വിശാലതയുടെയും ലോകമെന്ന് ഇത് ഓർമ്മപ്പെടുത്തുകയായിരുന്നു.

അസഹിഷ്ണുതയുടെ ഇരയാകേണ്ടിവന്ന അനുഗൃഹീത കലാകാര നോടുള്ള ഐക്യദാർഢ്യം കൂടിയായിരുന്നു തിരുവനന്തപുരത്തെ ഈ സദസ്സിന്റെ ഒത്തുചേരൽ. അതിനൊപ്പിച്ച് ഗുലാം അലി പാടിയ പാട്ടുക ളാവട്ടെ ഏറെ അർത്ഥപൂർണ്ണവും. "ഞങ്ങൾ നിങ്ങളുടെ നഗരത്തിലേക്ക് വരുന്നു, യാത്രക്കാരനെപ്പോലെ,'' എന്ന് ഗുലാം അലി പാടിയപ്പോൾ സദസ്സ് ഇളകിമറിഞ്ഞു.

സ്വരഗതികൊണ്ട് തിരമാലകളുടെ വൈവിധ്യങ്ങൾ തീർത്തുകൊണ്ട് പാടിയ മനസ്സിൽ ഒരു തിരമാല ഉയരുന്നു എന്ന ഗസലും ആസ്വാദകരെ ആനന്ദത്തിന്റെ അപൂർവ്വ ലോകത്തേക്ക് നയിക്കുകയായിരുന്നു. ഓരോ തിരമാലയും വ്യത്യസ്ത രൂപഭാവങ്ങളോടെ ആസ്വാദകർക്ക മുന്നിൽ അവതരിപ്പിച്ചുകൊണ്ട് ഈ അതുല്യപ്രതിഭയുടെ സ്പർശനങ്ങൾ സദസ്സ് ഏറ്റുവാങ്ങുകയായിരുന്നു. ത്രീസ്ഥായികളിലും അനായാസം സഞ്ചരിക്കുന്ന ഈ അതുല്യപ്രതിഭയുടെ അത്ഭുത പ്രകടനം നേരിട്ട് കേട്ട് സദസ്സ് ആനന്ദത്തിൽ ആറാടി.

സദസ്സ് ഏറെ പ്രതീക്ഷിച്ച ``ചുപ്കേ ചുപ്കോ രാത്'' എന്ന പ്രണ യത്തിന്റെ മാസ്മരിക ഗാനം മകൻ അമീറിനോടൊപ്പം ഗുലാം അലി പാടിയപ്പോൾ സദസ്സ് അക്ഷരാർത്ഥത്തിൽ സംഗീത മഴയിൽ മുങ്ങി ക്കുളിക്കുകയായിരുന്നു. തന്റെ ഭാവഗീത സന്ധ്യയിലൂടെ പ്രണയവും വിരഹവും പ്രകൃതിയുടെ സൗന്ദര്യവുമെല്ലാം ഗുലാം അലി സദസ്സിലേക്ക് പ്രവഹിപ്പിക്കുകയായിരുന്നു.

പണ്ഡിറ്റ് വിശ്വനാഥിന്റെ ഗസലോടെ തുടങ്ങിയ സംഗീത സന്ധ്യ അവസാനിക്കുമ്പോഴും സദസ്സ് പിരിഞ്ഞുപോയിരുന്നില്ല. വൈക്കം വിജലക്ഷ്മി ഉൾപ്പെടെയുള്ളവരുടെ ഗാനങ്ങളും പരിപാടിക്ക് മാറ്റുകൂട്ടി.

മനുഷ്യനെ വേർതിരിച്ചുനിർത്തുന്ന എല്ലാ അതിർവരമ്പുകളേയും

ഇല്ലാതാക്കാനുള്ള മനുഷ്യരുടെ മുന്നേറ്റങ്ങൾക്ക് കരുത്ത് പകരുന്നതാ
യിരുന്നു ഈ സംഗീത സായാഹ്നം. മനുഷ്യർ തമ്മിലുള്ള പരസ്പര
സ്നേഹത്തേയും കൂട്ടായ്മയേയും ഒരു വർഗീയവാദത്തിന്റേയും
മതിലുകൾക്കിടയിൽ തളയ്ക്കാനാവില്ലെന്നുള്ള ഓർമ്മപ്പെടുത്തൽ
കൂടിയായിരുന്നു ഈ സംഗമം.

സംഗീതം പൊഴിക്കുന്നത് കുറ്റമാണെന്ന് പ്രഖ്യാപിക്കുന്നവരോട്
ഈ സംഗമത്തിന്റെ അനുഭവം ഒരു ചോദ്യമുയർത്തുന്നു: എന്തിനാണ്
നിങ്ങൾ സ്നേഹത്തേയും സംഗീതത്തേയും പ്രണയത്തേയുമെല്ലാം
ഭയപ്പെടുന്നത്. മനുഷ്യന്റെ ഈർപ്പങ്ങളെയെല്ലാം വറ്റിച്ചുകളഞ്ഞ്
സൃഷ്ടിക്കുന്ന ലോകം എത്ര വിരസമായിരിക്കുമെന്ന് ഓർത്തുനോക്കുക.

മണ്ണിന്റെ മണമുള്ള അക്ബർ കക്കട്ടിൽ

പനിയെ തുടർന്ന് കിടക്കകയായിരുന്ന എന്റെയടുത്ത് അക്ബർ കക്കട്ടിൽ മരണപ്പെട്ട വിവരം പവിത്രേട്ടനാണ് അറിയിച്ചത്.

എന്റെ നാട്ടുകാരൻ കൂടിയായ അക്ബറിനെ പലവട്ടം കണ്ട് സംസാരിച്ചിട്ടുണ്ട്. നാട്ടുകാർ എന്ന നിലയിൽ വടകര വിശേഷങ്ങളും സാഹിത്യ രംഗത്തെ സംഭവങ്ങളും ഭാഷയുടെ ഭാവിയും ഞങ്ങളുടെ പരാമർശ വിഷയമായിരുന്നു.

വടകരക്കാർ എവിടെ എത്തിയാലും ചില സവിശേഷതകൾ മുറുകെ പിടിക്കുമെന്ന് എന്റെ ഭാഷാ ശൈലി കേട്ട് തമാശ രൂപേണ അക്ബർ പറഞ്ഞു. നാം ഏതെങ്കിലും ഹോട്ടലിൽ കയറിയാൽ വലിയ അളവിൽ ചോറ് തിന്നുന്ന ആളെ പരിചയപ്പെട്ടാൽ അത് വടകരക്കാരനായിരു ക്കും എന്ന് അക്ബർ ഓർമ്മിപ്പിച്ചു.

ഇതായിരുന്ന അക്ബറിന്റെ സവിശേഷത. മനോഹരമായ നർമ്മ ങ്ങളിൽ പൊതിഞ്ഞ് കാര്യങ്ങൾ അവതരിപ്പിക്കുക എന്ന ശൈലി സംഭാഷണത്തിലും കഥയിലും അദ്ദേഹം പുലർത്തി. ചുറ്റുമുള്ള ലോക ത്തിന്റെ ചലനങ്ങളെ നിരീക്ഷിച്ച് ഗഹനമായ കാര്യങ്ങളെ പോലും ലളിതവും ആസ്വാദ്യകരവുമായി അവതരിപ്പിക്കുക എന്നതായിരുന്ന അദ്ദേഹത്തിന്റെ ശൈലി.

ദൈന്യത പുലർത്തുന്ന തികച്ചും അടിച്ചമർത്തപ്പെടുന്ന പഴയ അധ്യാപകന്റെ അനുഭവങ്ങൾ കാര്യർ തന്റെ ഇലികയില്ലൂടെ നമ്മുടെ മുമ്പിൽ അവതരിപ്പിച്ചു. ചെറുകാട്ടം ഇത്തരം ലോകത്തെ മലയാളിക്ക് മുന്നിൽ തുറന്ന് വെച്ചു.

പുതിയ കാലത്തെ അധ്യാപക ജീവിതത്തെയും അതിന്റെ അനുഭ വങ്ങളെയും അക്ബർ തന്റെ കഥയ്ക്ക് പ്രധാനമായും വിഷയമാക്കി. നിത്യജീവിതത്തിൽ നാം കാണുന്ന അധ്യാപകനും വിദ്യാർത്ഥിയും എല്ലാം കഥയിൽ അനുഭവവേദ്യമാക്കി. അതില്ലൂടെ വിദ്യാഭ്യാസ ഘടനയ്ക്ക് എതിരെ തന്റെതായ വിമർശനം മുന്നോട്ട് വെച്ചു.

മറവിയുടെ ശൂന്യതയിൽ വിലയം പ്രാപിക്കാത്ത മികച്ച കഥകൾ മലയാളിക്ക് നല്ലിയ കഥാകാരനാണ് അക്ബർ എന്ന എം ടിയുടെ വാക്കുകൾ ഇപ്പോൾ ഓർമ്മയിൽ വരുന്നു.

ടി പത്മനാഭൻ പറഞ്ഞതുപോലെ നോവലെഴുത്തുകാരനെ പോലെ കഥാപാത്രത്തെ വളർത്തിയെടുക്കാൻ കഥാകാരന് അവസരമില്ല. വളർന്ന കഥാപാത്രത്തെ അവതരിപ്പിക്കാൻ മാത്രമെ കഴിയൂ. കഥയിലെ ഈ പരിമിതിയെ മറികടന്ന കഥാകാരനായിരുന്ന അക്ബർ.

സാഹിത്യ അക്കാഡമി അവാർഡ് ഉൾപ്പെടെ നിരവധി അവാർ ഡുകൾ അക്ബറിന് ലഭിച്ചിട്ടുണ്ട്. ഒരോ അംഗീകാരവും അക്ബറിലെ ലാളിത്യം വർദ്ധിപ്പിച്ചിട്ടേയുള്ളൂ. സാംസ്കാരിക രംഗത്ത് വടകര സംഭാവന ചെയ്ത ഒരു പ്രതിഭ നമ്മെ വിട്ടു പിരിഞ്ഞിരിക്കുന്നു.

സ്വന്തം മുരിങ്ങാ ചുവട്ടിൽ നിന്ന് ആകാശം കാണുകയാണ് വേണ്ട തെന്ന് ചെറുകാട് ഒരിക്കൽ ഓർമ്മിപ്പിക്കുകയുണ്ടായി. അതുപോലെ സ്വന്തം നാടിന്റെ സവിശേഷതകൾ ഉൾക്കൊണ്ട് ലോകത്തെ വിശാലമായ മനസ്സോടെ കണ്ട കഥാകാരനായിരുന്ന അക്ബർ.

സഹോദര തുല്യനായ
എം സുധാകരൻ

വടകരയുടെ സാഹിത്യ പാരമ്പര്യത്തിലെ കരുത്താർന്ന ഒരു കണ്ണിയാണ് എം സുധാകരന്റെ മരണത്തിലൂടെ ഇല്ലാതായത്. തലമുറകൾക്കപ്പുറത്തുള്ള ഒരു ബന്ധത്തിന്റെ ഭാഗം കൂടിയായിരുന്ന എം സുധാകരൻ. നേരിട്ട് കാണുമ്പോഴൊക്കെ ചിരിച്ച് സൗഹൃദം പങ്കിടുന്ന രീതിയായിരുന്നു ഉണ്ടായിരുന്നത്. നിറഞ്ഞ പുഞ്ചിരി യോടെ അഭിവാദ്യം ചെയ്യുന്നതായിരുന്ന ആ ശൈലി.

70കളിൽ എഴുത്തിന്റെ ലോകത്ത് പ്രവേശിച്ച് 80കളിൽ പൂത്തുലഞ്ഞു തുടങ്ങുകയായിരുന്നു. ചെറുകഥകളും, നോവലുമെല്ലാം പുറത്തുവന്നുകൊ ണ്ടിരുന്നു. അത്താഴ വിരുന്ന് പോലുള്ള കഥകൾ അക്കാലത്ത് ഏറെ ശ്ര ദ്ധിക്കപ്പെട്ടിരുന്നു. ബെനഡിറ്റ് സ്വസ്ഥമായി ഉറങ്ങുന്നുവെന്ന കഥ ഏറെ ശ്രദ്ധ നേടിയതാണ്. കഥാപാത്രങ്ങളെ വരയുമ്പോൾ ചിത്രകലയുടെ സാങ്കേതികമായ മികവ് പോലെ തികഞ്ഞ് നിൽക്കുന്ന ഒന്നായിരുന്നു അത്. തുടർച്ചയായി എഴുതുന്ന ശീലക്കാരനായിരുന്നില്ല. എന്നാൽ എഴുതുന്നവയെല്ലാം കാമ്പുള്ളവയുമായിരുന്നു. ചുറ്റിലുമുള്ള ലോകത്തെ വീക്ഷിക്കുകയും, അവയെ തന്റെ അകത്തളങ്ങളിലേക്ക് സ്വീകരിക്കുക യും, പുനഃസൃഷ്ടിക്കുകയും ചെയ്യുന്ന സവിശേഷ രീതിയായിരുന്നു അത്.

മടപ്പള്ളി കോളേജിലെ സർഗ്ഗാത്മകത നിറഞ്ഞുനിന്ന ഒരു ഘട്ട ത്തിന്റെ ഭാഗം കൂടിയായിരുന്നു അത്. പുനത്തിൽ കുഞ്ഞബ്ദുള്ളയും, അക്ബർ കക്കട്ടിലിനെപ്പോലെയുമുള്ള വടകരയുടെ സാഹിത്യ

ശ്രേണിയിലെ ശ്രദ്ധേയമായ കണ്ണിക്കുടിയായിരുന്ന അദ്ദേഹം. ദേശാഭിമാനി വാരികയും അദ്ദേഹത്തിന്റെ എഴുത്തിനെ ഏറ്റുവാങ്ങുക യും വായനക്കാരുടെ സവിശേഷ ശ്രദ്ധ നേടിയതുമായിരുന്ന. പാരലൽ കോളേജിന്റെ ലോകവും അദ്ദേഹത്തിന്റെ മഷിപ്പാത്രമായിരുന്നു.

പുരസ്കാരങ്ങൾ തേടിയുള്ള യാത്രയായിരുന്നില്ല ആ ജീവിതം. തനിക്ക് ലോകത്തോട് പറയാനുള്ളത് ആവിഷ്ക്കരിക്കുന്നതിനുള്ള ഒന്നായാണ് എഴുത്തിനെ കണ്ടത്. ജീവിതത്തിൽ ഒരിക്കൽ മാത്രമാണ് വളരെ ന്യായമായ ഒരു കാര്യത്തിനായി വിളിച്ചത്. അപ്പോഴും എന്തെ ങ്കിലും പ്രശ്നമുണ്ടെങ്കിൽ വേണ്ട കേട്ടോയെന്ന് പറയുകയും ചെയ്തു. നിനക്കൊരു ദോഷം വരരുത് എന്ന ജ്യേഷ്ഠ സഹോദരന്റെ ഒരു കരുതൽ ആ വാക്കിലുണ്ടായിരുന്നു.

കുടുംബ സുഹൃത്തെന്ന രീതിയിലാണ് എം സുധാകരൻ ആദ്യമായി സ്ഥാനം പിടിക്കുന്നത്. എഴുത്തുകാരനാണ് എന്ന് പരിചയപ്പെട്ടുത്തി യത് ഓർമ്മയുണ്ട്. മുതിർന്നപ്പോഴാണ് എഴുത്തുകൾ വായിക്കുന്നത്. സുധാകരന്റെ അച്ഛൻ ആവള എന്റെ അച്ഛന്റെ അടുത്ത സുഹൃത്തായി രുന്നു. അഗാധമായ സൗഹൃദത്തിന്റെ നിരവധി ഓർമ്മകൾ അച്ഛൻ പറഞ്ഞത് ഇപ്പോഴും മനസ്സിലുണ്ട്. വി.ടി കുമാരനും ഈ സൗഹൃദ വലയത്തിലെ സുപ്രധാനമായ കണ്ണിയായിരുന്നു.

വല്ലപ്പോഴമേ കാണമായിരുന്നുള്ളവെങ്കിലും സ്നേഹത്തിന്റെ, സൗഹാർദത്തിന്റെ, സാഹോദര്യത്തിന്റെ ഒരു ലോകമാണ് അപ്പോഴൊ ക്കെ പകർന്നതന്നത്. ലോകത്തോട് പറയാനുള്ളത് പല രീതിയിൽ കുറിച്ചവെച്ചിട്ടുണ്ട്. അവ ഓർമ്മകളായി ഈ ലോകത്ത് ഉണ്ടാകും. ഇങ്ങനെയൊരാൾ ജീവിച്ചിരുന്നുവെന്ന് അവ നമ്മെ ഓർമ്മിപ്പിച്ചുകൊ ണ്ടേയിരിക്കും. അസാന്നിദ്ധ്യത്തിലും സാന്നിദ്ധ്യമായി. എങ്കിലും വേണ്ടി യിരുന്നില്ല...... നാടിന് നഷ്ടപ്പെട്ടത് ഒരു പ്രതിഭയെയാണ്... എഴുത്തിന്റെ തിളക്കമാർന്ന ലോകമാണ്...

ജ്യേഷ്ഠ സഹോദരാ നിനക്ക് വിട...

വേദനയോടെ അല്ലാതെ എങ്ങനെ നിനക്ക് വിട നൽകാനാകും...

ബിമലിന്റെ വേർപാടിൽ

ഓർമ്മകൾ അലകടൽ പോലെ ഉള്ളിൽ അലയടിക്കുമ്പോൾ എന്താണ് ഞാൻ ബിമലിനെക്കുറിച്ച് എഴുതേണ്ടത്? അവസാനഘട്ടമാകുമ്പോൾ രാഷ്ട്രീയമായി രണ്ടു വഴികളിലൂടെ നീങ്ങുകയായിരുന്ന ഞങ്ങൾ. എങ്കിലും ഒരിക്കലും സന്ധിക്കാത്ത ഒന്നായിരിക്കും ആ വഴികളെന്ന് ഒരിക്കലും തോന്നിയിരുന്നില്ല. എല്ലാ കലക്കംമറിച്ചില്യകൾക്കിടയിലും ഒരിക്കലും പിരിയാത്ത സൗഹൃദമായി എസ്.എഫ്.ഐ പ്രവർത്തനത്തിനിടയിൽ അന്ന് തളിരിട്ട ആ അടുപ്പം അവസാനകാലം വരെയും നിലനിന്നിരുന്നു. അന്ന് ഞങ്ങൾ കോർത്ത കൈ ഒരിക്കലും പിരിഞ്ഞിരുന്നില്ല.

ഞാൻ കോഴിക്കോട്ടെ എസ്.എഫ്.ഐ പ്രവർത്തനത്തിൽ മുഴുകുമ്പോൾ ബിമലിനോടൊപ്പം പിന്നീട് എസ്.എഫ്.ഐ നേതൃനിരയിലേക്ക് വന്ന മിക്ക സഖാക്കളും ഏരിയാകമ്മിറ്റി അംഗങ്ങളായിരുന്നു. പിന്നീട് ആ സഖാക്കളെല്ലാം ജില്ലാ നേതൃത്വ നിരയിലേക്ക് ഉയർന്നു വന്നു. ഞാൻ സംസ്ഥാനതലത്തിൽ പ്രവർത്തിക്കുന്ന കാലത്ത് കോഴിക്കോട്ട് എത്തുന്ന ദിവസങ്ങൾ ചർച്ചയുടെയും സൗഹൃദ സംഭാ ഷണങ്ങളുടെയും പരസ്പരം മനസ്സിലാക്കലിന്റെയും ദിനങ്ങളായിരുന്നു. സാമൂഹ്യവികാസത്തെക്കുറിച്ചുള്ള അന്വേഷണവും അതിന്റെ അടിസ്ഥാ നത്തിലുള്ള പ്രയോഗവുമാണ് രാഷ്ട്രീയമെന്ന തിരിച്ചറിവായിരുന്നു ഈ ചർച്ചയ്ക്കുള്ള അടിസ്ഥാനം. അത്തരം പ്രയോഗത്തിനായി സ്വയം സമർപ്പിക്കുകയാണ് രാഷ്ട്രീയ പ്രവർത്തകൻ ചെയ്യേണ്ടത് എന്നുള്ള

 സ്മരണകൾ സമരായുധങ്ങൾ

കാഴ്ചകൾ ഞങ്ങളുടെ ബന്ധത്തിന്റെ എക്കാലത്തെയും അടിസ്ഥാ നമായിരുന്നു. കവിതയും പാട്ടുകളും സിനിമകളുമെല്ലാം അന്നത്തെ സദസുകളെ വർണ്ണാഭമാക്കി.

സാഹിത്യവിദ്യാർത്ഥി കൂടിയായിരുന്ന എനിക്ക് ബിമലിലെ കലാമന സ്സിനെ കാണാനും സംവദിക്കാനും ഏറെ ബുദ്ധിമുട്ടേണ്ടിവന്നിരുന്നില്ല. കലയോടുള്ള പ്രതിബദ്ധത എന്നത് ചർച്ചകൾക്ക് എന്നും വിഷയമാ യിരുന്നു. ബിമൽ സർഗ്ഗാത്മക സാഹിത്യത്തിന്റെ ശേഷി കൂടി സ്വായ ത്തമാക്കിയിരുന്നു. എനിക്ക് കലാദർശനങ്ങളിലായിരുന്ന താൽപര്യം. പ്രത്യയശാസ്ത്രം വിളിച്ചപറയലല്ല, അനുഭവിപ്പിക്കലാണ് കലയുടെ അടിസ്ഥാനമെന്ന ധാരണയും ഞങ്ങൾ പങ്കു വച്ചിരുന്നു. ബിമലിന്റെ നാടകങ്ങളിൽ ഇത്തരമൊരു ധാര ഒഴുകിയിരുന്നു എന്നതിനാലാണ് ആ നാടകങ്ങൾ മികച്ച രാഷ്ട്രീയ നാടകങ്ങളായി സംവദിക്കപ്പെട്ടത്.

ഓരോ മനുഷ്യന്റെയും അകത്തളത്തിലേക്ക് കടക്കാനുള്ള ശേഷി യായിരുന്നു വിമലിന്റെ സൗഹൃദ വലയത്തിനു നിദാനം. ഏതു മനുഷ്യ നിലും ഗുണപരമായ അംശമുണ്ടെന്ന ഹ്യൂമനിസ്റ്റ് വീക്ഷണം അവന്റെ കാഴ്ചയുടെ കേന്ദ്രമായിരുന്നു. മനുഷ്യരുടെ അത്തരം ഗുണങ്ങളുമായി ബന്ധപ്പെട്ട് സൗഹൃദം സ്ഥാപിക്കുകയും അതുവഴി അവരിലെ ദൗർബ ല്യങ്ങളെ തിരുത്താൻ ഇടപെടുക എന്നതായിരുന്നു ഇക്കാര്യത്തിൽ ബിമലിന്റെ കാഴ്ചപ്പാട്. വിപുലമായ സൗഹൃദവലയം രൂപപ്പെടുത്തി യെടുക്കാൻ ഇടയാക്കിയത് ഇതുകൊണ്ടും കൂടിയാണെന്ന് തോന്നിയി ട്ടുണ്ട്. സുഹൃത്തുക്കളോടുള്ള കരുതലും കൊണ്ട് നടന്നിരുന്നു. മാത്രമല്ല, അവരുടെ പ്രയാസങ്ങളിൽ ഒരാളായി മുഴുകുന്നതിനും തയ്യാറായി.

വ്യക്തിപരമായി എന്തെങ്കിലും ആകണമെന്ന ആഗ്രഹം ബിമലിനെ നയിച്ചിരുന്നില്ല. എന്നാൽ, ചുറ്റും നടക്കുന്ന എല്ലാ കാര്യങ്ങളെ സംബ ന്ധിച്ചും അവൻ ചിന്തിച്ചിരുന്നു. താൻ കണ്ടെത്തുന്ന ശരിക്കനുസരിച്ച് ജീവിക്കുക എന്ന നിർബന്ധം അവന്റെ ജീവിതദർശനം തന്നെയായിരു ന്നു. അതുകൊണ്ടുതന്നെ, ബോധ്യപ്പെടുത്തലിലൂടെ മാത്രമേ ബിമലിനെ നയിക്കാൻ കഴിയുമായിരുന്നുള്ളൂ. സ്വയം നേതൃത്വം കൊടുക്കുന്നതിലും അത് ദൃശ്യമായിരുന്നു. അതിനാൽ തന്നെ, സംവാദങ്ങളുടെയും ചർച്ച യുടെയും ജനാധിപത്യപരമായ ജീവിതക്രമത്തിനായുള്ള ഇടപെടലും രാഷ്ട്രീയ ജീവിതത്തിന്റെ ഭാഗമായി കൊണ്ടുനടക്കാനും ബിമലിന് കഴിഞ്ഞിരുന്നു.

സ്വാതന്ത്ര്യത്തിന്റെ ആകാശം എല്ലാ കലാ മനസ്സിന്റെയും അടിസ്ഥാ നമാണ്. തന്റെ മേൽ അടിച്ചേൽപ്പിക്കുന്നു എന്ന് അവൻ കരുതുന്ന

ഒന്നുമായി സന്ധിയാവാൻ ഒരിക്കലും തയ്യാറായിരുന്നില്ല. ബോധ്യ പ്പെട്ടന്ന ഏതു കാര്യത്തിനും വേണ്ടി സ്വയം സമർപ്പിക്കാൻ സദാസ ന്നദ്ധനായിരുന്നു. അതുകൊണ്ടുണ്ടാകുന്ന വരുംവരായ്കകൾ അവനെ അലട്ടിയില്ല.

എസ്.എഫ്.ഐയുടെ സംസ്ഥാന സെന്ററിൽ ബിമൽ പ്രവർത്തി ച്ചുകൊണ്ടിരുന്ന കാലത്ത് പാർടി നേതൃത്വത്തിന്റെ നിർദ്ദേശപ്രകാരം തിരുവനന്തപുരത്ത് കൂടുതൽ കേന്ദ്രീകരിച്ച് പ്രവർത്തിക്കുന്നതിനുവേ ണ്ടി ഞാൻ സംസാരിച്ചിരുന്നു. എന്നാൽ, അതിനേക്കാൾ നാട്ടിൽ കേന്ദ്രീകരിച്ചുകൊണ്ട് ഭാവി പ്രവർത്തനങ്ങൾ രൂപപ്പെട്ടത്തുക എന്ന കാഴ്ചപ്പാടാണ് മുന്നോട്ടവച്ചത്. അതിനായി ന്യായങ്ങൾ പലതും അവതരിപ്പിക്കുകയും ചെയ്തു.

എസ്.എഫ്.ഐ പ്രവർത്തനം അവസാനിപ്പിച്ച് ഞാൻ നാട്ടിലെ സംഘടനാ പ്രവർത്തനങ്ങളിൽ കൂടുതൽ ഇടപെടാൻ തുടങ്ങിയ ഘട്ട ത്തിൽ ഒരു ഇടതുപക്ഷ സാംസ്കാരിക പ്രസിദ്ധീകരണം ആരംഭിക്ക ണമെന്ന ആലോചനയിൽ ഞങ്ങൾ എത്തി. "അയാത" എന്ന പേരിൽ ഒരു പ്രസിദ്ധീകരണത്തിന് ഇടക്കം കുറിക്കുകയും ചെയ്തിരുന്നു. ആ ഘട്ടത്തിൽ എന്റെ വീട്ടിൽ എത്രയോ ദിവസങ്ങൾ ഒന്നിച്ച് കഴിഞ്ഞ് അതിന്റെ ചർച്ചകളിൽ ഏർപ്പെട്ടിരുന്നു. അച്ഛന്റെ മാപ്പിള രാമായണവും വടക്കൻപാട്ടുമെല്ലാം ആ ദിവസങ്ങൾക്ക് മാറ്റുകൂട്ടിയവയായിരുന്നു. ആ പ്രവർത്തനങ്ങൾക്കിടയിലാണ് പാർടി തീരുമാനപ്രകാരം ഞാൻ തിരു വനന്തപുരത്തേക്ക് എന്റെ പ്രവർത്തനം മാറ്റിയത്. നിരന്തരമുള്ള സമ്പ ർക്കം അതിന്റെ ഫലമായിത്തന്നെ കുറഞ്ഞുവന്നു. ഫിലിം ഫെസ്റ്റിവൽ പോലുള്ള പരിപാടികൾക്കും മറ്റും വരുമ്പോൾ എന്നോടൊപ്പമായിരുന്നു താമസിച്ചിരുന്നത്. അവന്റെ വിവാഹ ഘട്ടത്തിലും എന്റെ ഇടപെടലും ഉണ്ടായിരുന്നു.

പിന്നീട് ഉണ്ടായ പല സംഭവവികാസങ്ങളേയും തുടർന്ന് പാർടി യുമായി ചില ഭിന്നതകൾ രൂപപ്പെട്ട് വന്നു. അതിനുശേഷം തനിക്ക് ശരിയെന്ന വഴിയില്ലൂടെ അവൻ നീങ്ങി. ആ ഘട്ടത്തിൽ വടകര റെയിൽവേ സ്റ്റേഷനിൽ വച്ച് ബിമലിനെ കണ്ടു. ഏറെനേരം ഞങ്ങൾ സംസാരിച്ചു, പരസ്പര ബഹുമാനത്തോടെ. പിന്നീട് പല ഘട്ടത്തിലും രാഷ്ട്രീയ കാര്യങ്ങൾ ചർച്ച ചെയ്തിട്ടുണ്ട്. ജനാധിപത്യത്തെ സംബന്ധി ച്ചുള്ള മാർക്സിസ്റ്റ് ധാരണകൾ, സാംസ്കാരിക വിപ്ലവം, നവ സാമൂഹ്യ പ്രസ്ഥാനങ്ങൾ, നവോത്ഥാനത്തിന്റെ വർത്തമാനം, സാഹിത്യ സംബന്ധമായ സമീപനങ്ങൾ അങ്ങനെ പലതും. സംഘടനാപരമായ

കാര്യങ്ങളെ സംബന്ധിച്ച് ഞങ്ങൾ സംസാരിച്ചിരുന്നില്ല. അത് ഔചി ത്യമായിരുന്നില്ലെന്ന് രണ്ടുപേർക്കും അറിയാമായിരുന്നു.

ബിമൽ അസുഖബാധിതനായി എന്ന വിവരം യമുനയാണ് എന്നോട് പറഞ്ഞത്. ലാൽകിഷോറും ശ്രീധരേട്ടനും ടി.പി രാമകൃഷ്ണനും ഈ വിവരം എന്നെ അറിയിച്ചിരുന്നു. അറിഞ്ഞ ഉടനെ തിരുവനന്തപുരത്തേ യ്ക്ക് വരാൻ ബിമലിനോട് ഞാൻ പറഞ്ഞു. അങ്ങനെ തിരുവനന്തപുര ത്തേ ആർ.സി.സിയിലേക്ക് പോയപ്പോഴാണ് വയറിന് വന്ന ക്യാൻസർ ലിവറിലേക്കും ബാധിച്ച് അതീവ ഗുരുതരാവസ്ഥയിലാണ് സ്ഥിതി എന്നും ഞാൻ തിരിച്ചറിയുന്നത്. തികച്ചും തകർന്നു പോയ നിമിഷം. അടിയന്തരമായ വിദഗ്ധ ശസ്ത്രക്രിയ ഉടൻ വേണമായിരുന്നു. എല്ലാ ബന്ധങ്ങളും ഉപയോഗിച്ച് ബിമലിന്റെ സുഹൃത്തുക്കളും ഞങ്ങളും ചികിത്സയെ കുറിച്ച് എല്ലായിടത്തും അന്വേഷിച്ചു. പ്രതീക്ഷയുടെ നാമ്പ് എവിടെനിന്നും ഉണ്ടായില്ല. അവസാനം മുമ്പ് ഞങ്ങളോടൊപ്പം എസ്. എഫ്.ഐയിൽ സജീവമായിരുന്ന ഡോ. ബിജു പൊറ്റക്കാടാണ് പോണ്ടിച്ചേരി ജിപ്മറിൽ വച്ച് ഇത് ചികിത്സിച്ച് ഭേദമാക്കാൻ ശ്രമി ക്കാമെന്ന് പറഞ്ഞതായി ചന്ദ്രൻ അറിയിക്കുന്നത്. എസ്.എഫ്.ഐ കാലത്തെ എന്റെ അടുത്ത സുഹൃത്തായ ബിജുവുമായി ഇക്കാര്യം സംസാരിക്കുകയും ചെയ്തു. ഉടൻ തന്നെ പോണ്ടിച്ചേരിയിലേക്ക്.

ബിമലിന്റെ സുഹൃത്തുക്കൾ എല്ലാ കാര്യങ്ങൾക്കും സ്വയം മറന്നുണ്ടാ യിരുന്നു. അടിയന്തര ശസ്ത്രക്രിയയ്ക്ക് ബിജുവിന്റെ നേതൃത്വത്തിൽ ഡോക്ടർമാർ വിധേയമാക്കി. സങ്കീർണ്ണമായ ശസ്ത്രക്രിയ ഫലപ്രദ മായി അവർ നിർവ്വഹിച്ചു. ജീവിതത്തിലേക്ക് വീണ്ടും തിരിച്ചവരുമെന്ന് ഞങ്ങളെല്ലാം പ്രതീക്ഷിച്ചു. പോണ്ടിച്ചേരിയിൽ പോയി കണ്ട സമയത്ത് തികഞ്ഞ ആത്മവിശ്വാസവും പ്രതീക്ഷയും ബിമലിൽ ഉണ്ടാക്കാൻ ഞാനും യമുനയും ശ്രമിച്ചിരുന്നു. എസ്.എഫ്.ഐ കാലത്തെ നിരവധി സുഹൃത്തുക്കളുടെ സാന്നിദ്ധ്യവും ഈ ഇടപെടലിന് സഹായകമായി. ഞങ്ങളുടെ പരിശ്രമം ഫലവത്തായി. എന്നാൽ, ശരീരം മരുന്നിനോട് പ്രതികരിക്കാത്ത ഘട്ടത്തോടെ എല്ലാം തകിടംമറിഞ്ഞു. വീണ്ടുമൊന്ന് കാണണമെന്ന് ആഗ്രഹിച്ചു. പക്ഷെ ഒന്നിനും കീഴ്പ്പെടാതിരുന്ന ബിമലിനെ മരണം കീഴ്പ്പെടുത്തിയത് കാണാൻ ഞാൻ ആഗ്രഹിച്ചില്ല.

ഈ ഓർമ്മകൾ പങ്കുവയ്ക്കുമ്പോഴും ഞങ്ങളെ കൂട്ടിയോജിപ്പിച്ച അടുപ്പത്തിന്റെ അടിസ്ഥാനമെന്തായിരുന്നു? സാമൂഹ്യമാറ്റത്തിന് വേണ്ടി സ്വയം സമർപ്പിക്കുവാനുള്ള സന്നദ്ധതയായിരുന്ന ഞങ്ങളെ കൂട്ടി യോജിപ്പിച്ചത്. പക്ഷെ, അതല്ലാത്ത ചിലയും ഞങ്ങൾക്കിടയിൽ

ഉണ്ടായിരുന്നുവോ? ഒരുപക്ഷേ, ജ്യേഷ്ഠസഹോദരൻ ഇല്ലാതിരുന്ന തിനാൽ ആ സ്ഥാനത്ത് ബിമൽ എന്നെ കണ്ടിരുന്നുവോ? ഒരു അനു ജനില്ലാതിരുന്ന എനിക്കും അത്തരമൊരു വാത്സല്യം ബിമലിനോട് തോന്നിയിരുന്നുവോ?

ബിമലിന്റെ വീട്ടിൽ നിന്ന് ഇറങ്ങിവരുമ്പോൾ ബിമലിന്റെ അച്ഛൻ ചില കാര്യങ്ങൾ എന്നെ ഏൽപിച്ചു. ചികിത്സയുടെ ഘട്ടങ്ങളിൽ സൂര്യ അവരുടെ പ്രയാസങ്ങളും വേദനകളുമെല്ലാം യമുനയുമായി പങ്കുവെക്ക മായിരുന്നു. ഞങ്ങൾക്കിടയിലുള്ള ബന്ധം അവർക്കിടയിലും ദൃഢമാവു കയായിരുന്നു. ഞങ്ങളുടെ കുട്ടികളുടെ അതേ പ്രായമാണ് നൂർജഹാനും ബിഥോവനും. എന്റെ വ്യക്തിപരമായ എല്ലാ ദുഃഖങ്ങളിലും വേദനകളി ലും സന്തോഷങ്ങളിലും ബിമൽ ഒപ്പമുണ്ടായിരുന്നു. അതിനാൽ ഞാൻ ചെയ്യുന്നതൊന്നും അധികമാവില്ലെന്ന് എനിക്കറിയാം. ബിമലിനെ ജീവിതത്തിലേക്ക് തിരിച്ചുകൊണ്ടുവരാൻ ആഗ്രഹിച്ചു. ഇടപെട്ടു. പക്ഷേ അതിന് കഴിഞ്ഞില്ല. ജീവിതം അങ്ങനെയാണല്ലോ പലപ്പോഴും നാം ചിലത് ആഗ്രഹിക്കും സംഭവിക്കുന്നത് മറ്റൊന്നുമാകും.

ബീരാനിക്ക: നിസ്വാർത്ഥ രാഷ്ട്രീയത്തിന്റെ പ്രതീകം

കോഴിക്കോട് എസ്.എഫ്.ഐ പ്രവർത്തനം നടത്തിയ ഒരാൾക്കും മറക്കാനാവാത്ത സഖാവായിരുന്ന ബീരാനിക്ക. കരുത്തിന്റെയും കരുതലിന്റെയും സ്നേഹത്തിന്റെയും പ്രതീകമായിരുന്ന അദ്ദേഹം.

കോഴിക്കോട്ടെ വിദ്യാർത്ഥി പ്രവർത്തകൻ എന്ന നിലയിൽ എന്റെ അനുഭവവും മറിച്ചായിരുന്നില്ല. വിദ്യാർത്ഥി പ്രക്ഷോഭം ശക്തിപ്പെട്ട നാളുകളിൽ ജില്ലാ കേന്ദ്രത്തിൽ ഇടതുപക്ഷ ജനാധിപത്യ വിദ്യാർത്ഥി മുന്നണിയുടെ നേതൃത്വത്തിൽ ഞാനും നിരാഹാരം കിടക്കുകയായിരുന്നു. അതിലൂടെ കടന്നുപോയ ആർ.എസ്.എസ് കാരുടെ ഒരു ജാഥയിൽ നിന്ന് സമരപന്തലിലേക്ക് കല്ലേറ് വന്നു. തുടർന്ന് പന്തലിലേക്ക് വന്ന് അവർ ആക്രമണവും നടത്തി. 1994 ൽ ആയിരുന്നു ആ സംഭവം. എട്ടാം ദിവസം നിരാഹാരം അനുഷ്ഠിക്കുന്ന എന്റെ തലയ്ക്കുനേരെയാണ് ആദ്യത്തെ അടി വന്നത്. ഇടതുകൈ വെച്ച് അത് തടുത്ത ഓർമ്മ ഇപ്പോഴും ഉണ്ട്. അതിന്റെ പൊറലുകൾ സംഭവത്തിന്റെ ഓർമ്മക ളെന്ന പോലെ ഇന്നും എന്നിലുണ്ട്. അടുത്ത ഘട്ടമായി അടുത്ത് കിടന്നൊരു ബെഞ്ചെടുത്ത് വീണ്ടും അടിക്കാനായി അവരുടെ ശ്രമം. സമരപന്തലിലുണ്ടായിരുന്ന ഷീബ എന്ന പെൺകുട്ടി അത് തടുത്തു. അവരുടെ നടുഭാഗത്താണ് മർദ്ദനമേറ്റത്. വേദനകൊണ്ട് പുളയുമ്പോഴും അവർ എന്റെ മേൽ വീണ് കിടന്ന് അടികളെല്ലാമേറ്റുവാങ്ങി എന്നിൽ

മർദ്ദനമേൽക്കാതെ സംരക്ഷിച്ചനിർത്തിയ ഓർമ്മ ഇപ്പോഴുമുണ്ട്.

ആർ.എസ്.എസ് ആക്രമണത്തിന്റെ തുടർച്ചയായി ടാർപോളിൻ കെട്ടിയ സമരപ്പന്തൽ ഞങ്ങളുടെ മേൽ വീണു. ഞാനും ഹരീഷും ബാലാജിയും ഷീബയും അതിനടിയിലായി. തുടർന്ന് മണ്ണെണ്ണയുടെ ഗന്ധമാണ് ഉണ്ടായത്. അവർ തീയിടാനുള്ള പരിപാടിയാണെന്ന് ഹരീഷ് പറഞ്ഞു. എന്തെങ്കിലും വരട്ടെ നമുക്ക് ഇവരെയിട്ട് പോകാനാവി ല്ല, എന്ന് ബാലാജി പറഞ്ഞതും ഞങ്ങൾ കെട്ടിപ്പിടിച്ച് കിടന്നതും ഓർമ്മ യുണ്ട്. (അന്ന് സമരപ്പന്തൽ വീണപ്പോൾ രാത്രി വെളിച്ചത്തിനായി വച്ച പെട്രോമാക്സ് തകർന്ന് ഒഴുകിയ മണ്ണെണ്ണയായിരുന്ന അത്. എങ്കിലും ആ ഘട്ടത്തിൽ വല്ലാത്തൊരു മാനസികാവസ്ഥയിലായിരുന്ന ഞങ്ങ ളെന്ന് പറയേണ്ടതില്ലല്ലോ? ഒരു തീപ്പെട്ടിക്കൊള്ളി വീണിരുന്നെങ്കിൽ..) എല്ലാം ശാന്തമായി എന്ന തോന്നിയപ്പോൾ ടാർപോളിൻ നീക്കി ബാലാജി തലപുറത്തിട്ടുനോക്കി ഉടൻ ഒരു പാറക്കല്ല് ബാലാജിയുടെ തലയിലേക്ക് അവർ ഇട്ടു. പിന്നീട് ആളുകൾ സംഘടിച്ചുവന്നാണ് ആർ. എസ്.എസ് കാരെ ഓടിച്ചതും ഞങ്ങളെ ആശുപത്രിയിലേക്ക് കൊണ്ടു പോയതും.

ഈ സംഭവങ്ങളെല്ലാം നടക്കുമ്പോൾ വിറളിപിടിച്ച ആർ.എസ്. എസുകാരിൽ നിന്ന് ഞങ്ങളെ സംരക്ഷിക്കാൻ വേണ്ടി ആവും പോലെ പൊരുതുകയായിരുന്ന ആ കൂട്ടത്തിൽ നീണ്ട മീശ വച്ച ബീരാനിക്കയും അദ്ദേഹത്തിന്റെ സഹോദരൻ കുഞ്ഞാലിയും. കുട്ടികളെ തൊടരുത് എന്ന് പറഞ്ഞ് അവർ അക്രമികളുമായി ഏറ്റുമുട്ടുകയായിരുന്ന. സഹോദരൻ കുഞ്ഞാലി കുറച്ചുവർഷങ്ങൾക്കുമുമ്പ് മരണപ്പെട്ടു. ഇപ്പോൾ പിന്നാലെ ബീരാൻക്കയും.

അവർ നടത്തിയ ധീരമായ ചെറുത്തുനിൽപ്പുകുടിയായിരുന്ന അന്ന് വിദ്യാർത്ഥി പ്രവർത്തകരായ ഞങ്ങളെയെല്ലാം രക്ഷപ്പെടുത്തിയത് എന്നതിൽ ഒരു തർക്കവുമില്ല. ആശുപത്രിയിൽ പരിക്കേറ്റ വിദ്യാർത്ഥി സംഘടനാ പ്രവർത്തകർക്കൊപ്പം കരുതലിന്റെ പ്രതീകമായ ഈ രണ്ട് സഖാക്കളും ഉണ്ടായിരുന്ന. ധീരതയുടെയും കരുതലിന്റെയും സമർപ്പ ണത്തിന്റെയും പ്രതീകമായി അവരുയർത്തിയ പ്രതിരോധം ഞങ്ങളെ പ്പോലുള്ള വിദ്യാർത്ഥി പ്രവർത്തകരെ സംരക്ഷിക്കുന്നതിനായിരുന്ന. നിസ്വാർത്ഥരായ ഇത്തരം സമർപ്പിത വ്യക്തിത്വങ്ങളുടെ തണലിലാ യിരിക്കും ഒരോ വിദ്യാർത്ഥി പ്രവർത്തകനും വളർന്നുവന്നിട്ടുണ്ടാവുക. ഇത്തരം നിരവധി പേരുടെ ഓർമ്മകൾ ഇപ്പോൾ മനസ്സിൽ വരുന്നുണ്ട്. ഏറെ നാളുകൾക്ക് ശേഷം ഒരിക്കൽ കോഴിക്കോട് കടപ്പുറത്തുവച്ച്

ബീരാൻക്കായെ കണ്ടിരുന്നു. അസുഖമൊന്നുമില്ലല്ലോ? എന്നായിരുന്നു എന്നോടുള്ള ആദ്യത്തെ ചോദ്യം. എത്ര കരുതലാണള്ളില്‍, നമ്മള്‍ ഭ്രമിയോളം ചെറുതാവുകയും ചിലര്‍ ആകാശത്തോളം വളരുകയും ചെയ്യുന്ന നിമിഷങ്ങള്‍ ഉണ്ട്. അത്തരത്തിലൊന്നായിരുന്നു അത്. നമ്മുടെ മുമ്പില്ലൂടെ പോയ കുട്ടികള്‍ വളര്‍ന്നുവരുന്നത് ഒരു വലിയ സന്തോഷമാണെന്ന് സ്നേഹത്തോടെ അന്ന് പറയുകയും ചെയ്തു. ആ വാത്സല്യത്തിന് എന്തുകൊണ്ടാണ് നമുക്ക് പകരം വയ്ക്കാനാവുക?

കോഴിക്കോട്ടെ വിദ്യാര്‍ത്ഥി പ്രവര്‍ത്തകര്‍ക്ക് തീര്‍ച്ചയായും ഇതിനേ ക്കാള്‍ എത്രയോ വലിയ അനുഭവങ്ങള്‍ പറയാനുണ്ടാകും. ഇങ്ങനെ സ്വയം സമര്‍പ്പിച്ച് കരുതലായി തണലായി പ്രവര്‍ത്തിച്ചവരാണ് ഇന്നത്തെ പല വിദ്യാര്‍ത്ഥി പ്രവര്‍ത്തകരുടെയും വളര്‍ച്ചയ്ക്കും സംര ക്ഷണത്തിനും പിന്നിലുണ്ടായിരുന്നത് എന്നതാണ് ചരിത്രം. ഇത്തരം ഓര്‍മ്മകള്‍ നമ്മുടെ പ്രവര്‍ത്തനങ്ങള്‍ക്ക് കരുത്തും വിനയവും പകരുന്ന താണ്. നിസ്വാര്‍ത്ഥമായ പൊതുജീവിതത്തിന്റെയും സമര്‍പ്പണത്തിന്റെ യും മഷിപ്പാത്രങ്ങളാണ് ഇത്തരം ഓര്‍മ്മകളെന്ന് പറയേണ്ടതില്ലല്ലോ!

വായനകൾ

മഞ്ഞിനെ ഓർത്തപ്പോൾ

എം.ടി യുടെ ആദ്യം വായിച്ച നോവലായിരുന്ന മഞ്ഞ്. വിമല ടീച്ചറുടെ അനുഭവങ്ങളിലൂടെ ഒഴുകിപോകുകയാണ് നാം മഞ്ഞിൽ. മലകളുടെ കുഴിമാടത്തിൽ ഒരു തടവുകാരിയാണ് താനെന്ന് ടീച്ചർ സ്വയം വിലയിരുത്തുന്നുണ്ട്. പ്രതീക്ഷിക്കാനൊന്നുമി ല്ലാതെ മരവിപ്പിൽ എത്തിപ്പെട്ട ജീവിതമാണ് വിമലയുടേത് എന്നും പറയാറുണ്ട്. പുരുഷന്റെ ഓർമ്മകൾകൊണ്ട് നിറയുമ്പോഴേ സ്ത്രീയുടെ ജീവിതം ധന്യമാകുന്നുള്ളൂ എന്ന സന്ദേശം ഇത് മുന്നോട്ട വയ്ക്കുന്നതാ യും വിലയിരുത്താറുണ്ട്. കാത്തിരിക്കുന്ന മനുഷ്യന്റെ മരവിപ്പിന്റെയും, കുഞ്ഞോളങ്ങൾപോലുള്ള ഓർമ്മകളുടെ തഴുകലും ചേർന്ന ഒന്നായും ഇത് വായിക്കപ്പെട്ടിട്ടുണ്ട്.

ശിഥിലമായ കുടുംബങ്ങളിൽ നിന്ന് എടുത്തെറിപ്പെടുന്ന മനുഷ്യന്റെ നിശ്വാസങ്ങളും ഉത്തരവാദിത്തങ്ങളും കൊച്ച കൊച്ച സന്തോഷങ്ങ ളും എം.ടി കൃതികളിലെ തനതായ ഭാവുകത്വങ്ങളാണ്. മഞ്ഞിലെ കഥാപാത്രങ്ങളെല്ലാം ഇത്തരത്തിൽ എടുത്തെറിയപ്പെടുന്നവരാണ്. അലസതയും അപരിചതത്വവും അന്യവത്ക്കരിക്കപ്പെട്ട ജീവിതവും കൈമുതലായിത്തീർന്ന കുറേ മനുഷ്യരുടെ ജീവിതമാണ് ഇതിലുള്ളത്. കഥാപാത്രങ്ങളെ അഗാധമായി ഏറ്റുവാങ്ങി കഥയെഴുതുമ്പോൾ അവ കവിതയായിതീരാറുണ്ട്. അത്തരം കാവ്യാത്മകത മഞ്ഞിൽ ഓളംവെ ട്ടുന്നുണ്ട്.

പാരമ്പര്യമൂല്യങ്ങളിൽ നിന്ന് തികച്ചും വ്യതിചലിക്കുന്ന മനസ്സായി

വിമല ടീച്ചറുടേത് മാറിയിട്ടില്ല. എന്നാൽ കാലം മാറിവരുന്നത് അവള റിയുന്നുമുണ്ട്. അമ്മയുടെ കാമുകനുമായുള്ള ബന്ധത്തിൽ സഹിക്കവ യ്യാതെ വഴക്കടിച്ചാണ് അവൾ ഇറങ്ങിവരുന്നത്.

കാശ്മീരിലെ ബോർഡിംഗ് സ്കൂളിൽ അധ്യാപികയായി എത്തിയ വിമല ടീച്ചർ സുധീർക്കുമാർ മിശ്രയുമായി അടുക്കുന്നു. സുധീർക്കുമാർ മിശ്രയുമായു ള്ള സല്ലാപങ്ങളും ഒന്നിച്ച് ചിലവഴിച്ച നിമിഷങ്ങളും വൈവിധ്യമാർന്ന ഓർമ്മകളും അയവിറക്കി ഭൂതകാലത്തിന്റെ മധുരിമയിൽ വർത്തമാന ജീവിതം ലയിപ്പിച്ച ചേർക്കുന്നുണ്ട് ടീച്ചർ. 'വട്ടം വീശി വിടരുന്ന ഓളങ്ങ ളുടെ മധ്യത്തിൽ താണുപോയ കല്ലിന്റെ അവ്യക്ത സ്ഥാനം പോലെ ഒരോർമ്മ മാത്രം,' എന്ന് അവർക്കിടയിലെ ആദ്യാനുഭവത്തെ അവർ ഓർക്കുന്നുമുണ്ട്.

സ്കൂളിലെ കുട്ടികളുടെയും അധ്യാപികമാരുടെയും ജീവിതങ്ങൾ ഇടയ്ക്ക് കടന്നുവരുന്നു. വിദ്യാർത്ഥിനിയായ ലക്ഷ്മി വാജ്പേയിയുടെയും അവളുടെ കൂട്ടുകാരനൊത്തുള്ള യാത്രയുമെല്ലാം ഇതില്ലുണ്ട്. ബോർഡിംഗ് സ്കൂളുകളിൽ രാത്രികളുടെ ഏകാന്തതകളിൽ തന്റെ മുറിയിൽ ഒരു ചെറുപ്പക്കാരനെ സ്വീകരിക്കാൻ തയ്യാറായ ഒരു പുഷ്പാ സർക്കാരും മിന്നിമറയുന്നുണ്ട്.

തോണിക്കാരനായ ബുദ്ധുവിനെയും സർദ്ദാർജിയെയും നമുക്ക് മറക്കാ നാവില്ല. 'മരണം രംഗബോധമില്ലാത്ത കോമാളിയാണ്,' എന്ന് സർദ്ദാ ര്ജി നിരീക്ഷിക്കുന്നുണ്ട്. 'മരിച്ചുപോയവരെയോർത്ത് ഉറക്കം കളയരുത്. ജീവിക്കുന്നവർ ഒരുപാടുണ്ടല്ലോ ഭൂമിയിൽ,' എന്നും അദ്ദേഹം പറയുന്ന ണ്ട്. സർദ്ദാർജിയുടെ വാക്കുകൾ പലപ്പോഴും വിമല ടീച്ചറുടെ മനസ്സിന്റെ അഗാധതയിൽ ചെന്നുപിടയുകയുമാണ്.

മനുഷ്യ ജീവിതം മുന്നോട്ട് പോകുന്നത് പ്രതീക്ഷയിലാണ്. ഇവിടെ വിമലയ്ക്ക് പ്രതീക്ഷകൾ അവസാനിക്കുന്നില്ല. നോവലിന്റെ അവസാനം ഇങ്ങനെയാണ്. 'ബോട്ട് തുഴഞ്ഞ് നീങ്ങിയപ്പോൾ ജലപ്പരപ്പിൽ നീണ്ട കിടന്ന വളഞ്ഞ വഴിത്താരയിലേക്ക് നോക്കി കൊണ്ട് അവൾ പിറുപി റുത്തു, "വരാതിരിക്കില്ല".

നോവലിന്റെ ഇടക്കത്തിൽ വായിക്കാനൊന്നുമില്ലാതെ അലസമായി കിടക്കുകയായിരുന്നല്ലോ വിമല. നോവലിന്റെ അന്ത്യത്തിലാവട്ടെ പ്ര തീക്ഷയിലാണ്. ഇത്തരത്തിൽ പലതരം പ്രതീക്ഷകളാൽ ജീവിതത്തെ മുന്നോട്ട് നയിക്കുന്ന മനുഷ്യ ജീവിതത്തിന്റെ സവിശേഷതതന്നെയായി ഈ നോവൽ മാറുകയാണ്. അച്ഛനെക്കാണാമെന്ന പ്രതീക്ഷയാണ് ബുദ്ധുവിനെ നയിക്കുന്നത്. ജീവിതത്തെ ചിരിച്ചുകൊണ്ട് നോക്കി

കാണാനും പ്രതീക്ഷാനിർഭരമായി വിലയിരുത്തിയുമാണ് സർദ്ദാർജി വ്യത്യസ്തനാകുന്നത്.

ഓർമ്മകളുടെ ഭാരവും ആധുനികലോകത്തെ അന്യവത്കരിക്കപ്പെ ടുന്ന മനുഷ്യന്റെ വ്യഥകളും ചേർത്തുനിർത്തിയ എഴുത്തുകാരനാണ് എം.ടി. ചുറ്റുമുള്ള ലോകത്തെ തൻറേതായ കാഴ്ചയിലൂടെ മലയാളിക്ക് കാവ്യാത്മകമായി പകർന്ന് തന്ന ഈ എഴുത്തുകാരൻ വർത്തമാന കാലത്തെ നെറികേടുകൾക്കെതിരെ മനുഷ്യ പക്ഷത്തുനിന്ന് ശബ്ദം ഉയർത്തുകയുമാണ്. മാതൃഭാഷാ സംരക്ഷണത്തിനും അതിന്റെ ഭാഗമാ യുള്ള പ്രതിരോധത്തിലും സജീവസാന്നിധ്യമായും എം.ടി നമുക്ക് മുന്നിൽ ഉയർന്നു നിൽക്കുന്നു.

രാജാ രവിവർമ്മയെ കുറിച്ചുള്ള മറാത്തി നോവൽ

കിളിമാന്നൂർ കൊട്ടാരത്തിന്റെ ചുവരുകളിൽ കരിക്കട്ട കൊണ്ട് ചിത്രം വരച്ച കുട്ടി എന്ന നിലയിലാണ് രാജാ രവിവർമ്മയെ കുറിച്ചുള്ള ആദ്യത്തെ ഓർമ്മകൾ. അന്ന് പഠിച്ച പാഠത്തിന്റെ ഓർമ്മ കളോടെയാണ് അക്കാലത്ത് രവിവർമ്മ ചിത്രങ്ങൾ കണ്ടിരുന്നത്. ഇന്ത്യൻ ചിത്രകലയുടെ സ്വാഭാവികമായ വികാസമായിരുന്നില്ല രവിവർമ്മയിൽ ഉണ്ടായിരുന്നത്. പാശ്ചാത്യപാരമ്പര്യത്തെ ചിത്ര കലയിലേക്ക് സ്വാംശീകരിച്ച കേരളീയനായിരുന്ന അദ്ദേഹം. വ്യ ത്യസ്തമായ നിരവധി പശ്ചാത്തലങ്ങളെയും ജനജീവിതങ്ങളെയും ഉൾക്കൊണ്ട എന്ന നിലയിലും പല ചിത്രങ്ങളും സവിശേഷമായിരു ന്നു. പുരാണ കഥാപാത്രങ്ങളെ സാരിയുടുപ്പിച്ച് നാം ഇന്ന് കാണുന്ന രൂപഭാവങ്ങളിൽ എത്തിച്ചത് കേരളം സംഭാവന ചെയ്ത പ്രസിദ്ധ നായ ഈ ചിത്രകാരനാണ്. താൻ ജനിച്ച വളർന്ന പശ്ചാത്തലം പല എതിർപ്പുകളെയും മറികടക്കാൻ അദ്ദേഹത്തെ സഹായിച്ചിരുന്നു. പല തരത്തിലുള്ള വിമർശനങ്ങൾക്കും വിവിധ ഘട്ടങ്ങളിൽ രവിവ ർമ്മാ ചിത്രങ്ങൾ വിധേയമായിട്ടുണ്ട്.

അടുത്ത കാലത്താണ് രാജാ രവിവർമ്മയെ കുറിച്ച് മറാത്തിയിൽ രൺജിത് ദേശായി എഴുതിയ രാജാ രവിവർമ്മ എന്ന നോവൽ ശ്ര ദ്ധയിൽപെട്ടത്. മലയാളിയായ ഈ ചിത്രകാരൻ എന്തുകൊണ്ടാണ് മറാത്തി എഴുത്തുകാരന് വിഷയമായി എന്ന കൗതുകമുണ്ടായി. അത്

വായനയിലേക്ക് നയിച്ചു. യാഥാർത്ഥ്യങ്ങളും കാൽപനികതയും കെട്ടുപിണയുന്ന നോവൽ സമകാലീനമായ ചില പ്രശ്നങ്ങളുമായി സംവദിക്കുന്നുണ്ടെന്ന് വായനാനുഭവം വ്യക്തമാക്കി.

സ്വാതന്ത്ര്യത്തെ കുറിച്ചുള്ള കാഴ്ചകൾ കലാമനസുകളെ എന്നും പ്രചോദിപ്പിക്കുന്ന ഒന്നാണ്. അതിനാൽ സമൂഹം വരയ്ക്കുന്ന മനുഷ്യ ത്വരഹിതമായ വൃത്തങ്ങൾ അവരുടെ സർഗ്ഗാത്മക പ്രവർത്തനത്തിന് പലപ്പോഴും തടവറയാകുന്നു. അതിനാൽ അവയുമായുള്ള കലഹം അനി വാര്യമായിത്തീരുന്നു. അത്തരം ചില കലഹങ്ങളാണ് ഈ നോവലിന്റെ കരുത്ത്. രാജകൊട്ടാരങ്ങളിൽ ചിത്രം വരച്ച പോയ കലാകാരന്റെ ജീവിതം മുംബൈയിൽ എത്തുന്നതോടെ മാറി മറിയുകയായിരുന്നു.

സമൂഹത്തിന്റെ അടിത്തട്ടിൽ നിന്ന് ചിത്രത്തിന് രവിവർമ്മ മോഡലുകളെ തേടുന്നു. ദേവദാസികളായി ജീവിതം നയിച്ചവരിൽ നിന്ന് തന്റെ ചിത്രങ്ങൾക്ക് മോഡലുകളെ കണ്ടെത്തുന്നു. ഇതിൽ സുഗന്ധി എന്ന സ്ത്രീയുമായി അപൂർവ്വമായ അടുപ്പം രൂപപ്പെടുന്നു. ഈ സുഗന്ധിയുടെ മുഖമാണ് രവിവർമ്മ ചിത്രങ്ങളിൽ ദൈവത്തിന്റെ മുഖങ്ങളായി മാറ്റപ്പെടുന്നതും പ്രിന്റുകളായി ജനങ്ങൾക്കിടയിൽ പ്രചരി പ്പിക്കപ്പെടുകയും ചെയ്തതെന്ന് നോവലിലുണ്ട്. ഇത് വായിക്കുമ്പോൾ രവിവർമ്മ ചിത്രങ്ങളിലെ സ്ത്രീകൾക്ക് പലർക്കും ഒരേ മുഖമാണെന്ന യാഥാർത്ഥ്യം മനസിൽ വരികയുണ്ടായി. ഹിന്ദുക്കളുടെ ദേവീദേവന്മാരെ എല്ലാ വീടുകളിലും എത്തിച്ച് അവരുടെ പവിത്രത നഷ്ടപ്പെടുത്തി. ദേവീ ദേവന്മാരുടെ നഗ്നരൂപം വരച്ച് ബീഭത്സമാക്കി അവരെ അപമാനിച്ചു, ഹിന്ദുക്കളുടെ മതവികാരം വ്രണപ്പെടുത്തി, തുടങ്ങിയ ആരോപണങ്ങൾ രവിവർമ്മക്കെതിരെ ഉന്നയിക്കപ്പെടുന്നു. അതിന്റെ പേരിൽ കോടതി കയറുന്ന കാര്യവും നോവലിലുണ്ട്.

കേസ് നടക്കുമ്പോൾ നിയമവും ഭാവനയും തമ്മിലുള്ള സംഘർഷ ത്തിന്റെ കാര്യങ്ങൾ സുഗന്ധിയോട് രവിവർമ്മ പറയുന്ന ഭാഗം നോവ ലിലുണ്ട് - "നിയമം വളരെ ശുഷ്ക്കമാണ്. അതിൽ ഭാവന, ആത്മീയത, സൗഹാർദ്ദം എന്നിവക്ക് ഒരു വിലയുമില്ല. അതേ സമയം കലയിലാണ് ഭാവനയുടെ നില നിൽപ്പ്. അത് തെളിയിക്കാൻ വക്കീലിന് സാധ്യ മാവുകയില്ല. അവർക്ക് വാക്കുകളും അവക്ക് പിന്നിലെ കാരണങ്ങളും മാത്രമേ മനസിലാവുകയുള്ളൂ."

പക്ഷെ വിചാരണ നടക്കുന്ന ഘട്ടത്തിൽ താൻ കാരണം രവിവർമ്മ ജയിലടക്കപ്പെട്ടും എന്ന് കരുതി സുഗന്ധി ആത്മഹത്യ ചെയ്യുന്നു. രവിവർമ്മയുടെ മടിയിൽ കിടന്ന് അവർ മരിക്കുന്ന രംഗം ഏറെ

വികാരനിർഭരമാണ്. ദൈന്യത അനുഭവിക്കുന്ന ജനങ്ങളുടെ ചിത്രങ്ങൾ വരച്ചതിനെതിരെയുള്ള വിമർശനങ്ങൾക്ക് രവിവർമ്മ ഇങ്ങനെ മറുപ ടികൊടുക്കുന്നതായി നോവലിലുണ്ട് -"മനസിന് മാർദ്ദവമുള്ളവർക്ക് മാത്രമേ ഈ ചിത്രം സുന്ദരമായി തോന്നുകയുള്ളൂ. പക്ഷെ ഭസ്മക്കുറി അണിഞ്ഞിട്ടും അന്ധവിശ്വാസങ്ങൾ മാത്രം കൈവശമുള്ളവർക്ക് അവരുടെ അന്ധമായ കണ്ണുകളിൽ ആ ചിത്രം അശ്ലീലമാണെന്നേ തോന്നുകയുള്ളൂ. ആ അശ്ലീലം ചിത്രത്തിലല്ല. അത് നോക്കുന്നവരുടെ മനസിലാണ് ഒളിച്ചിരിക്കുന്നത്." ചിത്രങ്ങളിലൂടെ ദൈവത്തെ അപമാ നിച്ചു എന്ന വാദത്തിന്, പുരാണങ്ങളിലെ ജീവിത സന്ദർഭങ്ങളിലെ മാനുഷികതയാണ് എന്റെ ചിത്രങ്ങളിലുള്ളതെന്ന് വിചാരണയിൽ വ്യക്തമാക്കുന്നതിലൂടെ രവിവർമ്മ കുറ്റവിമുക്തനാവുന്നു.

സർഗ്ഗാത്മകതയുടെ ലോകത്ത് ഇതൾ വിരിയുന്ന സ്ത്രീ-പുരുഷ ബന്ധത്തിന്റെ മുഹൂർത്തങ്ങളും ഫ്രെന എന്ന പാഴ്സി വിശ്വാസിയായ പെൺകുട്ടിയുമായുള്ള ബന്ധത്തിലൂടെ ഇതിൽ അവതരിപ്പിക്കപ്പെടുന്ന ണ്ട്. സ്വാതന്ത്ര്യത്തെ ഹനിക്കും വിധം ആചാരങ്ങളും കീഴ്ഴക്കങ്ങളും സൃഷ്ടിക്കുന്ന മതിൽക്കെട്ടുകളെ തകർത്തുകൊണ്ടാണ് സർഗ്ഗാത്മക തയും മാനുഷിക ബന്ധങ്ങളും തളിർക്കുന്നതെന്ന് നോവൽ ഓർമ്മപ്പെ ടുത്തുന്നു. സഹോദരനുമായുള്ള അപൂർവ ബന്ധത്തിന്റെ ചാരുതയും നോവലിൽ നിറഞ്ഞു നിൽക്കുന്നുണ്ട്.

രാജഭരണത്തേയും ബ്രിട്ടീഷ് കൊളോണിയലിസത്തേയും ഈ നോവൽ എവിടേയും വിമർശിക്കുന്നില്ല. അക്കാലത്തെ തെറ്റായ മൂല്യ ബോധങ്ങളുടെ സ്വാധീനവും നോവലിൽ ഉണ്ട്. ഗുജറാത്തുകാരനാണ് നോവലിസ്റ്റ് എന്നതിനാൽ ഗുജറാത്തിലെ ആചാരങ്ങളാണ് പലപ്പോഴും തിരുവനന്തപുരത്തെ ജീവിതത്തിന് മുകളിൽ കെട്ടിയേൽപ്പിക്കപ്പെ ടുന്നത്. പാരമ്പര്യവും സ്വാതന്ത്ര്യവും തമ്മിലുള്ള സംഘർഷങ്ങളുടെ വേരുകളും ഇതിലുണ്ട്. കലയുടേയും സ്വാതന്ത്ര്യത്തിന്റേയും ലോകത്ത് മതമൗലികവാദശക്തികൾ പിടിമുറുക്കാൻ ശ്രമിക്കുന്ന വർത്തമാന കാലത്ത് അതിനെതിരായുള്ള പ്രതിരോധത്തിന്റെ ചില തലങ്ങളാണ് ഇതിനെ ശ്രദ്ധേയമാക്കുന്നത്.

ഹോർത്തൂസ് മലബാറിക്കൂസ് അഥവാ മലബാർ പൂന്തോട്ടം

ഹോർത്തൂസ് മലബാറിക്കൂസ് എന്ന തലവാചകത്തിന്റെ അർത്ഥം തന്നെ 'മലബാർ പൂന്തോട്ടം,' എന്നാണ്. ഹോർത്തൂസ് മലബാറിക്കൂസിന്റെ സംവാദകനും പ്രചാരകനുമായി മാറിയത് ഹെൻട്രിക് അഡ്രിയാൻ വാൻ റീഡ് (1636-1691) ആണ്. ഡെച്ചുകാരുടെ മലബാറിലെ സൈനിക ക്യാപ്പനും കൊച്ചിയിലെ ഡച്ച് ഗവർണ്ണറായും ഇദ്ദേഹം പ്രവർത്തിച്ചിട്ടുണ്ട്. മലബാറിലെ വിവിധ ഭാഗങ്ങളിൽ നിന്ന് 742 സസ്യങ്ങൾ ശേഖരിക്കുകയും അവയുടെ വിശ ദീകരണക്കുറിപ്പ് തയ്യാറാക്കിയുമാണ് ഇത് ഉണ്ടാക്കിയത്. പന്ത്രണ്ട് വോള്യങ്ങളായി ലാറ്റിൻ ഭാഷയിൽ ഇത് പരന്നുകിടക്കുന്നു.

നമ്മുടെ സസ്യസമ്പത്തിൽ വിസ്മയിച്ചുപോയ ഒരു മനസ്സിൽ നിന്നാ യിരിക്കുമല്ലോ ഈ തലവാചകം രൂപപ്പെട്ടതുതന്നെ. പ്രകൃതിയുടെ വിലയേറിയ സമ്മാനങ്ങൾ ഇത്രയേറെ ലഭിച്ചിട്ടുള്ള മറ്റൊരു ജനത ലോകത്ത വേറെയില്ലെന്ന വാൻ റീഡിന്റെ പ്രസ്താവനയിൽ നിന്ന് ഇത് വ്യക്തമാണ്. ഈ പുസ്തകത്തിലെ അറിവുകൾ യഥാർത്ഥത്തിൽ നമ്മുടെ ജനത ഏറെക്കാലത്തെ പരീക്ഷണ, നിരീക്ഷണങ്ങളിലൂടെ വികസിപ്പിച്ചെടുത്തുകൂടിയായിരുന്നുവെന്നും പുസ്തകത്തിന്റെ രചനാചരിത്രം വ്യക്തമാക്കുന്നുണ്ട്.

കൊല്ലാടൻ എന്ന സ്ഥാനപ്പേരിൽ അറിയപ്പെട്ടിരുന്ന കടക്കര പള്ളിയിലെ (ആലപ്പുഴയിലെ) പാരമ്പര്യ വൈദ്യകുടുംബാംഗങ്ങൾ

തലമുറകളായി സൂക്ഷിച്ചുവച്ച അറിവുകൾ രേഖപ്പെടുത്തിയ താളിയോല ഗ്രന്ഥമായിരുന്നു ചൊൽക്കട്ട പുസ്തകം. ഈ പുസ്തകത്തിൽ സംഭരിച്ചു വച്ച അറിവുകളെ ഈ പുസ്തകത്തിനായി പകർന്നുനൽകിയത് ഇട്ടി അച്ചുതൻ വൈദ്യരാണ്. ആ അറിവുകളാണ് ഇതിന്റെ അടിസ്ഥാനം. നൂറ്റാണ്ടുകൾക്ക് ശേഷം ചൊൽക്കൊട്ട പുസ്തകം നഷ്ടമായി. എങ്കിലും ആ അറിവുകൾ ഹോർത്തൂസ് മലബാറിക്കൂസിലൂടെ ഇന്നും ജീവിക്കുന്നു. ഇട്ടി അച്യുതൻ വൈദ്യരെക്കുറിച്ച് ഗ്രന്ഥത്തിൽ തന്നെ പരാമർശമുണ്ട്.

നമ്മുടെ പ്രസാധന ചരിത്രത്തിലും ഈ പുസ്തകത്തിന്റെ പ്രാധാന്യം ഏറെ വലുതാണ്. മലയാള ലിപികളായി ആര്യഎഴുത്തും കോലെഴുത്തും ആദ്യമായി മുദ്രണം ചെയ്യപ്പെടുന്നതും അച്ചടി മഷി പുരളുന്നതും ഇതിലാണ്. മലയാള അക്ഷരങ്ങൾ ആദ്യമായി അച്ചടിക്കപ്പെടുന്നതും ഇതിൽ തന്നെ. അറബി മലയാളവും കൊങ്ങിണി ഭാഷയും ഇതിലൂടെ അച്ചടിപ്പുരണ്ടുവെന്നതും എടുത്തുപറയേണ്ടതാണ്. ഈ പുസ്തകത്തി ന്റെ വിവരണ ഭാഷ ലാറ്റിനായിരുന്നു. ഇങ്ങനെ വ്യത്യസ്ത ഭാഷകളുടെ പൂന്തോട്ടം കൂടിയാണ് നെതർലൻറിന്റെ തലസ്ഥാനമായ ആംസ്റ്റർഡാ മിൽ വെച്ച് അച്ചടിച്ച ഈ പുസ്തകം.

വ്യത്യസ്ത ഭാഷകളുടെ സംഗമസ്ഥാനമായ ഈ പുസ്തകത്തിന്റെ പരിഭാഷ എന്നത് എളുപ്പമുള്ള ഒന്നായിരുന്നില്ല. മലയാള ഭാഷയുടെ പരിണാമം ഉൾക്കൊള്ളുകയും ലാറ്റിൻ ഭാഷയിലെ പരിജ്ഞാനം സ്വാംശീകരിക്കുകയും ചെയ്യുന്നതിനോടൊപ്പം സസ്യവർഗീകരണ ശാസ്ത്രത്തിൽ പരിജ്ഞാനവുമുള്ള ഒരാൾക്കേ ഇത് തർജ്ജമ ചെയാൻ കഴിയുമായിരുന്നുള്ളൂ. അതിനാൽ ഈ പരിശ്രമത്തിൽ ഏർപ്പെട്ടവർ തുടർച്ചയായി പരാജയപ്പെട്ടു. അത് മറികടന്ന് ഇംഗ്ലീഷിലേക്കും മലയാ ളത്തിലേക്കും പരിഭാഷപ്പെടുത്തിയ വ്യക്തി എന്ന നിലയിൽ ഡോ. മണിലാൽ നൽകിയ സംഭാവന ഏറെ ബഹുമാനിക്കപ്പെടേണ്ടതാണ്. യൂണിവേഴ്സിറ്റി ക്യാമ്പസിൽ പഠിച്ചിരുന്ന കാലത്ത് സസ്യശാസ്ത്ര വിഭാ ഗത്തിലുണ്ടായിരുന്ന ഡോ. മണിലാലിന്റെ മുഖം ഇത് വായിക്കുമ്പോൾ തെളിഞ്ഞുവരുന്നുണ്ടായിരുന്നു.

മലബാറിലെ ചെടികളുടെ പേരുകൾ ലാറ്റിനിലേക്ക് എത്തിച്ചേരു മ്പോഴേക്കും പലതിനും അർത്ഥവ്യത്യാസം സംഭവിച്ചിട്ടുണ്ട്. ഡോ. മണിലാൽ പറഞ്ഞതുപോലെ യൂറോപ്പില്ലുള്ളവരുടെ നാവില്ലും ചെവിക്കും വഴങ്ങാത്ത പല വാക്കുകൾക്കും ഇതുമൂലം രൂപമാറ്റം സംഭവിച്ചു. ഇതിനെയെല്ലാം മറികടന്നാണ് പുസ്തക തർജ്ജമ പൂർത്തീകരിച്ചത് എന്നതും ശ്രദ്ധേയമാണ്. വിവർത്തനത്തിൽ ചോർന്നുപോകുന്നതാണ്

സാഹിത്യമെന്നും പറയാറുണ്ടല്ലോ?

മലബാർ പൂന്തോട്ടത്തിൽ ആദ്യം പരാമർശവിധേയമാകുന്നത് തെങ്ങ് തന്നെയാണ്. പനി, മോണയിലുണ്ടാകുന്ന വ്രണങ്ങൾ, കണ്ണിലെ വേദന, രക്തസ്രാവം, മൂത്രപ്പഴപ്പ്, ഗൊണേറിയ, തീപ്പൊള്ളൽ, ചെങ്കണ്ണ് എന്നീ രോഗങ്ങളെ മാറ്റാനുള്ള തെങ്ങിന്റെ ഔഷധ ശേഷി വിശദമാക്കുന്നുണ്ട്. കള്ള്, വിനാഗിരി, ചക്കര നിർമ്മാണം എന്നിങ്ങനെ നിർമ്മാണത്തിന്റെ വിവിധ ഘട്ടങ്ങളും വിശദീകരിക്കുന്നുണ്ട്. തുടർന്ന് ഇത്തരത്തിൽ സസ്യ ജാലങ്ങളെക്കുറിച്ച് വിവരിച്ചപോകുകയാണ് ഇതിൽ.

കവുങ്ങ്, പലതരം പനകൾ, വാഴ, പപ്പായ, വിവിധ തരം ചാമ്പകൾ, മുള, ഇലഞ്ഞി, മഞ്ഞപ്പമരം, കൊന്ന, വാളംപുളി തുടങ്ങിയവയെല്ലാം പരാമർശവിഷയമാകുന്നുണ്ട്. കൊടംപുളിയെപ്പറ്റി പരാമർശിക്കുമ്പോൾ അവ വൈദ്യൻമാർ ഉപയോഗിക്കില്ലെന്ന കാര്യം പ്രത്യേകം ഓർമ്മി പ്പിക്കുന്നുണ്ട്. തുടർന്നുള്ള വോള്യങ്ങളിൽ വിവിധ സസ്യജാലങ്ങളുടെ വിവരണങ്ങളാണ്.

രണ്ടാം വോള്യം കുറ്റിച്ചെടികളെക്കുറിച്ചാണ്. തുടർന്നുള്ള വോള്യത്തിൽ വൃക്ഷങ്ങളെക്കുറിച്ചുള്ള വിശദീകരണം വരുന്നു. നാലാം വോള്യം വിവിധ ഫലവൃക്ഷങ്ങളെക്കുറിച്ചുള്ളതാണ്. പഴങ്ങളുണ്ടാക്കുന്ന ചെറുവൃക്ഷങ്ങ ളാണ് അഞ്ചാം വോള്യത്തിലെ പരാമർശ വിഷയം. നീണ്ട തോടോ ട്ടുകൂടിയ കായ്കളുണ്ടാവുന്നവയെക്കുറിച്ചാണ് അടുത്ത വോള്യം. ഏഴും എട്ടും വോള്യങ്ങൾ പയർ വർഗത്തിൽപ്പെട്ട ചെറു സസ്യങ്ങളെയാണ് ഉൾക്കൊള്ളുന്നത്. ഒമ്പത് മുതൽ പന്ത്രണ്ട് വരെയുള്ള വോള്യങ്ങൾ ചെറു സസ്യങ്ങളേയും അവയുടെ വിവിധ ഇനങ്ങളെയും പരിചയപ്പെടുത്തുന്നു.

ഹോർത്തൂസ് മലബാറിക്കൂസ് 12 വോള്യങ്ങളിൽ വിശദീകരിച്ച കാര്യ ങ്ങൾ ഒറ്റ വോള്യമായി സംഗ്രഹിച്ചിരിക്കുകയാണ് ഈ പുസ്തകത്തിൽ.

ജൈവാവകാശം, ബൗദ്ധിക സ്വത്തവകാശം എന്നിവയുടെ പേരിൽ നമ്മെ പോലുള്ള രാജ്യങ്ങളിലെ നാട്ടറിവുകളെയും ഉത്പന്നങ്ങളെയും തട്ടിയെടുക്കാൻ ബഹുരാഷ്ട്ര കുത്തകകൾ പരിശ്രമിക്കുന്ന കാലമാണിത്. ആ സാഹചര്യത്തിൽ നമ്മുടെ തനത് വിജ്ഞാനത്തെ സംരക്ഷി ക്കാനുള്ള ആധികാരിക രേഖ എന്ന നിലയിൽ ഇതിന്റെ പ്രസക്തി ഏറെയാണ്. ചുറ്റപാട്ടമുള്ള നാട്ടുചെടികളുടെ ഔഷധഗുണങ്ങൾ പ്രയോ ജനപ്പെടുത്താനാവുമെന്ന കാര്യവും ഈ പുസ്തകം നമുക്ക് നൽകുന്നുണ്ട്.

നമ്മുടെ നാടിനെ കൊള്ളയടിച്ച് തങ്ങളുടെ ചൂഷണരീതി സ്ഥാപിക്കാൻ ആഗ്രഹിച്ചവർക്ക് ഈ നാടിന്റെ സവിശേഷത മനസ്സിലാക്കേണ്ടത്

ആവശ്യമായിരുന്നു. അതിന്റെ ഭാഗമായി തന്നെ പഠനങ്ങൾ ഏറെ അവർ നടത്തിയിരുന്നു. അവ ഇന്ന് അക്കാലത്തെ സവിശേഷതകളെ മനസ്സിലാക്കാനുള്ള ഉപാധികളായി നമുക്ക് മുമ്പിൽ നിറഞ്ഞുനിൽക്കു ന്നുണ്ട്. അവയിലൊന്നാണ് ഹോർത്തൂസ് മലബാറിക്കൂസ്.

12 വോള്യങ്ങളെ ഒരു വോല്യമായി ചുരുക്കിയെടുത്തുകൊണ്ടുള്ള സമതയുടെ ഈ പരിശ്രമം തീർച്ചയായും ശ്ലാഘിക്കപ്പെടേണ്ട ഒന്നത ന്നെ. പുസ്തകത്തിന്റെ കെട്ടുംമട്ടുമെല്ലാം വായനക്കാരനെ ആകർഷിക്ക ന്നത് കൂടിയാണ്. സംഗ്രഹം നിർവഹിച്ച വി.യു രാധാകൃഷ്ണനും ഏറെ അഭിനന്ദനമർഹിക്കുന്നു. നമ്മുടെ നാടിന്റെ സസ്യവൈവിധ്യത്തേയും, നാട്ടുചികിത്സയുടെ പാരമ്പര്യത്തെയും മനസ്സിലാക്കാൻ ശ്രമിക്കുന്നവ രക്ക് അക്ഷയഖനിയാണ് ഈ പുസ്തകം.

മുഗൾ രാജകുമാരി ജഹനാരായുടെ ആത്മകഥയെക്കുറിച്ച്

മുഗൾ ചക്രവർത്തി ഷാജഹാന്റെ മകൾ ജഹനാരാ പേർഷ്യൻ ഭാഷയിൽ രചിച്ച ആത്മകഥയാണ് "ജഹനാര." ഇത് ഭഗത്സിം ഗിന്റെ സഹപ്രവർത്തകൻ എം.എൻ. സത്യാർത്ഥി മലയാളത്തിൽ പരിഭാഷപ്പെടുത്തുകയുണ്ടായി. എം.എൻ.സത്യാർത്ഥിയെ കുറിച്ചുള്ള അന്വേഷണത്തിന് ഇടയിലാണ് ചരിത്രത്തെ ഓർമ്മകളിലൂടെ ചാലി ച്ചെടുത്ത ഈ പുസ്തകത്തിലേക്ക് ഞാൻ ആകർഷിക്കപ്പെടുന്നത്.

ജീവിതത്തിൽ ഏറ്റവും ദുഃഖം അനുഭവിച്ച സ്ത്രീ താനെന്ന് ജഹനാര ഇതിൽ സ്വയംവിശേഷിപ്പിക്കുന്നു. താൻ ഏറെ സ്നേഹിച്ച തന്റെ സഹോദരൻ ദാരയെ കൊലപ്പെടുത്തി സിംഹാസനം കൈക്കലാക്കിയ മറ്റൊരു സഹോദരനായ ഔറംഗസീബിനോട് കടുത്ത വിദ്വേഷമായി രുന്നു ജഹനാരാക്ക്. എന്നാൽ ജീവിതത്തിന്റെ അന്ത്യകാലങ്ങളിൽ അയാൾക്ക് മാപ്പ് കൊടുക്കാൻ ജഹനാരാ തയ്യാറാവുന്നു. തുടർന്ന് ആത്മകഥയുടെ കുറെ ഭാഗം അവൾ നശിപ്പിക്കുന്നു. എന്നാൽ പെട്ടെന്നു ണ്ടായ മനഃപരിവർത്തനം മൂലം ബാക്കി ഭാഗങ്ങൾ ജാസ്മിൻ കൊട്ടാര ത്തിന്റെ കല്ലിനടിയിൽ ഒളിപ്പിച്ച വെക്കുന്നു; ലോകത്തെ ഏറ്റവും വലിയ ദുഃഖം അനുഭവിച്ചവൾ താനാണെന്ന് ലോകത്തെ അറിയിക്കാൻ. 200 വർഷങ്ങൾക്കുശേഷം ആൻഡ്രിയ ബ്യൂട്ടെൻസൺ എന്ന ഫ്രഞ്ചുകാരി ആ ആത്മകഥ കണ്ടെത്തുന്നു. അതാണ് ഇന്ന് ലഭിച്ചിട്ടുള്ള ഈ ആത്മകഥ.

സഹോദരന്മാരുടെ വധം, പിതാവിന്റെ കാരാഗ്രഹവാസം, മുഗൾ ഭരണത്തിന്റെ ക്ഷയോന്മുഖമാകുന്ന അവസ്ഥ എന്നിവയ്ക്കെല്ലാം ദൃക്സാക്ഷിയായിരുന്ന ജഹനാര. ഉപനിഷത്തിനെ പേർഷ്യൻ ഭാഷയിലേക്ക് തർജ്ജമ ചെയ്ത ദാരയിൽ അക്ബർ ചക്രവർത്തി യുടെ പാരമ്പര്യമാണ് തുടിക്കുന്നത് എന്നായിരുന്ന ജഹനാരയുടെ അഭിപ്രായം. ഇന്ത്യൻ സവിശേഷതകളെ മനസിലാക്കുകയും ഖുറാന്റെ കാഴ്ചപ്പാടുകൾ ഉൾക്കൊള്ളുകയും ചെയ്തുകൊണ്ട് ജീവിച്ചവരായിരു ന്ന ദാരയും ജഹനാരായുമെല്ലാം. സൂഫി പാരമ്പര്യമായിരുന്ന ഇതിന് അടിസ്ഥാനമായി നിന്നത്. അത്തരം കാഴ്ചകൾ അവതരിപ്പിച്ചുകൊണ്ട് തന്റെ ജീവിതം പകർത്തുകയാണ് ജഹനാര ഇതിൽ.

ഖുറാനും ഇന്ത്യൻ പുരാണങ്ങളും അവൾക്ക് ഉള്ളംകൈയിലെന്ന പോലെ വഴങ്ങുമായിരുന്ന എന്ന് ആത്മകഥയിലെ പല ഭാഗങ്ങളും വ്യ ക്തമാക്കുന്ന. ആത്മകഥയിൽ ഇങ്ങനെ പറയുന്നുണ്ട് "സംഗീതത്തിലാണ് താൻസന്റെ കീർത്തിയും മേവാറിലെ റാണിയായിരുന്ന മീരാഭായിയുടെ ആത്മാർപ്പണവും. മീര ബാല്യത്തിൽ ശ്രീകൃഷ്ണന്റെ വിഗ്രഹത്തെ പ്രേമിച്ചിരു ന്നു. ആ സംഗീതപ്രേമം ജീവിതത്തിന്റെ അന്ത്യംവരെ അവളെ അനുഗമിച്ച് സർവസ്വവും ശ്രീകൃഷ്ണന് ബലിയർപ്പിക്കുന്നതിലേക്ക് നയിച്ചു. അവളുടെ ശിരസ്സ് മാറ്റാരുടെയും മുന്നിൽ കുനിഞ്ഞില്ല. സംഗീതം, മീരാബായിയെ വൃന്ദാവനത്തിലേക്കാനയിച്ചു. അവിടെയാണ് ശ്രീകൃഷ്ണൻ ഗോപസ്ത്രീകൾക്ക് മുരളീനാദത്താൽ നിർവ്വതി നൽകിയിരുന്നത്. സൗന്ദര്യമൂർത്തിയായ മീര തന്റെ ദേവന്റെ മുന്നിൽ നൃത്തത്തിന് തയാറായി നിൽക്കുന്നത് പോലെ എനിയ്ക്ക് തോന്നി."

കൃഷ്ണകഥകൾ മാത്രമല്ല യേശുക്രിസ്തുവിനെക്കുറിച്ചും അവർക്ക് ധാരണകൾ ഉണ്ടായിരുന്ന. അവർ ആത്മകഥയിൽ ഇങ്ങനെ പറയു ന്നുണ്ട് "യേശു ക്രിസ്തു പറഞ്ഞു ഈ ലോകം ഒരുപാലം മാത്രമാണ്. ആ പാലത്തിന്റെ മുകളിലൂടെ കടന്നുപോവുക. പക്ഷേ വീടുകളും ഉദ്യാനങ്ങളും നിർമ്മിക്കരുത്. ഈ ലോകത്ത് ഒരു നിമിഷമെങ്കിലും പാപം ചെയ്യാതെ ജീവിക്കുന്നവർ അനന്തതയെ കണ്ടെത്തുന്നു. ഈ ലോകം അനന്തതയുടെ ഒരു നിമിഷം മാത്രമാണ്. ആ സമയം പ്രാർത്ഥനക്കായി വിനിയോഗിക്കുക. ബാക്കിയുള്ള സകലതും മനുഷ്യദൃഷ്ടിക്ക് ഗോചരമാണ്." ഈ വാചകങ്ങൾ ഫത്തേപ്പൂർ സിക്രിയിൽ അറബിയിലെഴുതിയ കാര്യം അവർ ഓർമ്മി ക്കുന്നുണ്ട്.

ബുദ്ധദർശനങ്ങളെക്കുറിച്ചും ജൈന ചിന്തകളെക്കുറിച്ചും അവരീ

പുസ്തകത്തിൽ രേഖപ്പെടുത്തുന്നുണ്ട്. അവർ ഇങ്ങനെ പറയുന്നു "ശ്രീ ബുദ്ധനെപ്പോലെ ലൗകിക സുഖഭോഗങ്ങൾ ത്യജിക്കാൻ സാമ്രാട്ട് അക്ബർ മനുഷ്യരെ ഉപദേശിച്ചു. എന്നിരുന്നാലും ദിൻ - ഇലാഹി ശിഷ്യഗണം തങ്ങളുടെ ഭ്രസ്വത്ത് രാജ്യത്തിന് സമർപ്പിക്കാൻ സന്നദ്ധരായിരിക്കണം എന്നും നിർദ്ദേശിച്ചു."

ഇന്ത്യയുടെ ബഹുസ്വരതയുടെ പാരമ്പര്യത്തെ ഉൾക്കൊണ്ടുകൊണ്ട് ജീവിച്ച ജഹനാരാ ദുലേർ എന്ന് പേരുള്ള രജപുത്ര യുവരാജാവിനെ എല്ലാ മതിൽക്കെട്ടുകളേയും മറികടന്നുകൊണ്ട് പ്രണയിക്കുന്നു. അവർ കണ്ടുമുട്ടുന്ന നിമിഷങ്ങളിലെ സംഭാഷണങ്ങളും സൗഹൃദവുമെല്ലാം ആ മനസുകളുടെ ഔന്നിത്യവും അറിവിന്റെ അഗാധതയും സ്നേഹത്തിന്റെ സമർപ്പണവുമെല്ലാം നമുക്ക് മുമ്പിൽ തുറന്ന വെക്കുന്നു. പരസ്പരം അംഗീകരിച്ചുകൊണ്ടുള്ള ചാരുതയാർന്ന സ്നേഹധാരതന്നെയായി രുന്നു ആ പ്രണയജീവിതം. വ്യത്യസ്തമായ മത വിശ്വാസങ്ങൾ മുറുകെ പ്പിടിക്കുമ്പോഴും പരസ്പരം അംഗീകരിക്കാൻ അവർക്ക് കഴിഞ്ഞിരുന്നു. തന്റെ മാതാവിന്റെ സ്മരണക്കായി പിതാവ് ഷാജഹാൻ തീർത്ത താജ് മഹലിൽ വെച്ച് ദെലോറ്റമായി കണ്ടുമുട്ടുന്ന അവിസ്മരണീയമായ നിമി ഷങ്ങൾ ഹൃദയത്തിന്റെ ഭാഷയിൽ അവൾ കുറിക്കുന്നു.

ദാരയും ഔറംഗസീബും തമ്മില്ലുള്ള യുദ്ധത്തിൽ ദാരയുടെ പക്ഷത്ത് നിലയുറപ്പിച്ച് യുദ്ധം ചെയ്യാൻ ജഹനാരാ മനസാൽ വരിച്ച ദുലേർ പുറപ്പെടുന്നുണ്ട്. ആ ഘട്ടത്തിൽ അവർ അവസാനമായി പറഞ്ഞ വാക്കുകൾ ജഹനാര ആത്മകഥയിൽ ഇങ്ങനെ കുറിക്കുന്നു. "ഞാൻ നിങ്ങളെ പർവതത്തിന്റെ താഴ്വാരത്തിൽ കാത്തുനിൽക്കും. ജഹനാരാ! അതിന് കഴിഞ്ഞില്ലെങ്കിൽ നിങ്ങളെ സൂര്യലോകത്ത് പ്രതീക്ഷിക്കും. അതായിരുന്നു എന്നെ സംബന്ധിച്ച് പ്രിയതമന്റെ അവസാനത്തെ വാക്കുകൾ." യുദ്ധത്തിൽ ദുലേർ ചതിപ്രയോഗത്താൽ കൊല്ലപ്പെട്ട ന്നു. അവനെ തന്റെ മനസിൽ ഉറപ്പിച്ച് നിർത്തി മറ്റൊരു ലോകത്ത് വെച്ച് കണ്ടുമുട്ടാമെന്ന പ്രതീക്ഷയോടെ ജീവിതാന്ത്യം വരെ ജഹനാരാ കാത്തിരിക്കുന്നു.

അക്കാലത്തെ ഓരോ ആചാരങ്ങളേയും സൂക്ഷ്മതയോടെ ഇതിൽ വിലയിരുത്തുന്നുണ്ട്. പല അന്ധവിശ്വാസങ്ങളും ഇതിൽ പ്രത്യക്ഷ പ്പെടുന്നുണ്ട്. അതിന്റെ ശരിതെറ്റുകളിലേക്ക് കടക്കുന്നതിന് പകരം അതിനെ സ്വപ്നതുല്യമായ ഒരു തലത്തിൽ നിന്ന് കാണാനാണ് ഇതിൽ ശ്രമിക്കുന്നത്. അധികാരവടംവലികളുടെ ലോകത്ത് ജീവിച്ച ഒരു വിദുഷിയായ പെൺകുട്ടിയുടെ സ്നേഹത്തിന്റേയും ദുഃഖത്തിന്റേയും

സമർപ്പണത്തിന്റേയും രാജ്യതന്ത്രജ്ഞതയുടെയും അടയാളമായി ഈ ആത്മകഥ നമുക്ക് മുമ്പിൽ നിൽക്കുന്നു.

മധ്യകാലഘട്ടത്തിലെ ഇന്ത്യൻ ചരിത്രത്തെ വർഗീയമായ ചാല്യകളിൽ ഉറപ്പിച്ച് നിർത്തി ചരിത്രം രചിക്കുന്നവർക്ക് മുന്നിൽ ചോദ്യചിഹ്നം തന്നെയല്ലേ ഈ ആത്മകഥ.?

യാത്ര/കാഴ്ച

റെഡ്ഫോർട്ടിലൂടെ

ഡാൽമിയ ഗ്രൂപ്പിന് റെഡ്ഫോർട്ട് കൈമാറ്റം ചെയ്യാനുള്ള വാർത്തകൾ പുറത്തുവന്നുകൊണ്ടിരുന്ന ഘട്ടത്തിലാണ് ഞാനും യമുനയും ആസാദും റോസയും ശ്യാമിനൊപ്പം റെഡ്ഫോർട്ട് സന്ദർശിച്ചത്. റെഡ്ഫോർട്ട് മുഗളൻമാരുടെ മാത്രമല്ല, അതിനുശേഷം ഡൽഹിയിൽ ആധിപത്യമുറപ്പിച്ചവരുടെയെല്ലാം അധികാരകേന്ദ്രം കൂടി യായിരുന്നു. എത്രയെത്ര ചരിത്ര സംഭവങ്ങൾക്ക് സാക്ഷ്യം വഹിച്ചവ ന്നോ ഈ ചുവന്ന കോട്ട. എത്രമനുഷ്യരുടെ അധ്വാനത്തിന്റെയും വിയ ർപ്പിന്റെയും ജീവത്യാഗങ്ങളുടെയും കഥകളുണ്ട് ഈ കോട്ടയ്ക്ക് പറയാൻ. റെഡ്ഫോർട്ടിലൂടെ ഷാജഹാൻ ചരിത്രത്തിൽ സ്ഥാനം പിടിച്ചപ്പോൾ അത് രൂപകൽപ്പന ചെയ്ത ഉസ്താദ് അഹമ്മദ് ലാഹ്ഹരിയെപ്പോലുള്ള വരെ മറന്നുവെന്നത് മേധാവിത്വ ചരിത്രത്തിന്റെ ബാക്കിപത്രമായി നമുക്ക് മുമ്പിൽ നേർ സാക്ഷ്യമായി നിൽക്കുന്നു.

റെഡ്ഫോർട്ടിന്റെ അകത്ത് കടക്കാനുള്ള ലാഹോർ ഗേറ്റ് വിട്ട് മുന്നോട്ട സഞ്ചരിക്കുമ്പോൾ പലവിധ ഗോപുരങ്ങളുണ്ട്. അതിനിട യിൽ നാം ഒരു മാർക്കറ്റിലും എത്തിച്ചേരും. അന്തപ്പുര സ്ത്രീകൾക്ക് വേണ്ടി അന്യരാജ്യങ്ങളിൽ നിന്ന് രത്നങ്ങളും വിശേഷ വസ്തുങ്ങളും കൊണ്ടുവന്ന് മുഗൾ രാജാക്കൻമാരുടെ കാലത്ത് വിൽപ്പന നടത്തിയ മാർക്കറ്റാണ് അത്. ആ പാരമ്പര്യം നിലനിർത്തി കച്ചവടം ഇപ്പോഴും അവിടെ പൊടിപൊടിക്കുന്നുണ്ട്. ഒരു ചായക്കടയും മാർക്കറ്റ് പിന്നിട്ട് മുന്നോട്ടുപോകുമ്പോൾ കാണാനുണ്ട്.

ഗോപുരങ്ങൾ പിന്നിട്ട് വിസ്തൃതമായ മനോഹരമായ മുറ്റത്തിലൂടെ നാം എത്തുന്നത് ദിവാൻ-ഇ-ആമിലേക്കാണ്. വർണ്ണങ്ങളുടെയും വരകളു ടെയും സൗന്ദര്യങ്ങൾ തിരയടിക്കുന്ന മണ്ഡപമാണിത്. ഇവയിലെ ചിത്രങ്ങൾ വെണ്ണക്കല്ലുകളിൽ കൊത്തിവച്ച കാവ്യങ്ങളാണ്. ഇത് കാണുമ്പോൾ അറിയപ്പെടാതെ പോയ നിരവധി കലാകാരൻമാരുടെ കരവിരുതുകളും നമ്മുടെ മഹത്തായ കലാപാരമ്പര്യത്തിലുള്ള അഭിമാ നവുമാണ് ഉണരുക. ഈ മാർബിൾ കാവ്യങ്ങളിൽ പ്രത്യക്ഷപ്പെടുന്ന കിളികൾക്ക് കണ്ണുകളോ പൂക്കൾക്ക് കേസരങ്ങളോ കാണാനാവില്ല. രത്നങ്ങളാൽ നിർമ്മിക്കപ്പെട്ട ഇവയെ പിൽക്കാലത്ത് ആധിപത്യം സ്ഥാപിച്ച ബ്രിട്ടീഷുകാർ ഉൾപ്പെടെയുള്ളവർ അടർത്തിമാറ്റികൊണ്ടു പോയതാണത്രെ.

ഈ മണ്ഡപത്തിന്റെ നടുക്കുള്ള സിംഹാസനത്തിലാണ് ഷാജഹാൻ വന്നിരിക്കാറുള്ളത്. തൊട്ടടുത്ത് പട്ടുതിരശ്ശീലയുടെ മറവിൽ മുംതാസും. ഇവിടെ വെച്ചാണ് പൗരജനങ്ങളുടെ പരാതികൾ ചക്രവർത്തി കേൾക്കു ന്നത്. ആഴ്ചയിൽ രണ്ട് മൂന്ന് തവണ ഷാജഹാൻ അവിടെ വന്ന് നിവേദ നങ്ങൾ സ്വീകരിക്കാറുണ്ടായിരുന്നത്രെ. ഇവ പരിശോധിച്ച് ശിക്ഷകൾ വിധിക്കാറും ഇവിടെ നിന്നാണത്രെ. കുറ്റവാളികൾ എന്ന് വിധിക്കപ്പെട്ട നവരുടെ ശിരസുകൾ ആമുറ്റത്ത് എത്രയോ തവണ തെറിച്ചവീണിട്ടുണ്ട്. കൈകാലുകൾ അരിഞ്ഞുവീഴപ്പെട്ടിട്ടുണ്ട്. ശിക്ഷയുടെ ക്രൂരഭാവങ്ങൾ ചക്രവർത്തിനിയെ മോഹാലസ്യത്തിലേക്ക് നയിച്ചതായുള്ള കഥകളും ഏറെ പ്രചാരത്തിലുണ്ട്.

ആ മണ്ഡപത്തിൽ നിന്ന് താഴോട്ടിറങ്ങുന്ന കൽപ്പടവുകൾ മറ്റൊരുദ്യാ നത്തിലേക്കാണ് നമ്മെ നയിക്കുക. അതിന്റെ നടുക്ക് വലിയ നീന്തൽ തടാകമുണ്ട്. യമുനയിലെ ജലയന്ത്രങ്ങൾ വഴി വന്നുനിറയുന്ന നീന്തൽ തടാകവും ആ ഉദ്യാനത്തെ മനോഹരമാക്കുന്നു. ആ തടാകത്തിനുമപ്പു റമാണ് ഷാജഹാന്റെ ദർബാർ മന്ദിരം 'ദിവാൻ -ഇ- ഖാസ്' സ്ഥിതി ചെയ്യുന്നത്. പൂന്തോട്ടത്തിന്റെ നടുവിലൂടെ മാർബിൾ പതിച്ച വിശാല വീഥിയാണ്. അതിനുമുകളിൽ രത്നങ്ങൾ വാരിപ്പതിച്ച വലിയൊരു പന്ത ലുണ്ടായിരുന്നുവത്രു. ഇന്ന് അതിനെ താങ്ങി നിർത്തുന്ന കൽത്തൂണുകൾ മാത്രമേ കാണാനാവൂ.

വർണ്ണോജ്ജ്വലമായ വെണ്ണക്കല്ലുകളും രത്നങ്ങൾ കൊണ്ടും നിർമ്മി ച്ചിട്ടുള്ള സുന്ദരമായ ശില്പ കലയുടെ ആവാസകേന്ദ്രമായിരുന്നുവത്രെ 'ദിവാൻ-ഇ-ഖാസ്'. ഒരു മെഴുകുതിരി കത്തിച്ചാൽ അവ പ്രതിബിം ബിച്ച് അവിടം മുഴുവൻ പ്രഭയുണ്ടാക്കും. അങ്കണത്തിന്റെ നടുവിലൂടെ

യമുനാനദി ഒഴുകിയിരിക്കുന്നു. അതിലൂടെ വെൺമണികൾ പോലെ ഉതിർന്നുവീണിരുന്ന അത്തർ കലർന്ന യമുനാജലത്തിലാണത്രെ ചക്രവർത്തി കൈകാലുകൾ കഴുകിയിരുന്നത്. ഇതിന്റെ പടിഞ്ഞാറെ കോണിലാണ് മയൂര സിംഹാസനം സ്ഥിതി ചെയ്യുന്നത്. ആ രത്നങ്ങൾ കുത്തിയെടുത്ത കുഴികളുമായി ശിലാപീഠം മാത്രം ഇന്ന് അവിടെയുണ്ട്.

പതിനെട്ടാം നൂറ്റാണ്ടിൽ അവിടം ആക്രമിച്ച നാദിർഷായാണ് ആ സിംഹാസനം പൊളിച്ചെടുത്ത് പേർഷ്യയിലേക്ക് കടത്തിയത്. നാദിർഷ ആക്രമിക്കാൻ വരുന്ന വിവരം അക്കാലത്തെ മുഗൾ ചക്രവർത്തിയായ മുഹമ്മദ് ഷായോട് സൈനികർ അറിയിച്ചുവെത്രെ. അന്തപ്പുരത്തിലുള്ള പ്രണയിനികളോടുള്ള സ്നേഹത്തേക്കാൾ വല്ലതല്ല, നാദിർഷയുടെ ആക്രമണം എന്ന് പറഞ്ഞ് അന്തപ്പുരത്തിൽ തന്നെ കഴിച്ചവത്രെ. തുടർന്ന് വലിയ പ്രതിരോധം പോലും നേരിടാതെ നാദിർഷായെത്തി റെഡ്ഫോർട്ടിലെ സമ്പത്തെല്ലാം കെട്ടിയെടുത്തു കൊണ്ടുപോയത്രെ. പിന്നീട് ആ കൊട്ടാരക്കെട്ടിനകത്തേക്ക് എത്തിയ മറാത്തരാവട്ടെ സ്വർണ്ണവും വെള്ളിയും രത്നങ്ങളും കൊണ്ട് നിർമ്മിച്ച മച്ചകം മുഴുവൻ പൊളിച്ചുമെടുത്തു.

വൈവിധ്യങ്ങളാർന്ന നിരവധി സംവാദങ്ങൾക്ക് സാക്ഷ്യം വഹിച്ച താണിവിടം. കാവ്യോത്സവങ്ങൾ നിരവധി അവിടെ അരങ്ങേറി. ചക്ര വർത്തിയുടെ കല്ലേപ്പിളർക്കുന്ന കൽപ്പനകൾ ഇവിടെ നിന്നാണത്രെ പുറപ്പെട്ടുവിച്ചിരുന്നത്.

ഷാജഹാനുശേഷം നടന്ന അധികാരത്തർക്കങ്ങളിലും മൂക സാക്ഷി യായിരുന്ന റെഡ്ഫോർട്ട്. അക്ബറിന്റെ ചിന്തകൾ ഹൃദയത്തിൽ പകർത്തപ്പെട്ടതെന്ന് സഹോദരി ജഹനാര വിശേഷിപ്പിച്ച, വേദങ്ങൾ പേർഷ്യൻ ഭാഷയിലേക്ക് തർജ്ജമ ചെയ്ത ദാരാഷിക്കോവിനെ വാൾത്തലപ്പുകളുടെ നടുവിൽ നിർത്തി വരിഞ്ഞുകെട്ടികൊണ്ടുവന്നത് ഇവിടെയാണ്.

മുഗൾ കിരീടത്തിന്റെ അവകാശിയായി ഷാജഹാൻ പ്രഖ്യാപിച്ച, മൂത്തപുത്രനായ ദാരയെ ആരാച്ചരുടെ കൈകളിലേക്ക് എറിഞ്ഞുകൊ ടുത്തതിനും ഇവിടം സാക്ഷ്യംവഹിച്ചു. ഷാ-ആലമിന്റെ കണ്ണകൾ കാച്ചി പ്പഴുപ്പിച്ച കുന്തമുനകൾ കൊണ്ട് ഇരുന്നെടുത്തതും ഈ കൊട്ടാരക്കെട്ടിൽ തന്നെ. കുന്തമുന കണ്ണകളിൽ കയറിയപ്പോൾ ഷാ-ആലം ഇങ്ങനെ പറഞ്ഞുവത്രെ. "നീ ഇരുന്നെറിഞ്ഞ എന്റെ കണ്ണകൾ നിന്റെ മുഖത്ത് തന്നെ വെച്ചുപിടിപ്പിച്ചുകൊള്ളക. ഭാരതം ഭരിക്കാൻ കയറിയവനല്ലേ, രണ്ട കണ്ണകൾ കൂടിയിരിക്കട്ടെ."

ഇങ്ങനെ എത്രയെത്ര സംഭവങ്ങൾ ഈ കൊട്ടാരത്തിന് ഓർക്കാന ണ്ട്! മംഗോളകളുടെയിടയിൽ തുടർന്ന വരുന്ന രീതി, പരാജയപ്പെട്ട രാജാക്കന്മാരുടെ പത്നിമാർ വിജയിച്ചവരുടെ അന്തപ്പുരത്തിലേക്ക് മാറ്റു മെന്നതാണ്. ദാരോ ഷുക്കോവിനെ പരാജയപ്പെടുത്തി ഔറംഗസീബ് സിംഹാസനം പിടിച്ചെടുത്തു. ദാരോ ഷുക്കോവിന്റെ അന്തപ്പുര സ്ത്രീകൾ ഔറംഗസീബിന്റെതായി. അതിൽ റാണ ദേവി എന്നപറയുന്നവരെ ക്കാണണമെന്ന് ഔറംഗസീബ് ആവശ്യപ്പെട്ടു. എന്തിനെന്ന് ചോദി ച്ചപ്പോൾ അവളുടെ മുടികൾ സുന്ദരമാണെന്ന് ഔറംഗസീബ് പറഞ്ഞു. അവൾ തന്റെ മുടിമുറിച്ച് ഔറംഗസീബിന് അയച്ചുകൊടുത്തു. അവളുടെ മുഖം സുന്ദരമാണെന്നും അത് കാണണമെന്നും പിന്നീട് ആവശ്യപ്പെ ട്ടു. മുഖം കുത്തിക്കീറി ചോര ഉവലയിലാക്കി അയച്ച കൊടുത്തു.ദാരോ ഷുക്കോവിനോട്ടുള്ള അവരുടെ പ്രേമത്തെ അംഗീകരിച്ച് അവർക്ക് പ്രത്യേക കൊട്ടാരം നിർമിച്ച് നൽകി സ്വാതന്ത്ര്യമായി താമസിക്കാൻ അനുവാദം നൽകി.

ഇങ്ങനെ മനുഷ്യജീവിതത്തിന്റെ വിവിധ മുഖങ്ങൾ അരങ്ങേറിയ ഇവിടം വിട്ടാൽ നാം അടുത്തതായി എത്തിപ്പെടുന്നത് ഷാജഹാന്റെ അന്തഃപുരത്തിലാണ്. അവ റെഡ്ഫോർട്ടിലെ സ്വപ്നശാലകളാണെ ന്നാണ് പറയാറുള്ളത്. ഒരോ ഋതുവിലും വിശ്രമിക്കാനുള്ള കൊട്ടരാ ക്കെട്ടുകളുണ്ടിവിടെ. നീണ്ട നടപ്പാതകളിലിരുവശങ്ങളിലുമാവട്ടെ കൃത്രിമ ജലാശയങ്ങൾ. അതിന്റെ നടുവിൽ അങ്ങനെ ഉയർന്നനിൽക്കുന്ന ഷാജഹാന്റെ വേനൽക്കാല വസതി. അവിടെയെത്തിയപ്പോൾ റോസയും ആസാദും പൂന്തോട്ടത്തില്പടനീളം ഓടിക്കളിച്ചു. അപ്പോൾ ആ വേനൽക്കാലങ്ങളിൽ ദാരയും ഷുജയും ഔറംഗസേബും മുറാദും ജഹനാരയും രോഷ്നാരയും ഒന്നിച്ചിരുന്ന് കളിച്ചിരുന്ന കാലം ഒരു പിറ്റ മനസ്സോടെ ഭാവനയിൽ കാണുകയായിരുന്നു. ബുദ്ധിമതിയായ ജഹനാ രയുടെ ജീവിതം മുഗൾ ചരിത്രത്തിലെ വലിയ ദുരന്തങ്ങളിലൊന്നാണ്.

സമ്മർ ഹൗസിൽ നിന്ന് നാം എത്തുന്നത് ഹമാം എന്ന് അറിയപ്പെ ടുന്ന സ്നാന ശാലയിലേക്കാണ്. പിന്നീട് പൂന്തോപ്പുകളില്ലുടെ കടന്ന് രംഗമഹൽ എന്ന നൃത്തശാലയിലേക്കാണ് എത്തിച്ചേരുക. അവിടെ എത്തുമ്പോൾ നൂറ്റാണ്ടുകൾക്കപ്പുറത്ത് ഉയർന്നുപൊങ്ങിയ മണിചില ങ്കകളുടെ ശബ്ദ നാദത്തിലേക്ക് നാം എത്താതിരിക്കില്ല. ഈ രംഗമ ഹലിന്റെ ചുവരുകൾ മുഴുവൻ വെള്ളിയായിരുന്നുവത്രെ. അതെല്ലാം മറാത്തികൾ അടിച്ചുമാറ്റി. ഇപ്പോൾ കുറേ സുഷിരങ്ങൾ മാത്രം കാണാം. യമുനാതീരത്തെ വിശാലമായ മണപ്പുറത്ത് നടക്കാറുള്ള പ്രദർശനങ്ങൾ

അന്തപ്പുര സ്ത്രീകൾക്ക് നോക്കിക്കാണുവാനുള്ള സുഷിരങ്ങളായിരുന്ന അവ. വരിഞ്ഞുകെട്ടപ്പെട്ട ലോകത്ത് പുറം കാഴ്ചകളുടെ ശ്വാസമേൽക്കുന്നതിനുള്ള വഴികളെന്ന നിലയിൽ അവ നിലകൊള്ളുകയാണ്. മൃഗങ്ങളുടെ വിനോദങ്ങൾ അതിനു പുറത്ത് നടന്നിരുന്നുവത്രേ. ഇതറിയുമ്പോൾ പോരുകളിൽ ചതഞ്ഞരഞ്ഞ മനുഷ്യരുടെ ധീരരോദനങ്ങൾ അവിടെ ഇപ്പോഴും മുഴങ്ങും പോലെ തോന്നാതിരിക്കില്ല.

ഉഷ സന്ധ്യകളിൽ ചക്രവർത്തി സൂര്യോദയം കാണുന്ന യമുനയിലേക്ക് ഉന്തിനിൽക്കുന്ന മറ്റൊരു മനോഹരമായ മാളികയും അവിടെയുണ്ട്. ഔറംഗസേബ് പണികഴിപ്പിച്ച മോത്തി മസ്ജിദും അതിനടുത്തു തന്നെയാണ്.

ഒന്നാം സ്വാതന്ത്ര്യ സമരകാലത്ത് ബ്രിട്ടീഷുകാരെ പരാജയപ്പെടുത്തി ഡൽഹി സിംഹാസനത്തിൽ ബഹദൂർഷായെ വാഴിച്ചതും റെഡ്ഫോർട്ടിൽ തന്നെയാണ്. സ്വാതന്ത്ര്യ പോരാളികളും ബ്രിട്ടീഷുകാരും തമ്മിൽ അക്കാലത്ത് നടന്ന പോരാട്ടങ്ങളുടെയും സൈനികതന്ത്രങ്ങളുടെയും നില മാർക്സും ഏംഗൽസും ലണ്ടനിൽ നിന്ന് എഴുതിയിരുന്നു. റെഡ്ഫോർട്ടിന്റെ മതിലുകൾക്ക് മുകളില്ലൂടെ നടന്നുനീങ്ങുമ്പോൾ അവർ കുറിച്ച വരികളോരോന്നും മനസ്സിൽ തെളിഞ്ഞുവരുന്നുണ്ടായിരുന്നു.

ഇന്ത്യൻ നാഷണൽ ആർമിയിലെ ദേശീയ നേതാക്കളെ ഇവിടെ വച്ചാണ് വിസ്തരിച്ചത്. മഹാത്മാ ഗാന്ധിയെ വെടിവെച്ചുവീഴ്ത്തിയ നാഥുറാം വിനായക് ഗോഡ്സെ ക്കി കൊല്ലാനുള്ള വിധി കേട്ടതും ഇവിടെ വച്ചാണ്. സ്വാതന്ത്ര്യ പോരാളികളുടെ നിരവധി പ്രക്ഷോഭങ്ങൾക്കും റെഡ്ഫോർട്ട് മൈതാനം സാക്ഷിയായിട്ടുണ്ട്. 1947 ആഗസ്റ്റ് 15-ാം തീയ്യതി ഇന്ത്യൻ സ്വാതന്ത്ര്യത്തിന്റെ പ്രതീകമായി ത്രിവർണ്ണ പതാക ഉയർന്നതും ഇതേ റെഡ്ഫോർട്ടിലാണ്. ലോകമുറങ്ങുമ്പോൾ ഇന്ത്യ ഉയർത്തെഴുന്നേൽക്കുകയാണ് എന്ന് നെഹ്റു പ്രഖ്യാപിച്ച റെഡ് ഫോർട്ടും ഇത് തന്നെ.

ഇന്ത്യൻ സംസ്കാരത്തിന്റെ പലവിധ ഭാവങ്ങളെ ഇത്രയേറെ പ്രതിനിധാനം ചെയ്യുന്ന മറ്റൊരു സ്മാരകം ഇന്ത്യയിൽ കുറവാണ്. അഞ്ച് നൂറ്റാണ്ട് കാലത്തെ ഇന്ത്യയുടെ എല്ലാ പ്രധാന പരിണാമങ്ങളുടെയും സാക്ഷിയായിരുന്ന റെഡ്ഫോർട്ട്. റെഡ്ഫോർട്ടിന്റെ മുകളിൽ സ്വാതന്ത്ര്യ ദിനത്തിൽ ഉയരുന്ന ത്രിവർണ്ണ പതാക പോലും കോർപ്പറേറ്റുകളുടെ കൈകളിലേക്ക് മാറ്റപ്പെടുകയാണ്.

ഇന്നലെയെ ഇന്നിൽ നിന്നുകൊണ്ട് പഠിച്ച് ഭാവി സൃഷ്ടിക്കുന്നതിനാണ് നാം പരിശ്രമിക്കേണ്ടത്. അതുകൊണ്ട് തന്നെ ചരിത്രവും അത്

മുന്നോട്ടവയ്ക്കുന്ന സ്മാരകങ്ങളമെല്ലാം ജനതയുടെ വികാസത്തിന്റെ സാക്ഷ്യപത്രങ്ങളായാണ് കാണേണ്ടത്. ചരിത്രത്തെ മാറ്റിമറിക്കുന്ന വർഗീയവാദികൾ താജ്മഹാലിനെ പോല്യം വെറുതെ വിട്ടന്നില്ലല്ലോ.

മതസമന്വയത്തിന്റെയും സൗഹാർദ്ദത്തിന്റെയും ഫത്തേപ്പൂർ സിക്രി

ധ്യാനത്തിനൊപ്പം വിശ്രമത്തിനും വിനോദത്തിനും വേണ്ടി തൊഴിലാളികളുടെ മുദ്രാവാക്യം ഉയർന്ന മെയ് ദിനം ലോകം മുഴുവൻ കൊണ്ടാട്ടകയാണ്. തൊഴിലാളികളുടെ വിയർപ്പിന്റെയും ത്യാഗത്തിന്റെയും സഹനത്തിന്റെയും മുകളിലാണ് നമ്മുടെ സംസ്കാരങ്ങളും സ്മാരകങ്ങളുമെല്ലാം കെട്ടിപ്പൊക്കിയിട്ടുള്ളത്. താജ്മഹൽ ഇരുപത് വർഷത്തോളം ഇരുപതിനായിരം തൊഴി ലാളികൾ അർപ്പിച്ച അധ്വാനത്തിന്റെ ശിൽപമാണ്. അധ്വാനങ്ങ ളുടെ കലാശിൽപങ്ങളാണ് നമ്മുടെ കോട്ടകളും കൊത്തളങ്ങളും ഇത്തരത്തിലുള്ള സ്മാരകങ്ങളുമെല്ലാം. നമ്മുടെ ഭൂതകാലത്തിന്റെ സാക്ഷ്യപത്രങ്ങൾ എന്ന നിലയിൽ ഇവ സംരക്ഷിക്കേണ്ടത് നമ്മുടെ ഉത്തരവാദിത്തവുമാണ്.

ഒരോ സ്മാരകത്തിനും കോട്ടയ്ക്കും അതിന്റേതായ കഥ പറയാനുണ്ട്. അതറിയുമ്പോഴേ നമ്മുടെ സംസ്കാരത്തിന്റെ ശക്തിയെയും ദൗർബല്യങ്ങ ളെയും തിരിച്ചറിഞ്ഞ് കൂടുതൽ ഉന്നതമായ ഒന്ന് നമുക്ക് സൃഷ്ടിക്കാനാവൂ. അത്തരത്തിൽ വായിക്കപ്പെടേണ്ട ഒന്നാണ് അക്ബറിന്റെ സവിശേഷ കാഴ്ചപ്പാടുകൾ പ്രതിഫലിക്കുന്ന ഫത്തേപ്പൂർ സിക്രി. താജിൽ നിന്ന് 41 കിലോമീറ്റർ അകലെയാണ് ആഗ്ര ജില്ലയിൽ തന്നെ സ്ഥിതി ചെയ്യുന്ന

ഈ പുരാതന നഗരം. തദ്ദേശീയമായി ലഭിക്കുന്ന കല്ലുകൾ ഉപയോ ഗിച്ച് നിർമ്മിച്ച ഇതിന്റെ ശിൽപികൾ പ്രധാനമായും ഇവിടുത്തുകാർ തന്നെയാണ് എന്നതും ഇതിന്റെ സവിശേഷതയാണ്. അവരുടെ പിൻമുറക്കാർ ഇന്നും അതിനുചുറ്റുപാടും തങ്ങളുടെ കരവിരുതുകളാൽ കവിത തീർത്ത് കഴിയുകയാണ്. ഇവ സഞ്ചാരികൾക്കും മറ്റും വിറ്റും അകലങ്ങളിലേക്കയച്ചും ദാരിദ്ര്യത്തിന്റെ പട്ടുകുഴിയിൽ തന്നെ അവർ ജീവിതം തള്ളി നീക്കുകയാണ്.

ഫത്തേപ്പൂരിലെ കൈത്തൊഴിൽ ചെയ്യുന്ന കുടുംബത്തിലെ ആസാദ് എന്ന ബിരുദധാരി ഗൈഡായി ഒന്നിച്ചുണ്ടായിരുന്നുവെന്നത് യാത്രയെ കൂടുതൽ വിജ്ഞാനപ്രദമാക്കുന്നതിന് സഹായിച്ചു. തന്റെ ജീവിതത്തോ ടൊപ്പം ചേർത്ത് വെച്ച് ഫത്തേപ്പൂരിന്റെ കഥ പറഞ്ഞുകൊണ്ടേയിരുന്നു. അതിലൂടെ അവിടുത്തെ ജനതയുടെ ജീവിതവും സംസ്കാരവും തുറന്നുവ യ്ക്കുകയായിരുന്നു. യാത്രയിൽ മികച്ച ഗൈഡുകൾ ലഭിക്കുക എന്നത് പ്രധാനമാണല്ലോ. ഇല്ലെങ്കിൽ തെറ്റായ ചരിത്രബോധത്തിലേക്കും കെട്ടുകഥകളിലേക്കും അവരുടെ ഭാവനാവിലാസങ്ങളിലേക്കുമായിരി ക്കും നാം എത്തിച്ചേരുക.

സിക്രി എന്നതിന്റെ അർത്ഥം 'നന്ദി' എന്നാണ്. അക്ബർ മുഗൾ രാജവംശത്തിലെ സവിശേഷമായ പാരമ്പര്യത്തിന്റെ വക്താവാണ്. സൂഫി പാരമ്പര്യത്തിന്റെ അടിത്തറയിൽ നിന്ന് വികസിച്ച കാഴ്ചകളാ യിരുന്നു അക്ബറിനെ നയിച്ചത്. വിവിധ മതങ്ങളുടെ ആശയങ്ങളെ സ്വാംശീകരിച്ചും അവയെ കോർത്തിണക്കിയും ദിൻ-ഇലാഹി എന്ന മതം തന്നെ സൃഷ്ടിച്ച അക്ബർ. വിദ്യാർത്ഥിയായിരുന്ന കാലത്ത് ഡൽഹി യാത്രയിൽ വാങ്ങിച്ച 'അക്ബർ നാമ'യിൽ നിന്ന് വായിച്ച അറിവുകളും ഈ യാത്രയെ ഏറെ പ്രചോദിപ്പിച്ച ഒന്നായിരുന്നു.

അക്ബറിന്റെ കൊട്ടാരത്തിലൂടെ യാത്രചെയ്യുമ്പോൾ അവരുടെ മാതാവായ ഹമീദ ബാനോ ബീഗത്തെ ഓർക്കാതിരിക്കാനായില്ല. അക്ബറിന്റെ അച്ഛനായ ഹുമയ്യൺ ഒരിക്കൽ അങ്ങാടിയിൽ വെച്ചാണ് ഹമീദ ബാനോ ബീഗത്തെ കണ്ടുമുട്ടുന്നത്. അവരിൽ ആകൃഷ്ടനായ ഹുമയ്യൺ വിവാഹം കഴിക്കാനുള്ള ആഗ്രഹം പിന്നീട് അവരെ അറി യിക്കുന്നുണ്ട്. എന്നാൽ അവരത് നിഷേധിക്കുന്നു. എനിയ്ക്ക് കൈപിടിച്ചും ചുമലിൽ കെട്ടിയും നടക്കാവുന്ന ആളെ മാത്രമേ വിവാഹം കഴിക്കുക യുള്ളുവെന്ന നിലപാട് അവർ സ്വീകരിച്ചു. രാജാവിന്റെ താത്പര്യം നിഷേധിക്കപ്പെട്ടാൽ മരണം ആണല്ലോ ശിക്ഷ. അവരുടെ ബന്ധുക്കൾ ഇടപെട്ട് ദീർഘനാളത്തെ ചർച്ചകൾ അനുനയനങ്ങൾക്കും ശേഷം

വിവാഹം നടക്കുന്നു. ശക്തമായ സ്വാതന്ത്ര്യബോധം ഉയർത്തിപ്പിടിച്ച അമ്മയുടെ മകനാണ് പിൽക്കാലത്ത് ലോകം ഏറെ ചർച്ച ചെയ്ത സാക്ഷാൽ അബ്ദുൽ-ഫത്ത് ജലാല്യദ്ദീൻ മുഹമ്മദ് അക്ബർ.

അക്ബർ തന്റെ കാഴ്ചപ്പാടുകൾക്കനുസരിച്ച് ഫത്തേപ്പൂർ സിക്രിയിലെ കൊട്ടാര കെട്ടുകളെ സവിശേഷമായ രീതിയിൽ രൂപപ്പെടുത്തി. അതിലൂടെ രൂപപ്പെട്ട സവിശേഷതകൾ ഇതിനെ മറ്റ കോട്ടകളിൽ നിന്ന് വ്യത്യസ്തമാക്കി നിർത്തുന്നു.

ഫത്തേപ്പൂർ സിക്രിയിൽ എത്തുമ്പോൾ നമ്മെ എതിരേൽക്കുക ബുലന്ദ് ദർവാസ എന്ന വൻ ഗോപുരമാണ്. ഗുജറാത്തിൻമേലുള്ള തന്റെ വിജയത്തിന്റെ സ്മാരകമായി അക്ബർ നിർമ്മിച്ച മൂന്ന് നില ഗോപുരമാണിത്. യേശുക്രിസ്തുവിന്റെ വാക്കുകൾ അവിടെ എഴുതപ്പെട്ടി രിക്കുന്നു . ഇങ്ങനെ വ്യത്യസ്ത മതധാരയുടെ സംഗമഭൂമിയാണിതെന്ന അടയാളം തുടക്കത്തിലേ ഫത്തേപ്പൂർ സിക്രി മുന്നോട്ടുവയ്ക്കുന്നുണ്ട്.

ഫത്തേപ്പൂരിൽ അന്ന് പുതിയ വിദ്യാഭ്യാസത്തിന്റെ പുതിയ ലോക ത്തിലേക്ക് അക്ബർ നയിക്കാൻ ശ്രമിച്ചു. ഗണിതം, ജ്യോതിഷം, ചികി ത്സാശാസ്ത്രം, ചരിത്രം, ദർശനം തുടങ്ങിയവയെല്ലാം അക്ബർ പഠിച്ച സ്ഥലവും അവിടെ ഇപ്പോഴുമുണ്ട്. ഇന്ത്യയുടെ ബഹുസ്വര സംസ്കാരം ഉൾക്കൊണ്ടുകൊണ്ടായിരുന്ന അക്ബറിന്റെ പ്രവർത്തനം. ഇന്ത്യ യിലെ ഇതിഹാസങ്ങളായ മഹാഭാരതവും രാമായണവുമുൾപ്പെടെയുള്ള പേർഷ്യൻ ഭാഷയിലേക്ക് തർജ്ജമ ചെയ്ത് ലോകം മുഴുവൻ എത്തിക്കുന്ന തിൽ അക്ബറിന്റെ പങ്ക് മാർക്സ്, ഇന്ത്യാ ചരിത്രക്കുറിപ്പുകളിൽ എടുത്ത പറയുന്നുണ്ട്. അക്ബറിന്റെ ഈ സവിശേഷത ഹൃദയത്തിലേറ്റവാങ്ങി എന്ന് ഷാജഹാന്റെ പുത്രി ജഹനാര വിശേഷിപ്പിക്കുന്ന സഹോദരൻ ദാരാ ഷെക്കോവ് ആവട്ടെ ഉപനിഷത്തുകളും പുരാണങ്ങളും പേർഷ്യൻ ഭാഷയിലൂടെ ലോകം മുഴുവൻ എത്തിക്കുകയായിരുന്നു. ഇത്തരം സംസ്കാര സമുന്നയത്തിന്റെ പാഠങ്ങൾ മുന്നോട്ട് വെച്ച ഇടംകൂടിയായിരു ന്നല്ലോ എന്ന് ഓർക്കുകയായിരുന്നു. ലോകത്തിലെ വിവിധ ഭാഷകളിൽ എഴുതപ്പെട്ട ശ്രേഷ്ഠ ഗ്രന്ഥങ്ങളും ഇവിടെ വിവർത്തന വിധേയങ്ങളായി. അങ്ങനെ ലോകത്തെ വിജ്ഞാനങ്ങളുടെയും തത്ത്വശാസ്ത്രങ്ങളുടെയും സംഗമ ഭൂമിയായി ഇത് മാറി.

അക്ബറിന്റെ ഇബാദത്ഖാന എന്ന പ്രാർത്ഥനാ മന്ദിരം ഇവി ടെയുണ്ട്.   അദ്ദേഹം വ്യാഴാഴ്ച വൈകുന്നേരം മുതൽ വെള്ളിയാഴ്ച സന്ധ്യവരെ മതസമ്മേളനം നടത്തിയ ഇടമായിരുന്ന ഇത്. വ്യത്യസ്ത ആശയങ്ങളുടെ സംഗമഭൂമിയായ ഇവിടം നമ്മുടെ വൈവിധ്യങ്ങളുടെ

ലോകമെന്ന പോലെ ഉയർന്നുനിൽക്കുന്നു.ഭ്രമിളുള്ളതാണെന്ന് പറഞ്ഞ ബ്രൂണോയെ യൂറോപ്പിൽ ചുട്ടുകരിക്കുന്ന ഘട്ടത്തിലാണ് ഇന്ത്യ ബഹുസ്വരതയുടെ ഇത്തരം കാഴ്ചകൾ ഉയർത്തിപ്പിടിച്ചിരുന്നത്.

ഫത്തേപ്പൂരിൽ അക്ബറിന്റെ സഹചാരി കൂടിയായ ബീർബെല്ലിന്റെ കൊട്ടാരമുണ്ട്. ബീർബെല്ലിന്റെ കൊട്ടാരമാണ് ഇത് എന്ന് പറഞ്ഞ പ്പോൾ ആസാദിനും റോസയ്ക്കും അവിടെ നിന്ന് ഒരു ഫോട്ടോ എടുക്ക ണമെന്ന മോഹമുണ്ടായി. ബീർബെൽ കഥകളുടെ ലോകമാണ് അവരെ അതിന് പ്രേരിപ്പിച്ചത്. കൊട്ടാരത്തോട് ചേർന്ന് ഇത്തരക്കാരുണ്ടാക മെന്ന് തെന്നാലിരാമന്റെ കാര്യം കൂടി മനസ്സിൽ വെച്ച് ഞാൻ പറഞ്ഞു. അച്ഛൻ പറഞ്ഞത് ശരിയല്ല, പാവപ്പെട്ടവനും ഇങ്ങനെ ഉണ്ടായിട്ടുണ്ടെ ന്ന് ആസാദ് പറഞ്ഞു. റോസയും ഇതിനോട് യോജിച്ചു. ഉദാഹരണവും അവർക്കുണ്ടായിരുന്നു. ദരിദ്രനായ മുല്ലായുടെ കഥകളെയാണ് അവർ ഓർമ്മിപ്പിച്ചത്. കുട്ടികൾ പലപ്പോഴും നമുക്ക് മുമ്പേ സഞ്ചരിക്കുന്നു. അവരുടേതായ ലോകത്തിലൂടെ അവർ സഞ്ചരിക്കുന്നു.

ഖ്വാബ്ഗാഹ് (സ്വപ്നപുരി) എന്ന അക്ബറിന്റെ ശയനമുറിയും ഇതി നടത്തായുണ്ട്. പ്രഭാതങ്ങളിൽ സംഗീതമുഖരിതമാവുകയും സന്ധ്യയ്ക്ക് അതിലേക്ക് തന്നെ മടങ്ങിപ്പോകുന്നതുമായിരുന്ന അക്കാലത്തെ രീതി. സംഗീതത്താൽ മഴ പെയ്യിച്ച താൻസെന്റെ കീർത്തി പ്രസിദ്ധമാണ ല്ലോ.

ഫത്തേർപൂർ സിക്രിയിൽ ദസ് പശ്ചീസി എന്ന ഒരു ഇടമുണ്ട്. അക്ബർ ഭാര്യമാരോടൊത്ത് ചതുരംഗം കളിച്ചയിടമാണത്. ജീവനുള്ള ആളുകളായിരുന്ന ആ ചതുരംഗത്തിലെ കരുക്കൾ. ദിവാൻ-ഇ-ഘാസി ന്റെ മധ്യത്തിലുള്ള സ്തംഭം ആരെയും ആശ്ചര്യപ്പെടുത്തുന്നു. അതിനടു ത്താണ് ചക്രവർത്തിയുടെ സിംഹാസനം. അടുത്തായി തന്നെ തന്റെ മൂന്ന് ഭാര്യമാരുടെയും വാസസ്ഥലങ്ങളുണ്ട്. റസിയാബീഗത്തിന്റെ കൊട്ടാരത്തിന് തൊട്ടടുത്താണ് രജപുത്ര രാജകുമാരിയായ ജോധാ ഭായിയുടെ കൊട്ടാരവും. അക്ബറിന് ശേഷം അധികാരത്തിലെത്തിയ ജഹാംഗീറിന്റെ അമ്മയായിരുന്നു അവർ. മറിയം എന്ന പോർച്ചുഗീസ് പത്നിയുടെ വാസസ്ഥലവും ചേർന്നതന്നെയാണ്. അവരുടെ വിശ്വാ സങ്ങൾക്കും ജീവിതരീതിക്കുമനുസരിച്ചുള്ള സൗകര്യങ്ങൾ അവിടെ ഒരുക്കിയിട്ടുണ്ട്. സസ്യഭോജനശാലയും സസ്യേതരഭോജനശാലയും പ്രത്യേകമായിതന്നെ സജ്ജീകരിച്ചിട്ടുമുണ്ട്.

പ്രബലരായ മന്ത്രിമാരുടെ ഒരു നിരതന്നെ അക്ബറിനുണ്ടായിരുന്നു. അക്ബറിന്റെ ഖജാൻജി എന്ന് വിശേഷിപ്പിക്കുന്ന രാജാ രോഡർമാൽ.

അക്ബറിന്റെ പ്രധാനപ്പെട്ട സഹചാരി കൂടിയായിരുന്ന അബ്ദുൾ ഫസല്ലും അബ്ദുൾ ഫൈസിയും. ദിൻ ഇലാഹിയുടെ സൂത്രധാരൻ അബ്ദുൾ ഫസൽ ആയിരുന്നു. ദർബാറിലെ സമ്പ്രദായങ്ങളുടെ സൂത്രധാരനും മറ്റൊരാളായിരുന്നില്ല. ഫത്തേപ്പൂർ സിക്രിയിലെ കോട്ടസമുച്ചയം ചുറ്റി സഞ്ചരിക്കുമ്പോൾ അബ്ദുൾ ഫസലിന്റെ വാക്കുകൾ ഓർമ്മയിലെത്തി. അതിതാണ് 'ഭഗവാനെ നിന്നെ അന്വേഷിച്ച് ഞങ്ങൾ ദേവാലയങ്ങൾ തോറും അലയുന്നു, നിന്റെ സ്തുതികൾ എല്ലാ ഭാഷയിലും ഉണ്ട്. വിഗ്രഹാ രാധകരും മുസ്ലീംങ്ങളും നിന്റെ കീർത്തനമാലപിക്കുന്നു. നീ ഏകനും അദ്വീതീയനുമാണ്. മുസൽമാൻ പള്ളിയിൽ നിശ്ബദനായി നിന്നെ സ്മരിക്കുന്നു. ക്രിസ്ത്യാനി നിന്നോടുള്ള പ്രേമത്താൽ പള്ളിയിൽ മണികൾ മുഴക്കുന്നു.' ദിൻ-ഇലാഹി മതത്തിന്റെ അടിസ്ഥാനവും ഈ തത്വചിന്ത തന്നെയാണല്ലോ.

അബ്ദുൾ ഫസലിന്റെ അക്ബർനാമയും ഐൻ-ഇ-അക്ബറിയും അക്കാലത്തെ ചരിത്രത്തിലേക്ക് നമ്മെ കൈപിടിച്ചനയിക്കും. അതിൽ കുറിച്ചിട്ട സംഭവങ്ങൾ പലതും ഫത്തേപ്പൂർ സിക്രിയുടെ പടവ്വുകളിൽ ചവിട്ടിക്കയറുമ്പോൾ ഓർമ്മയിൽ തെളിഞ്ഞുവരുന്നുണ്ടായിരുന്നു. അതുകൊണ്ട് തന്നെ ഒരു പരിചിതത്വം അത് നൽകുകയും ചെയ്തു. ഫത്തേപ്പൂരിലെ ശില്പകലകൾക്കെല്ലാം എല്ലാ പാരമ്പര്യങ്ങളുടെയും ഒരു സമന്വയം കാണാം. ദിൽഇലാഹിയിലെന്നപോലെ. ചിന്തക ൾക്കൊപ്പം രൂപപ്പെടുത്തിയ നിർമ്മാണരീതിയാണ് ഇവിടത്തെ മറ്റൊരു സവിശേഷത.

മഹിളകൾക്കായി പ്രത്യേക വിദ്യാഭ്യാസ സംവിധാനം മഹൽ-ഇ-ഖാസിൽ ഉണ്ടായിരുന്നു. തൊട്ടടുത്ത് കിടക്കുന്നത് പഞ്ച്മഹൽ കൊട്ടാ രമാണ്. ബുദ്ധവിഹാരത്തിന്റെ മാതൃകയിൽ അക്ബർ ചക്രവർത്തി നിർമ്മിച്ച ഒന്നായിരുന്നു അത്. കൊട്ടാരത്തിന് അഞ്ച് നിലകളാണു ള്ളത്. ഇവിടെ 56 സ്തംഭങ്ങളുണ്ട്. അവയാവട്ടെ ഒന്നിനൊന്ന് വ്യത്യസ്തവും. അവിടെ ഒരു ചിത്രശാലയും ഉണ്ട്. ഇന്ത്യയുടെ നാനാ ഭാഗങ്ങളിൽ നിന്നും പണ്ഡിതൻമാരും മഹാ പുരുഷൻമാരും വന്നുപോയ ഇടം. അന്ന് ലോകത്തിന്റെ വിവിധ ഭാഗങ്ങളിലുള്ള ചിത്രങ്ങളാൽ ഇവിടം അലങ്കരിക്കപ്പെട്ടിരുന്നു. തൊട്ടടുത്തുള്ളത് അക്ബറിന്റെ കമ്മട്ടമാണ്. ചക്രവർത്തിയുടെ ചിത്രങ്ങളോടുകൂടിയ ഭംഗിയേറിയ നാണയങ്ങൾ ഇവിടെ നിന്നാണ് പുറത്തുവന്നിരുന്നത്. തൊട്ടടുത്തുള്ളത് ഗ്രന്ഥശാല യാണ്. ലോകത്തെമ്പാടുമുള്ള പുസ്തകങ്ങളുടെ വൻ ശേഖരമായിരുന്ന ഈ ലൈബ്രറി. വ്യത്യസ്ത ആശയങ്ങളുടെ പ്രസരിപ്പുള്ള ലോകം അത്

പ്രദാനം ചെയ്യുന്നു.

അതിനടുത്ത് പണ്ടിവിടെ സ്വർണ്ണസൗധം എന്ന ഒരു കൊട്ടാര മുണ്ടായിരുന്നു. സ്വർണ്ണമായിരുന്നു അതിന് ഉപയോഗിക്കപ്പെട്ടത്. ഷാജഹാന്റെ പുത്രി ജഹനാരായുടെ ആത്മകഥയിൽ ഫത്തേപ്പൂർ സിക്രിയിലെത്തിച്ചേർന്ന അനുഭവങ്ങൾ അവർ കുറിച്ചിട്ടുണ്ട്. തന്റെ കാമുകനായ ദലോറുമായുള്ള കൂടിക്കാഴ്ചയും നടന്നത് ഇതിനടുത്തു വെച്ചാണെന്ന് അവർ കുറിക്കുന്നുണ്ട്. ചരിത്രത്തിന്റെ പ്രവാഹത്തിൽ സ്വർണ്ണസൗധത്തിന്റെ ശേഷിപ്പുകളൊന്നും കാണാനേയില്ല. ആരവല്ലി പർവതനിരകൾ ഉയർന്നുനിൽക്കുന്നത് അവിടെ നിന്നുകാണാം. ആ പർവതത്തിന്റെ താഴ്വാരം എന്ന നിലയിലാണ് ഇതിന്റെ നിൽപ്പ്.

ഫത്തേപ്പൂർസിക്രിയിലെ മറ്റൊരു പ്രധാന ആകർഷണം സലീം ചിസ്റ്റിയുടെ സമാധിയായിരുന്നു. ഇദ്ദേഹത്തിന്റെ അനുഗ്രഹം കൊണ്ടാണ് അക്ബറിന് പുത്രനുണ്ടായത് എന്നാണ് വിശ്വാസം. സൂഫീ വര്യന്റെ ഈ കബറിടം കാണാൻ വലിയ ജനപ്രവാഹമാണ്. ധാരാളം അനാഥക്കുട്ടികളെ ഇവിടെ ജനങ്ങൾ നൽകുന്ന സഹായത്തിൽ നിന്ന് പഠിപ്പിക്കുന്നുണ്ട്. അതിനടുത്താണ് ജുമാപള്ളി. സലീംചിസ്റ്റിയുടെ ബഹുമാന സൂചകമായി അക്ബർ നിർമ്മിച്ചതാണീ മന്ദിരം.

ഈ കൊട്ടാരക്കെട്ടുകൾക്കടുത്ത് പണ്ടൊരു ജലാശയമുണ്ടായിരു ന്നത്രേ. ഇന്നത് അവശേഷിപ്പുപോലുമില്ലാതെ വരണ്ടുപോയിരിക്കുന്നു. അഫ്ഗാന്റെ വരണ്ട വേനലിനെക്കുറിച്ചുള്ള അറിവുകളാവാം മുഗൾ രാജാക്കന്മാർ ജലസംരക്ഷണത്തിന് വലിയ പ്രാധാന്യം നൽകി യവരായി മാറ്റിയത്. മഴവെള്ളം ശേഖരിക്കുന്നതിനുള്ള പ്രത്യേക സംവിധാനം ഫത്തേപ്പൂർ സിക്രിയുടെ മറ്റൊരു സവിശേഷതയാണ്. മുഗൾ കൊട്ടാരങ്ങളിൽ പൊതുവെ ഇത്തരം സംവിധാനങ്ങളുണ്ട്. നാം ഈ അടുത്തിടെ ആരംഭിച്ച മഴവെള്ള സംഭരണവും മറ്റും വർഷങ്ങൾക്കു മുമ്പ് അവിടങ്ങളില്യണ്ടായിരുന്നുവെന്നർത്ഥം.

ഫത്തേപ്പൂർസിക്രി ഒരു കൊട്ടാരം മാത്രമല്ല, രാജാവിന്റെ നഗരവു മല്ല, ഇന്ത്യയിലെ സവിശേഷമായ മതങ്ങളെയും ദർശനങ്ങളെയും ജീവിതചര്യകളെയുമെല്ലാം സ്വാംശീകരിച്ച നാനാത്വത്തിൽ ഏതത്വ മെന്ന തത്വത്തെ സ്വാംശീകരിച്ച മധ്യകാലത്തിലെ വലിയൊരു കർമ്മ ഭൂമിയാണ്. മധ്യകാലം മതവൈരങ്ങളുടെ കാലമെന്ന് നമ്മെ പഠി പ്പിക്കാൻ പലരും വെമ്പൽ കൊള്ളുമ്പോൾ അതല്ല, അക്കാലമെന്ന് നമ്മെ പഠിപ്പിക്കുകയും ഓർമ്മിപ്പിക്കുകയും ചെയ്യുന്ന പാഠപുസ്തകമാണ് ഫത്തേപ്പൂർ സിക്രി. ഇന്ത്യൻ സംസ്കാരത്തെ പഠിക്കാൻ ശ്രമിക്കുമ്പോൾ

ഇവിടം കാണാതെ പോകരുത്. നമ്മുടെ സംസ്കാരത്തിന്റെ മഹത്തായ ചിന്തകൾ പൂത്തുനിൽക്കുന്നത് ഇവിടങ്ങളിലാണ്.

അക്ബറിന്റെ സവിശേഷത തിരിച്ചറിയാൻ ഇന്നത്തെ ഹിന്ദുത്വ പാഠക്കാർക്ക് കഴിയുന്നില്ലെങ്കിലും തിരുവിതാംകൂറിലെ ഹിന്ദുമത വിശ്വാസികളായ രാജാക്കന്മാർക്ക് കഴിഞ്ഞിരുന്നു. തിരുവിതാംകൂർ രാജാവായിരുന്ന ശ്രീമൂലം തിരുനാൾ അക്ബറിനെക്കുറിച്ചുള്ള ഫ്രെഞ്ച് നോവൽ ഇംഗ്ലീഷിൽ പരിഭാഷപ്പെടുത്തിയത് വായിക്കുന്നുണ്ട്. അത് വായിച്ച ശേഷം തിരുവിതാംകൂറിന്റെ പാഠപുസ്തകത്തിലേക്ക് അത് ഉൾപ്പെടുത്തണമെന്നും പുസ്തക സമിതി ചെയർമാനായിരുന്ന രാജരാ ജാവർമ്മയോട് നിർദേശിക്കുന്നുണ്ട്. അതിന്റെ അടിസ്ഥാനത്തിൽ അത് മലയാളത്തിൽ പരിഭാഷപ്പെടുത്തി പാഠപുസ്തകമാക്കുന്നുണ്ട്. ഹിന്ദു മത വിശ്വാസികളായ രാജാക്കന്മാർ അക്ബറിനെ ഉൾക്കൊള്ളുമ്പോൾ ഹിന്ദുത്വവാദികൾ അവയെ പാഠപുസ്തകത്തിൽ നിന്ന് വെട്ടിമാറ്റുകയാണ് ചെയ്യുന്നത്. ഹിന്ദുവും ഹിന്ദുത്വവും തമ്മിലുള്ള വ്യത്യസ്തതകളെക്കുറിച്ചുള്ള ഓർമ്മപ്പെടുത്തലാണിത്. കാലത്തിനും കുപ്രചരണങ്ങൾക്കും മായ്ക്കാൻ കഴിയാതെ അക്ബർ ഇന്ത്യൻ ചരിത്രത്തിൽ സവിശേഷ വ്യക്തിത്വ മായി തലയുയർത്തിനിൽക്കുന്നു. അതിന്റെ അടയാളമാകുന്നു ഫത്തേ പ്പൂർ സിക്രിയിലെ ഓരോ പടവുകളും.

തെലങ്കാനയുടെ ഓർമ്മകൾ

ആന്ധ്രപ്രദേശിലേക്കുള്ള യാത്ര തെലങ്കാനയെക്കുറിച്ചുള്ള ഓർമ്മകളാണ് എക്കാലവും ഉണർത്താറുള്ളത്.അവിഭക്ത ആന്ധ്രപ്രദേശിന് മൂന്നുഭാഗങ്ങളായിരുന്നു ഉണ്ടായിരുന്നത്. റായൽസീമ, ആന്ധ്ര തീരദേശം, തെലങ്കാന എന്നിവയാണ് അവ. തെലങ്കാന പ്രധാനമായും ഡക്കാൺ പീഠഭൂമിയാണ്. ആ മേഖലയാണ് ഇന്ന് തെലങ്കാന സംസ്ഥാനമായി മാറിയിട്ടുള്ളത്. ഡക്കാണിലെ കറുത്ത മണ്ണ് പരുത്തിക്കൃഷിക്ക് അനുയോജ്യമാണെന്ന് പണ്ട് സ്കൂളിൽ പഠിച്ചത് ഇപ്പോൾ ഓർമ്മ വരുന്നു. റായൽസീമയും തീരദേശ ആന്ധ്രയും കാർഷിക വിഭവങ്ങളാൽ സമ്പന്നമാണ്. തീവ ണ്ടിയിൽ യാത്ര ചെയ്യുമ്പോൾ മണിക്കൂറുകളോളം കാണുന്ന കാഴ്ച ഫലഭൂയിഷ്ഠമായ ഈ പാടങ്ങളാണ്. ആധുനികവും അല്ലാത്തതു മായ കൃഷിരീതികൾ ഇവിടെ സംയോജിപ്പിച്ച് നടത്തപ്പെടുന്നു. പകലന്തിയോളം പണിയെടുത്തിട്ടും വയറ് നിറയ്ക്കാൻ പാട്ടപെ ടുന്ന ജനതയുടെ വിയർപ്പിന്റെ അടയാളങ്ങളാണ് ഇവ. തങ്ങളുടെ ബാല്യകാലം പഠിപ്പിന്റെയും ആഹ്ലാദത്തിന്റെയും ലോകത്തുനിന്ന് മാറ്റിനിർത്തേണ്ടിവരുന്ന കുട്ടികളുടെ വിയർപ്പും ഈ പച്ചപ്പുകൾക്ക പിന്നിലുണ്ട്. കേരളത്തിലേക്കുള്ള ജയയും സുരേഖയും പോലുള്ള അരി എത്തുന്നതും ഈ പാടങ്ങളിൽ നിന്നാണ്. കേരളത്തിലെ നദികളിൽ ഉള്ളതിനേക്കാൾ ജലസമ്പത്ത് പേറുന്ന കൃഷ്ണയും ഗോദാവരിയും ഈ തടത്തെ ഫലഭൂയിഷ്ഠമാക്കുന്നു.

ആന്ധ്രപ്രദേശ് ഇന്ന് രണ്ട് സംസ്ഥാനങ്ങളായി വിഭജിക്കപ്പെട്ടിരി ക്കുകയാണ്. ആന്ധ്രപ്രദേശ് ഓർമ്മിക്കപ്പെടത് തെലങ്കാന പോരാ ളികളുടെ മണ്ണെന്ന നിലയിലായിരുന്നു. കമ്മ്യൂണിസ്റ്റ് പാർട്ടിയുടെ ശക്തമായ കേന്ദ്രമായിരുന്നു ഒരു കാലത്ത് ഈ പ്രദേശം. ഇന്നും അത്തരം സമരങ്ങൾ അവിടെ ഉയർന്നു വരാറുണ്ട്. വിവിധ ഘട്ടങ്ങ ളിൽ ഇവിടം സന്ദർശിച്ചിട്ടുണ്ട്. ആ യാത്രകളിലെല്ലാം മനസ്സിലാ ദ്യം ഓടിയെത്താറുള്ളത് തെലങ്കാന സമരവും ആ പോരാട്ടത്തിന് നേതൃത്വം കൊടുത്ത സുന്ദരയ്യയുമാണ്.

തെലങ്കാന സമരത്തിൽ നിന്ന് മാറ്റി നിർത്തിക്കൊണ്ട് സുന്ദരയ്യയെ കുറിച്ച് ചിന്തിക്കാനാവില്ല. വ്യത്യസ്തമായ നിരവധി ധാരകളെ കൂട്ടി യോജിപ്പിച്ചുകൊണ്ടുള്ള മഹാപ്രസ്ഥാനമായിരുന്നു തെലങ്കാന. ഭാഷാ പ്രശ്നം ഉൾപ്പെടെ മുന്നോട്ട് വെച്ചുകൊണ്ട് ഉയർന്നുവന്ന പ്രക്ഷോഭം ജന്മിത്തവിരുദ്ധ സമരമായി വളർന്നുവരികയായിരുന്നു. നൈസാം ഭരണം മാറി ഇന്ത്യൻ പട്ടാളം വന്നതോടെ ഈ സമരം അടിച്ചമർത്ത പ്പെട്ടെങ്കിലും തെലങ്കാനയിലെ ജനത പോരാളികൾക്കൊപ്പം തന്നെ നിലകൊണ്ടു. അതുകൊണ്ടാണ് പ്രക്ഷോഭത്തിന് ശേഷം ആന്ധ്രയിൽ കമ്മ്യൂണിസ്റ്റ് പാർടിക്ക് വലിയ തെരഞ്ഞെടുപ്പ് വിജയം ഉണ്ടായത്.

ത്യാഗനിർഭരമായ ആ സമര ഭൂമിയിൽ പൊരുതി വീണവരുടെ ഇതിഹാസ തുല്യമായ ജീവിതവും ആ സമരത്തിന്റെ അനുഭവ പാഠങ്ങളും സുന്ദരയ്യ തന്റെ പ്രസിദ്ധമായ തെലങ്കാന സമരം എന്ന പുസ്തകത്തിലും തന്റെ ആത്മകഥയിലും പറയുന്നുണ്ട്. ഒരു സാധാരണ മനുഷ്യന് ചിന്തിക്കാൻ കഴിയുന്നതിനേക്കാൾ അപ്പറമായിരുന്ന അതിലെ ആത്മത്യാഗമെന്ന് പുസ്തകത്തിലെ പല താളുകളും നമ്മെ ഓർമ്മപ്പെടുത്തിക്കൊണ്ടിരിക്കും. ചില ഭാഗങ്ങൾ നമ്മുടെ മനസിൽ നൊമ്പരം സൃഷ്ടിക്കുക തന്നെ ചെയ്യും.

അവളുടെ പേര് പത്മ എന്നല്ല എങ്കിലും നമുക്കവളെ പത്മ എന്ന് വിളിക്കാം, എന്ന് പറഞ്ഞുകൊണ്ട് ഒരു സംഭവം സുന്ദരയ്യ രേഖപ്പെട ത്തുന്നുണ്ട്. ഭർത്താവിനൊപ്പം സമരമുന്നണിയിലായിരുന്ന ജന്മി കുടും ബാംഗമായ പത്മ. അവർ പ്രസവിക്കേണ്ട ഘട്ടമായപ്പോൾ അവരെ സംരക്ഷിക്കാൻ പറ്റില്ലെന്ന സാഹചര്യമുണ്ടായി. കുഞ്ഞിനേയും കൊണ്ട് പോയാൽ കുടുംബാംഗങ്ങൾ സ്വീകരിക്കില്ല. കുഞ്ഞിനേയും ഉപേക്ഷിച്ച് അവൾ വീട്ടിലേക്ക് മടങ്ങി ചെന്നാൽ സഹോദരങ്ങൾ സ്വീകരിക്കും. ഈ സാഹചര്യത്തിൽ കുട്ടിയെ ഉപേക്ഷിച്ച് സഹോദരങ്ങൾക്കൊ പ്പം പോകാൻ നിർദ്ദേശിച്ചുകൊണ്ട് സുന്ദരയ്യ കത്തെഴുതി. ഭർത്താവ്

സമരമുന്നണിയിൽ ഉറച്ച് നിൽക്കാനും. ആ തീരുമാനം ശിരസാ വഹിച്ച് കുഞ്ഞിനെ മക്കളില്ലാത്ത ദമ്പതികൾക്ക് നൽകി അവൾ സഹോദരന്മാരുടെ വീട്ടിലേക്ക് യാത്രയായി.

ഈ സംഭവം വിശദീകരിച്ചുകൊണ്ട് സുന്ദരയ്യ ഇങ്ങനെ എഴുതുന്നു. "സ്വന്തം കുഞ്ഞിനെ ഉപേക്ഷിക്കേണ്ടി വന്ന ഒരു അമ്മയുടെ ദുഃഖം പലപ്പോഴും എന്റെ മനസിനെ ചുട്ടുനീറ്റിയിട്ടുണ്ട്. എന്നോടുള്ള സ്നേഹ ബഹുമാനങ്ങൾ കൊണ്ടും പ്രസ്ഥാനത്തോടുള്ള അദമ്യമായ കൂറുകൊണ്ടും എല്ലാ വേദനകളും കടിച്ചമർത്തിക്കൊണ്ട് സഖാവ് പത്മ ചെയ്ത ത്യാഗം വിപ്ലവ പ്രസ്ഥാനത്തിന് ഒരു കാലത്തും മറക്കാനാവില്ല." ഗുരുതരമായ രോഗം ബാധിച്ച് സുന്ദരയ്യ കിടക്കമ്പോൾ പത്മ കാണാൻ വന്ന് അദ്ദേഹത്തെ അഭിവാദ്യം ചെയ്ത സംഭവവും തുടർന്ന് രേഖപ്പെടുത്തുന്നുണ്ട്.

തെലങ്കാന പ്രസ്ഥാനം എത്രയെത്ര മഹത്തായ ത്യാഗങ്ങളാണ് ആവശ്യപ്പെട്ടത്. ആ പ്രക്ഷോഭത്തിൽ സ്ത്രീകൾ ഉൾപ്പെടെ കാണിച്ച ധീരതയും കർമ്മശേഷിയും ത്യാഗസന്നദ്ധതയും തങ്കലിപികളാൽ എഴുതപ്പെടേണ്ടതാണ്. സുന്ദരയ്യ രേഖപ്പെടുത്തുന്ന ഇത്തരം നിരവധി സംഭവങ്ങൾ ഇപ്പോൾ മനസിൽ വരികയാണ്. പലയും ഏറെ നൊമ്പരം ഉളവാക്കുന്നതും. അളവില്ലാത്ത ഇത്തരം ത്യാഗങ്ങൾക്ക് എന്തുകൊണ്ടാണ് നമുക്ക് പകരം നൽകാനാവുക.

`കിഴക്കൻ തീരത്തിന്റെ രത്നം,' എന്ന് ഇന്ന് വിശേഷിപ്പിക്കപ്പെടുന്ന വിശാഖപട്ടണവും പലപ്പോഴും കാണാനിടയായിട്ടുണ്ട്. പഴയകാലത്തെ കലിംഗ രാജ്യത്തിന്റെ ഭാഗമായിരുന്ന ഇത്. കലിംഗ രാജ്യവുമായുള്ള യുദ്ധത്തിൽ വിജയിച്ച എങ്കിലും ആ യുദ്ധത്തിലെ പടയാളികളുടെ മരണവും രോധനങ്ങളുമാണല്ലോ അശോകചക്രവർത്തിയുടെ മനസ് മാറ്റിയത്. പിന്നീട് അദ്ദേഹം ബുദ്ധദർശനത്തിന്റെ പ്രചാരകനായതും ചരിത്രം. ബൗദ്ധ സംസ്കാരത്തിന്റെ നിരവധി ശേഷിപ്പുകൾ ഇന്നും വിശാഖപട്ടണത്തിലുണ്ട്.

വിശാഖപട്ടണം തുറമുഖ നഗരമാണ്. നിരവധി പൊതുമേഖലാ സ്ഥാപനങ്ങൾ ഇവിടെയുണ്ട്. സ്റ്റീലിന്റെ ഉൽപ്പാദനം ഏറെ പ്രസിദ്ധമാണ്. എണ്ണശുദ്ധീകരണ ശാലയും അതുപോലുള്ള വൻകിട വ്യവസായ സ്ഥാപനങ്ങളും ഇതിനെ വ്യാവസായിക നഗരമാക്കി മാറ്റുന്നു.

വിശാഖപട്ടണത്തിന്റെ മറ്റൊരു സവിശേഷത കടൽത്തീരത്തോട് ചേർന്ന് കിടക്കുന്ന മലനിരകളാണ്. ആന്റീസ് പർവ്വത നിരകളും

ഇത് പോലെ കടൽത്തീരത്താണെന്നാണ് എന്റെ ഓർമ്മ. ബംഗാൾ ഉൾക്കടലിൽ നിന്ന് ആഞ്ഞടിക്കുന്ന കാറ്റകളെ തടഞ്ഞു നിർത്തുന്നതിന് ഈ മലനിരകൾക്ക് വലിയ പങ്കുണ്ട്. കുന്ന് ഇടിച്ച് നിരത്തുന്ന കാഴ്ചയും ഇവിടെ കാണകയുണ്ടായി. കടലും മലയും ചേരുന്നതുകൊണ്ടതന്നെ പ്രകൃതി തീർത്ത സൗന്ദര്യശിൽപ്പമായി വിശാഖപട്ടണം മാറുന്നു. അതിനാൽ വിനോദസഞ്ചാര സംരംഭങ്ങളും ഇവിടെ സജീവമാണ്.

ഇക്കഴിഞ്ഞ ലോക്സഭാ തെരഞ്ഞെടുപ്പിൽ സംഘപരിവാർ ഉത്ത രേന്ത്യയിലെ തിരിച്ചടികളെ മറികടക്കാൻ സഖ്യങ്ങളില്ലൂടെ ഇടപെട്ട മേഖലയാണ് ഇവിടം. ദ്രവീഡിയമായ സംസ്കാരത്തിന്റെ അടിത്തറകളെ പിളർത്തിയെടുക്കാനുള്ള ഇടപെടലിന്റെ മറ്റൊരു കേന്ദ്രമായി ആന്ധ്ര യെയും തെലങ്കാനയെയും മാറ്റാനുള്ള പരിശ്രമങ്ങളും അരങ്ങേറുന്ന വർത്തമാന ഘട്ടത്തിൽ അതിനെ പ്രതിരോധിക്കാൻ കഴിയാതിരി ക്കില്ലെന്ന് നമുക്ക് പ്രത്യാശിക്കാം.

വൈരുദ്ധ്യങ്ങളും വൈവിദ്ധ്യങ്ങളും നിറഞ്ഞ "ബോംബെ"

ബോംബെയിലേക്കുള്ള തീവണ്ടിയാത്ര. ആനന്ദിന്റെ നോവലായ ആൾക്കൂട്ടത്തിൽ ബോംബെ റെയിൽവേ സ്റ്റേഷനിൽ തീവണ്ടി ഇറങ്ങുന്ന മനുഷ്യരെ കുറിച്ചുള്ള വാക്കുകളാണ് ബോംബെയിൽ ഇറങ്ങുമ്പോൾ ഓർമ്മ വന്നത്. മുഖം നഷ്ടപ്പെട്ടുപോകുന്ന മനുഷ്യരെ കുറിച്ചാണ് അതിൽ പ്രതിപാദിച്ചി രിക്കുന്നത്. തീവണ്ടി കാസരോഗിയെ പോലെ കിതച്ച നിന്നു എന്ന നോവലിലെ പ്രയോഗം വണ്ടി ഓരോ സ്റ്റേഷനിലും നിർത്തുന്ന സമയത്ത് ഓർമ്മ വരികയാണ്.

തീവണ്ടിയുൾപ്പെടെയുള്ള ആധുനിക സംവിധാനങ്ങൾ ഇന്ത്യയിൽ വരുമ്പോൾ സംഭവിക്കാവുന്ന മാറ്റങ്ങളെക്കുറിച്ച് മാർക്സ് പറയുന്നുണ്ട്. ഇന്ത്യയിലെ ഒന്നാം സ്വാതന്ത്ര്യ സമരത്തെക്കുറിച്ചുള്ള ലേഖനത്തിലാണ് ഇക്കാര്യം എടുത്ത് പറയുന്നത്. തീവണ്ടിയും കമ്പിത്തപാലും പോലുള്ളവ ഇന്ത്യയിൽ ആധുനിക വ്യവസായത്തിന് പശ്ചാത്തലമൊരുക്കുമെന്ന് അദ്ദേഹം നിരീക്ഷിച്ചു. വ്യവസായം വളരുമ്പോൾ തൊഴിലാളിവർഗം ഉണ്ടാകും. സാമ്രാജ്യത്വ ചൂഷണത്തിനെതിരെ തൊഴിലാളി വർഗത്തി ന്റെ നേതൃത്വത്തിൽ ഇന്ത്യൻ ജനത പോരാട്ടം നടത്തുമെന്നും അതിലൂടെ ഇന്ത്യ സ്വാതന്ത്ര്യത്തിലേക്ക് എത്തിച്ചേരുമെന്നും പറയുകയുണ്ടായി.

മാർക്സിന്റെ ഈ നിരീക്ഷണം യാഥാർത്ഥ്യമായോ? തൊഴിലാളിവ ർഗ്ഗ രാഷ്ട്രീയം ഇന്ത്യൻ സ്വാതന്ത്ര്യ സമരത്തിൽ കടന്ന് വന്ന ശേഷമാണ്

പൂർണ്ണ സ്വാതന്ത്ര്യം എന്ന ആശയം തന്നെ ശക്തിപ്പെട്ടത്. 1920ന്റെ ഇടക്കത്തിൽ ഹസ്രത്ത് മൊഹാനിയെന്ന കമ്മ്യൂണിസ്റ്റ് കാരനാണ് AICC സമ്മേളനത്തിൽ പൂർണ്ണ സ്വാതന്ത്ര്യ പ്രമേയം കൊണ്ടുവന്നത്. എന്നാൽ അത് അവിടെ പരാജയപ്പെട്ടുകയായിരുന്നു. പിന്നീടാണ് കോൺഗ്രസ്സൾപ്പെടെ ആ നയം അംഗീകരിച്ചത്. മാത്രമല്ല 1942 ലെ ക്വിറ്റ് ഇന്ത്യാ പ്രക്ഷോഭത്തിന് ശേഷം കോൺഗ്രസ് സമരങ്ങളിൽ നിന്ന് പൊതുവിൽ പിന്മാറി. തൊഴിലാളികളുടേയും കർഷകരുടേയും നേതൃത്വ ത്തിലുള്ള പ്രക്ഷോഭ പരമ്പരയായിരുന്നു ഇന്ത്യയിൽ നടന്നത്. രണ്ടാം ലോക മഹായുദ്ധത്തോടെ ദുർബലമായ ബ്രിട്ടീഷ് സാമ്രാജ്യത്വത്തിന് ഇന്ത്യയിലെ തൊഴിലാളി-കർഷക മുന്നേറ്റത്തെ പിടിച്ചനിർത്താൻ ആകില്ലെന്ന് ബോധ്യമായി. മാത്രമല്ല തൊഴിലാളികളുടെ നേതൃത്വത്തിലു ള്ള സർക്കാർ അധികാരത്തിൽ വരുമെന്ന അവസ്ഥ ഒഴിവാക്കാനാണ് ഇന്ത്യൻ ബൂർഷ്വാസിയുമായി സന്ധി ഉണ്ടാക്കി അധികാര കൈമാറ്റം നടത്തിയത്. ചരിത്രം എപ്പോഴും വിജയിയുടേതാണ്. അതുകൊണ്ട് തന്നെ സ്വാതന്ത്ര്യപ്രസ്ഥാനത്തിൽ തൊഴിലാളികളുടേയും കർഷകരു ടേയും പങ്ക് അടയാളപ്പെടുത്താതെ പോയിട്ടുണ്ടെന്നും നാം തിരിച്ചറിയേ ണ്ടതുണ്ട്. യഥാർത്ഥ ചരിത്രം രേഖപ്പെടുത്തുന്ന തരത്തിലുള്ള ഇടപെടൽ കൂടുതൽ ഉണ്ടാകേണ്ടതില്ലേ? വൈരുദ്ധ്യങ്ങളും വൈവിധ്യങ്ങളും അഗാധതയിൽ പേറി നിൽക്കുന്ന മഹാനഗരമാണ് മുംബൈ എന്ന് തിരിച്ചറിയുന്ന അനുഭവങ്ങൾ...അറിവുകൾ.

മോഹൻലാൽ ഒറ്റ ദിവസം കൊണ്ട് സിനിമയിൽ ഒഴിപ്പിച്ച ലക്ഷങ്ങൾ താമസിക്കുന്ന ധാരാവി എന്ന ചേരി ഇവിടെയാണ്. 27 നിലകളുള്ള അംബാനിയുടെ "ഏന്റീലിയ"എന്ന വീട്ടും ഇവിടെ തന്നെ. "ചാഞ്ഞ കൊമ്പിൽ ചാക്ക് തുണിയിൽ കിടന്നുറങ്ങുന്ന ഞങ്ങടെ ഭാവി തലമുറ," എന്ന് കവി പാടിയ കുട്ടികളും ഇവിടെ സുലഭം.

നഗരവൽക്കരണം ഇന്ത്യയിലെ എല്ലാ ഭാഗത്തുള്ളവരെയും ഇവിടെ എത്തിച്ചിട്ടുണ്ട്. സവിശേഷമായ വിശ്വാസരീതികൾ വെച്ച് പുലർത്തു ന്ന വോറ മുസ്ലിങ്ങളും ഇവിടെയുണ്ട്. സക്കീന പറഞ്ഞത് കാശ്മീരികളും വോറ മുസ്ലിങ്ങളുമാണ് ലോകത്തെ ഏറ്റവും സുന്ദരികൾ എന്നാണ്. സൗന്ദര്യത്തിന് അങ്ങനെയൊരു മാനദണ്ഡം വെക്കാനാവുമോ എന്ന് എനിക്കൊരു സംശയം.

രാവിലെ നഗര ഹൃദയത്തിലേക്ക് പുറപ്പെട്ടമ്പോൾ സിവറിയിലെ ഇരുഭാഗത്തും പഴയ തുണിമില്ലുകളുടെ അസ്ഥിപഞ്ജരങ്ങൾ...ഒരു കാലത്ത് കമ്മ്യൂണിസ്റ്റ് പാർട്ടിയുടെ ശക്തിയായിരുന്ന ഇവിടത്തെ

തൊഴിലാളികൾ. പ്രാദേശിക സങ്കുചിത ചിന്തകളും ആക്രമണങ്ങളും വ്യവസായത്തിന്റെ തകർച്ചയും കമ്മ്യൂണിസ്റ്റ് പാർട്ടിയെ ദുർബലമാക്ക കയായിരുന്നു.

നഗരത്തിൽ തുറമുഖത്തിനടുത്ത് ഗെയ്റ്റ് വേ ഓഫ് ഇന്ത്യ ബ്രിട്ടീഷ് ആധിപത്യത്തിന്റെ അന്നത്തെ അടയാളമായി നിൽക്കുന്നു. ബ്രിട്ടീഷ കാർ ഹോട്ടലിലേക്ക് പ്രവേശനം നൽകാത്തതിന്റെ പേരിൽ ടാറ്റ ആരംഭിച്ച താജ് ഹോട്ടൽ ഇന്ത്യൻ സമ്പന്ന വിഭാഗത്തിന്റെ അക്കാ ലത്തെ ബ്രിട്ടീഷ് പ്രതിരോധത്തിന്റെ ഭാഗമായി ഇന്നും തലയുയർത്തി നിൽക്കുന്നു. ഭീകരാക്രമണം നടന്നതിവിടെയാണ്.

എലിഫന്റ് എന്ന ഗുഹാശിൽപങ്ങളുടെ സ്ഥലത്തേക്ക് പോകാൻ അറബിക്കടൽ വഴി ഒരു മണിക്കൂറോളം ബോട്ട് യാത്രയുണ്ട്. എലിഫന്റ ബൗദ്ധ പാരമ്പര്യത്തിൽ നിന്നാണ് ആരംഭിക്കുന്നത്. എന്നാൽ ഇതിനെ മറച്ചുവെക്കാനുള്ള പ്രവണതയും ശക്തമാണ്. അവിടെനിന്നും ലഭിക്കുന്ന വിവരണങ്ങൾ ഇത് വ്യക്തമാക്കുന്നുണ്ട്.

എലിഫന്റയിൽ ആണ് ഞങ്ങൾ ഉച്ച ഭക്ഷണം കഴിച്ചത്. ഭക്ഷണം കഴിക്കുമ്പോൾ ചുറ്റും കുരങ്ങന്മാർ. ഞാനും ഷംസുദ്ദീനും മറ്റുള്ളവർക്ക് കാവൽ നിന്നു പെടാപ്പാട് പെടുമ്പോൾ മകൻ ആസാദ് ഇങ്ങനെ പറഞ്ഞു, "അത് ഭക്ഷണത്തിന് വന്നതാണ്. ഭക്ഷണം കൊടുത്താൽ പൊയ്ക്കൊള്ളും." കാര്യം ശരിയായിരുന്നു. കുറച്ച് പത്തിരി എറിഞ്ഞ് കൊടുത്തപ്പോൾ അവ പോയി. പുതിയ തലമുറ പലപ്പോഴും നമ്മെ ക്കാൾ കൂടുതൽ കടന്ന് ചിന്തിക്കുന്നു.

എലിഫന്റയിൽ യാത്രക്കിടയിൽ കുറച്ച് നേരം ട്രെയിൻ യാത്രയുണ്ട്. യാത്രക്കിടയിൽ സക്കീന ന്യായമായ ഒരു ഉടക്കടക്കി. ഇടപെടണമെ ന്ന് തോന്നി. ഹിന്ദി വശമില്ലാത്തത് കൊണ്ട് ധൈര്യപ്പെട്ടില്ല. "ഇന്ന് ഭാഷയിത് അപൂർണ്ണമിങ്ങഹോ," എന്ന കവി വാക്യം പോലെ.

ഹെറിറ്റേജ് ആയി പ്രഖ്യാപിച്ച് മുംബൈയിലെ പഴയകെട്ടിടങ്ങൾ സംരക്ഷിക്കപ്പെട്ടിരിക്കുന്നു. നഗരം ചുറ്റും അതിവേഗതയിൽ വ്യാപി ക്കുകയാണ്. വഴിയിൽ കുന്ന് മുഴുവൻ ഇടിച്ച് ക്വാറിയാക്കിയിരിക്കുന്ന. വികസനക്കുതിപ്പിൽ മനുഷ്യനൊരുക്കുന്ന കുഴികളിൽ സ്വയം വീഴുന്ന

അവസ്ഥ ഏംഗൽസ് ഇങ്ങനെ എഴുതുന്നുണ്ട്.

മുംബൈയിൽ ഇപ്പോൾ ജനവാസ കേന്ദ്രങ്ങൾ ഉയർന്നുവരുന്നത് പ്രത്യേക രീതിയിലാണ്. അടിസ്ഥാന സൗകര്യങ്ങൾ ഉള്ളിടത്ത് ഫ്ളാ റ്റുകൾ ഉയർന്നുവരുന്നു. അതിനെത്തുടർന്ന് പുറമ്പോക്കിലും മറ്റുമായി

സ്മരണകൾ സമരായുധങ്ങൾ

കൊച്ച കടകൾ പിറകേ എത്തുന്നു. കുടുംബത്തോടെയുള്ള ഇത്തരം വരവുകൾ സാവധാനം അതിനെ ഒരു ടൗൺഷിപ്പാക്കി മാറ്റുന്നു. യാത്ര യ്ക്കിടയിൽ ഷംസുദ്ദീൻ സൂചിപ്പിച്ച കാര്യം ശരിയാണെന്നു തോന്നി. ഫ്ളാറ്റുകളിൽ താമസക്കാരെ തെരഞ്ഞെടുക്കുന്നതിൽ ജാതിയും മതവും മാനദണ്ഡമാകുന്ന രീതിയും വ്യാപകമാണ്.

രാവിലെ ബാന്റ്സ്റ്റാന്റ് എന്ന കടപ്പറത്തേക്ക് പോയി. പ്രസിദ്ധ നടനായ ഷാരുഖാന്റെ വീടിന മുൻവശത്ത് കിടക്കുന്ന കടപ്പറമാണ് ഇത്. കമിതാക്കൾ കെട്ടുപിണഞ്ഞ് ഇവിടെ നിൽക്കുന്നു. പർദ്ദയിട്ടവരും അല്ലാത്തവരും ഒക്കെയുണ്ട്. മറ്റാരെയും കാണാത്ത ലോകത്ത് അവർ വ്യാപരിക്കുന്നു. വീടുകളിലെ സ്വകാര്യതക്കുറവ് ഇത്തരം സാഹചര്യം സൃഷ്ടിക്കുന്നതായും സക്കീന പറഞ്ഞു. ബീച്ചിലെ പാറക്കെട്ടുകളിൽ ജനം രാവിലെ തന്നെ പെരുകുന്നു. പെട്ടെന്നുള്ള വെള്ളപ്പൊക്കത്തിൽ ഏഴുപേർ ഇവിടെ ഒലിച്ചുപോയിട്ടുണ്ടത്രെ.

കടലില്ലൂടെയുള്ള ബെർലിംഗ് പാലത്തിലൂടെയുള്ള യാത്ര. പാലം പിന്നിട്ടുപോകുമ്പോൾ ഹാജി അലി പള്ളി കാണാം. അടുത്ത് മഹാല ക്ഷ്മിയുടെ അമ്പലവും. മതഭേദമെന്യേ ജനങ്ങളുടെ നീണ്ടനിര. ആരാ ധനയിലെ "സെക്കുലറിസം" മനംകുളിർപ്പിച്ചു.

തുടർന്നുള്ള കാഴ്ചകൾ ബ്രിട്ടീഷ് കാലത്തെ അനുസ്മരിപ്പിക്കുന്നു. എത്രയോ സ്വാതന്ത്ര്യ പോരാളികളെ കൊലക്കയറിലേക്കയെച്ചകോടതി. പ്രസിദ്ധമായ മുംബൈയിലെ, പഴയകാലത്ത് വി.ടി റെയിൽവേ സ്റ്റേഷൻ എന്ന് വിളിച്ചിരുന്ന കൊട്ടാരസദൃശ്യമായ വാസ്തുശിൽപം തലയുയർത്തി നിൽക്കുന്നു. ഇവിടെ നിന്നാണല്ലോ താനെയിലേക്ക് ആദ്യ തീവണ്ടി ഓടിത്തുടങ്ങിയത്.

ഇവിടെത്തന്നെയാണ് താജിൽ ഉൾപ്പെടെ ആക്രമണം നടത്താൻ വന്ന ഭീകരർ അഴിഞ്ഞാടിയത്. നിരവധി നിരപരാധികൾ അവരുടെ സ്വപ്നങ്ങൾ അവശേഷിപ്പിച്ച് ഇവിടെ പിടഞ്ഞുവീണ് മരിച്ചു. മലേഗാവ് സ്ഫോടനത്തിന്റെ അകത്തളങ്ങളിലേക്ക് വെളിച്ചം വീശി സംഘപരി വാറിന്റെ ഭീകരവാദമുഖം തുറന്നുകാട്ടിയ ഹേമന്ദ് കാക്കറെയും ഇവിടെ വെടിയേറ്റുവീണു. ഭീകരവാദം നിരപരാധികളെ മാത്രമല്ല ഏതു വിഭാഗ ത്തിന്റെ പേരിലാണോ അത് നടത്തുന്നത് അവരെ മറ്റ വിഭാഗങ്ങളി ൽനിന്ന് അകറ്റുകയും ചെയ്തു.

ഫാഷൻ സ്ട്രീറ്റ് എന്ന പേരിലുള്ള വഴിവാണിഭ സ്ഥലത്തേക്ക് പോയി. ഇവിടെ അവർക്കായി പ്രത്യേക സ്റ്റാൾ കോർപ്പറേഷൻ നൽകി യിട്ടുണ്ട്. അല്ലാത്തവരെ പോലീസ് പൊക്കും. അത്തരത്തിലുള്ള ഒരു

പൊക്കലിനും ഞങ്ങൾ സാക്ഷിയായി. ആർത്തലച്ച് അവർ തീർത്ത പ്രതിരോധം പോലീസിന്റെ ബലത്തിനു മുന്നിൽ തകർന്നുപോയി.

ഉള്ളവരും ഇല്ലാത്തവരും തമ്മിലുള്ള അന്തരം മഹാരാഷ്ട്രയിൽ ശക്തമാണ്. ജാതി-മത വികാരവും ഇവിടെ പ്രബലമാണ്. ശക്തമായ നവോത്ഥാന പ്രസ്ഥാനങ്ങൾ മഹാരാഷ്ട്രയിൽ ഉണ്ടായിരുന്നു. എന്നാൽ, അതിന്റെ തുടർച്ചയിൽ നടക്കേണ്ട ഭൂപരിഷ്കരണം ഇവിടെ നടന്നില്ല. കേരളത്തിൽ അത് നടന്നു. മഹാരാഷ്ട്രയിലെയും കേരളത്തി ലെയും സാധാരണ ജനങ്ങൾക്കിടയിലുള്ള ജീവിതനിലവാരത്തിനുള്ള അന്തരത്തിന് ഇത് പ്രധാന ഘടകമാണ്.

യാത്രകൾ നമ്മുടെ നവീകരണം കൂടിയാണ്. അത് നമ്മുടെ കാഴ്ചകൾ കൂടുതൽ വിശാലമാക്കും. ഇവ മനസ്സിൽ നിറയുമ്പോഴും ഞങ്ങളെ സ്നേഹത്തോടെ ഏറ്റുവാങ്ങിയ ഷംസുദ്ദീനും സക്കീനയും നൽകിയ സ്നേഹാദരങ്ങൾ ഇവയ്ക്കെല്ലാം മുകളിൽ നിൽക്കുന്നു. ഷമീൽ അഹമ്മദും അസീമും ചിരകാല സുഹൃത്തുക്കൾ എന്നപോലെ ഓരോ യാത്ര കഴിയുമ്പോഴും ഞങ്ങളെ സ്വീകരിക്കാൻ ഉണ്ടായിരുന്നു. ചേച്ചി അമ്മയും ഉമ്മയും ഒപ്പം സക്കീനയും ഒരുക്കിയ സ്വാദിഷ്ടമായ ഭക്ഷണത്തിന്റെ രുചി നാവിൽ തങ്ങിനിൽക്കുന്നു. നിശബ്ദമെങ്കിലും യാത്രയിൽ സജീവ സാന്നിധ്യമായ ഇർഫാനെയും സിത്താരയെയും സ്മരിക്കാതിരിക്കാനാവില്ല. വാക്കിൽ പറയാനാവാത്ത നന്ദി ഇവരോ ടെല്ലാം ഹൃദയത്താൽ രേഖപ്പെടുത്തട്ടെ.

ജീവിതം തന്നെ ഒരു യാത്രയല്ലേ? ഒരു അനുഭവത്തിൽനിന്ന് മറ്റൊ നിലേക്കുള്ള യാത്ര.....

കൊൽക്കത്തയിലൂടെ

കൊൽക്കത്തയിലേയ്ക്കുള്ള യാത്ര എപ്പോഴും പലവിധ ചിന്തകളാൽ മുഖരിതമാവുന്നതാണ്. ബംഗാളിന്റെ രാഷ്ട്രീയം, സാംസ്കാരം, സാമ്പത്തികം എന്നിവയെല്ലാം എപ്പോഴും കടന്നു വരും. കൊല്ലത്തയിലേ യാത്രയിൽ ഞാൻ വായിച്ചിരുന്നത് എം.എൻ സത്യാർത്ഥിയുടെ ഇന്ത്യൻ സ്വാതന്ത്ര്യ സമരമായിരുന്നു. അതിലെ ഒരു അധ്യായം നീലം വിപ്ലവത്തെ കുറിച്ചാണ്. ഇത് ബ്രിട്ടീഷുകാർക്ക് എതിരെ നടന്ന സവിശേഷ സമരം ആണ്. ധാന്യം കൃഷി ചെയ്ത കർഷകരോട് നീലം വ്യവസായികളായ സായിപ്പൻമാർ നീലം കൃഷി ചെയ്യണം എന്ന് നിർബന്ധം പിടിച്ചു. കർഷകർ ഇതിനെ എതിർത്തു. ബിശ്വാസ് സഹോദരന്മാർ, റഫിക് മണ്ഡൽ തുടങ്ങിയവർ ഇതിന് നേതൃത്വം നല്കി. ഏറ്റുമുട്ടൽ നടന്നു. ബംഗാളിന്റെ വിവിധ പ്രദേശങ്ങളിലേക്ക് ഈ സമരം വ്യാപിച്ചു.

അക്കാലത്ത് സമരം നടന്ന ഒരു മേഖലയിൽ മജിസ്ട്രേറ്റ് ആയിരുന്ന സുപ്രസിദ്ധ സാഹിത്യകാരൻ ബങ്കിം ചന്ദ്ര ചാറ്റർജി, ഗ്രാമത്തിന് തീയിട്ട ബ്രിട്ടീഷുകാരുടെ ഗുണ്ടകൾക്ക് അദ്ദേഹം വധശിക്ഷ വിധിച്ചു, പക്ഷെ മേൽ കോടതി വെറുതെ വിട്ടു. എന്തായാലും ബ്രിട്ടീഷുകാർക്ക് അക്രമം നിർത്തേണ്ടി വന്നു. ഇതിന്റെ അടിസ്ഥാനത്തിൽ 1857-1860 ൽ നടന്ന കലാപം ലക്ഷ്യം കണ്ടതായി സത്യാർത്ഥി രേഖപ്പെടുത്തു ന്നു. ഈ വലിയ പോരാട്ടം സാഹിത്യത്തിനും വിഷയമായി. നിരവധി രീതിയിലുള്ള ആഖ്യാനങ്ങൾ ഉയർന്ന് വന്നു. ഇതിൽ പ്രസിദ്ധമായത്

നീല ദർപ്പൺ എന്ന നാടകമാണ്. ഈ നാടകത്തെയും നിരോധിക്ക
ന്നതിനുള്ള ഇടപെടലും ബ്രിട്ടീഷുകാർ നടത്തി. പോരാട്ടത്തിന്റെ ഓർമ്മ
യായി ഇന്നും ആ കലാസൃഷ്ടി കാലത്തെ അതിജീവിച്ച നിൽക്കുന്നു.

കൽക്കത്തയിൽ ഗംഗക്ക് കുറുകെ ഒരുപാലമുണ്ട്. ആനന്ദിന്റെ
ഗംഗയിലെ പാലത്തെ കുറിച്ചുള്ള ചിന്തകൾ അവയുണർത്തി.
പ്രജ്ഞയും കരുണയും എന്ന രണ്ട് തലങ്ങളെ സംയോജിപ്പിക്കുക
എന്ന ദാർശനീക തലമാണെല്ലോ അദ്ദേഹം അവതരിപ്പിക്കുന്നത്.
ബൗദ്ധ ദർശനം മുന്നോട്ട് വെയ്ക്കുന്ന ഈ ആശയം, ഒരർത്ഥത്തിൽ
സിദ്ധാന്തവും പ്രയോഗവും എന്ന കാഴ്ച തന്നെയാണ്, ചിന്തയെയും
പ്രവർത്തിയെയും യോജിപ്പിക്കുന്ന പ്രക്രിയ.

ഗംഗാ നദിയെ നോക്കി കുറച്ച് നേരം ഇരുന്നു, 'ഹിമാലത്തിൽ നിന്ന്
ഒഴുകിയെത്തുന്ന ഈ നദി ഇന്ത്യയുടെ ചരിത്രത്തെ രൂപപ്പെടുത്തിൽ
വഹിച്ച പങ്ക് വലുതാണ്, എത്ര എത്ര പടയോട്ടങ്ങക്ക് ഈ നദി
സാക്ഷിയായി ഉണ്ട്, പുണ്യനദി എന്ന് വിശേഷിപ്പിക്കുന്ന ഈ മഹാനദി
ഇന്ന് ഇന്ത്യയിൽ ഏറ്റവും മലിനമായ ഒന്നായി മാറിയിരിക്കുന്നു,
നദികൾ കേവലമായ നദി അല്ല സംസ്ക്കാരത്തിന്റെ കളിത്തൊട്ടിൽ
ആണെണ് ഗംഗയും ഓർമ്മിപ്പിക്കുന്നു.

കൽക്കത്തയിലെത്തിയാൽ എല്ലാവരും സന്ദർശിക്കുന്നതാണ്
വിക്ടോറിയ പാലസ്. യാത്രകളിൽ പലപ്പോഴും അവിടെ സന്ദർശിച്ചി
ട്ടുണ്ട്. ബ്രിട്ടിഷ് ആധിപത്യത്തിന്റെയും ആഡംബരത്തിന്റെയും അടയാ
ളമായി അത് നിൽക്കുന്നു. കൽക്കത്താ നഗരത്തിലൂടെ യാത്ര ചെയ്ത
മ്പോൾ "പ്രതി" എന്ന വി സാംബശിവന്റെ കഥാപ്രസംഗത്തിലെ
വരികളാണ് ഓർമ വന്നത്.

"പകൽ നേരത്തെ കൽക്കട്ട

സന്ധ്യാ സുന്ദരി കൽക്കട്ട

രജനീ മോഹിനി കൽക്കട്ട

കൽക്കട്ട കൽക്കട്ട"

ബംഗാളിലെ സാഹിത്യ കൃതികൾ മലയാളത്തിൽ നേരത്തെ
തന്നെ പ്രചരിച്ചിരുന്നു, അതിൽ പലയും മലയാളിക്ക് പരിചയപ്പെ
ടുത്തിയതിൽ സാംബശിവന് ഒരു വലിയ പങ്കുണ്ട്. ടാഗോറിന്റെ
കാബൂളിവാല പോലുള്ള കൃതികൾ വായിച്ച് ദുഃഖിച്ചിരുന്ന കുട്ടിക്കാല
വും ഓർത്തു, പത്മാ നദിയും രായിച്ചരും ആർക്കാണ് മറക്കാനാവുക.
സിനിമയിൽ വസന്തം സൃഷ്ടിച്ചവരാണ് ബംഗാളികൾ. സത്യജിത്ത്

റേയുടെ സിനിമകൾ സിനിമാ പ്രേമികൾ ഹൃദയത്തിൽ ഏറ്റുവാങ്ങിയ താണ്. സ്ത്രീയുടെ ഏകാന്തതയുടെ തലങ്ങളിലേക്ക് കടക്കുന്ന ചാരുലത എന്ന സിനിമയും ബംഗാളിനെ കുറിച്ചുള്ള ചിന്തകൾ മനോഹരമാ ക്കുന്നു.

വൈവിധ്യങ്ങളുടെ സംഗമസ്ഥാനമാണ് കൽക്കട്ട, ഉത്തര പ്രദേശ്, ബീഹാർ തുടങ്ങിയ സംസ്ഥാനങ്ങളിൽ നിന്നുള്ളവർ ഇവിടെ ഏറെ യുണ്ട്. മറ്റ സംസ്ഥാനങ്ങളിൽ നിന്നുള്ളവരും ഈ പട്ടണത്തിലെ നിറ സാന്നിദ്ധ്യമാണ്. മാർവാഡികൾ കച്ചവട രംഗത്ത് സജീവമാണ്. കച്ചവടം നടത്തിയും ചെറിയ ജോലികൾ ചെയ്തും മുസ്ലീം വിഭാഗവും സജീവ സാന്നിദ്ധ്യമാണ് ഇവിടെ. ജീവിതത്തിൽ പൊതുവിൽ ബംഗാളി ജനത ലാളിത്യം പുലർത്തുന്നു. കൽക്കട്ടയിലെ ഒരു സുഹൃത്ത് പറഞ്ഞത് രാഷ്ട്രീയവും ഫുട്ബോളും കൽക്കട്ടക്കാരുടെ രക്തത്തിൽ ഉണ്ടെന്നാണ്.

ബംഗാളിന്റെ ജീവിതത്തിൽ നിന്ന് പിഴുതെറിയാനാവാത്തവരാണ് ബാവുൽ ഗായകർ. സംഗീതത്തിനായി ജീവിതം ഉഴിഞ്ഞുവച്ച മനുഷ്യ രുടെ കാഴ്ചകളും സങ്കൽപ്പങ്ങളും ജീവിതവുമെല്ലാം ഉൾക്കൊള്ളുന്നതാണ് ബാവുൽ ഗായകരുടെ ജീവിതം. ബാവുൽ എന്ന പദത്തിന്റെ അർത്ഥം ഉന്മാദി എന്നാണത്രേ. ഏറ്റവും ഉചിതമായ ഒന്നായി തോന്നുന്നത് വേരുകൾ ഇല്ലാത്തത് എന്ന അർത്ഥവും നിർവചനവുമാണ് അതിലു ള്ളത്. തങ്ങളുടെ മതം കാലാതീതമായ ഒന്നാണെന്ന് വിശ്വസിച്ച് അനശ്വ രതയിൽ ഉറച്ചുനിന്ന് നീങ്ങുന്നതാണ് ബാവുലിന്റെ രീതി. താന്ത്രിക ചിന്തയും ബുദ്ധിസവും സൂഫിസവുമെല്ലാം കെട്ടുപിണഞ്ഞുകിടക്കുന്ന അപൂർവ്വ രാഗങ്ങളുടെ അപാരതയാണ് ബാവുൽ. ദേഹമാണ് അവരുടെ ക്ഷേത്രം. അതിനുള്ളിലെ ഹൃദയത്തിലുള്ള മനുഷ്യനാണ് അവർക്ക് ദൈവം. ഗാനം നിറച്ച കണ്ഠവും കൈയ്യിലൊരു ഏക്താരയും ഇണയുടെ കൈയ്യിൽ കാരാതാള (ചെറിയ ഇലത്താളം) മാത്രമായി ഊരുചുറ്റി അവർ കഴിയുന്നു. ഗുരുവും ഗാനവും മാത്രമാണ് അവർക്ക് വഴികാട്ടിയായുള്ളത്.
 ബാവുൽ സംഗീതത്തിന്റെ സവിശേഷ അധ്യായങ്ങൾ തീർന്ന പബൻദാസ് ബാവുലിന്റെയും മിംല്യസെന്നിന്റെയും ജീവിതം ഒരു കടങ്ക ഥപോലെ നമുക്ക് മുമ്പിൽ നിൽക്കും.

കുലീന കുടുംബാധിപതിയായി വിശേഷിപ്പിക്കുന്ന അച്ഛന്റെ മകളായി ഷില്ലോങ്ങിൽ ജനിച്ചവളായിരുന്ന മിംല്യ. തന്റെ ഉള്ളിലെ തീപ്പൊരിയെ ഹൃദയത്തിലേറ്റുവാങ്ങി ആരോടും പിണങ്ങാതെ അവൾ കൽക്കത്തയി ലെത്തി. അവിടത്തെ കോളേജിൽ നിന്ന് ബുദ്ധഗയയിലേക്ക്. അവിടെ

തളർന്നുവീണ മനുഷ്യരെ ശുശ്രൂഷിക്കുന്ന ക്യാമ്പിലെ അംഗമായി അവൾ.

പിന്നീട് ഡൽഹിയിലെത്തിയ മിംലു അവിടുത്തെ കോളേജിൽ നിന്ന് പരിചയപ്പെട്ട ബ്രിട്ടീഷ് സംഘത്തോടൊപ്പം ലോകം ചുറ്റി സഞ്ചരിച്ചു. കലയും പാട്ടും കാമവും സ്ത്രീവാദ ചിന്തകളുമെല്ലാം നുരയുന്ന പാരീസ്, മിംലുവിന് പുതിയ അനുഭവമായി. 70 കളിൽ വീണ്ടും കൽക്കത്തയിലേക്ക്. നക്സൽബാരി സമരങ്ങളിലേക്ക്. പിന്നെ പ്രസി ഡൻഷ്യൽ ജയിലിലേക്ക്. അവിടെ വച്ച് അവൾ ആദ്യമായി ബാവുൽ സംഗീതം ചുവരുകൾക്കപ്പുറത്ത് നിന്ന് കേട്ടു. ഈ സംഗീതം തന്റെ ജീവിതം മാറ്റിമറിക്കുമെന്ന് അവൾ സ്വപ്നത്തിൽ പോലും ചിന്തിച്ചിട്ടു ണ്ടാവില്ല. എന്നാൽ പിന്നീട് പരോളിലിറങ്ങുമ്പോൾ ഗ്രാമങ്ങളിലും തെരുകളിലും ബാവുൽ ഗായകരുടെ പാട്ടുകൾ കേട്ടവൾ നടന്നുനീ ങ്ങി. പിന്നീട് വീണ്ടും പാരീസിലേക്ക്. അവിടെ വെച്ച് ടെറായി എന്ന കൂട്ടുകാരനുമുണ്ടായി. ആ സ്നേഹത്തിൽ രണ്ട് കുട്ടികളും വിരിഞ്ഞു.

പക്ഷെ, ഇന്ത്യയിൽ നിന്നെത്തിയ ഒരു പാട്ടുസംഘം അവരുടെ ജീവിതത്തെയാകെ മാറ്റിമറിച്ചു. അതിൽ പവൻദാസ് ബാവുൽ എന്ന പയ്യന്റെ പാട്ടിൽ അവൾ മതിമറന്നു. ആ സ്വരത്തിൽ അവൾ മൂർച്ഛിച്ചുവീണു. പവൻദാസിനെ മിംലു സ്വീകരിക്കുകയായിരുന്നില്ല. ജീവിത്തിലേക്ക് സ്വയം സമർപ്പിക്കുകയായിരുന്നു. ബാവുൽ ഗായ കനൊത്തുള്ള ജീവിതം ആത്മസമർപ്പണത്തിൻറേതാണ്. ജീവിത ത്തിലെ മേൽക്കൂരകളും മതിലുകളും പൊളിച്ചുകളയലാണ്. മടിശീല കളും സമ്പാദ്യങ്ങളും ഉപേക്ഷിക്കുന്ന ഒന്നാണ്. അതെ, അവയെല്ലാം ഉപേക്ഷിച്ച് അവന്റെ സംഗീതത്തിൽ ലയിച്ച് അവൾ നീങ്ങി.

ദാരിദ്ര്യത്തിന്റെ കൊട്ടങ്കാറ്റുകളിൽ അവർ സ്വയം മറന്ന് പാടിയലി ഞ്ഞു. പാരീസിന്റെ രാത്രികളിൽ പാടി നിറഞ്ഞപ്പോൾ ആ പാട്ടുകളി ലൂടെ ഗ്രാമീണ ബംഗാളിന്റെ ഹൃദയത്തുടിപ്പുകൾ ഏറ്റുവാങ്ങി. അലിഞ്ഞും ചേർന്നും പാട്ടായി ഒഴുകിയും അവരങ്ങനെ ജീവിച്ചുകൊണ്ടേയിരുന്നു. പവനും മിംലും പാട്ടുമ്പോൾ പാട്ടിന്റെ ചരടിൽ കോർത്ത മുത്തുപോലെ ഒന്നാകുന്ന അനുഭവമായത് മാറി.

ഇന്ത്യയിൽ ബ്രിട്ടീഷ് ആധിപത്യം ആദ്യമായി ഉറപ്പിച്ചത് ബംഗാളിലാ യിരുന്നുവല്ലോ. അത്കൊണ്ട് തന്നെ പ്ലാസി യുദ്ധവും സിറാജുദ്ദൌളയെ ചതിച്ച മിർജാഫറിന്റെയും ചരിത്രങ്ങൾ ബംഗാളിന്റെ ഭൂതകാലങ്ങളാണ്.

സാമൂഹ്യ പരിഷ്കരണ പ്രസ്ഥാനങ്ങളുടെയും ശാസ്ത്രചിന്തയുടെയും വലിയ പാരമ്പര്യവും ബംഗാളിന് അവകാശപ്പെടാനുണ്ട്. കുഞ്ഞിക്കൃഷ്ണൻ മാഷ് പഠിപ്പിച്ച പാഠത്തിലെ വരികൾ ഇന്നും ഓർമ്മയിൽ ഉണ്ട്.

"നമ്മെ പോലെ ബംഗാളികളും ഉത്സവപ്രിയരാണ്, നഗരങ്ങളിൽ കോളേജുകളും നാട്ടിൻപുറങ്ങളിൽ സ്ക്കൂളുകളുമുണ്ട്, ബങ്കിംചന്ദ്ര ചാറ്റർജി, രവീന്ദ്രനാഥ ടാഗോർ, സുഭാഷ് ചന്ദ്ര ബോസ്, ജഗദീഷ് ചന്ദ്രബോസ്, ശ്രീരാമകൃഷ്ണ പരമഹംസർ, സ്വാമി വിവേകാനന്ദൻ, അങ്ങനെ നീണ്ടു പോകുന്ന ആ ഓർമ്മകൾ."

ബ്രിട്ടീഷ്ക്കാർക്കെതിരായി പൊരുതി നിന്ന വലിയ പാരമ്പര്യമുള്ള ജനതയുടെ മണ്ണാണ് ബംഗാൾ. സാന്താൾ, മുണ്ടകളുടെ പോരാട്ടങ്ങൾ അതിന്റെ ഭാഗമാണ്. അനുശീലൻ സമിതിപോലുള്ള ദേശീയ വിപ്ലവ കരികളും ഇന്ത്യൻ സ്വാതന്ത്ര്യത്തിന്റെ മറ്റൊരു ഭാഗമാണ്. സുഭാഷ് ചന്ദ്ര ബോസിന്റെ സവിശേഷമായ ധാരായണല്ലോ ഫോർ വേഡ് ബ്ലോക്ക് എന്ന സംഘടനയുടെ രൂപീകരണത്തിലേക്ക് എത്തിയത്. തേ ബാകാ സമരവും കർഷക പോരാട്ടത്തിന്റെ ജ്വലിക്കുന്ന സ്മരണകളാണ്.

ബ്രിട്ടീഷ് ചൂഷണം തകർത്തെറിഞ്ഞ ബംഗാളിൽ സ്വാതന്ത്ര്യ പൂർവ്വ ഘട്ടത്തിൽ പട്ടിണിയുടെ ഫലമായി ലക്ഷങ്ങൾ മരിച്ചുവീണിരുന്നു. ഇന്ത്യാ വിഭജനഘട്ടത്തിൽ വർഗീയ കലാപത്തിൽ പതിനായിര ങ്ങൾ ഇവിടെ കുത്തിയും വെട്ടിയും കൊല്ലപ്പെട്ടു. നവഖാലി ചുറ്റിനടന്ന ശേഷമാണ് മതവും രാഷ്ട്രീയവും രണ്ടായി നിൽക്കണമെന്ന് ഗാന്ധിജി ഓർമ്മപ്പെടുത്തിയത്.

1971 ൽ അഭയാർത്ഥി പ്രവാഹത്തിന്റെ നീണ്ട പരമ്പരയുണ്ടായി. അർദ്ധ ഫാസിസ്റ്റ് ഭീകരവാഴ്ചയ്ക്കും ബംഗാൾ ഇരയായി. ഈ കൊടും ദുരന്തങ്ങളിൽ നിന്നാണ് ഭക്ഷ്യ സ്വയം പര്യാപ്തതയിലേക്കും സാമൂഹ്യ അന്തരീക്ഷങ്ങളിലേക്കും ബംഗാൾ നടന്നടുത്തത്. ഭൂപരിഷ്കരണത്തെ ത്തുടർന്ന് വ്യാവസായിക സാധ്യതകളിലേക്ക് ചില ശ്രമങ്ങൾ മഹാ സഖ്യമുണ്ടാക്കി. ബംഗാളിലെ ഇടതുഭരണത്തിന് താത്ക്കാലിക അന്ത്യവും കുറിച്ചു. പ്രതിസന്ധികൾ പലതും കടന്നുവന്ന ബംഗാളിലെ ജനത തീർച്ചയായും സൗഹാർദ്ദത്തിന്റെയും സാംസ്കാരിക ഔന്നത്യ ത്തിന്റെയും ലോകത്തേക്ക് കുതിക്കാതിരിക്കില്ല. ബംഗാളിയുടെ മനസ്സ് അതിനായി കൊതിക്കുന്നുണ്ട്. ആ വഴിയിലേക്ക് ബംഗാൾ എത്താതി രിക്കില്ല.

സിനിമാ ചിന്തകൾ

ടൈറ്റാനിക്ക്: ദുരന്തത്തിനിടയിലെ മനുഷ്യഗീതം

ചരിത്ര വികാസപ്രക്രിയയ്ക്ക് ഇടയിൽ വ്യക്തികൾ അനവധി സംഘർഷങ്ങൾക്ക് ഇടയായിട്ടുണ്ട്. അവർക്ക് സമൂഹവുമായും കുടുംബവുമായും തന്റെ തന്നെ അന്തർലോകവുമായും പൊരുതേണ്ടി വന്നിട്ടുണ്ട്. സ്വാതന്ത്ര്യബോധമുള്ള വ്യക്തികൾ സമൂഹം വരയ്ക്കുന്ന ലക്ഷ്മണരേഖകളെ മുറിച്ച് കടന്ന് തന്റേതായ ഇച്ഛയ്ക്ക് വേണ്ടി നടത്തിയ സമരങ്ങൾ സാഹിത്യത്തിന് എന്നും വിഷയമായിട്ടുണ്ട്. സമൂഹം വരയ്ക്കുന്ന അതിർവരമ്പുകൾ കുടുംബഘടനയിലൂടെ അടിച്ചേൽപിക്കപ്പെട്ടമ്പോൾ സാമൂഹ്യനീതിക്ക് എതിരെയുള്ള പ്രതിഷേധം കുടുംബനീതിക്ക് എതിരായിത്തീരുന്നു. സമൂഹത്തിലെ അടിമ–ഉടമ സംഘർഷം കുടുംബത്തിനകത്ത് ഈ വിഭാഗങ്ങൾ തമ്മിൽ ആയിത്തീരുന്നു. സമൂഹത്തിലെ നവീകരണ പുനരുദ്ധാരണ ശക്തികൾ തമ്മിലുള്ള സംഘട്ടനത്തിന്റെ തലം കുടുംബഘടനയ്ക്ക് അകത്തും ഉണ്ടാകുന്നു എന്നർത്ഥം. അപ്പോൾ വൈയക്തികമായി അനുഭവപ്പെടുന്ന സംഘർഷം സാമൂഹ്യമായ തലത്തിന്റെ പ്രതിഭല നമായിത്തീരുന്നു. ഇത്തരം സംഘർഷത്തിന്റെ കഥ അഭ്രപാളിയിൽ പകർത്തിയതായിത്തീരുന്നുണ്ട് ടൈറ്റാനിക്.

20-ാം നൂറ്റാണ്ടിന്റെ ഇടക്കത്തിലാണ് കഥ നടക്കുന്നത്. വിഖ്യാത മായ ടൈറ്റാനിക് ദുരന്തമാണ് കഥയുടെ പശ്ചാത്തലമായി കടന്ന വരുന്നത്. ടൈറ്റാനിക്കിന്റെ അവശിഷ്ടങ്ങൾ തേടി ഇറങ്ങിയ

ഗവേഷകസംഘത്തിന് അവയുടെ ഇടയിൽനിന്ന് ഒരു സ്ത്രീയുടെ ചിത്രം കണ്ടുകിട്ടുന്നു. അത് ടെലിവിഷനിൽ പ്രദർശിപ്പിക്കുന്നു. അന്ന് ടൈറ്റാനിക്കിൽ യാത്ര ചെയ്തിരുന്ന വൃദ്ധയുടെ ശ്രദ്ധയിൽ ഇത് പെടുന്നു. അവരുടെ ഓർമ്മയിലൂടെയാണ് പിന്നീട് സിനിമ മുന്നോട്ട് പോകുന്നത്.

ടൈറ്റാനിക് ഇംഗ്ലണ്ടിൽ നിന്ന് യാത്ര പുറപ്പെടുകയാണ്. ആ നാട്ടിലെ പ്രഭകുടുംബങ്ങളിലെ ആളുകളായിരുന്ന ഒന്നാംക്ലാസിലെ യാത്രക്കാർ. അത്തരം ഒരു കുടുംബത്തിലെ അംഗമാണ് റോസ്. കപ്പൽ പുറപ്പെട്ട മ്പോൾ ചൂതുകളിച്ച് കിട്ടിയ പണവുമായി ജാക്ക് 'താഴ്ന്ന' ക്ലാസിൽ സ്ഥാനം പിടിക്കുന്നു.

അഭിജാതകുടുംബത്തിലെ ഒരംഗവുമായി റോസിന്റെ വിവാഹം ഉറപ്പി ച്ചിരിക്കുകയാണ് വീട്ടുകാർ. ഇദ്ദേഹവും കപ്പലിലെ യാത്രക്കാരനാണ്. റോസിന്റെ മുഴുവൻ കാര്യങ്ങളിലും ഇടപെടുന്ന അയാൾ അവൾക്ക് ഒരുതരത്തിലുള്ള സ്വാതന്ത്ര്യവും അനുവദിക്കുന്നില്ല. ഈ ബന്ധിക്കപ്പെട്ട ജീവിതത്തിൽ താൽപര്യമില്ലാതെ, രാത്രിയിൽ അവൾ കപ്പലിൽ നിന്ന് ചാടി ആത്മഹത്യക്ക് ഒരുങ്ങുന്നു. പക്ഷെ ജാക്ക് ഇവളെ തന്ത്രപൂർവ്യം രക്ഷപ്പെടുത്തുന്നു. പുതിയൊരു ബന്ധത്തിന്റെ തുടക്കമായിരുന്ന ഇത്. ചിത്രം വരച്ച് ഉപജീവിതം നടത്തുന്ന ജാക്കിന്റെ സർഗ്ഗാത്മകവും സ്വത ന്ത്രവുമായ ലോകത്തേക്ക് റോസ് കടന്നു വരുന്നു.

പാരതന്ത്ര്യത്തിന്റെയും അച്ചടക്കത്തിന്റേതുമായ പ്രഭകുടുംബ ജീവിത രീതിയെ വെടിഞ്ഞ് പുതിയ ലോകത്ത് അവൾ എത്തപ്പെടുന്നു. ആടിയും പാടിയും ഉല്ലസിച്ച അവർ പ്രണയത്തിന്റെ അപൂർവ്വ ചാരുതയാർന്ന നിമിഷത്തിൽ എല്ലാം പങ്കുവെയ്ക്കുന്നു. റോസിന്റെ പ്രതിശ്രുതവരന്റെ ആൾക്കാർ കളവ് കുറ്റം ചുമത്തി ജാക്കിനെ തടവിൽ അടയ്ക്കുന്നു. അതിനിടയിൽ ടൈറ്റാനിക് ഐസ് ബർഗിൽ തട്ടിത്തകരുന്നു. കപ്പലിലെ ഒന്നാം ക്ലാസുകാർക്ക് രക്ഷപ്പെടാൻ അവസരം ഒരുങ്ങുന്നു. പക്ഷെ ജാക്കിനെ തടവറയിൽ കിടത്തി രക്ഷപ്പെടാൻ തയ്യാറില്ലാത്ത റോസ് അവിടന്ന് ഓടിവന്ന് തന്റെ ജീവൻപോലും വകവെയ്ക്കാതെ ജാക്കിനെ രക്ഷപ്പെടുത്തുന്നു. അപ്പോഴേയ്ക്കും കപ്പൽ നെടുകെ പിളരാൻ തുടങ്ങിയിരുന്നു. അത് പിളർന്ന് കടലിൽ പതിക്കുമ്പോഴേക്കും ജാക്കും റോസും ഒരു മരത്തടയിൽ അഭയം തേടുന്നു. ബോധം തെളിഞ്ഞ് റോസ് നോക്കുമ്പോഴേക്കും ജാക്ക് മരണത്തെ പുൽകി കഴിഞ്ഞിരുന്നു. അഭയാർത്ഥി ക്യാമ്പിൽ പ്രതിശ്രുത വരൻ അവളെ തേടി എത്തുന്നുണ്ട്. അവൾ പിടികൊടുക്കാതെ മാറിക്കളയുന്നു. ഇവിടെവെച്ച് ക്യാമറ വീണ്ടും

വർത്തമാനകാലത്തിലേക്കു തിരിയുന്നു. നിലവിലുള്ള മൂല്യബോധത്തി
ന്റെ അടിസ്ഥാനത്തിൽ ഒരു വിവാഹം റോസിന്റെ മുകളിൽ കെട്ടിയേ
ൽപ്പിക്കപ്പെടുകയാണ്. ഇവർ തമ്മിലുള്ള പൊരുത്തം രണ്ടുപേരും
പ്രഭുകുടുംബത്തിലെ അംഗങ്ങളാണ് എന്നതാണ്. വൈയക്തികമായ
പൊരുത്തത്തിന്റേയും സൗഹൃദത്തിന്റേയും അടിസ്ഥാനത്തിൽ രൂപീ
കരിക്കപ്പെടേണ്ട ഉത്സവമാകേണ്ട ബന്ധം ഇവിടെ സാമൂഹ്യവഴക്കങ്ങ
ളുടെ പേരിൽ വന്ധ്യകരിക്കപ്പെടുകയാണ്. വ്യക്തികളെക്കാൾ ഉപരി
സ്ഥാനങ്ങൾക്ക് ഊന്നൽ കൊടുക്കുമ്പോൾ വ്യക്തി അനുഭവിക്കേണ്ട
സംഘർഷമാണ് ഇത്. ജീവിതം ദുരിത പൂർണ്ണമായിത്തീരുന്ന ഒരാൾക്ക്
മരണം സുഖകരമായ അനുഭവമായിത്തീരുന്നു. പൊരുതാനുള്ള കരുത്ത്
ഇല്ലാതാവുകയും കൂടി ചെയ്യുമ്പോൾ വ്യക്തിക്ക് ഉണ്ടാകുന്ന സ്വാഭാവിക
പരിമിതിയാകുന്നു ഇത്. ഇഹലോകജീവിതം ദുരിതപൂർണ്ണമായിത്തീരു
മ്പോൾ അതിനെ മാറ്റി മറിക്കാൻ ശ്രമിക്കാതെ ജീവിതത്തിൽ നിന്ന്
ഓടി മറയുന്ന സന്ന്യാസിയുടെ മനസിന്റെ മറ്റൊരു രൂപമാണ് ഇത്.
അടിമത്തത്തേക്കാൾ വലുത് മരണമെന്ന സ്വാതന്ത്ര്യബോധവും ഇതി
നകത്ത് ഉൾചേർന്നിട്ടുണ്ട്. റോസിന്റെ ഈ അവസ്ഥയിലാണ് ജാക്ക്
എത്തിച്ചേരുന്നത്. ഊർജ്ജസ്വലതയുടെയും ജീവിതകാമനയുടെയും
സർഗാത്മകതയുടെയും പ്രതീകമായി തീരുന്ന ഇയാൾ.

ജാക്കും, റോസും ഇവിടെ രണ്ട് ജീവിതാവസ്ഥകളുടെ പ്രതീകമായാണ്
പ്രത്യക്ഷപ്പെടുന്നത്. ഒന്ന് പ്രഭുത്വത്തിന്റേയും മറ്റൊന്ന് സാധാരണക്കാ
രന്റേയും. ഈ രണ്ട് അവസ്ഥകളുടെ ഇറന്ന് കാട്ടലിന്റേയും സംഘർഷ
ത്തിന്റേയും അടിത്തറക്ക് മുകളിലാണ് ഈ കഥ കെട്ടിപ്പൊക്കിയിരിക്ക
ന്നത്. രണ്ട് സംസ്കാരം രൂപപ്പെടുത്തിയെടുത്ത ഉപോൽപന്നമെന്ന
നിലയിലാണ് ഈ വ്യക്തികൾ വരുന്നത്.

പ്രഭുജീവിതത്തിന്റെ മുകളിലുണ്ട് കെട്ടിയേൽപ്പിക്കപ്പെട്ട ഒരു രീതിയിൽ
വസ്ത്രധാരണം, ഭക്ഷണം, സംഗീതം. എല്ലാറ്റിലും ഒരേ താളം ഒരേ
രീതി. അതിനപ്പുറത്ത് ഉള്ള ചലനങ്ങൾ പോലും മാന്യമല്ലെന്ന് കരുതി
ജീവിച്ചുപോരുന്നവർ. അങ്ങനെ ചലനമറ്റ ജീവിതമാണ് അവരുടേത്.
കാഞ്ഞിരമരത്തിൽ നിന്ന് മധുര നാരങ്ങ പ്രതീക്ഷിക്കരുത് എന്ന
പറഞ്ഞതുപോലെ ഇത്തരം ഒരു ജീവിതാവസ്ഥയിൽ മനുഷ്യന് ഇത്രയേ
വളരാൻ കഴിയൂ എന്ന യാഥാർത്ഥ്യം സിനിമയിലൂടെ സംവദിക്കപ്പെട്ട
ന്നുണ്ട്.

'താഴ്ന്ന ക്ലാസ്' യാത്രക്കാരെ നോക്കുക. എല്ലാറ്റിനും വ്യത്യസ്ത
മാർന്ന രീതി, നൃത്തത്തിന് അനവധി താളങ്ങൾ, ഭക്ഷണം കൂട്ടായി

ഉണ്ടാക്കി ഒന്നിച്ച് പങ്കിട്ടുന്ന അവസ്ഥ. മനുഷ്യന്റെ ആഹ്ലാദത്തിലും കൂട്ടാ യ്മയിലും ഊന്നി നിൽക്കുന്ന ജീവിതാവസ്ഥ ഇവിടെ ചിത്രീകരിക്കപ്പെട്ടു ന്നു. മനുഷ്യന്റെ സ്വാതന്ത്ര്യത്തിന്റെയും സർഗാത്മകതയുടെയും മണ്ഡലം ഇതാണ് എന്ന സംവേദനം സിനിമയിൽ ഉൽപാദിപ്പിക്കപ്പെടുന്നുണ്ട്.

ഇത്തരം രണ്ട് അവസ്ഥകളിൽ സ്വാതന്ത്ര്യബോധമുള്ള വ്യക്തികളുടെ രൂപീകരണവും വികാസവും എവിടെ നടക്കുന്നു എന്നത് ഇവിടെ വ്യ ക്തമാക്കപ്പെടുന്നു. ചുറ്റപാടിന്റെ മടുപ്പിക്കുന്ന ലോകത്ത് മരണത്തെ പുൽകാൻ പോയ റോസിന് ആഹ്ലാദകരമായ ജീവിതത്തിന്റെ ആകാശം തുറന്ന് കൊടുത്തത് സാധാരണ മനുഷ്യന്റെ ജീവിതാവസ്ഥ യിൽ നിന്ന് വളർന്ന് വികസിക്കുന്ന ജാക്ക് ആകുന്നു.

ജീവിതം ആഹ്ലാദകരമായ ഒന്നായി ഒരു വ്യക്തിക്ക് എവിടെയാണ് അനുഭവപ്പെടുന്നത്. അവന്റെ വികാസം ഏത് ലോകത്താണ്. റോസിന്റെ അനുഭവങ്ങളിലൂടെ ചലനങ്ങളിലൂടെ നാം അത് അറിയുന്നു. ഒരു സുവിശേഷകനും പറയാതെ ഒരു പ്രാസംഗികനും വിളിച്ച പറയാതെ നാം അനുഭവിച്ച് അറിയുന്നു. അടിയാളന്റെ ജീവിത വീക്ഷ ണത്തോട് സിനിമ താദാത്മ്യം പ്രാപിക്കുന്നു. റോസിന് പ്രതിശ്രുത വരനും കാമുകനും നൽകുന്ന സമ്മാനത്തിലും ഇത് കാണാം. പ്രതിശ്രുത വരൻ തന്റെ പൂർവ്വികമായി ആർജിച്ച ചരിത്രത്തിൽ എവിടെയോ വെച്ച് പിടിച്ചടക്കപ്പെട്ട സ്വത്തിന്റെ ബലത്തിൽ വൈരമാല നൽകുമ്പോൾ, ജാക്ക് അവൾക്ക് നൽകുന്നത് തന്റെ സർഗാത്മകതയുടെ ഹൃദയ സൗന്ദര്യത്തിന്റെ, വ്യക്തിത്വത്തിന്റെ അടയാളം പതിഞ്ഞ അവളുടെ ചിത്രമാണ്. ഇന്ദ്രിയങ്ങളിലൂടെ സൗന്ദര്യബോധത്തിന്റെ മണ്ഡല ത്തിൽ വെച്ച് രൂപപ്പെടുത്തിയെടുത്ത രൂപം. പ്രണയിനിയെ സ്വന്തം സൗന്ദര്യബോധവുമായി കൂട്ടിയിണക്കിയതിന്റെ പ്രതിഫലനമാകുന്നു. പ്രഭുത്വത്തിന്റെ കൈമുതൽ സമ്പന്നത മാത്രമെങ്കിൽ സാധാരണക്കാ രിന്റെ കൈമുതൽ സൗന്ദര്യബോധത്തിന്റെയും സ്വാതന്ത്ര്യത്തിന്റെയും സർഗാത്മകതയുടെയും ആണെന്ന് ഇത് അനുഭവിപ്പിക്കുന്നു. ജാക്കിന്റെ വ്യക്തിത്വത്തിനകത്തും ഇത് അലിയിപ്പിക്കാൻ ഇവർക്ക് കഴിഞ്ഞിട്ടുണ്ട്. വർണ്ണങ്ങൾകൊണ്ട് വരതീർക്കുന്നവനല്ല ജാക്ക്. വർണ്ണത്തിന്റെയും അടിത്തറയായി രൂപത്തിനെ അതിന്റെ തനിമയിൽ കുറിക്കുന്ന സ്കെച്ചാണ് അവന്റെത്.

നിലവിലുള്ള ലോകനീതി പണാധിപത്യത്തിന്റേതാകുന്നു. കപ്പലിലെ നിയമങ്ങൾ, സൗകര്യം എല്ലാം അവർക്കാണ്. റോസിന്റെ പ്രതിശ്രുത വരനുവേണ്ടി ജാക്ക് വേട്ടയാടപ്പെട്ട് കള്ളക്കേസിൽ കുരുക്കുന്ന രംഗം,

കപ്പൽ മുങ്ങുമ്പോൾ ഒന്നാംക്ലാസ് യാത്രക്കാർക്ക് മാത്രം രക്ഷപ്പെടാൻ സുരക്ഷാസംവിധാനങ്ങൾ ഒരുക്കപ്പെടുന്നതുൾപ്പെടെയുള്ളതെല്ലാം ഇതിന്റെ പ്രതിഫലനമാണ്. പണാധിപത്യത്തിന്റെ കരുത്തിൽ സാമൂ ഹ്യനീതികളും സൗകര്യങ്ങളും പ്രഭുത്വത്തിന്റെ കൈയ്യിലാണ് എന്ന അറിവ് ഇത് ഉൽപാദിപ്പിക്കുന്നു.

ദൃശ്യങ്ങളിലൂടെ സംവദിക്കുന്നതാണ് സിനിമയുടെ ഭാഷ. അത്തരം എത്രയോ രംഗങ്ങൾ ഇതിൽ അന്തർലീനമാണ്. പ്രഭ ജീവതത്തിന്റെ പാരതന്ത്ര്യത്തിൽ നിന്ന് സാധാരണ മനുഷ്യന്റെ സ്വതന്ത്രലോകത്തി ലേക്ക് ഇവൾ പറന്നു വരുന്നു എന്ന് സൂചിപ്പിക്കുന്ന പറക്കുന്ന പോലുള്ള രംഗം. നിശ്ചയിച്ച വിവാഹം തന്നെ നടക്കണം എന്ന് പറഞ്ഞ് അമ്മ മകളുടെ വസ്ത്രത്തിന്റെ ചരടുകൾ മുറുക്കമ്പോൾ അവളുടെ ശരീരം മുറുകുന്ന രംഗം. ഇത് അവളുടെ ജീവിതത്തിൽ എങ്ങനെ പ്രതിഫലിക്കു ന്നു എന്ന് സംവദിക്കുകയാണ്. ചിത്രം വരയ്ക്കുന്ന രംഗം, അവസാനം നക്ഷത്രങ്ങൾ നോക്കിക്കിടക്കുന്ന രംഗം അങ്ങനെ മനസിൽ മായാതെ കിടക്കുന്ന അനവധി മുഹൂർത്തങ്ങൾകൊണ്ട് സമ്പന്നമാണ് സിനിമ.

മനുഷ്യ മഹത്വത്തിന് മുമ്പിലും, ജീവിതത്തിലെ സങ്കീർണ്ണമായ മുഹ ർത്തങ്ങളിലും സമ്പന്നതയും പണാധിപത്യവും എത്ര നിരർത്ഥകമാണ് എന്ന് ഇത് കാണിക്കുന്നുണ്ട്. കപ്പൽ തകരുമ്പോൾ മരണം മുന്നിൽ കാണുന്ന നിമിഷത്തിൽ കൈയ്യിൽ കിടക്കുന്ന ഡോളറുകൾ നൽകി രക്ഷപ്പെടാൻ ശ്രമിക്കുന്നുണ്ട് ഒരു പ്രഭു. മരണം മുന്നിൽ കാണുന്നവന് പണം കൊണ്ട് എന്തുകാര്യം? അവൻ അത് തട്ടി മാറ്റുന്നു. പണാധി പത്യത്തിന്റെ മുഴുവൻ ആർഭാടങ്ങളും കൈവശം ഉണ്ടായിരുന്നിട്ടും എന്തുകൊണ്ട് പ്രതിശ്രുതവരനെ വിട്ട് റോസ് ജാക്കിനൊപ്പം നീങ്ങി. മനുഷ്യത്വത്തിന്റെ ജ്വലിക്കുന്ന മുഹൂർത്തങ്ങളിൽ പണാധിപത്യത്തിന്റെ നിരർത്ഥകതയിലേക്കല്ലാതെ മറ്റെന്തിലേക്കാണ് ഇത് വിരൽ ചൂണ്ടു ന്നത്. പണാധിപത്യത്തിനുമേൽ മനുഷ്യത്വത്തിന്റെ വിജയം സംവദി ക്കുന്നില്ലേ ഇത്?

വികാരത്തെ മൃഗീയതയിലേക്ക് നയിക്കുമ്പോൾ അത് മഞ്ഞയും നീല യുമാകുന്നു. വികാരങ്ങളെയും ചിന്തകളെയും നിലവില്ലുള്ള ഘടനയ്ക്ക് ഒപ്പം അവതരിപ്പിക്കപ്പെടുമ്പോൾ അത് പൈങ്കിളിവൽക്കരിക്കപ്പെടുന്നു. മനുഷ്യനെ കാഴ്ചവസ്തുവാക്കുന്നതാണ് മുതലാളിത്തത്തിന്റെ കമ്പോ ളമൂല്യം. കാഴ്ചകളിൽ ഒതുങ്ങുന്ന അനുരാഗം കമ്പോള നീതിയുമായി ഐക്യപ്പെടുന്നു. മനുഷ്യമനസിന് അകത്ത് ചിന്തയുടെയും വൈകാരി കതയുടെയും പ്രകൃതിപരതയുടെതുമായ മണ്ഡലങ്ങളുണ്ട്. വ്യക്തികളുടെ

ഇത്തരം മണ്ഡലങ്ങളുമായി സംവേദനം നടത്തുന്നിടത്താണ് അനുരാഗം ഉത്സവമായി മാറുന്നത്.

മനുഷ്യന്റെ സ്വത്വവുമായി സംവദിക്കാൻ പ്രാപ്തമാകുന്ന അനുഭവ മാണ് പ്രണയം. മനുഷ്യന്റെ വിചാര, വികാര മണ്ഡലത്തോട് ഒപ്പം സംവദിച്ച് ഇഴുകി ഒന്നാകുന്ന മനസിന്റെ അവസ്ഥയാണ് ഇത്. വ്യഥകളും നൊമ്പരങ്ങളും പങ്കുവെച്ച് ഒരാൾ മറ്റൊരാൾക്കായിത്തീരുന്ന അനുഭവം. ആരും ആരെയും ഭരിക്കാത്ത ലോകത്തിന്റെ സ്വാതന്ത്ര്യം. ഇത്തരം ഒരുവസ്ഥയുടെ അനുഭവത്തെ ഇത് പകർത്തുന്നുണ്ട്. കമ്പോളവൽക രണത്തിന്റെ ചില തന്ത്രങ്ങൾ ഇതിനകത്തുണ്ട് എന്നത് യാഥാർത്ഥ്യമാ ണെങ്കിലും അതിനുമുകളിൽ ഉയർന്ന് നിൽക്കാൻ ഈ അനുഭവത്തിന് കഴിയുന്നുണ്ട്.

പ്രണയം വിഷയമാക്കിയ നിരവധി സിനിമകൾ ഇതിനുമുമ്പും വന്നുപോയിട്ടുണ്ട്. അടുത്ത കാലത്ത് അനിയത്തി പ്രാവ് ഇത്തരം പ്രമേയവുമായി ക്യാമ്പസുകളെ കീഴടക്കി പോയി. താരതമ്യത്തിന് പോലും സാധ്യമല്ലാത്ത നിലവാര അന്തരം ഉണ്ടെങ്കിലും ഒന്ന് വിലയി രുത്തിനോക്കൂ. ഒരിക്കലും മറിച്ച നോക്കാത്ത Love And Love Only എന്ന പുസ്തകത്തിന്റെ പുറംചട്ട നോക്കിയിരിക്കുന്ന നായകനുണ്ട് ഇതിൽ. ഇത് ആ സിനിമയുടെ യഥാർത്ഥ ചിത്രമാണ്. ഒരു കാഴ്ച കാണമ്പോൾ ഉണ്ടാകുന്നതുപോല (വസ്തുവിനോട് എന്ന പോലെ) ഒരു വ്യക്തിയെക്കണ്ടപ്പോൾ അനുരാഗം പടരുന്ന. ബാഹ്യമായ കാഴ്ച കളിൽ മൂല്യത്തെ ഒതുക്കുന്ന കമ്പോള നീതിയുടെ മനുഷ്യബന്ധം ഇത് അവതരിപ്പിക്കുന്നു. കമ്പോള സംസ്കൃതിയുടെ മനുഷ്യസങ്കൽപവും പ്ര ണയസങ്കൽപവും ഇത് ഉൽപാദിപ്പിക്കുന്നു. കടലുപോലെ അഗാധവും വിശാലവുമായ മനുഷ്യമനസുകൾ തമ്മിൽ ഇഴുകി ഒന്നാകുന്ന പ്രണ യാനുഭവം ഇതിന് അന്യമാകുന്നു. കരാറുകൾ പോലെ ഒന്നിക്കുകയും പിരിയുകയും ബാഹ്യശക്തികളുടെ തീരുമാനത്തിന് വഴങ്ങി വീണ്ടും ഒന്നിക്കുകയും ചെയ്യുന്ന സാമാന്യ നിയമത്തിന്റെ പ്രയോഗമായി ഇത് തീരുന്നു. മനുഷ്യന്റെ അന്തർലോകത്തിന്റെ ഉൾച്ചേരലിനുപകരം ബാഹ്യമായ ലോകത്തിന്റെയോ മറ്റുള്ളവരുടെ അന്തർലോകത്തി ന്റെയോ ആയ തീരുമാനങ്ങൾ ഇവരുടെ ഭാഗധേയം നിർണ്ണയിക്കുന്നു.

മനുഷ്യമഹത്വത്തെയും സ്വാതന്ത്ര്യത്തെയും വർഗപരമായ കാഴ്ചപ്പാ ടിന്റെ അടിസ്ഥാനത്തിൽ വീക്ഷിക്കുന്നുണ്ട് ടൈറ്റാനിക്ക്. പ്രത്യയശാ സ്ത്രം വിളിച്ചുപറയലല്ല അനുഭവിപ്പിക്കലാണ് കല എന്ന തത്വം ഈ കലാസൃഷ്ടി സംവദിപ്പിക്കുന്നുണ്ട്. കമ്പോള മൂല്യത്തിന് കീഴ്പ്പെടാത്ത

സ്മരണകൾ സമരായുധങ്ങൾ

മനുഷ്യന്റെ മഹത്വം ഉയർത്തിപ്പിടിക്കുന്നുണ്ട് ഇത്. ഇത്തരം അനുഭവ ത്തെ അവതരിപ്പിക്കാൻ ടെക്നോളജി ഉപയോഗിക്കുകയാണ് ഇവിടെ. വർണ്ണപൊലിമയുടെ മുഴച്ചനിൽപ് ചില ഭാഗങ്ങളിൽ നിഴൽ വീഴ്ത്തു ന്നുണ്ടെങ്കിലും ദുരന്താനുഭവങ്ങളുടെ ഇടയിൽ നിന്ന് മനുഷ്യത്വത്തിന്റെ സംഗീതം ഇത് പുറപ്പെടുവിക്കുന്നു.

മാർക്സിന്റെയും ഏംഗൽസിന്റെയും സർഗ്ഗാത്മക ജീവിതത്തെക്കുറിച്ച്

1842 മുതല്ലുള്ള മാർക്സിന്റെയും ഏംഗൽസിന്റെയും യൗവനകാലത്തില്ലൂടെയുള്ള ഒരു ദൃശ്യ സഞ്ചാരമാണ് 'ദി യംഗ് കാറൽ മാർക്സ്.' 1996 ൽ ഹെയ്ടിയിലെ സാംസ്കാരിക മന്ത്രി കൂടിയായിരുന്ന റൗൾ പെകാണ് ഇത് സംവിധാനം ചെയ്തിരിക്കുന്നത്. 'അയാം നോട്ട് യുവർ നീഗ്രോ,' എന്നത് ഇദ്ദേഹത്തിന്റെ പ്രസിദ്ധമായ സിനിമയാണ്.

വ്യത്യസ്ത വഴികളില്ലൂടെ വന്ന് ഒത്തുചേർന്ന മാർക്സിന്റെയും ഏംഗൽസിന്റെയും സൗഹൃദത്തിന്റെ തലങ്ങളെ പരിചയപ്പെടുത്തുന്നതാണ് സിനിമ. സർവ്വകലാശാലയിൽ നിന്ന് ഡോക്ടറേറ്റ് നേടിക്കൊണ്ട് എഴുത്തുകാരനായി തീരുന്ന ജീവിതമായിരുന്ന മാർക്സിന്റേത്. എന്നാൽ വ്യവസായിയുടെ മകനായി ജനിക്കുകയും അതിലേക്ക് കൊണ്ടുപോകാൻ പിതാവ് ആഗ്രഹിക്കുകയും ചെയ്ത ജീവിതമായിരുന്ന ഏംഗൽസിന്റേത്. ഈ രണ്ട് വഴികളില്ലൂടെയും അവർ എത്തിച്ചേരുന്നത് ഒരേ ആശയത്തിലേക്കാണ്. ആ ആശയത്തിന്റെ ഭാഗമായി അക്കാലത്ത് വിപ്ലവകരം എന്ന് പൊതുവിൽ അംഗീകരിക്കപ്പെട്ട ചിന്താധാരകളിലെ ദൗർബല്യങ്ങൾക്കെതിരായ സമരം കൂടിയായി ഈ കൂട്ടായ്മ വികസിക്കുന്നു. ആ കൂട്ടായ്മയുടെയും ബന്ധത്തിന്റെയും ബൗദ്ധികമായ അടുപ്പത്തിന്റെയും ചിത്രീകരണം കൂടിയാണ് ഈ സിനിമ.

മാർക്സിന്റെയും ഏംഗൽസിന്റെയും ആദ്യകാല ജീവിതത്തിലെ

സ്മരണകൾ സമരായുധങ്ങൾ

ആഹ്ലാദങ്ങളും, ദു:ഖങ്ങളും, ചിന്താപരമായ വികാസവുമെല്ലാം ഉൾക്കൊള്ളുന്ന സിനിമയാണ് ഇത്. അന്നത്തെ യൂറോപ്പിൽ ഉണ്ടായ വ്യവസായ വിപ്ലവത്തിന്റെ ഫലമായി രൂപീകരിക്കപ്പെട്ട വർഗ വൈരു ദ്ധ്യത്തെ ഇത് കാണിച്ചതരുന്നു. അത്തരം ലോകത്ത് ജീവിക്കുകയും അതിൽ നിന്ന് വികസിച്ചവരുന്ന ചിന്താധാരകളുടെയും പുരോഗമന പ്രസ്ഥാനത്തിനകത്ത് രൂപപ്പെടുന്ന ആശയ സമരങ്ങളെയും അഭ്ര പാളിയിലെ ചിത്രീകരണമാണ് ഇത്. വിപ്ലവകരമായ ആശയങ്ങൾ അവതരിപ്പിച്ച എന്നതിന്റെ പേരിൽ പോലീസ് റെയ്ഡ് നടക്കുമ്പോൾ ആശയങ്ങളെ ഇതുകൊണ്ടൊന്നും അടിച്ചമർത്താനാവില്ലെന്ന് വിളിച്ച പറയുന്നുണ്ട് അവർ.

അഗാധമായ പ്രണയത്തിന്റെ ഭാഗമായി ഒന്നായിച്ചേരുന്ന മാർക്സിന്റെ ജീവിതത്തിലെ വൈകാരികമായ നിമിഷങ്ങളുടെ തീവ്രതയും ലയവും ഇതിൽ ഉൾച്ചേർന്നിട്ടുണ്ട്. മാർക്സിന്റെ ജീവിതത്തെയും ചിന്തകളെയും മാറിനിന്നുകാണുന്ന ആളല്ല ജെന്നിയെന്ന് സിനിമ ഓർമ്മപ്പെടുത്തുന്നു. മാർക്സിന്റെ ജീവിതത്തിന്റെ ഓരോ ഇഴകളിലും സജീവമായി ഇഴുകിനി ന്ന് കരുത്തായി തീരുന്ന ഒന്നായി ഇവരുടെ ബന്ധം ചിത്രീകരിച്ചിരിക്ക ന്നത്. വിപ്ലവപരമായ ചിന്തകൾ രൂപപ്പെടുത്തി എന്നതിന്റെ പേരിൽ ഗർഭിണിയായ ഭാര്യയെയും കുട്ടി നാട് വിടേണ്ടി വരുന്ന ദൈന്യതയെയും സിനിമ ഒപ്പിയെടുത്തിട്ടുണ്ട്.

ഇവർക്കിടയിൽ വളർന്നവരുന്ന സൗഹാർദ്ദത്തിന്റെ മനോഹരമാ യൊരു ചിത്രം സിനിമയിലുണ്ട്. വീട്ടിലെ ദാരിദ്രത്തിന്റെ ദുരിതങ്ങളിൽ നിന്ന് അൽപ്പമെങ്കിലും ആശ്വാസം നേടാൻ പ്രസാധകന്റെ അടുത്ത് പണം വാങ്ങാൻ അൽപ്പം ദേഷ്യത്തോടെ വരുന്ന മാർക്സ് ഉണ്ട് സിനിമയിൽ. ഈ വീട്ടിൽ ഏംഗൽസുമുണ്ട്. അവർ തമ്മിൽ സംസാരിച്ച വന്നപ്പോൾ ആശയപരമായും ബൗദ്ധികപരമായും യോജിക്കുന്നവ രാണ് എന്ന ആഹ്ലാദത്തിൽ അവിടം വിട്ട് അവർ ഇറങ്ങിപ്പോകുന്നു. പണവുമായി തിരിച്ചവന്ന പ്രസാധകന് ശൂന്യമായ സ്വീകരണ മുറിയാണ് കാണാനാവുന്നത്. അങ്ങനെ ആശയപരമായ അഗാധപൊരുത്തത്തി ന്റെ തലങ്ങൾ ഇത്തരം കൊച്ചുകൊച്ച സംഭവങ്ങളിലൂടെ അവതരിപ്പി ച്ചുകൊണ്ട് സിനിമ മുന്നേറുന്നു.

പോലീസിന്റെ കണ്ണവെട്ടിക്കുന്നതിലും, വിനോദകേന്ദ്രങ്ങളിൽ ആഹ്ലാദം പങ്കിട്ടുന്നതിലും, ലൈബ്രറികളിൽ വിജ്ഞാനത്തിന്റെ ആഴങ്ങളിലേക്ക് ഇറങ്ങിച്ചെല്ലുന്നതിലും ഇവർ ഒന്നായി നിൽക്കുന്ന. ആശയ സമരങ്ങളിൽ കൂട്ടുചേർന്നുകൊണ്ട് വിപ്ലവപ്രസ്ഥാനത്തെ

ശരിയായ പാതയിലൂടെ നയിക്കുന്നതിന് ഒന്നായിച്ചേരുന്നതാണ് ഇവരുടെ ജീവിതം. അത് ചിത്രീകരിക്കുന്നതിലൂടെ ആശയപരവും പ്രായോഗികപരവുമായ യോജിപ്പിന്റെ തലത്തിൽ രൂപപ്പെടുന്ന സഹൃ ദത്തിന്റെ അഗാധ തലങ്ങൾ സിനിമയിൽ ഓളംവെട്ടുന്നുണ്ട്.

അക്കാലത്തെ നിരവധി സൈദ്ധാന്തികമായ പ്രശ്നങ്ങളെ സിനിമ അഭിമുഖീകരിക്കുന്നുണ്ട്. പുരോഗമന പ്രസ്ഥാനത്തിന്റെ വലിയ ചിന്ത കനായി അന്ന് അറിയപ്പെട്ടിരുന്ന പ്രൂഥോൺ എഴുതിയ 'ദാരിദ്ര്യത്തിന്റെ ദർശനം,' എന്ന പുസ്തകത്തെ വിമർശിച്ചുകൊണ്ട് മാർക്സ് എഴുതിയ 'ദാർശനിക ദാരിദ്ര്യം' എന്ന പുസ്തകം രൂപപ്പെടുന്ന പശ്ചാത്തലവും ഇതിൽ വ്യക്തമാക്കുന്നുണ്ട്.

അക്കാലത്തെ പുരോഗമനവാദിയായ പ്രൂഥോണിന്റെ തെറ്റുകളെ എടുത്തുപറയുന്നുമുണ്ട് സിനിമയിൽ. പെറ്റി ബൂർഷ്വാസിക്ക് മുതലാളി ത്തത്തോടുള്ള എതിർപ്പ് ഒരു വശത്തും, സ്വകാര്യസ്വത്തിനോട്ടുള്ള ആഭിമുഖ്യം മറുവശത്തും എന്നതാണ് ഇതിന്റെ അന്തഃസത്ത എന്ന് മാർക്സ് വ്യക്തമാക്കുന്നു. സ്വകാര്യ സ്വത്താണ് പ്രശ്നങ്ങൾക്ക് അടിസ്ഥാ നമെന്ന നിലയിലേക്കുള്ള കാഴ്ചകളാണ് ഇവിടെ മാർക്സ് അവതരിപ്പി ക്കുന്നത്. 'തത്ത്വശാസ്ത്രത്തിന്റെ ദാരിദ്ര്യം' എഴുതപ്പെട്ടത് ഇത് തുറന്നുകാ ട്ടുന്നതിനാണ്. ഈ പുസ്തകത്തെപ്പറ്റി മാർക്സ് തന്നെ പിൽക്കാലത്ത് വിശേഷിപ്പിച്ചത് '20 വർഷത്തെ അധ്വാനത്തിന് ശേഷം മൂലധനം എന്ന പുസ്തകം വികസിപ്പിച്ചെടുത്ത സിദ്ധാന്തത്തിന്റെ ബീജം ഇതിൽ കാണാം' എന്നാണ്.

മാർക്സിന്റെയും ഏംഗൽസിന്റെയും മറ്റൊരു പ്രധാന പുസ്തകമായ 'വിശുദ്ധകുടുംബ'ത്തെക്കുറിച്ചും ഇതിൽ വ്യക്തമാക്കുന്നുണ്ട്. ബോവർ സഹോദരന്മാരുടെ ആശയങ്ങളെ തുറന്നുകാണിക്കാനാണ് ഇവർ ഇത് എഴുതിയത്. വിശുദ്ധകുടുംബം എന്ന കൃതിയിലാണ് യഥാർത്ഥത്തിൽ വൈരുദ്ധ്യാത്മകവും ചരിത്രപരവുമായ ഭൗതികവാദത്തിന്റെയും കമ്യൂണി സത്തിന്റെയും സിദ്ധാന്തങ്ങൾ രൂപപ്പെടുന്നത്. ബഹുജനങ്ങൾക്കുള്ള നിർണ്ണായക പങ്കും ചരിത്രവികാസത്തോടൊപ്പം ആ പങ്ക് വർദ്ധിക്ക ന്നതും എടുത്തുപറഞ്ഞത് ഈ പുസ്തകമാണ് എന്ന് സിനിമയിൽ അടയാ ളപ്പെടുത്തിയിട്ടുമുണ്ട്. ഏംഗൽസിന്റെ വ്യവസായിയായ അച്ഛൻ ഇതിന്റെ ആശയങ്ങൾ കണ്ട് മകനോട് കയർക്കുന്നതായ രംഗവും ചിത്രത്തിലു ണ്ട്. അച്ഛനും മകനും തമ്മിൽ രൂപപ്പെടുന്ന സ്വരച്ചേർച്ചയില്ലായ്മയിലൂടെ രണ്ട് ജീവിത വീക്ഷണങ്ങൾ തമ്മിലുള്ള വൈരുദ്ധ്യത്തിലേക്കാണ് വിരൽ ചൂണ്ടുന്നത്. ഫാക്ടറിക്കകത്ത് അച്ഛനുമായി കലാപമുയർത്തിയ

തൊഴിലാളി സ്ത്രീയുമായി ഐക്യപ്പെടുന്നതിലൂടെ ഏംഗൽസിന്റെ ജീവി തവീക്ഷണമെന്തെന്ന് വ്യക്തമാക്കുകയാണ് സിനിമയിൽ.

അക്കാലത്തെ പുരോഗമന പ്രസ്ഥാനത്തിനകത്തെ ആശയസമര ങ്ങളെയും ഇത് പ്രതിധ്വാനം ചെയ്യുന്നു. 1842 ലെ നീതിനിഷ്ഠലീഗിന്റെ ഒന്നാമത്തെ അന്തർദേശീയ സമ്മേളനത്തിൽ വെച്ചാണ് വലതുപക്ഷ കാഴ്ചപ്പാടുകളിൽ നിന്ന് ശരിയായ നിലപാടുകളിലേക്ക് ഈ സംഘടന എത്തിച്ചേരുന്നത്. ഇതിൽ വെച്ചാണ് നീതിനിഷ്ഠ ലീഗിന്റെ പേര് കമ്മ്യൂ ണിസ്റ്റ് ലീഗ് എന്നായി മാറുന്നത്. അതേപോലെ നീതിനിഷ്ഠ ലീഗിന്റെ മെമ്പർഷിപ്പ് കാർഡിലുണ്ടായിരുന്ന 'എല്ലാ മനുഷ്യരും സഹോദര രാണ്,' എന്ന മുദ്രാവാക്യത്തിന്റെ സ്ഥാനത്ത് 'സർവ്വ രാജ്യങ്ങളിലു മുള്ള തൊഴിലാളികളെ ഒന്നിക്കവിൻഎ,' എന്ന പുതിയ മുദ്രാവാക്യം സംഘടന സ്വീകരിക്കുന്നത്. ചരിത്രത്തിലെ ഇത്തരം സംഭവങ്ങളുമായി ചേർത്തുനിർത്തിക്കൊണ്ട് സംവദിക്കുന്ന സിനിമ എന്നതിനാൽ ചരി ത്രത്തോട് നീതി പുലർത്തുന്ന ഒന്നായും ഇത് മാറുന്നു. സാങ്കൽപ്പികവും ആത്മനിഷ്ഠവുമായ ആശയത്തിൽ നിന്ന് കമ്മ്യൂണിസ്റ്റ് സമൂഹം കെട്ടിപ്പ ടുക്കാനുള്ള സമര കാഹളം എന്ന നിലയിലേക്കുള്ള ഈ ചുവടുമാറ്റവും അവതരിപ്പിക്കുന്ന സിനിമ ചരിത്രത്തിന്റെ നേർസാക്ഷ്യമായി മാറുന്നു.

കുടുംബത്തിന്റെ വേദന പരിഹരിക്കുന്നതിനായി പണം വേണ്ടതിന്റെ പ്രാധാന്യം മാർക്സ് പറയുന്നുണ്ട്. എന്നാൽ ലോകത്തിന്റെ വിഹ്വലത കളും വേദനകളും പരിഹരിക്കാനാണ് പ്രാധാന്യം നൽകേണ്ടതെന്ന ജീവിത വീക്ഷണത്തിലേക്ക് ഇവർ ആണ്ടിറങ്ങുന്നു. എല്ലാ ബന്ധങ്ങ ളെയും പണത്തിന്റെ അടിസ്ഥാനത്തിൽ കാണുന്ന മുതലാളിത്തത്തെ തുറന്നു കാട്ടുന്ന കമ്മ്യൂണിസ്റ്റ് മാനിഫെസ്റ്റോയിലെ ചില ആശയങ്ങൾ ഇതിൽ പരിചയപ്പെടുത്തുന്നുമുണ്ട്. മുതലാളിത്തത്തിന്റെ ചലനനിയമ ങ്ങളെ വ്യക്തമാക്കുന്ന മൂലധനത്തിന്റെയും സർഗ്ഗാത്മക സൃഷ്ടിക്ക് മഷി പ്പാത്രമായിത്തീരുകയും ചെയ്ത ജീവിതത്തിന്റെ സംഭാവനകളെക്കുറിച്ച് ഇത് ഓർമ്മപ്പെടുത്തുന്നു.

ചിന്തകൾ രൂപപ്പെടുന്നത് കൂട്ടായ ചർച്ചകളിലൂടെയും ജനാധിപത്യ പരമായ സംവാദങ്ങളിലൂടെയുമാണെന്ന് കമ്മ്യൂണിസ്റ്റ് ആശയത്തിന്റെ രൂപീകരണവും വികാസവും കാണിച്ചുകൊണ്ട് സിനിമ ഓർമ്മിപ്പിക്കുന്നു.

ബൗദ്ധികമായ നിരവധി പ്രശ്നങ്ങൾ ചർച്ച ചെയ്യുമ്പോഴും അവ വിളി ച്ചുപറയുകയല്ല, അനുഭവിപ്പിക്കുകയാണ് സിനിമ ചെയ്യുന്നത്. അങ്ങനെ കലാപരമായി ഉയർന്നുനിൽക്കുന്ന ഒന്നായി സിനിമ മാറുന്നു.

ഒരു ജീനിയസ് രൂപപ്പെടുന്നത് വ്യത്യസ്ത വഴികളിലൂടെയാണ്.

സർഗ്ഗാത്മകവും ചലനാത്മകവുമായ ജീവിത പശ്ചാത്തലത്തിൽ നിന്നാണ് മാർക്സിസം എന്ന മഹത്തായ ദർശനത്തിന്റെ രൂപീകരണം എന്നും സിനിമ ഓർമ്മിപ്പിക്കുന്നു. യാന്ത്രികമായ ജീവിതമല്ല, സർഗ്ഗാ ത്മകവും ചൈതന്യവത്തും, വെല്ലുവിളികളെ നേരിടാനുള്ള ചങ്കുറ്റവുമുള്ള ജീവിതത്തിലൂടെയാണ് മാർക്സും ഏംഗൽസും നീങ്ങിയതെന്ന ഓർമ്മപ്പെ ടുത്തൽ കൂടിയാകുന്നു ഈ സിനിമ. ആശയപരവും പ്രായോഗികവുമായ യോജിപ്പിന്റെ തലത്തിൽ രൂപീകരിക്കപ്പെടുന്ന സൗഹൃദത്തിന്റെ അഗാധതയും മനോഹാരിതയും അടയാളപ്പെടുത്തുന്നതു കൂടിയായി ത്തീരുന്നു ഈ സിനിമ.

www.ingramcontent.com/pod-product-compliance
Lightning Source LLC
LaVergne TN
LVHW040001200726
843493LV00005B/1078